மூப்பர்

ஜெயன் மைக்கேல்

டிஸ்கவரி புக் பேலஸ்

கே.கே.நகர் மேற்கு, சென்னை - 600 078.
(பாண்டிச்சேரி கெஸ்ட் ஹவுஸ் அருகில்)
Ph: 044-6515 7525 Mobile: +91 87545 07070

மூப்பர் (நாவல்)
ஆசிரியர்: ஜெயன் மைக்கேல்©

Mooppar (Novel)
Author: Jeyan Michel©

First Edition: Jan - 2018
Pages: 328
ISBN 978-93-86555-10-6

Discovery Book Palace (P) Ltd.,
6, Mahaveer Complex, Munusamy Salai,
K.K.Nagar West, Chennai - 600 078.
Ph: +91 - 44-6515 7525
Mobile: +91 87545 07070

E-mail: **discoverybookpalace@gmail.com,**
Website: **www.discoverybookpalace.com**

Rs. 300

என்னுரை

மைக்கேலின் மகன் என்று
ஆரம்பித்தது இந்த வாழ்க்கை...

நான் ஐந்தாம் வகுப்பு படிக்கும்பொழுது என் நண்பர்கள் இருவருடன் பள்ளிக்கூடம் செல்வது வழக்கம். வந்துபோன மற்ற நாட்கள் எனக்கு நினைவில் இல்லை என்றாலும் அறுவடைக் காலம் இன்னும் பசுமையாக மனதில் நிலைத்திருக்கிறது.

சாலைகள் எல்லாம் வைக்கோல் காய்ந்துகொண்டிருக்கும். கோடை மழை வந்தால் அவை நனைந்து வீணாகிவிடக் கூடாதென்று கோபுரங்களாக குவித்துவைக்கப்பட்டிருக்கும். சாலை ஓரங்களில் அவை ஒழுங்கான சிறுசிறு கூரை வீடுகளாகக் காட்சியளிக்கும்.

அப்படி வைக்கோல் காயும் சாலையில் நடக்கும்பொழுது அவை செருப்பில் வந்து சிக்கிக் கொள்ளும். கால்களை பின்னிக்கொள்ளும். அதை இழுத்துக்கொண்டே நடந்து செல்வோம். அந்தச் சாலையில் வண்டிகள் ஓடும்பொழுது அதன் சக்கரங்களின் கறுப்புகள் வெயிலில் காய்ந்துகொண்டிருக்கும் வைக்கோலில் படியும். மிதி வண்டிகளின் சக்கரங்களில் அந்த வைக்கோல்கள் சுற்றிக்கொண்டு வண்டியை ஓடவிடாமல் செய்யும்.

அப்படித்தான் அறிமுகமானார் அந்த தாபால்காரர். வயது நாற்பதுக்குமேல் இருக்கும். அவரால், தன் மிதிவண்டியை வெயிலில் காயும் அந்த வைக்கோலின்மேல் ஓட்ட முடியாமல் அவதிப்பட்டார். எங்களை உதவிக்கு அழைத்தார்.

அப்பொழுதெல்லாம் சிறுவர்களான நாங்கள் மிதிவண்டிகளைத் தொடுவதே அதிசயம். எங்களுக்கு ஆர்வம் தாங்கமுடியவில்லை. அவர் வண்டியைத் தள்ளி உதவி செய்தோம். மிதிவண்டியைத் தொட்டதற்கே அதை ஓட்டிவிட்டோம் என்ற பிரமிப்பு மனது முழுவதும் பரவிக் கொண்டது. நண்பர்களிடம் சொல்லி மகிழ்ந்தோம். தினம் தினம் அவர் வருகைக்காகக் காத்திருந்தோம், உதவினோம்.

நாட்கள் சென்றன. வைக்கோல் எல்லாம் காய்ந்து வைக்கோல் போரானாது. பிறகு அவரை நாங்கள் பார்க்கவில்லை. தினம் தினம் அவர் வரமாட்டாரா என்று ஏங்கினோம். ஒரு மிதிவண்டியை வாங்கியே ஆக வேண்டும் என்று அப்பாவை நச்சரிக்க ஆரம்பித்தேன்

கம்பிகளிடையே கால்களை விட்டு மிதிவண்டி ஓட்டக் கத்துக்கிட்டேன். ஓட்டினேன். வைக்கோல் வெயிலில் காயும்வேளையில் அதன்மேல் வேகமாகச் சென்றேன். சக்கரங்கள் சலசலக்கும் சத்தம் கேட்டு மகிழ்ந்தேன்.

அதற்குப் பிறகு வைக்கோல் காயும் சாலைகளைப் பார்ப்பது குறைய ஆரம்பித்து, கொஞ்சம் கொஞ்சமாக மறைந்து போய்விட்டது.

ஒரு நாள் அப்பா என்னிடம் சொன்னார்: “எனக்கும் விவசாயம் செய்யணும்னு ஆசைதான். நம்ம நிலத்தில நெல்லு போடணும்னு ஆசைதான். ஆனால் வேலை செய்ய ஆளில்லையே. இயந்திரங்கள் வாங்கும் அளவிற்கு பணமும் நிலமுமா இருக்கிறது நம்மிடம்? அதனால்தான் வயல்வெளிகள் எல்லாம் ரப்பர் மரங்களை நட ஆரம்பித்திருக்கிறேன். நிலங்கள் தரிசாக ஆரம்பித்திருக்கிறது”

பாட்டியிடம் பழைய கதைகள் கேட்டுத் தெரிந்துகொள்ள வாய்ப்புக் கிடைக்கவில்லை. ஆனால் பல கதைகளை என் அப்பா சொல்லிக் கேட்டிருக்கிறேன். அவர் கதை சொல்லும் அழகைப் பார்த்து வியந்திருக்கிறேன். அவர் விவசாயத்தின் செயல்முறைகளை விவரிப்பதே அழகு.

இதுவரை விளையாட்டாக நூல்களை வெளியிட்டுக் கொண்டிருந்த என்னை விவரமாக மாற்றியது, என் அப்பா என்னிடம் சொன்ன கதைகள்தான். என் அப்பா சொன்ன

கதைகளை என் வார்த்தைகளில் தொடுத்ததுதான் இந்த மூப்பர். இந்த நூல் உருவாக பலர் காரணமாக இருந்திருக்கிறார்கள். பலரைச் சந்தித்திருக்கிறேன். பலருடன் விவாதித்திருக்கிறேன்.

குறிப்பாக என் அண்ணன், நண்பர்கள் அனைவருக்கும் நன்றி. இந்த நூலை வெளியிடும் டிஸ்கவரி பதிப்பகத்திற்கும் திருமதி ரோகிணி மணி அவர்களுக்கும் நன்றி.

நட்புடன்,
ஜெயன் மைக்கேல்
wrtierjeyanmr@gmail.com

இந் நூல்,

என் கையைப் பிடித்து
எனக்கு எழுத்து பழக்கிய
என் அப்பாவிற்கு சமர்ப்பணம்.

எந்தையும் தாயும் மகிழ்ந்து குலாவி
இருந்ததும் இந்நாடே – அதன்
முந்தையர் ஆயிரம் ஆண்டுகள் வாழ்ந்து
முடிந்ததும் இந்நாடே – அவர்
சிந்தையில் ஆயிரம் எண்ணம் வளர்ந்து
சிறந்ததும் இந்நாடே – இதை
வந்தனை கூறி மனதில் இருத்தி என்
வாயுற வாழ்த்தேனோ – இதை
வந்தே மாதரம் வந்தே மாதரம்
என்று வணங்கேனோ?

இன்னுயிர் தந்தெமை ஈன்று வளர்த்தருள்
ஈந்ததும் இந்நாடே – எங்கள்

அன்னையர் தோன்றி மழலைகள் கூறி
அறிந்ததும் இந்நாடே – அவர்
கன்னியராகி நிலவினிலாடிக்
களித்ததும் இந்நாடே – தங்கள்
பொன்னுடல் இன்புற நீர் விளையாடி இல்
போந்ததும் இந்நாடே – இதை
வந்தே மாதரம் வந்தே மாதரம்
என்று வணங்கேனோ?

மங்கையராயவர் இல்லறம் நன்கு
வளர்த்ததும் இந்நாடே – அவர்
தங்க மதலைகள் ஈன்றமுதூட்டித்
தழுவிய திந்நாடே – மக்கள்
துங்கம் உயர்ந்து வளர்கெனக் கோயில்கள்
சூழ்ந்ததும் இந்நாடே – பின்னர்
அங்கவர் மாய அவருடல் பூந்துகள்
ஆர்ந்ததும் இந்நாடே – இதை
வந்தே மாதரம் வந்தே மாதரம்
என்று வணங்கேனோ?

– பாரதியார்

1

"**தாய்** மண்ணுக்கும், என்னை வளர்த்த உங்கள் எல்லோருக்கும் வணக்கம். என் அழைப்பை ஏற்று இந்த விழாவிற்கு வந்தமைக்கு நன்றி. நம் ஆண்டாள் வங்கியின் எழுபத்து ஐந்தாவது ஆண்டு விழாவை சிறப்பிப்பதில் மிகவும் பெருமையடைகிறேன். உங்கள் முயற்சியாலும் உழைப்பாலும்தான் இந்த வங்கி நம் நாட்டிலேயே ஒரு முக்கியமான இடத்தைப் பிடித்திருக்கிறது. ஆகையால் நான் உங்கள் ஒவ்வொருவருக்கும் என் தனிப்பட்டமுறையில் என் நன்றியை தெரிவித்துக் கொள்கிறேன். இன்னும் நாம் அடையவேண்டிய தூரங்கள் நிறைய இருக்கிறது. உங்கள்உழைப்பால் அதையும் மிக எளிதாக அடைந்துவிடலாம் என்று எண்ணுகிறேன். இங்கே உள்ள தோழர்கள் நம் நிறுவனத்தை தங்கள் சொந்த நிறுவனமாக பார்ப்பதால்தான் இந்த வெற்றி என்று முழுவதுமாக நம்புகிறேன். அதேபோல் உங்கள் தேவைகளையும் என்னால் முடிந்தவரை நிறைவேற்றுவதும் என் கடமை. அதில் ஏதேனும் குறைகள் இருந்தால் என்னிடம் தெரிவிக்க கேட்டுக் கொள்கிறேன்.

என்னதான் இவ்வளவு வளர்ச்சி அடைந்திருந்தாலும், நாம் எவ்வளவு தூரம் சென்றிருந்தாலும், அந்தப் பயணத்தைத் தொடங்க, அந்தச் செயலைச் செய்வதற்கு காரணமான ஒரு கதை இருக்கும். ஆக, நம் ஆண்டாள் நிறுவனத்தையும் எப்படி உருவாக்கினோம், யாருடைய முயற்சி, எப்படி இந்த வளர்ச்சி இவையெல்லாம் பலருக்கும்

தெரிந்திருக்க வாய்ப்பு இல்லை. சிலருக்குத் தெரிந்திருந்தாலும் ஒருமுறை நினைவுபடுத்திக் கொள்ளும்படி கேட்டுக் கொள்கிறேன்.

நமது இந்த நிறுவனத்தின் எழுபத்து ஐந்து வருட வரலாறு உங்களுக்குத் தெரிந்திருக்கும். ஆனால் உண்மையில், இந்த வங்கியின் ஆயுள் காலம் நூற்று ஐம்பது வருடத்திற்கும் மேல். சரியாக கணக்குத் தெரியவில்லை.

நூற்று ஐம்பது வருடங்களுக்கு முன்னால் என் தந்தையாரின் தாத்தா, இந்த ஊருக்கு சில செல்வங்களோடு வந்தவர். அவர், தன் நாட்டைவிட்டு வரும்பொழுது அவரையே நம்பி அவருடன், அந்த நாட்டு மக்கள் சிலரும் பயணம் செய்தனர். தன் குடும்பத்தையும், தன்னை நம்பி வந்தவர்களையும் காப்பாற்றத்தான், தான் கொண்டுவந்த செல்வங்களை வைத்து பண்டமாற்று முறையாக ஆரம்பித்ததுதான் இந்த வங்கி.

நூற்று ஐம்பது வருடங்களுக்கு முன்னால், அதுவும் ஆங்கிலேயர் ஆட்சியில் ஒரு தொழில் தொடங்குவது என்றால் அவ்வளவு சாதாரண விஷயம் இல்லை. அப்படி அவர் ஆரம்பித்த தொழிலை அவருக்கு அடுத்துவந்த என் தாத்தா, அதை நன்றாக சீராக்கி ஒரு நிறுவனமாக மாற்றினார். பிறகு கொஞ்சம் கொஞ்சமாக எனது தாத்தா, அப்பா இவர்களால் முன்னுக்கு கொண்டுவரப்பட்டு, இப்பொழுது இவ்வளவு பெரிய வங்கியாக நிற்கிறது. நம் வங்கி, நான்கு தலைமுறைகளை காணப் போகிறது என்று சொல்வதில் எனக்கு மகிழ்ச்சி. ஒருவராக ஆரம்பித்த இந்த நிறுவனத்தில் இப்போது, மொத்த ஊழியர்களின் எண்ணிக்கை இருபதாயிரம் பேருக்கும் மேல் உள்ளனர். கடவுளுக்குத்தான் நன்றி சொல்ல வேண்டும்.”

ஆண்டாள் வங்கியின் உரிமையாளரான நீலகண்டன், தனது நிறுவனத்தில் எழுபத்து ஐந்தாவது ஆண்டு விழா என்பதால், நாடு முழுவதும் உள்ள ஊழியர்களுக்கு அழைப்பு விடுத்திருந்தார். அதுமட்டுமல்லாமல், சென்னையின் ஒரு சிறந்த அரங்கை பணம் கொடுத்து வாடகைக்கு எடுத்து விழாவிற்கான தயாரிப்பைச் செய்திருந்தார். ஆக, எல்லா ஊர்களிலிருந்தும் வந்தவர்கள் மொத்தமாக ஆயிரம் பேருக்குமேல் இருக்கும்.

நீலகண்டன் தொடர்ந்து பேசிக்கொண்டிருந்தார்.

“தொடர்ந்து நம் பயணமும், அதற்கான திட்டங்களும் சென்றுகொண்டேதான் இருக்கின்றன. இலக்கு மட்டும் இருந்தால் நாம் ஜெயித்துவிட முடியாது. இலக்கை அடைவதற்கான திட்டமும், அதை நோக்கிய பாதையும் மிக முக்கியம்.

ஒவ்வொரு வருடமும் ஆண்டு விழாவின்போது ஒரு புதிய திட்டத்தை நான் அறிவிப்பது வழக்கம். அந்த விதத்தில் இந்த

வருடத்திற்கான திட்டம், நில வங்கி என்ற ஒரு திட்டமாகும். கிராமங்களை தேடிப் போகப்போகிறோம். நாம் தேர்ந்தெடுக்கும் முதல் கிராமத்தில் நம் வேலைகளை ஒரு வருடத்திற்குள் முழுவதுமாக முடிக்க வேண்டும்.”

“ஒரே வருடம். ஆனால் மிகவும் பெரிய இலக்கு.” என்று மீண்டும் அவர் வார்த்தைகளை அழுத்திச் சொன்னபோது ஒவ்வொருவரும் தங்கள் கரவொலிகளை அடக்கிக்கொண்டு நீலகண்டன் என்ன சொல்லப் போகிறார் என்று பார்த்துக் கொண்டிருந்தனர்.

ஆறடி உயர மனிதர், அவர் அனுபவத்தை வைத்துப் பார்த்தால் வயது அறுபதுகளை கண்டிப்பாகக் கடந்திருக்கும். அப்படிப்பட்டவர் இருபதுகளைச் சுமந்த இளமையான ஒரு குரலில், அழகான உச்சரிப்பில் வெண்கலமணியில் வரும் சத்தம்போலப் பேச அது, பல மடங்காகப் பெருக்கப்பட்டு ஒலிபெருக்கிகளில் ஒலித்தபோது எதிரே அமர்ந்திருக்கும் மக்களிடம் ஆவல் அதிகமாகி, நீலகண்டன் என்ன பேசப்போகிறார் என்று தம் இருக்கைகளில் நிமிர்ந்து அமர்ந்தனர்.

“இந்த நீண்ட நூற்று ஐம்பது வருட உழைப்பில் நாம் இந்தியா முழுவதும் கிளைகளை நிறுவியுள்ளோம். சில வெளிநாடுகளிலும்கூட.”

தன் வார்த்தைகளுக்கு ஒரு சிறிய இடைவெளி கொடுத்தார். இன்னும் மக்களின் அமைதி கலையாமல் அவ்வாறே இருந்ததால், இன்னும் தன் வார்த்தைகளைக் கேட்க மக்கள் தயாராக இருக்கிறார்கள் என்று உறுதிசெய்த நீலகண்டன் மீண்டும் தொடர்ந்தார்.

“நில வங்கி என்பது வேறொன்றுமில்லை. இதுவரை நகரங்களையே குறிவைத்துச் சென்று கொண்டிருந்த நமது பயணம் இனி, செல்லப்போவது கிராமத்தை நோக்கி. இதுவரை நமது ஒவ்வொரு கிளையை ஆரம்பிக்கும்போதும் அதை ஒரு முன்னேற்றமாகவே கண்டேன். ஆனால் இது ஒரு மைல் கல் எனக்கும், நம் வங்கிக்கும். இன்னும் சொல்வதென்றால், இது மைல் கல்களையும் தாண்டி எல்லைக் கல். ஒரு எல்லை முடிவடையும்போது இன்னொரு எல்லை ஆரம்பமாகிறது.

இத்தனை வருடம் நாம் உழைத்ததன் பெருமையை அடையப்போகிறோம். இதை தவறவிடக்கூடாது என்பதால் நேராக நானும் உங்களுடன் உழைக்கப் போகிறேன். எனவே, அந்த முதல் நில வங்கிக் கிளையை நிறுவப்போகும் கிராமமாக நான் தேர்வு செய்திருக்கும் கிராமம் கன்னியாகுமரியை அடுத்த கடற்கரை கிராமம், பூந்தோப்பு.”

இதைக் கேட்டதும் மக்களிடம் சிறு சலசலப்பு ஏற்பட்டது. அவர்கள் கவனம் இவர்மேல் திரும்பும் வரை தன் பேச்சை நிறுத்தினார்.

அவர் பேச்சை நிறுத்தியதன் நோக்கத்தைப் புரிந்துகொண்ட மக்கள், தங்கள் சலசலப்பை நிறுத்த, சில நொடிகளில் மீண்டும் நீலகண்டன் தொடர்ந்தார்.

"உங்கள் எல்லாக் கேள்விகளுக்கும் இந்தக் கிளையின் வெற்றி பதில்கூறும். அதுவரை காத்திருங்கள். இப்போது உங்கள் மனதில், நம் தேசத்தந்தை சொன்ன 'கிராமங்களே நாட்டின் முதுகெலும்பு' என்ற வார்த்தை மட்டும் நினைவிலிருக்கட்டும்." என்று சொன்னவர், புது கிராமக் கிளையைப் பற்றி இன்னும் சில தகவல்களைச் சொல்ல ஆரம்பித்தார்.

"நில வங்கி என்பது சேமிப்பு வங்கியோ, வட்டிக்கடன் வங்கியோ இல்லை. இதைப்பற்றி விளக்கமாகப் பிறகு கூறுகிறேன். மேலும் எப்பொழுதும் நம் நிறுவனத்தில் ஒரு புதிய கிளையோ, புதிய திட்டமோ ஆரம்பிக்கும்போது, அதற்காக ஒரு குழுவை உருவாக்கி அதை நிறைவேற்றுவது வழக்கம். அதேபோலத்தான் இந்த நில வங்கித் திட்டத்திற்கும் தனியாக சென்னையில் எனது நேரடித் தலைமையின்கீழ் ஒரு குழுவை நிறுவலாம் என்று இருக்கிறேன். இந்தக் குழுவில் வேலையில் இருப்பவர்கள் நேரடியாக என்கீழ் வேலை செய்வார்கள். என் கட்டளையின்படியே எல்லா வேலைகளும் நடக்கும். அந்த அணியில் இடம்பெறப்போகும் ஊழியர்களை, மேலதிகாரிகளின் கலந்தாய்விற்குப் பிறகு உங்களிடம் அறிவிக்கிறேன்."

அவர் அவ்வாறு அறிவித்தவுடன் மக்களின் முன்வரிசையில் இருந்த ஒரு மேலதிகாரியான ஒருவர், "யார் அந்த அதிர்ஷ்டசாலிகள்?" என்று சத்தமாகக் கேட்டார். அவர் கேட்டதும் நீலகண்டன் சொல்லப்போகும் பதிலை நோக்கி மக்களின் கவனம் திரும்பியது.

"கண்டிப்பாக எல்லோருக்கும் தெரியவரும். மின்னஞ்சல்மூலம் தெரியப்படுத்துவேன். அதற்கான தேர்வு இப்பொழுதுதான் தொடங்கப்பட்டுள்ளது. அந்த ஊழியர்களைத் தேர்வு செய்ய ஒரு குழுவையையும் அமைத்துள்ளோம்." இதற்குமேல் பேசினால் நிறையக் கேள்விகள் வரும் என்று எண்ணியதால் அத்துடன் நீலகண்டன் தன் உரையை முடிக்க, கரவொலி எழும்பி ஓய்ந்தது.

அவர் உரையைத் தொடர்ந்து மேலதிகாரிகள் சிலர், ஆண்டாள் வங்கியின் வளர்ச்சி குறித்து உரையாற்றினார்கள். மேலும் சென்ற ஆண்டின் சிறந்த அதிகாரிகளுக்கான விருதுகள் வழங்கப்பட்டன. ஆண்டின் வெற்றி, தோல்விகள் குறித்து பேசப்பட்டது. மேலும் வங்கியின் இதர முன்னேற்றம் குறித்தும் பேசப்பட்டது. அடுத்து விருந்து பரிமாறப்பட்டது. விருந்து என்றால் பிரம்மாண்ட விருந்து. அந்த விருந்துடன் சேர்த்து மக்கள், பூந்தோப்பு கிராமத்தையும் மென்றனர்.

எதற்காக பூந்தோப்பு என்ற கிராமத்தை நீலகண்டன் தேர்வு செய்ய வேண்டும்? அங்கே அப்படி என்னதான் இருக்கிறது? சென்னைக்கு அருகில் ஏதாவது கிராமத்தை தேர்வு செய்திருக்கலாமே? ஏன், நாட்டின் கடைக்கோடி வரை செல்ல வேண்டும்? நீலகண்டனைக் குறுக்கிட்டு, அந்த மக்களில் ஒவ்வொருவரும் அவரிடம் தொடர்ந்து கேள்வி கேட்டபோது அமைதி காத்தார். பின், பதில் சொல்ல நிற்காமல் அங்கிருந்து விலகிச் சென்றார். அந்த கிராமத்தைப் பற்றி ஒவ்வொருவரும் ஒவ்வொரு மாதிரி பேசினர். இவ்வாறு அந்த மாலைப்பொழுது இரவானது.

2

முன்பெல்லாம், நம் நாட்டில் பணம் சம்பந்தமான தொழில் ஆரம்பிக்கும்போது கடவுளின் பெயர்களை அந்த நிறுவனங்களுக்கு வைப்பது வழக்கம். அந்தவகையில், ஆண்டாள் வங்கியின் பெயரையும் கடவுளின் பெயர் என்றே நம்பியிருந்தனர் மக்கள். ஏன், அந்த வங்கியில் வேலை செய்பவர்களுக்கும் ஆண்டாள் என்றால் கடவுளின் பெயர் என்றுதான் தெரியும்.

நம் இலக்கியத்தில், ஆண்டாள் என்பவர் ஒரு பெண் கடவுள். பெரியாழ்வார் எனப்படும் அந்தணர் விஷ்ணுசித்தர் ஸ்ரீவில்லிபுத்தூர் என்று ஊரில் வாழ்ந்து வந்தார். அவருக்கு திருவில்லிப்புத்தூர் ஆயிலையில் அமர்ந்திருக்கும் வடபத்திசாயி கோயிலில் மலர்களைத் தொடுத்து கடவுளுக்குச் சாத்துவதை தன் கடமையாக வைத்திருந்தார். ஒரு நாள், தனக்கு பெண் குழந்தை வேண்டுமென்று வேண்டிவந்த அந்தணர் அங்கு, ஒரு துளசிச் செடியின்கீழ் பெண் குழந்தை ஒன்றைக் கண்டெடுத்தார். அதை தன் குழந்தையாகக் கருதி, அந்தக் குழந்தைக்கு கோதை என்று பெயரிட்டு வளர்ந்து வந்தார். இளம்வயதிலேயே தனக்குத் தெரிந்த சமயம் மற்றும் தமிழ் சம்பந்தமான அனைத்தையும் கோதைக்கு கற்றுக் கொடுத்தார். இதனால் கோதை இளம்வயதிலேயே கண்ணன் மீது மிகவும் பக்திகொண்டவராக இருந்தார். மேலும் எப்படியாவது கண்ணனை மணக்க வேண்டும் என்று ஆவல் கொண்டிருந்தார். சிறுவயதிலேயே

கண்ணனின் மணப்பெண்ணாக தன்னை நினைத்து பாவனை செய்து வந்தார். விஷ்ணுசித்தர் கோயிலில் வடபத்திசாயிக்கு தொடுக்கும் மாலைகளை அவருக்குத் தெரியாமல் கோதை கண்ணனுக்குச் சாத்தி வந்தார். மேலும் தான் கண்ணனுக்கு இணையான பெண்ணா என்று சோதித்துக் கொள்வது கோதையின் வழக்கமாக இருந்தது. இதைத் தெரிந்துகொண்ட விஷ்ணுசித்தர் கோதையைக் கண்டித்து விட்டு அந்த மாலைகளை அங்கிருந்து அகற்றி வேறு மாலைகளைச் சாத்தினார். ஆனால் அன்று இரவே கண்ணன் கனவில் வந்து, நீ சூட்டிய மாலைகளே எனக்குத் தகுந்தவை என்று கூறினார்.

கோதை பருவமடைந்த பிறகு, விஷ்ணுசித்தர் கோதைக்கு வரன் தேட ஆரம்பித்தார். வந்த வரன்களை எல்லாம் மறுத்து, கண்ணனையே மணப்பது என்று பிடிவாதமாக இருந்தார் கோதை. இதைக் கண்டு மிகவும் வருத்தமுற்றார் விஷ்ணுசித்தர். அவர் வருத்தத்தைப் போக்கும்வகையில் கடவுள் அவர் கனவில் வந்து, கோதையை மணப்பெண் கோலத்தில் திருவரங்கம் கோயிலுக்கு அழைத்துவரச் சொன்னார். அவ்வாறே வந்து, கோயில் கருவறைக்குள் சென்று இறைவனுடன் கலந்துவிட்டார் கோதை. கோதைக்கு நாச்சியார் என்ற பெயரும் உண்டு. இந்த வரலாறை சிலர் அறிந்திருந்தனர்.

உண்மையில் ஆண்டாள் வங்கியில், ஆண்டாள் என்பதற்கு அர்த்தம் வேறு என்பது நீலகண்டனைத் தவிர யாருக்கும் தெரியாமல் இருந்தது.

பொதுவாக, சமூகத்தில் அந்தஸ்திலும் செல்வத்திலும் வளர்ந்தவர்களுக்கு அறிவுரைக்க ஒருவர் கண்டிப்பாக உடன் இருப்பார். அந்தவகையில் நீலகண்டனுக்கு அப்படி ஒரு குடும்பம் உடனிருந்தது. அவர் யோசனையில்லாமல் எந்த முடிவும் எடுக்கமாட்டார். சுருங்கக்கூறினால், நீலகண்டனுக்கு எல்லாமே அவர்தான். அவர் இல்லையென்றால் இல்லை, இருக்கிறது என்றால் இருக்கிறது — அவ்வளவுதான். மாற்று சொல்லிற்கே இடமில்லை.

அவர் பெயர் ஆண்டாள். தன் குடும்பமே கடவுளாகக் கும்பிடும் தங்கள் முன்னோரான நாச்சியார் என்ற தாயின் வாரிசு என்பதால், இவருக்கு ஆண்டாள் என்று பெயர் வைத்திருந்தார் அவர் அப்பா. அதாவது, நாச்சியாரின் வழி வந்த மகனுக்கு ஆண்டாள் என்ற சூட்டியிருந்தனர்.

அந்த ஆண்டளைப் பற்றி நீலகண்டனைத் தவிர யாருக்கும் தெரியாது. அதேபோல, அந்த வங்கியின் ஒரு பைசா காசு மதிப்புள்ள சொத்துகள்கூட ஆண்டாள் பெயரில் இல்லை. அப்படி ஒருவருக்கும் அந்த நிறுவனத்திற்கு தொடர்பு உண்டு என்பதுகூட யாருக்கும்

ஜெயன் மைக்கேல் | 15

தெரியாது. மேலும் நீலகண்டன் என்று ஒருவர் ஆண்டாள் வீட்டிற்கு வருகிறார் என்றுதான் ஆண்டாளின் அண்டைவீட்டாருக்குத் தெரியும். அவர்தான் ஆண்டாள் வங்கியின் இயக்குநர் என்று யாரும் இதுவரை அடையாளம் கண்டதில்லை.

நடுத்தர வசதிபடைத்தவர் வசிக்கும் வீட்டில் வசித்திருந்தார் ஆண்டாள். இரண்டு படுக்கை அறைகள்கொண்ட ஒரு வீடு அது. மாதம் பத்தாயிரம் ரூபாய் வாடகை கொடுப்பதாக யாரிடமோ பகிர்ந்துகொண்டதாக நினைவு. அதற்குமேல் மின்சாரக் கட்டணமாகும் என்றும் அவர் கணக்கு சொன்னதாக ஒரு ஞாபகம். வீட்டு வாடகையைத் தவிர பசங்க படிப்புச் செலவு, அப்பப்பா… ஏதோ சேமிச்சு வெச்சது செலவாகிறது என்று சொல்லியிருக்கிறார்.

வீட்டின் முன்னாலும் வெளியேயும் ஓடி விளையாட ஒரு அழகு நாயும் அதன் எதிரியாக வெள்ளை நிறப் பூனை ஒன்றும் வீட்டில் இருந்தது. அவர் வந்து அமர்ந்தால் நாய் காலடியில் வந்து அமரும், பூனை அவர் பின்னால் முதுகை உரசியவாறு அவரைச் சுற்றிவரும்.

“பூனை உடலை உரசியவாறு நம்மைச் சுற்றிவருவது ஒரு தனி சுகம். வீட்டில் செல்லப் பிராணிகள் இல்லாத வீடு அரை வீடுதான்” என்று அடிக்கடி சொல்வார் ஆண்டாள்.

இந்த நாய், பூனையைப்போல வீட்டின் வாசல் அருகே வண்ணமீன்கள் நீந்தியாடும் நீர்த் தொட்டி ஒன்றுமிருந்தது. அந்தப் பூனைக்கு இந்த மீன்கள்மேல் ஒரு கண். அதை எப்படியாவது பிடித்து உண்டுவிட வேண்டும் என்று. அடிக்கடி, அந்த மீன் தொட்டியின் சுவர்களை மோதும். தொட்டிக்குள் இருக்கும் வண்ணமீன்களோ, பூனைக்கு வேடிக்கை காட்டிவிட்டதாக குதித்துச் சிரிக்கும்.

இவையெல்லாம் ஒருபுறமிருக்க, வீட்டின் உள்ளே வருபவர்கள் அந்த மீன்களைக் கண்டதும் மனம் எளிதாகி புன்னகையுடன் இருப்பர் என்றும், வீட்டில் வளர்க்கும் செல்லப் பிராணிகள், பிற மக்களின் கண் திருஷ்டியிலிருந்து நம்மைக் காப்பாற்றுவதாக ஆண்டாள் முழுவதுமாக நம்பினார். வீட்டுக்கு புதிய ஆட்கள் வருகின்றனர் என்று, நாய் எழுப்பும் குரலை வைத்தும், பூனை பயந்து ஓடும் வேகத்தையும் வைத்துச் சொல்லிவிடுவார்.

மனைவியை இழந்தபிறகு தன் மகனை வளர்ப்பது ஒன்றும் அவருக்கு கடினமாகத் தெரியவில்லை. ஆனால் தன் இளையமகளை வளர்ப்பதற்கு அவர் பட்டபாடுகள் கொஞ்சமில்லை. அவள் கேட்கும் கேள்விகளுக்குப் பதில்சொல்ல முடியாமல் திணறிப் போயிருக்கிறார்.

ஒருமுறை தன் மகள் ஆலியாவிடம் 'அம்மா, சாமியைப் பார்க்கச் சென்றிருக்கிறார்' என்று சொல்ல, அவளோ 'நானும் அங்கு செல்ல வேண்டும்' என்று அடம்பிடிக்க, அப்போது அவள் அழுகையைச் சமாளிக்கமுடியாத ஆண்டாள், வேறு வழிதெரியாமல் அவளை சிறுகுச்சியால் அடித்து அழவைத்தது இன்றும் அவர் மறந்துபோகவில்லை.

"நான் மட்டும் விதிவிலக்கா என்ன? கோபத்தில் மகள்களை அடித்துவிட்டு வருத்தப்படாத அப்பா யார் இருக்கிறார்கள். அன்று யாருக்கும் தெரியாமல் சில நிமிடங்கள் அழுதேன்"

ஆனால் அந்தச் சிறு குழந்தையின் எண்ணம் வேறுமாதிரி இருந்தது. பாசத்தை பிறரிடம் காட்டாதவரை அந்தப் பாசத்திற்கு மதிப்பு பூஜ்ஜியம். பாசம் மட்டும்தான் எவ்வளவு கொடுத்தாலும் திகட்டுவதில்லை. அதையெல்லாம் புரிந்துகொள்ளும்நிலையில் இல்லை ஆயிஷா; அவளுக்கு புரிந்துகொள்ளும் வயதுமில்லை.

தன் அப்பாவின் கையிலிருந்த மரக்கம்பு அடித்ததைவிட, என்னை அப்பா அடித்துவிட்டார் என்ற வலி அவளுக்கு இன்னும் இருக்கிறது.

"அப்படி நான் என்ன கேட்டேன்? பள்ளிக்கூடத்தில் எல்லாரையும்விட சிறந்த மாணவி என்ற பரிசைப் பெறுகிறேன், அதை நான் மேடையில் பெறும்பொழுது என் அம்மா என்னருகே இல்லை. ஆனால் விழாவிற்கு வந்த மற்ற குழந்தைகளின் அப்பா, தன் அம்மாவுடன் வந்திருக்கிறார்கள். நானும் என் அம்மா முன்னிலையில் பரிசு பெற வேண்டும் என்று நினைப்பதில் என்ன தவறு உள்ளது. எங்கே சென்றிருந்தாலும் நான் பரிசு பெறுகிறேன் என்றால், நான் அந்தப் பரிசை பெறுவதைப் பார்க்க வர வேண்டாமா? அதைவிட என்ன முக்கியமான வேலை? இதைக் கேட்டதால் என்னை அடித்துவிட்டார் என் அப்பா" என்று மனதிற்குள் குமுறிக்கொண்டு, தேம்பித் தேம்பி அழுது இரவில் தூங்கிவிட்டாள்.

விடிந்தால் சரியாகும் என்று எண்ணிய ஆண்டாளுக்கு ஏமாற்றமே மிஞ்சியது. காலையில் அவளை படுக்கையிலிருந்து எழுப்பச் சென்ற அவர், எவ்வளவு அழைத்தும் அவள் உடலை அசைத்துப் பார்த்தும் ஆலியா எழாமல், எந்த அசைவும் இல்லாமல் படுத்திருப்பதைப் பார்த்து அதிர்ந்துபோய் நின்றார் ஆண்டாள்.

"ஆலியா..."

கன்னத்தில் தட்டியும் உடலில் எந்த அசைவுமில்லை.

"ஆலியா... ஏம்மா... என்ன ஆச்சு?" என்று கத்திக் கேட்டார். ஆண்டாளின் கண்கள் பதற ஆரம்பித்தது.

ஜெயன் மைக்கேல் | 17

"ஆலியா…" ஆலியா படுத்திருந்த அறையில் சுற்றிப் பார்த்தார். அவள் எதுவும் தவறான உணவுகளை உண்டதற்கான அறிகுறிகளையோ, ஏதும் விஷ உயிரிகள் கடித்ததற்கான எந்த அறிகுறிகளோ அங்கு அவர் கண்களுக்குத் தென்படவில்லை.

"என்ன ஆச்சு மகளே…" என்று மீண்டும் அவள் கன்னத்தின் தட்டியவாறு கேட்டார்.

"ஹ்ம்…" என்று மெல்ல தலையசைத்து பதில் கேட்டவள், மீண்டும் ஒரு உயிரற்ற மரம்போல் படுத்திருந்தாள்.

அதற்குமேல் அவரால் பொறுமையாக இருக்க முடியவில்லை. தன் மகளின் கையை பிடித்துப் பார்த்தார். அவள் இதயத்துடிப்பின் சத்தத்தை மெல்ல அவர் விரல்கள் உணர்த்தியது. உடனே தொலைபேசி எடுத்து ஒரு நான்கு சக்கர அவசர ஊர்தியை அழைத்து, தனக்குத் தெரிந்த ஒரு மருத்துவரிடம் அழைத்துச் சென்றார். அன்று மட்டும் வீட்டின் முன்னால் இருந்த வண்ணநிற தொட்டியில் மீன்கள் அளவிற்கு அதிகமாக குதித்தன. அதைக் கவனித்துவிட்டு வேகவேகமாக அங்கிருந்து மருத்துவமனைக்குச் சென்றார் ஆண்டாள்.

மருத்துவர் எல்லா பரிசோதனைகளையும் செய்து பார்த்தார். பரிசோதனை முடிவுகள் ஆலியாவிற்கு எந்த பாதிப்பும் இல்லை என்றுதான் சொல்லியது. மருத்துவரே குழம்பிப் போனார்.

மயக்கத்தில் இருந்த ஆலியாவை சுயநிலைக்குக் கொண்டுவர மயக்கம்போக்கும் எதிர்மருந்தை அவள் நாசிக்கு அருகே கொண்டுசெல்லும்போது மட்டும் அவள் உடல் சற்று அசைந்து 'ம்' என்று மட்டும் சத்தமெழுப்புவாள். பிறகு மீண்டும் பழைய நிலைக்குச் சென்று விட்டாள். இவ்வாறு இரண்டு நாட்கள் சென்றன.

என்ன செய்வதன்றே தெரியாமல் யோசித்துக் கொண்டிருந்த ஆண்டாளிடம் மருத்துவர் ஒரு ஆலோசனை சொன்னார்: "ஆண்டாள், இது நோய் போன்று தெரியவில்லை. ஒன்று சொல்கிறேன் — ஒரு மருத்துவராக இதை நான் சொல்லக்கூடாது. இருந்தாலும் இப்பொழுது உங்கள் மகளுக்கு இதுதான் தேவைப்படுகிறது என்று எனக்குத் தோன்றுகிறது. ஒரு நல்ல சாமியாரை அழைத்து வாருங்கள்."

முதலில் யோசித்த ஆண்டாள் பிறகு அதை செய்து பார்ப்போம் என்ற முடிவிற்கு வந்தார்.

பிறகு நடந்ததை ஒரு கதையாகக்கூட யாரிடம் சொன்னாலும் நம்ப மாட்டார்கள். சாமியார் வந்து மந்திரித்து, ஒரு வேம்பு இலையை எடுத்து அதில் நீர் தெளித்து அவள்மேல் காட்டினார். பிறகு அவள்

நெற்றியில் கை வைத்து ஏதோ மந்திரத்தைக் கூறினார். அடுத்த நொடி ஆலியா படுக்கையைவிட்டு எழுந்து நின்றாள். ஆண்டாளுக்கு ஒன்றும் புரியவில்லை. ஏன் என்று அந்த சாமியாரிடம் கேட்டார்.

"சூனியம், மந்திரம் இவற்றைவிட கண் பார்வைக்கும், வசியத்திற்கும் சக்தி உண்டு. அதனால்தான் கண்ணடி பட்டவர் தளைப்பதில்லை என்ற பேச்சு உள்ளது. இது வெறும் கண்ணடியும் திருஷ்டியும்தான். வேறு ஒன்ன்றுமில்லை." என்று சொன்னார் அந்தச் சாமியார்.

படுக்கையிலிருந்து எழுந்த ஆயிலா, அமைதியாக தன் அப்பாவிடம் கேட்டாள்: "அப்பா, நாம் எதற்காக மருத்துவமனை வந்திருக்கிறோம்?" மருத்துவர் உட்பட அனைவரும் ஆச்சரியத்தில் மூழ்கிப் போயினர்.

அடுத்த சில நிமிடங்களில், தன் மகளை அழைத்துக்கொண்டு அவர் வீட்டிற்கு வந்தார். சரியாக, அவர் மகளை அழைத்து வந்து வீட்டின் வாசலின்முன் கால்வைத்த நேரம், அளவிற்கு அதிகமாக வேகமாக குதித்துக் கொண்டிருந்த மீன் தொட்டியின் கண்ணாடிச் சுவர் காரணமே இன்றி வெடித்துச் சிதறியது.

அன்றுதான் அவர் ஒன்றைப் புரிந்துகொண்டார், செல்லப் பிராணிகள் வீட்டில் எவ்வளவு முக்கியம் என்று. அதுமட்டுமல்ல; அன்று ஆண்டாளுக்கு தன் அப்பா சொல்லியது நினைவில் வந்தது.

"மூடநம்பிக்கை என்றுகூடச் சொல்லலாம். ஆனால் எனக்கு அது உண்மையாகத்தான் தெரிகிறது. மழை பெய்யும் முன் காகம் தன் இறகை ஏன் வெயிலில் உலர வைக்கிறது? எந்தக் காரணமும் இல்லாமல் நாய் ஏன் குரைக்கிறது? இப்படி நிறையச் சொல்லலாம். அவற்றுக்கு ஐந்து அறிவுதான். இருந்தாலும் என்னைப் பொறுத்தவரை நமக்கு வரும் ஆபத்துகள் நம் செல்லப் பிராணிகளுக்கு முன்னமே தெரிந்திருக்கும். ஒரு காலத்தில் மரங்களில் மறைந்திருக்கும் ஆந்தைகள் சொல்லிவிடுமாம்; எதிரிகள் மக்களைத் தாக்க நாட்டுக்குள் வருகிறார்கள் என்று. அதனால்தான் வீட்டில் செல்லப் பிராணிகள் முக்கியம் என்று நான் சொல்கிறேன்"

அன்று வரை, மீன்களைப் பிடித்து உண்ண வேண்டும் என்று தொட்டியையே சுற்றிச்சுற்றி வந்த பூனை, மீன்கள் துடிப்பதைப் பார்த்து பயந்து அங்குமிங்குமாக ஓடி வந்தது. அந்த மீன்களையே சுற்றிவந்தது. அது ஒரு மீனைக்கூட பிடித்து உண்ணவில்லை. மீண்டும் ஆண்டாள் துடித்துக் கொண்டிருந்த மீன்களைப் பிடித்து தொட்டியில் விட்டதில் ஒரு மீன் செத்துப் போனது.

செல்லப் பிராணிகளைத் தவிர, வாசல் படிகளுக்கு முன்னால் சில தொட்டிச்செடிகள் இருந்தது. செடியில் விழும் வெயிலைத் தடுக்கும் சுவர்களிருந்ததால் அந்தச் செடிகளில் கிளைகள் சுவர்களைத் தாண்டி, வெயில் படும் இடங்களை நோக்கி வளர்ந்து வீட்டின் சுவருக்கு வெளியே எட்டிப் பார்த்துக்கொண்டிருந்தது.

3

நீலகண்டன், ஆண்டாள் வீட்டிற்கு எப்போது வந்தாலும் விலை உயர்ந்த வண்டிகளை ஓரம் கட்டிவிட்டு சாதாரண மகிழ்வுந்தில் வருவது வழக்கம். அவர் உள்ளே வந்ததும் நாய் ஓடி வந்து வாலாட்டிவிட்டு நீலகண்டன் கால்களை நக்கியது. அப்பொழுது அந்த நாய் பாசமாக ஒரு ஒலி எழுப்பும். அந்த ஒலி பறவைகளின் குரலை ஒத்திருக்கும். அந்த ஒலியைக் கேட்டாலே வீட்டிற்குள் இருக்கும் ஆண்டாளுக்குப் புரிந்துவிடும் வந்திருப்பது நீலகண்டன் என்று.

"நீலகண்டன் உள்ளே வா." என்று அன்றும் வீட்டின் உள்ளேயிருந்து குரல் கொடுத்தார் ஆண்டாள்.

வீட்டின் தாய் அறையில் அமர்ந்திருந்த ஆண்டாளின் எதிர் இருக்கையில் நீலகண்டனும் சென்று அமர்ந்தார்.

"ஐயா, புதுக் கிளை ஆரம்பிப்பதற்கான முயற்சிகளை ஆரம்பித்துவிட்டேன். உங்களுக்கு தெரியாதது ஏதுவுமில்லை. இருந்தாலும்..." என்று ஆரம்பித்த நீலகண்டன், என்னென்ன நேற்று விழாவில் நடந்ததோ, அத்தனையும் ஒன்றுவிடாமல் ஆண்டாளிடம் ஒப்புவித்தார்.

நீலகண்டன் முடிக்கும்வரை காத்திருந்த ஆண்டாள் தன் உரையாடலை ஆரம்பித்தார். வயது ஐம்பத்து ஐந்தை

தொட்டிருக்கலாம் என்று அவரைப் பார்க்கும்போது தோன்றியது. கண்ணில் கூர்மையே சொல்லியது, அவர் முடிவுகளில் எவ்வளவு தெளிவு இருக்கும் என்று. தலையில் நிறம் மாறியிருந்த முடிகள் இன்னும் முதிர்ச்சியைக் கூட்டியது. அவர் பேச்சில் இருந்த தெளிவும் அமைதியும் அவரின் குணத்தைப் பிரதிபலித்தது. ஆண்டாள் பார்வையின் கூரியம் நீலகண்டன் கண்களில் நின்றதால், நீலகண்டனால் அவர் முகத்தைத் தவிர வேறு எதையும் பார்க்கவில்லை. ஆண்டாள் என்ன சொல்கிறார் என்று உற்றுப் பார்த்தபடி கவனித்துக் கொண்டிருந்தார்.

“நாம் ஏற்கனவே திட்டமிட்டபடியே தொடங்குவோம். நேற்று ஏப்ரல் பதிமூன்று. எழுபத்தைந்தாவது ஆண்டைக் கொண்டாடினோம். உண்மையில், அது வெறும் விழாதான். அடுத்த வருடம் ஏப்ரல் பதிமூன்றாவது நாள் நாம் கொண்டாடப்போவதுதான் உண்மையில் ஆண்டு விழா. பூந்தோப்பில் நாம் தொடங்கப்போகிற கிளையின் பெயர் ஆண்டாள் என்று வேண்டாம், ‘பூம்பொழி மூப்பர்’ என்றுவைப்போம்.

“சரி ஐயா.”

“மூன்று இளைஞர்களைத் தேர்வு செய்யுங்கள். அவர்கள் நமக்காக வேலை செய்ய வேண்டும், எந்த நிபந்தனையும் இல்லாமல். வேலைகளை முடிக்கும்வரை அவர்கள் எந்தச் சூழ்நிலையிலும் களம் மாறிவிடக் கூடாது” என்று அழுத்தமாகச் சொன்னார் ஆண்டாள்.

“ சரி ஐயா... அதற்கான வேலையை ஆரம்பித்துவிட்டேன்”

“முதலில் மூவரையும் அங்கே அனுப்புவோம். அவர்களை ஜெய் வழிநடத்தட்டும். அவனால்தான் நாம் நினைத்ததை எல்லாம் சரியாகச் செய்யமுடியும். மேலும் அவன் நம் வங்கியில் வேலை செய்யும் ஒரு அதிகாரியாகவே செல்லட்டும்“

ஜெய், ஆண்டாளின் ஒரே மகன். அதாவது ஆலீயாவின் அண்ணன்.

“சரி ஐயா. அதற்காகத்தானே ஜெய்யை தயார்ப்படுத்தியுள்ளோம்” என்று நீலகண்டன் உறுதிபடக் கூறியபோது, தன் இருக்கையில் இன்னும் நிமிர்ந்து அமர்ந்தார் ஆண்டாள்.

“ஆம், ஜெய் எங்கே?” என்று நீலகண்டன் ஆண்டாளிடம் கேட்டார்.

நீலகண்டன், ஆண்டாளின் மகனைப்பற்றி கேட்க, ஜெய் தன் இரு சக்கரவண்டியை வீட்டின் வெளியே நிறுத்தும் சத்தம் இருவருக்கும் கேட்டது.

“ஆயுசு நூறு ஜெய்க்கு. சரியா வந்துட்டான் பாருங்க” என்று ஆச்சரியப்பட்டார் நீலகண்டன்.

“வாங்க... உன்னைப்பத்திதான் பேசிக்கிட்டிருந்தோம்“ என்று வீட்டின் உள்ளே ஜெய் நுழையும்பொழுதே நீலகண்டன் குரல் கொடுத்தார்.

“வாங்க மாமா, எப்படி இருக்கிறீர்கள்? இப்பொழுதுதான் வீட்டிற்கு வர வழி தெரிந்ததா என்ன?”

“இல்லப்பா... உனக்குத் தெரியாதா...”

“எங்கே, உங்க குண்டுப்பொண்ணும் இரண்டு நாளாக அவளின் குறுஞ்செய்தி எதையும் காணவில்லை.”

“தேர்வு இல்லையா, படிக்கிறாள்”

அதற்கு ஜெய் கிண்டலாகச் சிரித்துவிட்டு, “நான் அவளிடம் பேசுறேன். சரி மாமா, பேசிட்டு இருங்கள். நான் கொஞ்சம் ஓய்வு எடுத்துவிட்டு வர்றேன்” என்றவன், அந்த இடத்தைவிட்டு நகர்ந்தான்.

ஜெய்க்கு தற்காப்புக்கலையான கராத்தே, களரி, சிலம்பம் அனைத்தும் பயிற்றுவித்திருந்தனர். ஒரு இளவரசன் வளரும்போது என்னென்ன கலைகளை பயிற்றுவித்து வளர்ப்பார்களோ அதேபோல, எல்லா கலையையும் கற்றுக் கொடுத்து அவனை ஒரு போர்வீரனாக தயார் செய்திருந்தார்கள். ஆயகலைகள் அறுபத்து நான்கில் நான்கை நீக்கிவிட்டு அறுபதில் தேர்ந்தவன் என்று ஜெய்யை கூறலாம். சுருக்கிக் கூறினால், எதிர்த்து நின்றால் பத்துப்பேர் என்ன, இருபதுபேர் என்றாலும் இவனுக்கு காலடியில்தான்.

இதற்கும்மேல் ஆண்டாள் வங்கியின் வெளி உலகுக்குத் தெரியாத இயக்குநர்களில் ஜெய்யும் ஒருவன். மேலும் வங்கி சம்பந்தமான படிப்பில் பட்டம் பெற்றிருந்தான். பார்த்ததும் கவரும் நிறம், மீண்டும் பார்க்கத்தோன்றும் ஆண்மைகலந்த முகம், கம்பீர உடல்வாகு என தோற்றத்தில் தேர்போல இருந்தான் அவன்.

அடுத்துவந்த சில தினங்கள் நீலகண்டனும் ஆண்டாளும் பல விஷயங்களை ஆராய்ந்தனர். தினுமும் இருவரும் சந்தித்துக் கொண்டனர். யார் யாரையோ தொடர்புகொண்டனர். எதேதோ எழுதி பதிவு செய்தனர். இவர்கள் இருவரும் எடுக்கும் ஒவ்வொரு முடிவையும் ஜெய்யை அழைத்துப் பேசி உறுதி செய்தனர். அதில் சில முடிவுகளுக்கு ஜெய் மாற்றுக்கருத்து சொல்ல, அதற்கேற்றபடி அந்த முடிவை மாற்றியமைத்தனர்.

“அப்பா, இந்த முடிவுகள்தான் என்னை ஒரு வருடத்திற்கு வழிநடத்தப் போகிறது. தவறு ஏதும் இருந்தால் மன்னித்துக்கொள்ளுங்கள்”

ஜெயன் மைக்கேல் | 23

என்று அடிக்கடி கூறினான் ஜெய். அப்போதெல்லாம், அதெல்லாம் ஒன்றுமில்லை என்று சொல்லிக்கொள்வார் நீலகண்டன்.

இவர்கள் செய்வது எப்படி இருந்தது தெரியுமா? ஜெய் எனும் ஒரு போர்த்தளபதியை போர் உடைகளால் அலங்கரித்து, கையில் வாளும் தோளில் வில்லும் முதுகில் அம்புகள் தாங்கிய பையும் இடுப்பில் உறைகத்தியும் கொடுத்து பின்னால் வீரர்கள் சூழ போர்க்களம் செல்லத் தயார்ப்படுத்துவதுபோன்றிருந்தது.

இதற்கிடையில் நீலகண்டன் புதுக் கிளை ஆரம்பிப்பதற்கான அனைத்து அரசுப் பதிவுகள் மற்றும் இதர வழிமுறைகளையும் முடித்திருந்தார்.

பின்பு அவர், "அடுத்து ஜெய்யுடன் செல்ல மூவரை தேர்வு செய்ய வேண்டும். முதலில் வங்கியிலிருந்து இருபது ஊழியர்களைத் தேர்ந்தெடுத்துள்ளேன். அதிலிருந்து மூன்று பேரை தேர்வு செய்ய வேண்டும் ஐயா. மூன்று பேரும் நல்ல திறமைசாலியாக இருக்க வேண்டும் என்பதில் மிகவும் கருத்தாக இருக்கிறேன்" என்றார்.

4

பலரை ஆராய்ந்து, பலரில் பின்புலங்களை அறிந்து, நன்றாகத் தமிழ் தெரிந்த மூவரை தேர்வு செய்தனர் அந்தக் குழுவினர். கார்த்திக், சிவா மற்றும் ராகுல் இவர்கள் பெயர்கள் அன்று மின்னஞ்சல்மூலம் அலுவலகம் முழுவதும் அறிவிக்கப்பட்டது. அன்று ஆண்டாள் வங்கி முழுவதும் அதிகமாக தேடப்பட்ட நபர்கள் இவர்கள் மூவரும்தான்.

"இவ்வளவு பெரிய நிறுவனத்தில் நேரடியாக முதல்வரிடமே வேலை பார்க்கும் வாய்ப்புக் கிடைத்திருக்கிறது. மூவரும் அதிர்ஷ்டசாலிகள்தான்"

அந்த மூவரில் முதலில் தேர்வானது ராகுல். முழுவதும் கிராமங்களையே கொண்ட ஊர் கன்னியாகுமரி என்பதால், முதலில் கன்னியாகுமரியைச் சேர்ந்த ஒருவனைத் தேர்வு செய்ய நீலகண்டன் எண்ணினார். சுமார் எண்பது கிராமங்களைக் கொண்டது கன்னியாகுமரி மாவட்டம். இதில் பெரும்பாலான கிராமங்கள் உணவிற்கு நம்பியிருப்பது விவசாயத்தைத்தான். ஆக, அதில் கால் பதித்து, நிலங்களில் கை வைக்கப் போகிறோம். அதனால் அந்த ஊர்களை நன்றாகத் தெரிந்த ஒருவன் வேண்டும் என்று தன் நிறுவனத்தில் தேடியபோது கன்னியாகுமரியைச் சுற்றி முந்நூற்று ஐம்பது பணியாளர்களின் அலுவலக அனுபவக் குறிப்பு கிடைத்தது. அந்தப் பட்டியலில் இருந்தவர்கள் ஒவ்வொருவராக ஆராயப்பட்டனர். அதில் கோகுல் நல்ல பழக்கவழக்கும் உள்ளவன்.

கன்னியாகுமரியில் நல்ல வசதி படைத்த குடும்பத்தைச் சேர்ந்தவன். ஒருமுறை சொன்னால் வாக்கு மாறாதது அவன் சிறந்த பண்புகளில் ஒன்று. எந்தக் கடினமான வேலை என்றாலும் குறித்த நேரத்தில் செய்துமுடிப்பவன். இதற்குமேல் கன்னியாகுமரிக்காரன் என்று சொல்லுமளவுக்கு தைரியமானவன் என்றெல்லாம் இருந்த நிறைய நல்ல குணாதிசயங்கள் மற்றவர்களையெல்லாம் பின்னுக்கு தள்ளிக்கொண்டு இவனை முன்னால் கொண்டு வந்து நிறுத்தியது.

இரண்டாவது கார்த்திக் என்பவன் பட்டியலில் வந்தான். எந்த வேலை கொடுத்தாலும் செய்யும் ஒருவனைத் தேடியபோது இவர்களிடம் சிக்கிக் கொண்டவன், 'என்ன நடந்தாலும் நல்லதுக்குத்தான். நமக்குக் கொடுத்த வேலையைச் செய்வோம் அவ்வளவுதான் என்ற எண்ணம் உள்ளவன்'. சுருங்கச்சொன்னால், சொன்னதைச் சொல்லும் கிளிப்பிள்ளை. பெரிதாக எதையும் ஆராயமாட்டான். மாதம் புலர்ந்தால் ஊதியம் வருகிறது. அதற்குத் தேவையான வேலைகளை யாரு கொடுத்தாலும் கேள்வி கேட்காமல் செய்துமுடிக்கும் குணம் அவனை நீலகண்டன் பட்டியலில் வரச் செய்தது.

மூன்றாவது சிவா. இவன் கதை வேறு. தன் நிறுவனக் கிளையில் மிகவும் சிறந்த பணியாள் என்று பெயரெடுத்தவன். ஆனால் குறைந்த ஊதியம் பெறுபவன். அவன் திறமையை மறைத்து, இவன் உழைப்பைத் திருடிப் பயன்படுத்திக் கொண்டிருந்தனர் மேலதிகாரிகள். அவன் வீட்டிலிருக்கும் பணப் பிரச்னைக்கு என்றோ அவன் வேறுவேலை தேடிச் சென்றிருக்க வேண்டும். ஆனால் என்றாவது ஒரு நாள், தான் செய்த முயற்சிக்கு பலன் கிடைக்கும் என்று இருக்கும் பிரச்னைகளை எல்லாம் ஓரம்கட்டிவிட்டு உழைத்துக்கொண்டே இருந்தவன். அவனைத் தேர்வு செய்துவிட்டு நீலகண்டன் பேசியபோது அவர் சொன்ன ஒரு வாசகம் அவன் மனதில் அப்படியே பதிந்துவிட்டது. "இனி உன் உயர்வு, இதுவரை உன் உழைப்பில் உண்டுகொண்டிருந்தவர்களை எங்களுக்கு காட்டிக்கொடுக்கும். உன்னைப்போல உழைப்பவர்கள்தான் நிறுவனத்திற்குத் தேவை. உனக்கு என்ன தேவையே அதை நாங்கள் தருகிறோம். உன் உழைப்பு இன்னும் சில மடங்காக்கி எங்களுக்குக் கொடு, போதும்." அவனுக்கு ஒரு நல்ல ஊதிய உயர்வையும் கொடுத்து, பதவியையும் உயர்த்தி வழங்கினார் நீலகண்டன். நல்ல ஊதியம், எதிர்பார்த்த பலன் கிடைத்ததால் அவனும் உழைக்கத் தயார ானான்.

அந்த மூவரையும் நீலகண்டன் தன் வீட்டிற்கே அழைத்திருந்தார். ஆண்டாள் வீடுபோல் அல்லாமல் ஒரு கோடீஸ்வரர் வீடு எவ்வளவு சிறப்பாக இருக்குமோ, எவ்வளவு சிறப்பாக இருந்தது நீலகண்டனின் வீடு. வீட்டின் மதில் சுவர்களே கொள்ளை அழகுடன் வரவேற்றது.

சுமார் இரண்டு ஏக்கர் நிலப்பரப்பின் நடுவே பிரமாண்டமாய் கட்டப்பட்டிருந்தது. எல்லா வசதிகளை உள்ளடக்கிய தன் வீட்டிற்கு அவர்களை அழைத்துவர வேண்டுமென்றால் இந்த வேலை எவ்வளவு முக்கியமானதாக இருக்கும் என்று அந்த மூவராலும் உணரமுடிந்தது. அங்கே வைத்து ஜெய்யை அவர்களுக்கு அறிமுகப்படுத்திவைத்தார் நீலகண்டன். "இவர்தான் ஜெய். ஆண்டாள் வங்கியில் புது அதிகாரியாகச் சேர்ந்திருக்கிறார். இனிமேல் நமது இந்த இலக்கு முடியும்வரை இவர்தான் உங்களை வழிநடத்தப் போகிறார். இவர் சொல்வதுபோல் நடந்துகொள்ளுங்கள். ஒன்றை நினைவில் வைத்துக்கொள்ளுங்கள். நீங்கள் கட்டியிருக்கும் ஒரு நிறுவனத்தில் வேலைக்குச் செல்லவில்லை. அங்கே இருக்கும் ஒரு நிலத்தைப் பிடித்து, அதில் ஒரு சிறு அலுவலகத்தைத் திறந்து, அதன்பிறகு அதை வளர்க்க வேண்டும். அதாவது, ஒரு நிறுவனத்தை ஆரம்பிப்பது போன்று எண்ணிக் கொள்ளுங்கள்" என்றார். பிறகு ஜெய் எல்லோரிடமும் அறிமுகமானான்.

கடைசி வார்த்தைகளைப் பரிமாறினார் நீலகண்டன்: "நீங்கள் நால்வரும் ஒரு குழுவாக நண்பர்கள்போல் பணிபுரியலாம். நேரம், இலக்கு எல்லாம் ஜெய் பார்த்துக் கொள்வான். உங்கள் மூவருக்கும் இலக்கு என்றும், இந்த நேரத்திற்குள் முடிக்க வேண்டும் என்றும் எந்தச் சுமையோ கிடையாது. ஒரு சுற்றுலா செல்வதைப் போல செல்லுங்கள். எப்பொழுது அந்த கன்னியாகுமரியை நோக்கிப் பயணிக்க வேண்டுமென்று நான் அறிவிக்கிறேன்." என்று கூறி, மூவரையும் நீலகண்டனும் ஜெய்யும் சேர்ந்து வழியனுப்பிய பிறகு மீண்டும் இருவரும் வீட்டினுள் வந்தனர்.

"ஜெய்... அப்பா வருவதாகச் சொல்லியிருக்கிறார். அவரும் வரட்டும். பேசிவிட்டுச் செல்லலாம்" என்று நீலகண்டன் ஜெய்யிடம் கூறினார்.

"சரி மாமா. அப்பாவும் என்னை கைபேசியில் அழைத்திருந்தார்."

அந்த பிரம்மாண்ட பங்களாவில் ஜெய்க்காக ஒரு அறை எப்பொழுதும் இருந்தது. ஒருவேளை, அவன் வீட்டில், அவனது அறை சாதாரணமாக இருந்ததால், எல்லா வசதியுடன் கூடிய ஒரு அறையை நீலகண்டன் அவனுக்காக ஒதுக்கியிருந்தார். உண்மையில், அதை அறை என்று சொல்ல முடியாது. அது ஒரு குட்டி வீடு. இந்த விஷயமெல்லாம் ஆண்டாளுக்குத் தெரியுமா என்றால், தெரியும். தான் ஒரு சூழ்நிலைக் கைதி. இவர்கள் என்ன செய்வார்கள் என்று கண்டும் காணாமல் இருந்துவிட்டார். ஆண்டாளுக்கு இது தெரியும் என்பது நீலகண்டனுக்கே தெரியுமா என்பது சந்தேகம்தான். ஆண்டாளைவிட சில வருடங்கள் நீலகண்டன் மூத்தவர் என்றாலும்,

ஜெயன் மைக்கேல் | 27

அவர் ஆண்டாளைப் பார்த்து 'ஐயா' என்று அழைப்பதிலேயே அவர்மேல் நீலகண்டன் எவ்வளவு மரியாதை வைத்திருக்கிறார் என்பது புலனாகும்.

தன் அறைக்குச் சென்ற ஜெய், தொலைக்காட்சியை இயக்கும் தொலைதூரக் கருவியை கையில் எடுத்து தொலைக்காட்சியில் அலைவரிசைகளை ஓடவிட்டான். மனது ஒரு காட்சியில் நிற்கவில்லை. காட்சிகளை மாற்றிக்கொண்டே இருந்தான்.

இதனிடையே நீலகண்டன், வீட்டின் வெளியே ஆண்டாளின் வருகைக்காக காத்துக் கொண்டிருந்தார். சில நிமிடங்களில் ஆண்டாளின் வாகனம் மதில்சுவர் கதவுகள்வழியாக உள்ளே வந்தது. வீட்டின் முன்னால் வந்து நின்றதும் ஓடிச்சென்று வண்டியின் கதவைத் திறந்தார் நீலகண்டன். ஓட்டுநர் இருக்கையிலிருந்து இறங்கி வந்த ஆண்டாளைப் பார்த்து நீலகண்டன் சொன்னார்: "ஐயா... இன்னும் ஒரு வருடம்தான்... இந்த வண்டியை நீங்களே ஓட்டிவதெல்லாம். பிறகு நீங்களே சொன்னாலும் நாங்கள் விடமாட்டோம்." என்று சொல்லியவாறு ஆண்டாளின் பின்னாலேயே சென்றார்.

இருவரும் மிகவும் முக்கியம் எனக் கருதும் சில விசயங்களைப் பேசும்போது மட்டும் நீலகண்டன் அறைக்குள் தனியாகச் சென்றுவிடுவர். அவர்கள் உள்ளே சென்றால் தேநீர் கொண்டுவரக்கூட யாரும் வரக்கூடாது என்பது நீலகண்டனின் கட்டளையாக இருந்தது.

"ஐயா, சென்று உட்காருங்கள். ஜெய்யை அழைத்துவிட்டு வருகிறேன்." என்று ஜெய்யின் அறைக்குள் நுழைந்தார் நீலகண்டன். இன்னும் ஜெய்யின் கைகள் அந்த தொலைக்காட்சியைக் கட்டுப்படுத்தும் தொலைத்தூரக் கருவியிலேயே இருந்தது. "மாமா... என்ன இது? பகல் நேரத்தில் ஒரு நிகழ்சிகளையும் பார்க்க முடியாது போன்று தெரிகிறது. எந்த அலைவரிசையைப் பார்த்தாலும் தொடர் நாடகங்களும் அழுகையுமாக இருக்கிறது..."

"தம்பி, அதற்குத்தான் இங்கே மதிப்பு அதிகம். சரி, வா அப்பா வந்திருக்கிறார்"

"ஓ, நான் தொலைக்காட்சி பார்த்து நேரத்தை வீணடித்தேன் என்று சொல்லிவிடாதீர்கள்."

"நீ சொல்லிவிடாதே. பிறகு நான் அவர் முகத்தில் பார்க்க முடியாது."

ஜெய் அவர் முகத்தில் பார்த்து ஒரு புன்முறுவலை உதிர்த்துவிட்டு நீலகண்டனின் அறைக்குள் சென்றான். அவனுடன் நீலகண்டனும் பின் தொடர்ந்தார். ஆண்டாள் இருக்கையிலும், நீலகண்டன் மற்றும் ஜெய் இருவரும் அருகிலிருந்த படுக்கையிலும் அமர்ந்து கொண்டனர்.

“ஐயா சொல்லுங்கள்” நீலகண்டன்தான் முதலில் உரையாடலைத் தொடங்கிவைத்தார். இதைக் கவனித்த ஆண்டாள், “ஜெய், எப்பொழுது புறப்படுவதாகத் திட்டம்” என்று கேட்டார்.

“நீங்கள்தான் சொல்லவேண்டும் அப்பா. நான் இன்றே புறப்படுவதாக இருந்தாலும் செல்லத் தயார்...”

“நல்லது... தயாராகிக் கொள். இன்று திங்கள்கிழமை. வரும் வெள்ளிக்கிழமை செல்ல வேண்டும். ஒன்று மட்டும் நினைவில் வைத்துக் கொள், நீ ஒரு ஆள்தான்...”

“அப்பா!” ஜெய் ஆதங்கப்பட்டான்.

“சரி ஐயா, நாமும் இருக்கிறோம்.”

“சரி... சொல்கிறேன்” இந்த உரையாடலை பெரிதாக எடுத்துக் கொள்ளாமல்தான் விவாதிக்க வந்ததைத் தொடர்ந்தார் ஆண்டாள்.

“சொல்லுங்கள் அப்பா”

“கன்னியாகுமரி தெரியும். அதற்கு சில மைல்கள் அந்தப் பக்கம் இருக்கும்...” ஆண்டாள் மேலும் யோசித்தவாறு “எந்தப் பக்கம், எப்படிச் சொல்லலாம்?” என்று முணுமுணுத்தபோது யோசிக்காமல், இருக்கையை விட்டு எழுந்து அருகிலிருந்த மேசையின்மேல் கிடந்த புத்தகக் குவியலிலிருந்து ஒரு வரைபடத்தை எடுத்து வந்தார் நீலகண்டன். அதை நீலகண்டனிடமிருந்து வாங்கி, ஆண்டாள் முன்பு விரித்து அதை அவர் படிக்க வசதியாக வைத்தான் ஜெய்.

“ஹ்ம்... இதுதான் கன்னியாகுமரியின் ஒருபக்க வரைபடம். இந்தச் சாலைவழியாகச் சென்றால் சில மைல்களில் பூந்தோப்பை அடைந்துவிடலாம். இதில் ஊரின் நடுவில் ஒரு ஆறு ஒன்று ஓடுகிறது, ஒரு காலத்தில் மிகவும் அழகான ஆறு இது, இப்பொழுதும் அழகிற்குக் குறைவில்லை. ஆனால் அதன் அளவு குறைந்துள்ளது. ஆற்றின் இந்தப்பக்கம் விவசாயம், அந்தப்பக்கம் கடற்கரை. தமிழ்நாட்டில் இவ்வளவு அழகான கிராமத்தை நீ பார்ப்பது அதிசயம்தான். கடவுள் வாழும் கிராமம்.” ஒவ்வொன்றாக வரைபடத்தைக் காட்டி விளக்கிக்கொண்டிருந்தார் ஆண்டாள்.

“இந்தக் கிராமத்தில் ஆற்றை ஒட்டிய ஒரு சிறிய இடம் மட்டும் முட்காடுகளாக, புதற்களாக எந்தப் பராமரிப்பும் இல்லாமல் கிடக்கிறது. பொதுவாக, ஒரு சதுர அடி நிலம் கிடைத்தால் கூட அதை வீணடிக்காமல் விவசாயம் செய்யும் மக்கள் இந்த இடத்தை மட்டும் வீண் நிலமாக வைத்திருக்கிறது அதிசயம்தான். அது ஏன் என்று கண்டுபிடிக்க வேண்டும். அந்த இடம்தான் நாம் வங்கியின் கிளையை நிறுவப் போகிறோம். சென்ற உடனே அந்தப் பகுதியின் புகைப்படம் மற்றும் வரைபடம் எடுத்து அனுப்பி வை.”

“நல்லது அப்பா.”

“ஜெய், நாம் நினைக்கும் நிலம் இந்த வீண்நிலம்தான் என்றால், கண்டிப்பாக ஏக்கர் இருந்திருக்க வேண்டும். ஆனால் வரைபடத்தைப் பார்த்தால் மிகவும் சுருங்கயிருப்பதுபோல தெரிகிறது” என்று ஆச்சரியமாகச் சொன்னார் நீலகண்டன்.

“உண்மைதான் நீலகண்டன்” என்று ஆமோதித்தார் ஆண்டாள்.

“ஜெய், மற்றபடி உனக்குத் தேவையான அனைத்தும் அங்கே தயாராக இருக்கும். உனக்காக ஒரு புதுவண்டியை வாங்கியிருக்கிறோம். ஓட்டுநர் குமாரை உடன் அழைத்துச் செல். பிறகு உங்கள் நால்வருக்கும் பயன்படுத்த நான்கு இரு சக்கர வாகனத்தை அனுப்பிவைத்துவிட்டோம். மத்த செய்திகளை உன் மின்னஞ்சலுக்கு அனுப்புகிறேன்.” கன்னியாகுமரியில் செய்திருக்கும் ஏற்பாடுகளை விவரித்தார் நீலகண்டன்.

“மாமா, ஓட்டுநர் எல்லாம் வேண்டாம். நானே ஓட்டிச் செல்கிறேன்.”

“ஒன்று சொல்ல மறந்துவிட்டேன்.” மறக்காமல் ஜெய்யிடம் இதைச் சொல்லிவிட வேண்டுமென்று நினைத்திருந்த அந்த செய்தி நினைவில் வந்தது ஆண்டாளுக்கு.

“என்ன அப்பா?”

“உன்னுடன் வருபவர்கள் உனக்குத் தெரியாமல் யாரையும் தொலைபேசியில் அழைக்கக் கூடாது. உனக்குத் தெரியாமல் எந்தச் செயலையும் செய்யவும் கூடாது. எனவே, அவர்கள் தொலைபேசி எண்கள் எப்பொழுதும் எங்கள் கண்காணிப்பில் இருக்கும். நாங்களும் அவர்கள் யாரை தொடர்புகொள்கிறார்கள், என்ன பேசுகிறார்கள் என்றெல்லாம் உடனுக்குடன் பதிவுசெய்து கண்காணிப்போம்”

“ரொம்ப நல்லது அப்பா. நானே சொல்லவேண்டும் என்று நினைத்தேன். ஒரு சிறிய தவறு நடந்தாலும் அது நம் திட்டத்தைப் பாதிக்கும்”

“உண்மைதான் ஜெய். மேலும் நம் ரகசியங்கள் நேரம் வரும்வரை நம்மைத் தவிர யாருக்கும் தெரிய வேண்டாம். மறுபடியும் சொல்கிறேன், விவசாய நிலங்களில் கைவைக்கப் போகிறோம், மிகவும் ஆபத்தான ஆயுதம் அது. தவறினால் நம் லட்சியம் நிறைவேற இன்னும் பல ஆண்டுகள் ஆகலாம். ஜாக்கிரதை.” சொல்லி முடித்த ஆண்டாள் ஜெய்யின் முகத்தை சில நொடிகள் உற்றுப் பார்த்தார். பிறகு மீண்டும் தொடர்ந்தார். ஜெய்யும் எனக்குப் புரிந்துவிட்டது, நீங்கள் தொடரலாம் என்பதை கண்களை மூடித் திறந்து சொன்னான்.

"இங்கே வலிகளை எப்படி கையாளப் போகிறோம் என்பதுதான் முக்கியம் ஜெய். அடிக்க அடிக்க கற்கள் உடையும். அதேநேரம், ஒரு கல்லை சரியாக ஒரே இடத்தில் அடித்தால், ஒரு அடி போதும். அந்த அடியிலேயே உடைந்துவிடலாம். எங்கே யாரை அடிக்க வேண்டும் என்று தெரிந்து கொள்." ஆண்டாள் இடைவெளி விட நீலகண்டன் தொடர்ந்தார்.

"அரசு சம்பந்தமான கோப்புகளை நாங்கள் பார்த்துக் கொள்கிறோம். விவசாய நிலம் என்பதால் பணம் விளையாட வேண்டிய அவசியம் கண்டிப்பாக இருக்கிறது. இன்னொன்று சொல்ல மறந்துவிட்டேன். அந்த நாகர்கோவிலைச் சேர்ந்த பையன், அவன் பெயர்…" என்று தலையில் கை வைத்து யோசித்தார் நீலகண்டன்.

"ராகுல் மாமா" ஒருநாள் அறிமுகம் என்றாலும் உடன் பயணிக்கப் போகிற மூவரின் பெயர்களும் ஜெய்க்கு நன்றாக நினைவிலிருந்தது.

"ஆம், அவனை கொஞ்சம் உன் பார்வையிலேயே வை. மிகவும் தைரியமானவன், ஆனால் கொஞ்சம் யோசிப்பவன். அவன் ஊரில் அவன் வசதியானவன். கொஞ்சம் மண் பாசம் இருப்பதற்கு வாய்ப்பிருக்கிறது."

"சரி எல்லாம் நல்லபடியே நடக்கட்டும். நீலகண்டன் எனக்கு நேரமாகிறது, நான் புறப்படுகிறேன். தங்கையும், மகளும் வந்தால் நான் வந்துபோனதாகச் சொல்லுங்கள்." அவர் தங்கை என்று குறிப்பிட்டது நீலகண்டனின் மனைவியை.

"சரி ஐயா, சொல்கிறேன்.' என்று நீலகண்டன் பதில் சொன்னார். உடனே ஜெய்யின் பதிலை எதிர்பார்த்த ஆண்டாள், "ஜெய்…?"

"அப்பா… நான் பிறகு வருகிறேன் நீங்கள் செல்லுங்கள்." என்று ஜெய் சொல்வதை நின்று கவனித்துவிட்டு ஆண்டாள் நகர்ந்தார்.

5

இயற்கையான பூந்தோப்பு கிராமம், விடியும்பொழுது ஜெய் மற்றும் நண்பர்கள் நம் நாட்டின் தென்எல்லையில் இருப்பார்கள்.

திட்டமிட்டபடி ஜெய்தான் வண்டியை ஓட்டிச் சென்றான். புதுவண்டி என்பதாலும் மிகவும் விலை உயர்ந்த வண்டி என்பதாலும் ஓட்டிச் செல்ல மிகவும் எளிதாக இருந்தது. பல மணி நேரம் பயணித்தும் பயணக் களைப்பு பெரிதாக அவர்களை ஆட்கொள்ளவில்லை.

முதலில் முதலாளி என்று ஜெய் தனிமைப்படுத்தப்பட்டாலும் பின் சென்னைக்கும் கன்னியாகுமரிக்குமான பத்து மணி நேரப் பயணத்தில் ஒவ்வொருவருடனும் நெருங்க ஆரம்பித்தான் ஜெய்.

இவர்கள் பயணத்திற்கு என்ன தேவையோ அவையனைத்தும் சிறப்பாகச் செய்யப்பட்டிருந்தது. எனவே, சக நண்பர்களுடன் கன்னியாகுமரியை அடைவது ஒன்றும் ஜெய்-க்கு அவ்வளவு கடினமாக இல்லை. அவர்கள் வசிப்பதற்காக கன்னியாகுமரி கடற்கரையின் அருகே ஒரு வீட்டை வாடகைக்கு எடுத்திருந்தனர் நீலகண்டனும் ஆண்டாளும்.

மணிக்கு நூறு மைல்களுக்கும் மேலாக வேகமாகச் சென்றுகொண்டிருந்த தன் வண்டியை, கன்னியாகுமரிக்கு இன்னும் பத்து கிலோமீட்டர் தூரம் என்ற சாலையோர மைல் கல் வரவேற்றது.

ராகுல் அதைக்கண்டு தன் நண்பர்களுக்குச் சொல்ல கார்த்திக் மற்றும் சிவாவும் தன் கண்களைத் துடைத்தபடி எழுந்து தங்கள் இருக்கைகளில் நிமிர்ந்து அமர்ந்தனர்.

கார்த்திக், ஜன்னல் கண்ணாடி ஒன்றை மெல்ல இறக்கினான். குளிரும் பனியும் கலந்து வண்டியை கிழித்துக்கொண்டு பின்னால் ஓடிக்கொண்டிருந்த காற்று, சீறிக்கொண்டு வண்டியின் உள் நுழைந்தது. பனிக்காற்று நெல் நாற்றுகளைக் கடந்துவந்ததால் அது இன்னும் குளிராகி வண்டிக்குள் இருப்பவர்களின் உடலை சிலிர்க்கச் செய்தது. மகிழ்வுந்தின் செயற்கை குளிரில் இருந்தவர்களுக்கு, இயற்கையை அனுபவிக்கச் செய்யும் காற்று அது.

"டேய்... கண்ணாடியை மூடுடா..." என்று சிவா குரல் கொடுக்க, ஜன்னல் கண்ணாடியை மூடினான் கார்த்திக்.

ஜெய் வண்டியின் வேகத்தை மெல்லக் குறைத்தான். முன்பு சாலையில் இவன் முந்திக்கொண்டு வந்த சில வாகனங்கள் இப்பொழுது இவர்களை முந்திக்கொண்டு சென்றது.

"என்ன ராகுல், இந்த ஊரு எவ்வளவு அழகாக இருக்கு பார்! இந்தப் பயணம் ஒரு நல்ல அனுபவமாக இருக்கும்போல." என்று கன்னியாகுமரியின் அழகை ரசித்துக் கொண்டிருந்த கார்த்திக் தன்னையறியாமல் கூறினான்.

"சுற்றிப் பார். எங்கள் ஊர் எவ்வளவு அழகானது என்று புரியும்." ராகுல் கூறியதைக் கேட்ட கார்த்திக் மற்றும் சிவாவின் கண்கள் வண்டியின் வேகத்திற்கு இணையாக சாலையின் இருபுறமும் சுழல ஆரம்பித்தது. இவர்கள் பேசுவதைக் கேட்டவாறு ஏற்கனவே அந்த அழகை ரசித்துக் கொண்டிருந்தான் ஜெய். அந்த இயற்கையின் அழகை மனம் திறந்து பார்த்தால் கண்டிப்பாக அவரவர் தெரிந்த மொழிகளில் கவி பாடுவார்கள். ஜெய் மனமும் அப்படி ஒரு நிலையில் இருந்தது ஒன்றும் ஆச்சரியமாக இல்லை.

நவீன வளர்ச்சியின் காரணமாக சாலைகள் நிறக் கோடுகளிட்டு, அகன்று, மேடு பள்ளங்கள் இன்றி அழகாக இருந்தாலும், இயற்கையின் அழகை ஒத்த செயற்கை அழகுகள் மனிதனால் கண்டுபிடிக்க முடியவில்லை. சாலையோர விவசாய நிலங்கள் அவ்வளவு அழகாக இருந்தன.

நெற்விதைகளை ஒரே நேரத்தில் தூவி முளைக்க வைத்து, நாற்றாக ஒரே நேரத்தில் ஊன்றப்பட்ட அது வளர்ந்திருந்தவிதம் உண்மையில், செப்பனிடப்பட்ட சாலைகள்கூட இவ்வளவு சீராக இருக்காது என்று தோன்றியது. அதுவும் அந்த காலைக்காற்றில் இளம்நாற்றுகள் முன்னும்பின்னுமாக வளைந்து நெளிவது, அனைத்து அம்சங்களும்

அடங்கிய அழகு மங்கை, முழு ஆண்மை நிறைந்த தன் ஆடவனைக் கண்டதும் கால் தடங்களை மெல்ல மெல்ல எடுத்து வைத்து, அசைந்து அசைந்து அவனைக் கடந்துசெல்வது போன்றிருந்தது. இடையிடையில் கோடுகள் போன்ற வரப்புகள் அந்த அழகியின் இடையில் வந்து விழும் சுருக்கங்களை ஒத்திருந்தது.

சேற்றில் புதைந்தவாறு வரப்புகளை உடைத்துவிடுமோ என்ற பயத்துடன் வரப்பைச் சுற்றி ஓடிய நீரோடைகள் பார்க்கையில், அவளின் கீழிடையில் சுற்றியிருக்கும் சேலைத் தலைப்பு தவறிவிடுமோ என்ற பயத்தை உருவாக்கியது.

வயல்வெளியில் இடையிடையே மண் நிரப்பி மேடாக்கி, அதன்மேல் குழியெழுப்பி மேல் வளர்ந்திருக்கும் தென்னை கன்றுகளைப் பார்க்கையில் இடை கொடியாக மெலிந்துபோன காரணம் விளங்கியது.

ஆங்காங்கே வயல்களுக்கு நீர் பாய்ச்ச குழாய்கள் மேலெழும்பி நீர் வழியத் தயாராக நின்றது.

“இதை எதனுடன் ஒப்பிடலாம்?” தன்னை அறியாமல் ஜெய்யின் உதடுகள் முணுமுணுத்தன.

“என்ன ஜெய்?” என்று ராகுல் கேட்டபோதுதான், ஜெய் தன்னை அறியாமல் பேசியது புரிந்தது.

“ஒன்றுமில்லை ராகுல். நீ பிறந்து வளர்ந்தது எல்லாமே இங்கேதானே? கன்னியாகுமரி வரலாற்றைக் கூறு, கேட்கலாம்”

“அந்த அளவிற்குத் தெரியாது. தெரிந்ததைச் சொல்கிறேன்.”

“சரி”

“பாணாசுரன் என்று அரக்கன் இருந்ததாகச் சொல்லப்படுகிறது. அவனை அழிப்பதற்காக பார்வதி, பராசக்தியாக அவதாரம் எடுத்திருக்கிறார். பிறகு பார்வதி வளர்ந்ததும் அவளுக்கு சிவபெருமானுடன் திருமணம் நிச்சயிக்கப்பட்டுள்ளது. சிவபெருமான் பராசக்தியை திருமணம் செய்துகொள்வதற்காகப் புறப்பட்டுள்ளார்.

எப்பொழுதும்போல, திருமணம் நடந்தால் பாணாசுரனை அழிப்பதில் சிக்கல் ஏற்படும் என்பதால் நாரதர், சேவலாக உருவெடுத்துக் கூவி அந்த திருமணத்தை நிறுத்தியுள்ளார். திருமணம் நள்ளிரவில் திட்டமிட்டிருந்ததால் பொழுது விடிந்துவிட்டதாக நினைத்த சிவபெருமான் பாதி வழியிலேயே சுசீந்திரத்திற்குத் திரும்பியுள்ளார். திருமணத்திற்காக காத்திருந்த பராசக்தி, இதனால் கோபமடைந்து திருமண வைபவங்களை ரத்து செய்துள்ளார். பின்னர் பராசக்தி, பாணாசுரனின் தீயசக்திகளோடு போர்புரியத்

துவங்கியிருக்கிறார். மேலும் பாணாசுரன் பராசக்தியிடம், தன்னைத் திருமணம் செய்துகொள்ள வற்புறுத்தியவாறு போர் தொடர்ந்ததில் பாணாசுரனை பராசக்தி வதம் செய்துள்ளார். பின்னர் பராசக்தி திருமணமே செய்துகொள்ளாமல் இருந்ததால் இந்த ஊருக்கு கன்னியாகுமரி என்ற பெயர் வந்தது."

"கேட்பதற்கே நன்றாக இருக்கிறதே. பிறகு...?"

உடனிருந்த கார்த்திக்கும் சிவாவிற்கும் இன்னும் ஆவல் அதிகமானது.

"பிறகு என்ன? கன்னியாகுமரி ஆயிடுச்சே?"

"அப்படின்னா... கன்னியாகுமரி கேரளாவிடம் இருக்கும்பொழுதே இப்படி பெயர் இருந்ததா என்ன?"

"அது தெரியவில்லை. ஒருவேளை, முன்னமே இது நடந்திருக்கலாம். பிறகு இந்த நிகழ்ச்சியை நினைவுபடுத்தி இந்தப் பெயர் வைத்திருக்கலாம்."

"அப்படியென்றால் அதற்குமுன்னர் இந்த ஊரின் கதை?" என்று உரையாடலை ஆரம்பித்துவைத்தது மட்டும்தான் ஜெய். தொடர்ந்தது எல்லாம் கார்த்திக்கும் சிவாவும்தான். ஏனென்றால் இந்தக் கதைகள் அனைத்தும் ஏற்கனவே ஜெய் அறிந்திருந்தான்.

"முன்காலத்தில் இது திருவிதாங்கூர் என்ற சமஸ்தானத்தின்கீழ் இருந்தது. அதில் ஒரு பகுதிதான் நாஞ்சில் நாடு. இன்று கன்னியாகுமரியில் பெரும்பகுதி அன்று நாஞ்சில் நாட்டின் பகுதியாக இருந்தது."

"நாஞ்சில் நாட்டிற்கு ஒரு முக்கியச் சிறப்பு உண்டு. என்னவென்று தெரியுமா?" என்று ஜெய் ராகுலை மறித்துக் கேட்டான்.

"நாஞ்சில் என்றால் ஏர் உழப் பயன்படுத்தும் கலப்பை என்று பெயர். நாஞ்சில் நாட்டு மக்களின் தொழில் விவசாயம் என்பதால் இந்தப் பெயர் வந்தது."

"ஹ்ம்... உண்மை. இதைத்தவிர இன்னுமொரு சிறப்பு உண்டு அதற்கு." சிவாவும், கார்த்திக்கும் புருவத்தை உயர்த்தி இவர்கள் பேசுவதை கேட்டுக்கொண்டு வந்தனர்,

"அது என்ன சிறப்பு?"

"பழையாறு என்று இங்கே ஒரு ஆறு ஓடிக்கொண்டிருக்கிறது. பண்டைய குமரிக்கண்டம் என்று ஒன்று இருந்ததாகப் படித்திருப்பீர்கள். அதில் ஓடிவந்த ஒரு ஆறுதான் பஃறுளி. அந்த குமரிக்கண்டம் அழிந்தபிறகும் அந்த பஃறுளி ஆற்றின் மிச்சமாக

இந்த பழையாறு கருதப்படுகிறது. அந்த ஆற்றின் கரையைச் சுற்றி அமைந்திருந்த பகுதிதான் இந்த நாஞ்சில் நாடு."

"ஜெய், ஆச்சரியமாக இருக்கிறது. அந்த குமரிக்கண்டத்தைப் பற்றி படித்திருக்கிறேன். நாற்பத்து ஒன்பது நாடுகள், பஃறுளி, குமரி என்ற இரண்டு ஆறுகள். சுனாமியால் அழிந்துபோன ஒரு மிகப்பெரிய கண்டம் குமரிக்கண்டம்." கார்த்திக் சொன்னபோது சிவாவின் ஆர்வம் தாங்கமுடியவில்லை.

"ஜெய், அப்படி என்றால் கண்டிப்பாக நாம் அந்த ஆற்றைப் பார்த்தாக வேண்டும்."

"கண்டிப்பாக, நாம் செல்லப்போகும் பூந்தோப்பு அந்த ஆற்றின் ஒரு பகுதி கிராமம்."

"ஓ, அப்படியா? நல்லவேளை, எனக்கு நீச்சல் தெரியும். கார்த்திக், ராகுல் உங்களுக்கு" என்று சிவா கேட்டதும் மற்றவர்கள் பதிலுக்குக் காத்திருக்காமல் ஜெய் தொடர்ந்து பேசிக் கொண்டிருந்தான்.

"ஒரு காலத்தில் மிகவும் சுத்தமாக, பெரிதாக ஓடிய ஆறு என்று சொன்னார்கள். இப்பொழுது பராமரிப்பு இல்லாமல் சென்னை கூவம்போல மாறிவிட்டதாகக் கேள்விப்பட்டேன்." இதைக் கேட்டதும் சிவாவின் முகம் சற்று சுருங்கியது.

"அந்த ஆற்றை சுத்தம்செய்ய எதாவது செய்யமுடியுமா என்று பார்ப்போம். அதுபோல, ராகுல் சொன்னதற்கும் முன்னால் சில வரலாறு இருக்கிறது. வேணாடு என்ற பகுதிதான் பிறகு திருவிதாங்கோடாக மாறியது. அந்தக் கதையை பிறகு நேரம் வரும்போது கூறுகிறேன். கன்னியாகுமரி மாவட்டத்தில் உள்ள மக்களில் பெரும்பாலானவர்கள் படித்தவர்கள். மேலும் தமிழ்நாட்டில் வசதி படைத்த மாவட்டம் என்றும் சொல்லலாம். இங்கே பெரும்பாலான ஊர்களில் குடிசை வீடுகளையே பார்க்க முடியாது. ஆனால் பெரும்பாலானவர்களின் தொழில் விவசாயம்தான். இன்னும் சிலர் அரசு அலுவலகப் பணியாளர்கள். ஒரு ஊரில் அரசுப் பணியாளர் ஒருவர் இருக்கிறார் என்றால் அவர் சொன்னால் கண்களை மூடிக்கொண்டு அதைச் செய்துமுடிக்க ஒரு மக்கள் கூட்டமும் இருக்கும்.

நம் பூந்தோப்பும் அப்படித்தான். ஒருபுறம் வசதியான மக்கள், மறுபுறம் ஏழை மக்கள். இந்த இரண்டு வகையினரையும் பழையாறுதான் பிரிக்கிறது. அதாவது, ஊரின் குறுக்கே அந்த ஆறு ஓடிக்கொண்டிருக்கிறது. ஆனால் இந்த ஆறு இவர்களின் ஏழ்மையையோ, வசதியையோ காரணமாகக் காட்டி பிரித்துவிடவில்லை. அவ்வளவு ஒற்றுமையாக இருக்கிறார்கள்.

மேல் ஆற்று மக்கள் சொன்னால், கீழ் ஆற்று மக்கள் கேட்பார்கள். வசதி இல்லாதவர்கள் என்று கூறியதால், சென்னை நகரத்தில் வாழும் ஏழைகள்போல என்று எண்ணிவிடாதீர்கள். இங்கே யாரும் உணவிற்கோ, படுத்துறங்க வீட்டிற்காகவோ சிரமப்படும் அளவிற்கு யாருமில்லை. மேல் ஆற்று மக்கள் விவசாயத்தை நம்புபவர்கள், கீழ் ஆற்று மக்கள் கடலை நம்புபவர்கள், மீன் பிடிப்பவர்கள்" ஜெய் முடிக்கும்போது அவர்கள் வாகனம் இவர்களுக்காக ஒதுக்கப்பட்டிருந்த வீட்டின் முன் வந்து நின்றது.

வண்டியை விட்டு கீழே இறங்கியதும், கடல் அலைகளாகி, கரையான கல் பாறைகளில் மோதி எழுப்பும் சத்தம் காதுகளில் வந்து விழுந்தது. ஒவ்வொருவருக்கும் ஆர்வமும் ஆசைகளும் இன்னும் அதிகமாகும்படி அந்தச் சத்தம் தூண்டிவிட்டது.

6

வீட்டிற்கு என்னென்ன தேவையோ அனைத்தும் அங்கு தயாராக இருந்தது. சமையல் வேலைக்காகவும் ஒரு பணியாளை நியமித்திருந்தனர். பெரிய வீடு என்பதால் ஒவ்வொருவருக்கும் தனித்தனி அறைகள் ஒதுக்கப்பட்டிருந்தன. மேலும் உள்ளூரில் பயணம் செய்ய தனித்தனி இரு சக்கர வாகனங்களை தயார்படுத்தி வைத்திருந்தனர்.

முதல் நாள் பயணக் களைப்புடன் நால்வரும் இருந்ததால் அன்று ஓய்வு என்று முடிவு செய்திருந்தார்கள். இனி, ஒவ்வொரு நாளும் அவனுக்கு முக்கியம் என்று உணர்ந்த ஜெய் அத்துடன் தன் ஓய்வுகளை முடித்துக் கொண்டான்.

மறுநாள் கார்த்திக், சிவா மற்றும் ராகுல் மூவரையும் தனது திட்டப்படி பூந்தோப்பிற்கு அனுப்பிவைத்தான். அதாவது, திட்டப்படி முதலில் பூந்தோப்பு கிராமத்தை உளவு பார்த்து அதில் தன் நிறுவனக் கிளையை எப்படி நிறுவலாம் என்று முடிவு செய்வது.

ராகுல், கார்த்திக் மற்றும் சிவா தங்கள் இருசக்கர வாகனத்தில் பூம்பொழிலை நோக்கி புறப்பட்ட பிறகு தன் மகிழ்வுந்தில் ஜெய்யும் தன் வேலைகளை ஆரம்பிக்கப் புறப்பட்டான்.

ஆனால் அவன் பூந்தோப்பிற்குச் செல்லவில்லை. மாறாக, அவன் சென்ற இடம் பூந்தோப்பிற்கு அண்டை கிராமமான இனயந்துறை.

இடையில் அவன் எங்கும் வண்டியை நிறுத்தவில்லை. எதிலும் கவனத்தைச் செலுத்தாமல் அவன் வண்டியை நிறுத்திய இடம் குழந்தை ஏசு தேவாலயம்.

வேலிகளே இல்லா மணல் நிலத்தின் நடுவே அந்த தேவாலயம் இருந்தது. நூறு அடிக்கும் மேல் வானம் நோக்கி நீண்டிருந்தது அந்தக் கோபுரம். அதற்கு முன்னால் பனைமரம் போல ஒரு கொடிமரம் இருந்தது. தேவாலயத்தைச் சுற்றி விளையாட்டு மைதானம்போல வெற்று இடமிருந்தது. அந்த இடத்தில் கடல் மணலை நிறைத்திருந்தனர். அந்த இடம் மாசுகள், கழிவுகள் அற்று அழகாக இருந்தது. அந்த வெற்று இடத்தைச் சுற்றி தேவாலயத்திற்கு அரணாக வீடுகள் இருந்தன.

முதலில் ஒருமுறை அந்த தேவாலையத்தைச் சுற்றி வந்தான் ஜெய். தேவாலயத்தின் பின்புறத்தில் பாதிரியார் வசிக்க ஒரு வீடு கட்டியிருக்கிறார்கள் என்பது அந்த வீட்டின் பெயரான 'பாதிரியார் இல்லம்' என்பதைப் பார்த்ததும் புரிந்தது.

பின், அந்த தேவாலயத்தின் முன்னால் இருக்கும் கொடிமரத்தின் அருகே சென்றான். அந்தக் கொடிமரம் தங்கநிறம் பூசப்பட்டு கம்பீரமாக நின்றது. அதனடியில், மண் தரையுடன் சேர்த்து ஒரு குழந்தை இயேசுவின் சிலை ஒன்று இருந்தது. அந்தச் சிலையின் கழுத்தில் பூமாலை போன்று தங்கமாலை ஒன்று தொங்கிக்கொண்டிருந்தது. அதைப் பார்க்கும்போது ஆச்சரியமாக இருந்தது. இவ்வளவு திறந்தவெளியில் திருட்டுப் போகாமல் தங்கமாலை சிலையில் தொங்குகிறதே என்று எண்ணிய ஜெய், குழந்தை ஏசுவின் சிலையின் கால்களைத் தொட்டு கண்ணில் ஒற்றிக்கொண்டான். அந்தச் சிலையின் முன்னால் ஏற்றிய சாம்பிராணி எரிந்து முடிந்தும் மணந்து கொண்டிருந்தது.

பிறகு அவன் தேவாலயத்தின் உள்ளே நுழைந்தான். முழு அமைதியும் குடிகொண்டது போன்ற அழகிய தோற்றம். யார் உள்ளே வந்தாலும் அமர்ந்து மன்றாடுவார்கள். சற்றுநேரம் தேவாலயத்தினுள் அமர்ந்த ஜெய் பிறகு வெளியே வந்தான். அந்த தேவாலயத்தின் தந்தை பீட்டர் வசிக்கும் வீடான பாதிரியார் இல்லத்திற்குச் சென்றான்.

அவரது அறையிலிருந்த பாதிரியார் பீட்டரைப் பார்த்ததும் "வணக்கம் ஐயா" என்று காலை வணக்கத்தைப் பகிர்ந்து கொண்டான்.

"வணக்கம். உள்ளே வாருங்கள்" என்று பீட்டரும் பணிவான குரலில் ஜெய்யை உள்ளே வர அழைத்தார்.

உள்ளே நுழைந்த ஜெய், தேவாலயத் தந்தையான பீட்டரின் மேசையின் முன்னால் இருக்கும் ஒரு இருக்கையில் அமர்ந்தான்.

"சொல்லுங்கள். நான் என்ன செய்ய வேண்டும்" என்று, தன் ஆர்வத்தை பதிவு செய்தார் பாதிரியார்.

"ஐயா, என் சொந்த ஊர் அருகிலுள்ள பூந்தோப்பு, என் தாத்தா காலத்திலேயே நாங்கள் சென்னைக்கு குடிபெயர்ந்துவிட்டோம். இப்பொழுது எங்களுக்கு நிறைய வசதி இருக்கிறது. ஆண்டாள் வங்கி அறிந்திருப்பீர்கள். அது எங்கள் நிறுவனம்தான். என் தாத்தா பிறந்த ஊருக்கு ஏதாவது செய்ய வேண்டும் என்று ஆசைப்பட்டார். அவரால் முடியவில்லை. அதனால் நான் வந்திருக்கிறேன்."

"ஓ, ஆண்டாள் வங்கி. அதில் எனக்கு கணக்கு இருக்கிறது. ஆனால் இந்த கிராமத்திற்கு வந்தபிறகு நான் அதைப் பயன்படுத்துவது இல்லை." பொதுவாக, பாதிரியார்கள் ஒரு ஊரில் சில காலம்தான் பணியாற்றுவார்கள். பிறகு வேறு ஊருக்கு மாற்றப்படுவார்கள். அதைத்தான் பாதிரியார் அவ்வாறு சொல்கிறார் என்று ஜெய் புரிந்துகொண்டான்.

"அது எங்கள் வங்கிக்கு இழப்பு ஐயா."

"அடுத்த முறை பயன்படுத்துவேன்."

"நல்லது ஐயா. நான் சொல்ல வந்தது..."

"புரிந்தது தம்பி. நல்ல விசயம். இந்த ஊருக்கு என்ன செய்யலாம் என்று ஆசைப்படுகிறீர்கள்?"

"ஐயா, இந்தக் கிராமத்திலதான் நான் நிறைய குடிசை வீடுகளைப் பார்த்தேன். இங்கே வீடு கட்ட வசதியில்லாமல் இருக்கிற மக்களுக்கு உதவலாம் என்று இருக்கிறேன்."

"நல்லதுதான். இந்த வாரமே திருப்பலி முடிந்ததும், ஊர்த் தலைவரிடம் பேசி யார் யார் இங்கே ஏழைகள் என்று பெயர்கள் தருகிறேன். நீங்கள் பணத்தைக் கொடுத்து உதவுங்கள்"

"அது வேண்டாம் ஐயா. பணமாகக் கொடுத்தால் அதை வீணடித்துவிடுவார்கள். எனவே, நானே வீடு கட்டிக் கொடுக்கலாம் என்று இருக்கிறேன். அந்த கட்டுமான வேலையில் இந்த ஊர் மக்களே வேலை செய்யட்டும். தங்கள் வீட்டை தாங்களே கட்டியதுபோன்றும் இருக்கும்."

"நல்ல எண்ணம்தான். ஆனால் இதை நான் மட்டும் முடிவுசெய்ய முடியாது. ஊர்க் கூட்டம் கூட்டிதான் முடிவு எடுக்க முடியும்."

ஊர்க் கூட்டம் என்றதும் அரசியம் கூட்டம் என்று எண்ணிவிட்டான் ஜெய். ஜெய்க்கும் தெரியாத சில நடைமுறைகள் இந்த ஊரில் இருக்கிறது என்று பிறகுதான் புரிந்து கொண்டான்.

"சரி ஐயா, நீங்கள் கலந்தாலோசியுங்கள். நான் எப்பொழுது வர வேண்டும்?"

"உங்கள் கைபேசி எண்ணைக் கொடுங்கள். அதேநேரம் வரும் ஞாயிறு பத்து மணிக்கு திருப்பலி முடியும். அதன்பிறகு ஊர்க் கூட்டத்திற்கு ஏற்பாடு செய்கிறேன்."

அடுத்த சில நிமிடங்களில் அவன் அந்த பாதிரியாரிடமிருந்து விடைபெற்றான்.

7

இதற்கிடையில் பூந்தோப்பிற்குச் சென்ற கார்த்திக், சிவா மற்றும் ராகுல் மூவரும் தங்கள் இரு சக்கர வாகனத்தை ஊரின் ஒருபுறத்தில் நிறுத்திவிட்டு முன்னோக்கி நடந்தனர். இருபுறமும் மரங்கள் சூழ்ந்த சாலை அது. சாலைகள் செப்பனிட்டு பல வருடங்கள் ஆனதால் சாலைகள் மேடு பள்ளங்களாக காணப்பட்டது. மழை ஓய்ந்து சிலமணி நேரங்களே ஆகியிருந்ததால் சாலைப் பள்ளங்களில் செம்மண் கலந்த நீர் தேங்கியிருந்தது. அந்த நீர்நிலைகளின் மேல் பாகம் மட்டும் வீசும் காற்றுக்கு ஏற்றார்போல அசைந்து கொண்டிருந்தது.

ஆக ராகுல் வர்ணித்ததைவிட அழகாக இருந்தது பூந்தோப்பு. இயற்கையை ரசித்தபடி நடந்துசென்ற மூவரின் முன் இயற்கையைவிட அழகான மங்கையர் இருவர் எதிரே வருவது கண்களுக்குத் தெரிந்தது.

"பூந்தோப்பு பெயர் சரியாகப் பொருந்துகிறது பார் கார்த்திக்." என்று சிவா சொல்ல புன்னைகையுடன் கார்த்தி பதில் கொடுத்தான்:

"நீ சொல்வதும் சரிதான்டா. என்ன அழகு இல்லை?!"

கார்த்திக் தொடர அவர்கள் உரையாடல் எதிரே வரும் மங்கையின் அழகை நோக்கிப் பயணமானது.

அந்த மங்கையர் இருவரும் தாவணி அணிந்திருந்தனர். தங்கள் புடவையை எடுத்து இடையில் சொருகியிருந்தனர். அவர்கள்

இடையில் பித்தளைக் குடங்கள் இருந்தன. அந்த குடத்தின் கழுத்துப் பகுதியில் தங்கள் கைகளை சுற்றிப் பிடித்திருந்தனர்.

"தாவணியணிந்த பெண்களைப் பார்த்து எவ்வளவு நாட்களாகிறது?"

"ஆமாம் டா... எவ்வளாவு அழகாக இருக்கிறது இல்லை!"

"இதற்காகவே இந்த ஊலில் நம் வங்கியின் கிளையை ஆரம்பிக்கலாம்டா." இருவரும் உரையாடிக்கொண்டு வருவதை கவனித்த ராகுல், "தம்பிகளா, இது சென்னை இல்லை, கிராமம். இங்கே வால் ஆட்டினால் அறுத்துவிடுவார்கள்" என்றான்.

"ஆமாம்... அறுத்துட்டாலும்..." என்று நக்கலாக மறுபதில் அளித்தான் கார்த்திக்

அதற்குள் அந்த இரு மங்கையரும் இவர்கள் அருகில் நெருங்கினர்.

அவர்கள் அருகில் வரவும் சிவா தனது கையை குனிந்து ஆவேசத்துடன் அந்தப் பெண்கள் கால் அருகில் கொண்டு சென்றான். தங்கள் உடைகளைத் தொட வருகிறான் என்ற பயத்தில் உடையைக் கைகளால் பிடித்தவாறு பயத்தில் அந்தப் பெண்கள் தரையில் அமர்ந்துவிட்டனர். கையிலிருந்த பித்தளைக் குடங்கள் தவறி விழுந்து உருண்டு ஓடியது.

சிவா சத்தமாகச் சிரித்தான். கார்த்திக்கும் சேர்ந்து சிரித்தான்.

"அறுத்துவிடுவார்களாம்..." என்று சொல்லி மீண்டும் சிரித்தார்கள் இருவரும்.

"டேய், உயிரை எடுத்துவிடுவார்களடா. அமைதியாக வாருங்கள்" என்று ராகுல் எச்சரித்த பிறகும் அவர்கள் கேட்பதாக இல்லை.

"ராகுல் சொல்லு, இங்கே வீட்டில் கிணறு இருக்காதா?"

"வசதியானவர்கள் வீட்டில் இருக்கும். அதுமட்டுமல்ல, வீட்டில் கிணறு இருந்தாலும் வீட்டில் வசிக்கும் பசு மாடு போன்ற செல்லப் பிராணிகளுக்கு ஆற்றிலிருந்துதான் நீர் எடுத்துச் செல்வார்கள்."

"ஓ, கிணற்று நீரை வீணடிக்கக் கூடாது என்பதற்காக. எப்படி யோசிக்கிறார்கள் இல்ல! அருமை!" சாலை இன்னும் நீண்டுகொண்டே சென்றது.

"ராகுல், எவ்வளவு தூரம் நடக்குறது. ஒரு முடிவிற்கு வர வேண்டாமா?" கார்த்திக் கேட்டவாறு சாலையின் எல்லையை நோக்கி கையை நீட்டினான். அவன் நீட்டிய இடத்தில் ஒரு பெரியவர் இரண்டு ஏர் மாடுகளை ஓட்டிக்கொண்டு வந்தார். அவள் தோளில்

ஜெயன் மைக்கேல் | 43

ஏர் உழும் கலப்பை ஒன்றுமிருந்தது. அவர் செம்மண் நிற வேட்டி கட்டியிருந்தார். அதை மடிசாராக்கி இடுப்பில் சொருகியிருந்தார். இடுப்பிற்கு மேலே உடையில்லை. தோளில் ஒரு துண்டை தொங்கவிட்டிருந்தார்.

"கார்த்திக் அங்கே பார், ஒருவர் ஏர் ஓட்டி வருகிறார்." என்று சிவா சொன்னதும், இதைப் பார்த்து இவர்கள் இவ்வளவு ஆச்சரியப்படுவார்கள் என்று ராகுல் சற்றும் எதிர் பார்க்கவில்லை.

"இதுதான் ஏரா? ஏதோ, கட்சிக் கொடியில பார்த்த ஞாபகம்"

"இப்பொழுது இதெல்லாம் போயிடுச்சு கார்த்திக். ஐந்து, பத்து வருடங்களுக்கு முன்னால் பார்த்தாய் என்றால் அத்தனைபேரும் வயலில் வேலை செய்யச் செல்வார்கள். ஆனால் இப்பொழுது குறைந்துவிட்டது. முன்பெல்லாம் நாற்று நடுவதென்றால் அவ்வளவு அழகாக இருக்கும். பத்துப் பெண்கள் வயல் சேற்றில் இறங்கி ஒவ்வொரு நாற்றாக நடுவார்கள். நூல் பிடித்து நட்டால்கூட அவ்வளவு நேர்க்கோட்டில் இருக்காது. அவ்வளவு சீராயிருக்கும். இப்பொழுதெல்லாம் நாற்று நட ஒரு பெண்கள்கூட சேற்றில் இறங்குவதில்லை."

"ஏன், அந்தப் பெண்கள் எல்லாம் எங்கே போனார்கள்?"

"அது அவர்களை சொல்லித் தவறில்லை. அன்று அந்த சமுதாயத்தைச் சேர்ந்தவர்கள் படிக்கவில்லை. அதனால நாற்று நடுறது, அவங்க வேலையா இருந்திச்சு. ஆனால் அவங்க பிள்ளைங்க படிக்கப் போயிட்டாங்க. படிச்சா, நாற்று நட வருவாங்களா என்ன! நாற்று நடுற வேல அழிஞ்சு போச்சு. அது அவங்க தப்பில்ல, நம்ம கல்வி முறை அப்படியிருக்கு. ஒன்னு சொல்லலாம். 'மனுசங்க விவசாயம் செய்யுற காலத்துல விவசாயம் அழியல, இயந்திரம் விவசாயம் செய்யுற காலத்துலதான் அழிஞ்சிட்டு வருது"

"ஏன்டா?"

"நம்ம நாட்டுல விவசாயம் பண்ணுறவங்க அவ்வளவு வசதியாகவா இருக்காங்க? உழுறதுக்கு ஒரு இயந்திரம், நாற்று நட ஒரு இயந்திரம், உரம் போடுறது ஒரு இயந்திரம், நெல் அறுக்க ஒரு இயந்திரம், இதெல்லாம் ஏழைகளால வாங்கி விவசாயம் செய்ய முடியுமா? முடியாது."

"அப்படி என்றால் எந்த விவசாய நிலங்கள் எல்லாம் எங்கே இப்பொழுது..."

"இங்கேதான் இருக்கிறது. அதில் விவசாயமும் செய்கிறார்கள். ஆனால் நெல் பயிரிடத்தான் ஆட்கள் இல்ல. அதனால அவங்களால

என்ன செய்ய முடியுமோ அதைச் செய்யுறாங்க. எல்லா வயல்களையும் வாழைத் தோட்டங்களாக மாற்றிவிட்டார்கள். இன்னும் பார்த்தீர்கள் என்றால் வாழை மரங்களைக்கூட பராமரிக்க ஆளில்லாமல் இப்பொழுது சில இடங்களில் ரப்பர் மரங்கள் நட ஆரம்பித்துவிட்டனர்." ராகுல் 'உச்' கொட்டி சொல்லும்பொழுது அந்தப் பெரியவர் ஏர் மாடுகளை "டர்ர்ர்... டர்ர்ர்..." என்ற சத்தத்துடன் இவர்களை குறுக்கிட்டு ஓட்டிச் சென்றார்.

தண்ணீர் எடுத்து வரச் சென்ற இரு மங்கையரும் இவர்களைக் குறுக்கிட்டு பத்து நிமிடங்கள் ஓடியிருக்கும். அதாவது, இவர்கள் மூவரும் அந்த இடத்திலிருந்து சுமார் அரை மைல் தூரம் நடந்திருப்பார்கள். உண்மையில், இப்படி ஒரு நிகழ்ச்சி நடக்கும் என்று ராகுலும் நினைக்கவில்லை. இன்னும் கிராமங்களில் பெண்கள் பாதுகாப்பாகத்தான் இருக்கிறார்கள் என்று புரிந்துகொள்ள வேண்டிய தருணம் வந்தது.

எங்கிருந்து வந்தார்கள் என்று தெரியவில்லை. திடீரென்று பத்துப் பேர் இவர்கள் மூவரையும் சுற்றி நின்றுவிட்டனர். இதைக் கண்டதும் ராகுல்தான் மிகவும் பயந்து நின்றான். ஏனென்றால் அடுத்து என்ன நடக்கும் என்று அவனுக்கு மட்டும்தான் தெரியும். இம்மாதிரி நிகழ்ச்சிகள் எல்லாம் மற்ற இருவருக்கும் புதிது.

அடுத்து என்ன செய்யலாம் என்று ராகுல் யோசிப்பதற்கு முன், அந்த பத்துப் பேரில் ஒருவன்,

"யாருடா நீங்க" குரல் எழுப்ப, அவன் ஒலி அடங்க சில நிமிடங்கள் ஆனது. அந்த ஒலியில் எதிரொலிகள் பலர் கத்துவதுபோல் ராகுலின் காதுகளில் வந்து விழுந்தது.

உண்மையில், கார்த்திக்கும் சிவாவிற்கும் ஒன்றும் புரியவில்லை. கார்த்திக், சிவா காதில் மெல்ல முணுமுணுத்தான்:

"யாருடாஇவங்க, ஒவ்வொருத்தனும் பலா பழத்த முழுங்கின எருமை மாதிரி இருக்காங்க"

அதற்குள் முன்னால் இருந்தவன் கை, கார்த்திக்கின் கன்னத்தில் பளார் என்று அறைந்தது. அவன் அறைந்ததில் கார்த்தில் தடுமாறி கீழே விழுந்தான். அடுத்த அடி சிவாவை நோக்கி நகரும் வேளை ராகுல் இடைமறித்தான்.

"அண்ணா, நாங்கள் இந்த ஊரில்லை. வெளியூரிலிருந்து ஊரை சுற்றிப் பார்க்க வந்தோம். சென்னை எங்கள் சொந்த ஊர். எங்கள் ஊர்போல நினைத்து தெரியாமல் செய்துவிட்டோம். மன்னித்துக் கொள்ளுங்கள்."

ஜெயன் மைக்கேல்

"ராகுல் எதுக்கு மன்னிப்புக் கேட்கிறாய், நாம் அப்படி என்ன செய்தோம்." என்று கீழே விழுந்து எழுந்து நின்ற கார்த்திக் முறைத்துவிட்டுக் கேட்டான்.

"டேய், சும்மா இரு" என்று ராகுல் குரலால் அழுத்தினான் கார்த்திக்கை.

"என்னசெய்தேன்னு தெரியலையா இன்னும்" என்று கோபத்துடன் இன்னொருவன் கையை மீண்டும் கார்த்திக் பக்கம் நீட்டினான். இம்முறை, ராகுல் முகம் மாற ஆரம்பித்தது. குரலின் சத்தம் அதிகமானது.

"அண்ணா, உங்கள் ஊர்ப் பெண்களை கிண்டல் செய்தது தவறுதான். அதற்காகத்தான் நாங்கள் மன்னிப்புக் கேட்கிறோம்." கார்த்திக்கும் சிவாவும் தங்கள் முகத்தை மாற்றி மாற்றிப் பார்த்துக் கொண்டனர்.

"நீங்கள் மன்னிப்புக் கேட்டால் நாங்கள் சும்மா விட்டுவிடுவோமா?"

"நீங்கள் பத்துப் பேரு இருக்கீங்க. இங்கே நீங்க அடிச்சா நான் வாங்கிட்டுப் போகத்தான் முடியும். ஏன், என்னை சாகடிக்கக்கூட நீங்க செய்யலாம். ஆனால் நானும் பக்கத்து ஊருக்காரன்தான். அடுத்து நீங்க வெளியே வந்தா உங்க முன்னாடி நூறு பேரோட நிற்பேன். பார்த்துக்கோங்க." சற்று குரலை இறக்கிப் பேசினான் ராகுல்.

"சென்னைன்னு சொன்ன?"

"நான் சென்னையில் வேலை பார்க்கிறேன். ஆனால் என் சொந்த ஊர் அருமனை. செல்லையாவின் ஒரே பையன். இதற்குமேல் அடிக்கவேண்டுமென்றால் அடியுங்கள் வாங்கிக் கொள்கிறோம். ஆனால் ஒவ்வொரு அடியையும் திருப்பித் தருவோம். இதே மண்ணோட திமிருதான் என் இரத்தத்திலும் ஓடுகிறது. நினைவில் வைத்துக் கொள்ளுங்கள்." உறுதியாக, தைரியமாகக் கூறினான் ராகுல்.

"என்ன திருப்பி அடிப்பாயா, எங்கே அடி..." என்று ஒருவன் கைகளை ஓங்கிக் கொண்டு வந்தான். அதை இன்னொருவன் தடுத்தான். தடுத்தவன், அந்தக் கூட்டத்தின் தலைவனாகக் கூட இருக்கலாம்.

"இதே ஊர் என்று சொல்றதினால விடுறோம். இனி ஒருமுறை இங்கே பார்த்தா.." என்று நாக்கைக் கடித்தான் அவன்.

சுற்றி நின்றவர்களில் இரண்டு பேர் மட்டும் வழி விலக, அதற்குமேல் முன்னேறாமல் நால்வரும் திரும்பி நடந்தனர். கார்த்திக் மட்டும் அறைந்தவனை திரும்பித் திரும்பி பார்த்தவாறு நடந்தான்.

உடனே நடந்ததை ஜெய்யிடம் சொல்லிவிடலாம் என்று கைபேசியை எடுத்தான் கார்த்திக். ஆனால் ராகுல் அவனைத் தடுத்தான்.

"உடனே வேண்டாம் கார்த்திக். வீட்டிற்குச் சென்று பேசிக்கொள்ளலாம். இங்கே ஒரு பிரச்சினையும் வராது. உன்னை அடிப்பார்கள் என்று நான் எதிர்பார்க்கவில்லை. தெரிந்திருந்தால் தடுத்திருப்பேன்."

"என்னை அடித்தவனை திருப்பி அடிக்கும் வரை இந்த ஊர் மக்கள் எனக்கு எதிரிகள்தான்" என்று கார்த்திக் சொல்ல, மற்றவர்கள் மறுவார்த்தைகள் எதுவும் பேசாமல் தங்கள் இரு சக்கர வாகனங்களில் சாவியை இணைத்தனர்.

அன்று இரவு இவர்கள் கூடிப் பேசியபொழுதுதான் சில உண்மைகள் ஜெய்க்கு விளங்கியது. ராகுல், ஜெய்யின் கேள்விகளுக்கு தெளிவான விளக்கத்தைக் கொடுத்தான்.

"ராகுல், ஊர் கூட்டத்திற்கும் இந்த ஊர் பாதிரியாருக்கும் என்ன சம்பந்தம்?"

"ஊர் கூட்டம் பாதிரியார் தலைமையில்தான் நடக்கும்"

"அது எப்படி, ஊர்த் தலைவர் அல்லவா ஊர் கூட்டத்தில் அமர்வார்."

"ஆமாம், இங்கே பாதிரியார்தான் ஊர்த் தலைவர்."

"அப்படியென்றால், அவர்தான் தேர்தலில் நின்று வெற்றிபெற்றாரா?"

"ஆஹா, நீ கேட்க வரும் கேள்வி இப்பொழுதுதான் எனக்குப் புரிகிறது. அந்த ஊர்த் தலைவர் வேறு, இது வேறு. பஞ்சாயத்து தலைவர்கள் எல்லாம் இங்கே சும்மா. இங்கே எல்லாமே முடிவு செய்யுறது பாதிரியாரும், தேவாலய உறுப்பினர்களும்தான்."

"புரியல ராகுல்... விளக்கமாச் சொல்லு."

"அரசியல் தேர்தல் வெச்சு பஞ்சாயத்து தலைவர் வைக்கிறதுபோல, ஒவ்வொரு ஊர்லேயும் தேவாலய பாதிரியார்கள்தான் தலைவர்கள். உதவித் தலைவர், பொருளாளர் எல்லாம் தேர்தல் வெச்சு தேர்ந்தெடுப்பாங்க. பிறகு ஒவ்வொரு வாரமும் மொத்த உறுப்பினர்களும் கூடிப்பேசி மற்ற விசயங்களை முடிவு செய்வாங்க. இங்கேயும் ஒவ்வொரு வருசமும் வரவு— செலவு கணக்குத் திட்டம் போடுவாங்க. வருசாவருசம் தேவாலயத்தில திருவிழா இருக்கும். இப்படி நிறைய."

"அப்படின்னா, மற்ற மதத்தைச் சேர்ந்தவங்க என்ன செய்வாங்க. இல்ல, மற்ற மதத்தைச் சேர்ந்தவங்க இங்க யாருமில்லையா?"

"இங்கே அதிக விழுக்காடு கிறிஸ்தவ மதத்தைச் சேர்ந்தவங்கதான். எனவே, இங்கே எந்தத் திட்டம் போட்டாலும் எல்லா மதத்தைச் சேர்ந்த மக்களையும் சேர்த்துதான் பண்ணுவாங்க..."

"அப்படின்னா பஞ்சாயத்து தலைவர் என்ன செய்வாரு?"

"அவரும் தேவாலயத்துல என்ன முடிவு எடுக்குறாங்களோ அதுக்கு உதவி செய்வாரு. பொதுவாக, ஊர்க் கூட்டம் ஒவ்வொரு வாரமும் ஞாயிறுகளில் திருப்பலி முடிந்த உடனே நடைபெறும்"

ராகுல் சொன்ன செய்திகளைக் கேட்டதும் ஜெய் ஓரளவிற்கு தெளிவானான்.

அதன்பிறகு அவர்கள் மூவரும் பூந்தோப்பிற்குச் சென்றதில் என்ன நடந்தது என்று கேட்டு தெரிந்துகொண்டான். ஒன்றுவிடாமல் நடந்த நிகழ்சிகளை ஒப்புவித்தார்கள் மூவரும்.

"ஆக, இனி கார்த்திக்கிடம் ஊர் மக்கள் கவனமாக இருக்க வேண்டும். எப்பொழுது வேண்டுமானாலும் கார்த்திக் அவர்களைத் தாக்கலாம்." என்று கிண்டல் மட்டும் செய்து நிறுத்திக் கொண்டான் ஜெய்.

8

"இனி பூந்தோப்பிற்குச் சென்றால் பிரச்சினைதான் வரும். எனவே, நான் சொல்லும் வரை இந்த ஊரை சுற்றிப் பாருங்கள். முடிந்தால் ராகுல் வீட்டிற்குச் சென்று வாருங்கள்" என்று ஜெய் மூவரிடம் சொன்னான்.

ஞாயிற்றுக்கிழமை ஊர்க் கூட்டத்திற்கு இன்னும் நான்கு நாட்கள் இருப்பதால், இந்த நான்கு நாட்களையும் பூந்தோப்பைப் பற்றி ஆராயலாம் என்று முடிவு செய்தான் ஜெய்.

அதேநேரம், மறுநாள் கார்த்திக்கும் சிவாவும் ராகுலுடன், ராகுலின் பிறந்த ஊருக்குப் புறப்பட்டனர்.

அதேநேரம், ஜெய் ஒரு சுற்றுலா பயணிபோல உடைமாற்றி பூந்தோப்பு செல்லும் பேருந்தைப் பிடித்து அந்த ஊரை சென்று அடைந்தான். ஏற்கனவே அவன் தெரிந்து வைத்திருந்தன்படி, பூந்தோப்பின் ஒரு பகுதி கடற்கரை என்பதால் கடற்கரையை சுற்றிப் பார்ப்பதுபோல சென்றால் பெரிதாக சந்தேகம் வராது என்று நம்பினான். கையில் புகைப்படக் கருவியையும் எடுத்துக் கொண்டான். அவன் எதிர்ப்பார்த்துபோலவே அந்த ஊரின் பேருந்து நிலையத்தை அடையும்பொழுது யாரும் அவனை பெரிதாக கவனிக்கவில்லை.

பேருந்து நிலையத்தின் அருகிலேயே மீன் சந்தை இருந்ததால், அந்த மீன் வாசனை நாசியை துளைத்துக் கொண்டு மூளைக்கேறியது. ஒவ்வொரு இடமாகச் சுற்ற ஆரம்பித்தான். சிலர் அவனை நின்று உற்றுப் பார்ப்பது அவனுக்குத் தெரிந்தது. அவர்களைக் கண்டு கொள்ளவில்லை. மாறாக, கையிலிருக்கும் புகைப்படக் கருவியை எடுத்து கண்ணில் தென்படும் ஒளிகளை எல்லாம் நிழலாக்கிக் கொண்டிருந்தான்.

ஏறக்குறைய இரண்டு மணி நேரத்திற்குப் பிறகு கடற்கரையை விட்டு ஊருக்குள் நகர்ந்தான். அப்பொழுது ஒருவர் ஜெய்யிடம் பேச்சுக் கொடுத்தார்.

“தம்பி... நீங்க யாரு? ரொம்ப நேரமா இங்கயே சுத்திட்டு இருக்கீங்க?”

“நான் ஊர சுற்றிப் பார்க்க வந்தேன் பெரியவரே. இனயந்துறை பாதிரியார் பீட்டரின் உறவினர்” என்று ஜெய் சொல்ல, கேள்வி கேட்டவர் தெளிவானார். பாதிரியார் பெயரைச் சொன்னால் அந்த ஊர் மக்கள் நம்பி விடுவார்கள் என்று ஜெய் நம்பியது சரியாக இருந்தது.

“ஐயா, இங்கேயிருக்குற கோயில், தேவாலயம், பழையாறு இதையெல்லாம் சுற்றிக் காட்டுவீர்களா?”

“என்னால் வர முடியாது. ஒரு சிறுவனை உன்னோடு அனுப்புகிறேன்” என்ற அந்தப் பெரியவர், அருகிலிருந்த ஒரு சிறுவனை அனுப்பி வைத்தார்.

ஒவ்வொரு இடமாகச் செல்ல ஆரம்பித்தான் ஜெய். முதலில் அந்தச் சிறுவன் ஜெய்யை தேவாலயம் அழைத்துச் சென்றான். பிறகு அவனை அருகில் இருக்கும் ஒரு சிவன் கோயிலுக்கு அழைத்துச் சென்றான்.

சிவன் கோயிலின் அருகில் அந்த பழையாறு ஓடிக் கொண்டிருந்தது. சரியாகச் சொன்னால், பழையாற்றின் அருகில் கோயிலைக் கட்டியிருந்தார்கள். பெரிய கோயில் என்று சொல்ல முடியாது. ஒரு கருவறை, அதன்மேல் எழுப்பிய ஒரு கோபுரம். முன்னால் ஒரு முற்றம். முற்றத்தில் ஒரு சிவன் சிலை. அந்தக் கோயிலின் தலைவாசல் கீழக்கரையில் நுழைவாயிலாக இருந்தது. அந்தக் கோயிலை குறுக்கிட்டுத்தான் பூந்தோப்பு கீழக்கரைக்குள் செல்ல முடியும் என்றிருந்தது. இந்தச் சிறிய அமைப்பே அவ்வளவு அழகாக இருந்தது. அந்த அழகிற்கு போட்டி போடும்வகையில் இருந்தது அடுத்து அவன் கண்ட காட்சி.

ஆற்றின் அருகே வந்தான் ஜெய். இவன் எதிர்பார்த்ததுபோல அவ்வளவு அழுக்காக ஒன்றும் ஓடவில்லை அந்த ஆறு. வீட்டுக்

கழிவுகள் கலந்து குடிக்கமுடியாத நீராக ஓடிக் கொண்டிருந்தது. ஆனால் அந்த நீரில் குளித்தால் உடலுக்கு நோய் ஒன்றும் வந்துவிடாது என்று புரிந்தது. ஆனால் ஆறு என்று சொல்லுமளவிற்கு ஒன்றும் அது அவ்வளவு அகலமாக இல்லை. பெரிய ஓடை என்று வேண்டுமானால் சொல்லலாம். சுமார் இருபது அடி அகலம் இருக்கும் அந்த ஆற்றின் அளவு. அவ்வளவுதான்.

அந்தக் கோயிலின் அருகில் ஆற்றைக் கடக்க ஒரு தொங்குபாலம் ஒன்றை உருவாக்கி இருந்தார்கள். அதன்வழியாக இருவரும் நடந்து மறுகரைக்குச் சென்றார்கள்.

அங்கே சென்று மறுபக்கம் உள்ள பகுதியைப் பார்த்தான். சொர்க்கம்போல இருந்தது அது. கண்களுக்கு எட்டும் தூரம் வரை பச்சைபசேல் என்று வயல்கள்தான் தெரிந்தன. வயல்களைக் கடந்துவரும் காற்று அவன் உடலில் வந்து வீசும்பொழுது அதன் மென்மை புரிந்தது. மழை பெய்தால் வீசும் மண் வாசனைபோல, காற்றடித்தால் செடிகளின் பச்சையத்திற்கும் ஒரு வாசம் உண்டு என்றது அந்தக் காற்று.

அந்த வயல்களை உற்றுப் பார்த்தான் ஜெய். அதன் ஓரத்தில் ஒரு நிலப்பகுதி முட்கள் மற்றும் புதர்களாகக் கிடப்பது தெரிந்தது. அதுதான், தன் அப்பா தன்னிடம் கூறிய நிலம் என்றும் அங்குதான் நம் நிறுவனத்தை நிறுவ வேண்டும் என்றும் புரிந்தது. மேலும் அந்த வயல்களின் எல்லைகளை அடுத்து மக்கள் வசிக்கும் வீடுகளின் சுவர்கள் தெரிந்தன.

ஜெய், அவனோடு வந்த சிறுவனிடம் பேச்சுக் கொடுத்தான்:

"தம்பி... இந்த வயல்கள் யாருடையது தெரியுமா?"

"ஒவ்வொரு வரப்பும் ஒவ்வோரடது."

"ஓ... அப்படியா. சரி. அந்த முள்ளாக இருக்கிற பகுதி யாரோடது?"

"ஏங்கே? அப்படி எதுவும் இல்லையே?"

"ரொம்ப தூரமா பாரு. அங்க தெரியுது பாரு..."

"ஓ, அதுவா? தலைவர் முருகனோடது"

"ஏன், அந்த இடத்தில மட்டும் விவசாயம் செய்யுறதில்ல?"

"தெரியல அண்ணா? யார்கிட்டேயும் அவரு சொன்னது இல்ல."

"அவருதான் ஊர்த் தலைவரா?"

"ஆமா... பஞ்சாயத்துல வேலை செய்யுறாரு."

"அவரு வீடு எங்க இருக்கு?"

"ஊருக்குள்ள இருக்கு. வந்தா காட்டுறேன்."

"இன்னொரு நேரம் போகலாம்."

அன்று முழுவதும் அந்த ஊரெங்கும் அலைந்ததில், ஒன்று மட்டும் நன்றாகப் புரிந்து கொண்டான். இந்த ஊரின் ஒற்றுமை எனும் கட்டடத்தில் ஒரு செங்கலைக்கூட எடுத்து மக்களைப் பிரிப்பது கடினம். வேறுவழியைத்தான் பயன்படுத்த வேண்டும். குறுக்குவழியைத் தவிர வேறு ஏதுவும் ஜெய்யின் கண்களுக்குப் புலனாகவில்லை.

மேலும் அவன் முதல் இலக்கு இனயந்துறையாக இருந்தது. பாதிரியார் ஏற்கனவே கூறியதுபோல, இனயந்துறையின் ஊர்க் கூட்டத்திற்காக காத்திருந்தான்.

ஞாயிற்றுக்கிழமைகளில் காலை பத்து மணியளவில் தேவாலயத்தில் வார திருப்பலி இருப்பது வழக்கம். கிறிஸ்தவர்களைப் பொறுத்தவரை, ஞாயிற்றுக்கிழமையில் நடைபெறும் திருப்பலியில் தவறாமல் கலந்துகொள்வது என்பது கடவுளின் கட்டளைகளில் ஒன்றாகக் கருதப்படுகிறது.

"ஞாயிற்றுக்கிழமைகளிலும் கடன் திருநாட்களிலும் தவறாமல் திருப்பலியில் பங்குகொள்வது — ஆண்டவரின் கட்டளைகளில் ஒன்று"

அந்த திருப்பலி நடந்துகொண்டிருக்க, தேவாலயத்தின் வெளியே மரங்கள் படர்ந்த ஒரு பகுதியில் நின்று ஒலிபெருக்கிகளின்வழியாக வரும் மன்றாட்டுகளை கேட்டுக் கொண்டிருந்தான் ஜெய்.

அது ஒரு மணி நேரம் வரை சென்றது. இடையில் இயேசுவின் உடல் என்று அப்பம் பரிமாறப்பட்டது. அது முடிந்ததும் அறிவிப்புகள் அறிவிக்க ஆரம்பித்தார் அந்த ஊரின் பங்குத்தந்தை பாதிரியார் பீட்டர்.

"முதலில் திருமண அறிக்கை. இனயந்துறையைச் சேர்ந்த இயேசுராஜ் மற்றும் மரியா என்போரின் மகனாகிய அருள் என்பருக்கும், கன்னியாகுமரியைச் சேர்ந்த ஆரோக்கியம் மற்றும் மேரி என்போரின் மகளாகிய மேரி ஜெனிட்டா என்பவருக்கும் வருகிற மார்ச் மாதம் இருபத்து இரண்டாம் நாள் பெரியவர்களால் திருமணம் நிச்சயிக்கப்பட்டிருக்கிறது. இது முதல் அறிக்கை. இனையந்துறையைச் சேர்ந்த திருச்சிலுவை மற்றும் இரோணிக்கம் இவர்களின் மகளாகிய அனிதா என்பவருக்கும் மேலூர் சபையைச் சேர்ந்த பால்ராஜ் மற்றும் ரோஸ் இவர்களின் மகனாகிய ஜான் என்பவருக்கும் வரும் வாரம்

புதன்கிழமை திருமணம் நிச்சயிக்கப்பட்டிருக்கிறது. இது மூன்றாம் அறிவிப்பு. இந்தத் திருமணங்களில் ஏதேனும் விருப்பமின்மையோ, வேறு எதுவும் கருத்துகளோ இருந்தால் அதை என்னிடம் தனிப்பட்ட முறையில் தெரிவிக்கலாம். இத்திருப்பலியைத் தொடர்ந்து ஊர்க் கூட்டம் இருப்பதால் மக்கள் மற்றும் சபை உறுப்பினர்கள் தவறாமல் பங்குகொள்ள வேண்டுகிறேன். அறிவிப்புகள் முடிந்தது. தொடர்ந்து இறுதி மன்றாட்டிற்காக எழுந்து நிற்போம்" என்று சொல்லி, தொடர்ந்து தன் கடமையை நிறைவேற்றிக் கொண்டிருந்தார் பாதிரியார் பீட்டர்.

ஜெய்யின் காதுகள் கூர்மையாகி இதை கேட்டுக் கொண்டிருந்தது. அடுத்து சில நிமிடங்களில் ஒலிபெருக்கி அமைதியாகியது. அந்த ஒலி அடங்கிய சில நிமிடங்களில் தேவாலயத்தில் கோபுரவாசல் மணி இரண்டு தொடர்மணிகளாக ஒலிக்க ஆரம்பித்தது. அதாவது, அந்த தேவாலயத்தில் கட்டியிருக்கும் மணி ஒலித்தால் அந்த ஊரின் எல்லையில் உள்ள வீடுகள் வரை கேட்குமாம். அதுமட்டுமல்ல; ஒவ்வொரு நிகழ்ச்சிக்கும் ஒவ்வொரு மாதிரி ஒலிக்குமாம். திருப்பலி என்றால் அதன் மணி ஓசை ஒருமாதிரி இருக்குமாம். ஊர்க் கூட்டம் என்றால் அதன் ஓசை வேறுமாதிரி இருக்குமாம். ஊரில் யாராது மரணமடைந்து விட்டால், அவர்கள் சபைக்கு உட்பட்டவர்கள் என்றால் அதற்கும் தேவாலய மணி ஒலிக்குமாம். அதன் ஓசை வேறுமாதிரி இருக்குமாம். அந்த மணியிலிருந்து வரும் ஒலியை வைத்தே ஊர் மக்கள் எதற்கான ஒலி என்று கூறிவிடுவார்களாம். இதற்குமேல் திடீரென்று ஊர்க் கூட்ட மணி கேட்டது என்று வைத்துக்கொள்ளுங்கள், உடனே அந்த ஊர் மக்கள் என்ன வேலையிலிருந்தாலும் அதை விட்டுவிட்டு, அந்த தேவலாயத்தின்முன் கூடிவிடுவார்களாம். இன்னொன்று, யார் வேண்டுமானாலும் ஊரைக் கூட்டலாம். முக்கியமான பிரச்சினை எதுவென்றாலும் மக்கள் ஊர்க் கூட்ட மணியை அடிப்பார்கள். இது அந்த ஊரில் வழக்கத்திலுள்ள ஒன்றாக இருந்து வருகிறது.

அன்று ஊர்க் கூட்டம் என்று முன்னமே அறிவிக்கப்பட்டிருந்தது. திட்டமிட்ட கூட்டம் என்பதால் மூன்று மணிகள் அடிப்பது வழக்கம். ஊர்க் கூட்டத்தின் முதல் ஒலி ஒலித்தது. இருபது நிமிடங்களுக்குப் பிறகு இரண்டாவதாக ஒலிக்கும். மூன்றாவது மணிக்கும் இரண்டாவது மணிக்கும் இடையே பத்து நிமிட இடைவெளி இருக்கும். மூன்றாவது மணி ஒலித்ததும் ஊர்க் கூட்டம் ஆரம்பிக்கும்.

இந்த ஒலிகளுக்கு இடையில் தேவாலயத்தின் வாசலில் இருக்கும் மண் தரையில் வரிசையாக பிளாஸ்டிக் இருக்கைகளை அடுக்கினார்கள், பங்கு உறுப்பினர்களாக இருக்கும் சிலர். மொத்தமாக நூறு இருக்கைகள் இருக்கும்.

இரண்டாவது மணி ஒலித்ததும் ஜெய் தேவாலயத்தின் உள்ளே சென்றான். தேவாலயத்தின் எல்லாக் கதவுகளும் ஜன்னல்களும் திறந்திருந்ததால் தேவாலயம் முழுவதும் சூரிய வெளிச்சத்தில் மின்னியது. எப்பொழுதும் குடிகொண்டிருக்கும் அமைதியை காற்று கலைத்துக்கொண்டு தேவாலயத்தின் உள்ளே வந்து மெல்லிய ஒலி எழுப்பிக் கொண்டிருந்தது. திரைச்சீலைகள் காற்றில் அசைந்துகொண்டிருந்தன. தேவாலய பீடத்தில் இயேசுவின் முன்னால் உருகிக்கொண்டிருக்கும் மெழுகுவர்த்தியின் வெளிச்சம், மெருகேற்றப்பட்ட கிரானைட் தரை பிரதிபலித்த வெளிச்சத்தில் நட்சத்திரமாகத் தோன்றியது.

சிறுதுநேரம் அந்த தரையில் அமர்ந்திருந்தான் ஜெய். தலையிலிருந்து எழும் வரை காத்திருந்த அவன் பின்னால் காத்திருந்த பாதிரியார் பீட்டர் அவன் அருகில் வந்தார்.

"வாங்க தம்பி... இன்னும் கொஞ்ச நேரத்தில ஊர்க் கூட்டம் ஆரம்பிக்கும். பேசிட்டு முடிவு செஞ்சிரலாம்"

பீட்டர், ஜெய்யை அழைத்துக்கொண்டு தேவாலயத்தின்முன் வந்தார். முன்வாசலுக்கு வந்ததும் ஊர்க் கூட்டத்தின் மூன்றாவது மணி ஒலித்தது. வாசல் அருகே பணியாள் ஒருவர் நீளக் கயிறொன்றின் முனையைப் பிடித்து கீழ்நோக்கி இழுத்தபடி மணியடித்துக் கொண்டிருந்தார். அவர் கயிற்றின்மேல் கொடுக்கும் பலத்தின் அளவே சொல்லியது: கோயில் முகட்டில் தொங்கும் மணியின் கனம் என்னவாக இருக்கும் என்று. கண்டிப்பாக, இந்த ஊர் முழுவதும் அந்த ஒலி கேட்டிருக்கும்.

வெளியே வரும்பொழுது மொத்த மக்களும் கூடியிருந்தனர். இருக்கைகள் முழுவதும் நிறைந்ததால் மிஞ்சியவர்கள் சுற்றி நின்றுகொண்டிருந்தனர். சூழ்ந்திருந்த மக்களின் சலசலசப்பை அடக்கிக்கொண்டு பீட்டர் பேச்சைத் தொடர்ந்தார்:

"எல்லாருக்கும் வணக்கும். இந்த அவசரக் கூட்டம் எதுக்குன்னு யாருக்காவது தெரியுமா?"

கண்டிப்பாக, சபை உறுப்பினர்கள்வழியாக சிலருக்கு இந்தச் செய்தி போயிருக்கலாம் என்று அவருக்கு நன்றாகத் தெரியும். இருந்தும் சில குரல்கள் மட்டுமே தெரியும் என்று பதில் சொல்லியது.

"சரி, நானே சொல்லுறேன். கடவுளோட தயவால நம்ம ஊர் மக்களுக்கு எல்லாமே இருக்கு. ஆனாலும் நம்ம ஊர்ல சில குடும்பங்கள் இன்னும் குடிசை வீட்டுல இருக்காங்க. அவங்களுக்கு வீடு கட்டிக் கொடுக்கலாம் என்று முடிவு பண்ணியிருக்கிறோம். இதை இரண்டு நாட்களுக்கு முன்னால சபையில் பேசி முடிவும்

எடுத்திருக்கிறோம்." என்று கூறியவர், தூர நின்றிருக்கும் ஜெய்யை பார்த்து "தம்பி, முன்னால வாங்க" என்று அழைத்துவிட்டு மீண்டும் தொடர்ந்தார். "இவர் ஜெய். சென்னையிலிருந்து வந்திருக்கிறார். ஆண்டாள் வங்கியின் நிறுவனரின் மகன். இவரின் சொந்த ஊர் பூந்தோப்பு. இவர், நம் ஊருக்கு எதாவது நல்லது செய்ய வேண்டும் என்று ஆசைப்படுகிறார். தனது எண்ணத்தை உங்களுடன் பகிர்ந்து கொள்வார். பிறகு, நீங்கள் உங்கள் கேள்விகளைக் கேட்கலாம்." என்று பீட்டர் தன் பேச்சை முடிக்கவும் ஜெய் முன்னால் வந்தான்.

"வணக்கம். நான் இங்கே குடிசை வீடாக இருக்கும் குடும்பங்களுக்கு வீடு கட்டித் தரலாம் என்று இருக்கிறேன். அதற்கு எனக்கு நிலம் தேவை. நிலத்திலிருந்து வீடு கட்டி முடிப்பதற்கான எல்லா செலவையும் நான் ஏற்றுக் கொள்கிறேன். உடனே செய்ய வேண்டும் என்று ஆசைப்படுகிறேன். வேறு எதுவும் சொல்வதற்கில்லை." என்று ஜெய்யும், தான் பேச வேண்டியதை சுருக்கமாகச் சொல்லி முடித்தான். இனி, மக்களின் கேள்விக்கான நேரம் என்று யாரும் அவர்களுக்கு எடுத்துரைக்கவில்லை. அவர்களே கேட்க ஆரம்பித்தார்கள்.

முதல் கேள்வி, "நிலத்தை யார் பெயருக்கு எழுதித் தர வேண்டும்."

"நிலத்தை ஆண்டாள் வங்கியின் பெயரில் மாற்றிக் கொள்வோம் முதலில். பிறகு வீடு கட்டி முடித்து, குடும்பங்கள் அந்த வீட்டில் குடிபோகும் தறுவாயில் அவர்கள் வீட்டு நிலத்தை அவர்கள் பெயரிலேயே மாற்றித் தருவோம்"

"தனித்தனி வீடுகளா?"

"இல்லை, இது அடுக்குமாடிக் குடியிருப்பு. ஒவ்வொரு வீடும் இரண்டு படுக்கை அறை வசதிகள் கொண்ட வீடுகளாக இருக்கும்"

"என்ன நம்பிக்கையில் நாங்க உங்களுக்கு எழுதிக் கொடுக்கிறது"

"நீங்கள் கேட்பது சரிதான். நான் சும்மா இதைக் கேட்கல. அந்த நிலம் எல்லாம் என்ன காசுக்கு இப்பொழுது செல்லுமோ அந்தக் காசை கொடுத்துதான் நிலத்தை வாங்கப் போறோம். நாங்க உதவி செய்யுற நோக்கத்தோட மட்டும்தான் வந்திருக்கிறோம். அதே நேரம், எங்க உதவியை யாரும் தப்பா பயன்படுத்திரக் கூடாது. அவ்வளவுதான்."

"ஏன், நீங்க பூந்தோப்பு—ல இதைப் பண்ணவேண்டியதுதானே? ஏன் எங்க ஊரு."

"பூந்தோப்புலேயும் செய்யுறோம். அங்கே பாலாற்றை சுத்தப்படுத்தலாம்னு இருக்கிறோம். பூந்தோப்பைவிட இந்த ஊரு ஏழ்மையா இருக்கு. அதுதான் முதல்ல இதை தேர்ந்தெடுத்தோம்"

கேள்விகள் அனைத்தும் முடிந்தபின்னர், மக்களின் சிறு சலசலப்பிற்குப் பிறகு கூட்டம் அமைதியானது. அதன்பிறகு மீண்டும் பீட்டர் தொடர்ந்தார்:

"நிலத்தை யாராவது விற்க ஆசைப்பட்டால் நேரடியாக என்னிடம் தெரிவிக்கலாம்."

இடையில் ஜெய் மறித்து, "மொத்தம் இருநூறிலிருந்து முன்னூறு வீடுகள் கட்டலாம் என்று இருக்கிறோம். அதற்கு ஐந்து ஏக்கர் நிலமாவது தேவைப்படும். ஒரே இடத்தில் இருந்தால் நன்றாக இருக்கும்."

"சரிதான்... யாராவது நிலத்தை விற்கத் தயாராக இருந்தால் சொல்லுங்கள்."

இவர்கள் கேட்டதும் அந்தக் கூட்டத்திலிருந்த ஒருவர் தன் நிலத்தை விற்க முன்வந்தார்.

"ஐந்து ஏக்கர் இல்லை, மொத்தம் ஏழு ஏக்கர். மொத்தமாக வாங்கிக்கிறதா இருந்தா விலைக்குத் தர்றேன்."

ஜெய், உடனே அதை முடிப்பதற்குத் தயாரானான்.

"நல்லது, அதிலேயே வீடு கட்டலாம். இருநூறு வீடுகள் சேர்த்துக்கட்டலாம். பூம்பொழிலில் இருந்து சில மக்களை இங்கே நகர்த்தலாம். சரிதானே?"

"அதுவும் நல்ல திட்டம்தான்" என்று பாதிரியார் பீட்டர் வழிமொழிந்தார்.

"அந்த இடம் இப்பொழுது ஒரு சதுர அடி ஐநூறுக்கு விற்கலாம். ஒரு நல்ல விசயத்திற்கு என்பதால் நான் நானூறு ரூபாய்க்கே தர்றேன்." என்று அந்த நிலத்தின் சொந்தக்காரர் சொன்னார்.

ஜெய் எதையும் யோசிக்கவில்லை. ஆனாலும் அவனுக்குத் தெரிந்திருந்தது அந்த இடத்தில் ஒரு சதுர அடி ஐநூறு ரூபாய் அளவிற்கு எல்லாம் விலை போகாது. என்னை ஏமாற்றுவதாக அவர் நினைத்துக் கொள்கிறார் என்று.

"சரி, அதையே பேசி முடித்துவிடலாம். உடனே சான்றிதழ்களை தயார் செய்கிறேன்" என்று ஜெய் முடிக்க, பீட்டர் தொடர்ந்தார்:

"யாருக்கேனும் இதில் மறுப்பு இருக்கிறதா?" என்றார்.

அங்கு, அமைதியைத் தவிர வேறெதுவும் இல்லை.

"சரி நல்லது. இந்த வீட்டை யாருக்கெல்லாம் பகிரப் போகிறோம் என்பதை சபை முடிவு செய்யும். கண்டிப்பாக,

சொந்த நிலம் வைத்திருப்பவர்களுக்கும் வீடு கட்டும் அளவிற்கு வசதியுள்ளவர்களுக்கும் முன்னுரிமை அளிக்கப்பட மாட்டாது. அடுத்த வருட திருப்பலியில் மக்கள், இதற்கு எப்படி விண்ணப்பிக்கலாம் என்று அறிவிக்கப்படும். இத்துடன் ஊர்க் கூட்டம் முடிவடைகிறது." என்று பாதிரியார் முடித்தார்.

அதன்பிறகு கூட்டம் கலைய ஆரம்பித்தது. ஜெய்யும் சபை உறுப்பினர்களும் அந்த நில உரிமையாளரும் அவர்கள் கலைந்து செல்லும்வரை காத்திருந்தனர். இன்னும் இரண்டு நாட்களில் எல்லாவற்றையும் தயார் செய்துவிட்டு மீண்டும் பாதிரியார் பீட்டரைப் பார்க்கிறேன் என்று, பீட்டரின் தொலைபேசி எண்ணையும் வாங்கி பதிவு செய்துகொண்டான் ஜெய். ஒரு பெரிய வெற்றி பெற்றதாக மனதில் நினைத்துக் கொண்டான், முதல் கோணல் முற்றும் கோணல் என்பதுபோல, முதல் வெற்றி முற்றிலும் வெற்றிக்கு படி என்றுகூடக் கொள்ளலாம் என்ற மகிழ்ச்சியில் அங்கிருந்து திரும்பினான்.

9

இதற்கிடையில் ராகுல், கார்த்தி மற்றும் சிவா, ஊதியத்துடன் கொடுக்கப்பட்ட சுற்றுலாப் பயணத்தை ரசித்துக் களித்து பயணித்துக் கொண்டிருந்தனர். குறிப்பாக, ராகுலின் வீடு கார்த்திக் மற்றும் சிவாவை வெகுவாகக் கவர்ந்தது. அழகான இரண்டு மாடிகள் கொண்ட கட்டடம் அது.

வீட்டின் உட்புறத்தைவிட வெளிப்புறம்தான் அதிக அழகாக இருந்தது. வீட்டின் பின்புறம் ஒரு துளசி மாடம் இருந்தது. அதன் அருகில் சற்றுத் தள்ளி ஒரு கிணறு இருந்தது. நீர் வாளியை கிணற்றின் குட்டிச்சுவர் மேல் நீர் நிறைத்து வைத்திருந்தனர். அந்த வாளியின் நார்க்கயிறு கம்பியின் வழியாக கிணற்றில் தொங்கிக் கொண்டிருந்தது. வீட்டின் நான்கு புறமும் வாழை மரங்கள் காய்த்து, குனிந்து நின்றுகொண்டிருந்தன. வீட்டின் முன்புறம் அழகிய முற்றம் இருந்தது. முற்றத்தின் இருபுறங்களிலும் அழகிய செடிகள் பூத்துக் கொண்டிருந்தன.

"இந்த வீடு மட்டும் சென்னையில இருந்தால் இதோட மதிப்பு என்னடா?" என்று கார்த்திக்கும் சிவாவும் ஆதங்கப்பட்டுக் கொண்டனர்.

இதுவரை கன்னியாகுமரி மாவட்டத்தை வெறும் கிறிஸ்தவர்கள் வாழும் உலகமாகக் கண்ட கார்த்திக் மற்றும் சிவாவிற்கு, ராகுலின்

வீடும் அங்கு நடக்கும் முறைகளும் வேறுமாதிரி அனுபவத்தைக் கொடுத்தன.

"தமிழர்கள் எனப்படுபவர்கள் அனைவரும் தமிழை தாய்மொழியாகக் கொண்டவர்கள். ஆனால் தமிழ்நாட்டை பூர்வீகமாகக் கொண்டர்வர்கள் அனைவரும் தமிழர்கள் அல்ல என்பது பல பேருக்குத் தெரியாது. மற்ற மொழிகளைப் பேசுபவர்கள் எல்லாம் வேறு மாநிலத்திலிருந்து வந்தவர்கள் என்று பலரும் நம்பிக் கொண்டிருக்கிறார்கள். ஆனால் அது இல்லை. நாங்கள் மலையாளம் பேசுபவர்கள். வேறு எந்த மாநிலத்திலிருந்தும் வந்து குடியேறியவர்களல்ல. என் அம்மா, அப்பா இருவருமே மலையாளம் பேசுபவர்கள். பரம்பரை பரம்பரையாகவே நாங்கள் இங்கேதான் வாழ்கிறோம். எங்களை மலையாளியாக பார்ப்பது சரிதான். ஆனால் இந்த நாட்டைச் சேர்ந்தவர்கள் இல்லை என்று பார்ப்பதுதான் கொடுமை." என்று சொல்லி, அவன் வீட்டில் நடக்கும் சடங்குகளை விளக்கினான் ராகுல்.

உண்மைதான். ராகுலின் வீட்டில் மலையாள மொழியில்தான் உரையாடினார்கள். ஐயப்பன் சாமியைத்தான் கடவுளாக வழிபட்டனர். அவர்களுக்கென ஒரு சமுதாயம் கூட்டுக்குடும்பமாய் தனியாக வாழ்ந்து கொண்டிருந்தது அந்த ஊரில்.

"இந்த ஊரில் மலையாளம் பேசுபவர்கள் ஐம்பது குடும்பங்கள் இருக்கலாம். இந்த ஐம்பது குடும்பங்களும் தனியாக வாழ்வது எங்கள் விருப்பமோ, சாதியின் காரணமோ இல்லை. எங்களை ஒரு தனியான சமுதாயமாக இங்கே இருப்பவர்கள் பார்க்கிறார்கள். எங்களுக்கு இங்கே விவசாய நிலங்கள் அதிகம். பிற இனத்தார்தான் எங்கள் நிலங்களில் வேலை செய்கிறார்கள். எங்களை அவர்கள் இன்றும் எஜமான் என்றுதான் அழைக்கிறார்கள். நாங்கள் எந்தப் பாகுபாடும் பார்ப்பதில்லை. அவர்கள்தான் எங்களை வேறு இனத்தவர்கள் என்று பார்க்கிறார்கள். எங்களை வேறு ஊர் மக்கள்போல பார்க்கிறார்கள். என்ன செய்வது?" என்று தங்கள் சமுதாயத்தின் நிலைமையை விளக்கினான்.

"எந்த நல்லது கெட்டதுக்கும் இந்த ஐம்பது குடும்பம்தான். இங்கே கோயிலில் சாமிக்கு பூஜை செய்யும் சாதி என்று எதுவுமில்லை. எங்கள் கோயில்களில் நாங்கள்தான் பூஜை செய்கிறோம். கோயிலுக்கு மட்டும் பிற இனத்தார்களும் வருகிறார்கள். ஆனால் நாங்கள் சைவம் என்று நினைத்துவிடாதீர்கள். கன்னியாகுமரியில் தினமும் மீன் உணவு இல்லாத குடும்பங்களே பார்க்க முடியாது. அதேபோல்தான் நாங்களும். திங்கள் முதல் சனிக்கிழமை வரை மீனும், ஞாயிற்றுக்கிழமை ஆட்டுக்கறியும் எங்கள் குடும்பத்தினரின் நிரந்தர

உணவு" என்று, கோயிலை சுற்றிப் பார்த்துக்கொண்டிருந்தபொழுது ராகுல் இந்த செய்தியை மற்ற இருவரிடமும் பதிவு செய்தான்.

"ஏன், ஞாயிற்றுக்கிழமை ஆட்டுக்கறி?"

"அது தெரியாதுல்ல உனக்கு. இங்கே இருப்பவர்கள் பெரும்பாலானவர்கள் கிறிஸ்தவர்கள் என்பதால், ஞாயிறு கடலுக்குள் மீன் பிடிக்கச் செல்ல மாட்டார்கள். எனவே, மீன் சந்தைக்கு வராது."

ராகுல் கூறியதில் முழுவதுமாக விளங்காதுபோல கார்த்திக் முகபாவனை அடையாளம் காட்டியதால், இன்னும் சற்றுத் தெளிவாக விளக்கலாம் என்று அவனுக்குத் தோன்றியது.

"இங்கே என் அப்பாவிற்கு மட்டும் முப்பது ஏக்கர் நிலத்திற்குமேல் சொந்தமாக இருக்கிறது. ஆனாலும் எங்களால் நாங்களும் தமிழ்நாட்டைச் சேர்ந்தவர்கள்தான் என்று சொல்ல முடியவில்லை. ஐம்பது குடும்பம்தான் மொத்தம் என்றாலும் நாங்கள் சொன்னால் இந்த ஊர் மக்கள் அவ்வளவு மரியாதை கொடுத்து அதை ஏற்றுக்கொள்வார்கள், இப்பொழுதும் அதைத்தான் சொல்கிறேன். எங்களை உயர்ந்த ஜாதி என்று பார்க்க வேண்டாம், தமிழர்கள் என்று பார்க்க வேண்டாம். ஆனால் தமிழ்நாட்டைச் சேர்ந்தவர்கள் என்று பார்த்தால் போதும். எங்கள் வீட்டில் நடக்கும் விழாக்களில் சிலநேரம், அது திருமண விழாவாகக்கூட இருக்கும். ஆனால் அண்டை வீட்டிலிருப்பவர்கள் அந்த விழாவில் கலந்துகொள்ள வரமாட்டார்கள். இது எல்லாம் எவ்வளவு கொடுமை தெரியுமா? இதுவரை, நாம் படித்த எல்லா வரலாறுகளிலும் என்ன இருக்கும் — மேல்ஜாதிக்காரன் கீழ்ஜாதிக்காரனை ஒதுக்கி வைப்பான், இங்கே கீழ்ஜாதிக்காரன் 'மரியாதை என்ற பெயரில்' இதற்குமேல் என்ன சொல்லிப் புரியவைப்பது என்று எண்ணி அந்த விசயத்தை அத்துடன் நிறுத்தினான்.

"அதுமட்டுமல்ல; எங்கள் ஊரில் ஒவ்வொரு சிற்றூரின் நடுவிலும் ஒவ்வொரு குளம் இருக்கும். எங்கள் ஊரில் இருக்கும் குளத்தை நாங்கள் பாதுகாக்கிறோம்."

அந்தக் குளத்தில் இந்த மூவரும் குளித்து நீச்சலாடினர். மூழ்கிக் குளிக்கும்பொழுது நாசிக்குள் நுழைந்த நீர் நாவிற்குள் வந்து, நீர் இனிக்கும் என்று காட்டியது. குளத்து நீர் கூட அவ்வளவு சுவையாக இருந்தது.

"யாருடா சொன்னது, நீருக்கு சுவை இல்லை என்று. இனிக்குதுடா."

"உண்மையில், நீரில் மூழ்கிக் குளித்தால் உடலில் இருக்கும் பாதி நோய்கள் ஓடிவிடும்"

“ஆமா கார்த்திக். சிவா சொல்வது உண்மைதான். தண்ணீருக்கு நோய்களை குணப்படுத்தும் ஆற்றல் உண்டு. இந்தக் குளத்தில் இரண்டு வருடத்திற்கு ஒருமுறை மீன் வளர்ப்பதற்காக குத்தகை விடுவோம். அதில் வரும் காசை வைத்துத்தான் இந்தக் குளத்தை பராமரிப்போம். இதில் பல நன்மைகள் இருக்கின்றன. இதில் மீன் வளர்க்கும் குத்தகைக்காரர்கள், மற்றவர்கள் யாரும் மீன் பிடித்துவிடக்கூடாது என்று தினமும் ஒருத்தர் குளத்திற்கு காவலிருப்பார். அதனால் யாரும் குப்பையை குளத்தில் போடமாட்டார்கள். பாதுகாப்பாக இருக்கும். மழை நேரத்தில தண்ணியோட அளவை அவங்களே பார்த்துப்பாங்க. இரண்டு வருடம் முடிந்தவுடனே குளத்தில் நீரை வற்றவைத்து அவர்கள் வளர்த்த மீனைப் பிடிப்பார்கள். ஆக, இரண்டு வருடத்திற்கு ஒரு முறை குளம் சுத்தமும் ஆகும்.”

உண்மைதான். குளம் கிணற்று நீரைவிட சுத்தமாக இருந்தது. இதையெல்லாம் சொல்லச் சொல்ல கார்த்திக்கிற்கும், சிவாவிற்கும் ராகுல் மேல் இன்னும் மதிப்பு அதிகமாகியது.

“பிறகு ஏன் ராகுல், நீ இதையெல்லாம் விட்டுவிட்டு சென்னையில் வந்து வேலை பார்க்கிறாய்.?”

“வேறுவழியில்லை கார்த்திக். படித்துவிட்டோம். படித்த படிப்பிற்கு வேலை என்று வரும்பொழுது விவசாயம் பார்க்க முடியவில்லை.”

“அப்படியென்றால் விவசாயம் படித்திருக்கலாமே?”

“பேசுறதுக்கு நல்லாதான் இருக்கு. மருத்துவர் மகன் மருத்துவம் படிக்கிறான், பொறியாளர் மகன் பொறியியல் படிக்கிறான். ஆனால் விவசாயி மகன் விவசாயம் படிக்க முடிவதில்லை. விவசாயத்தைவிட மற்ற படிப்புகள் உயர்ந்ததாக இருக்கிறது நம்ம ஊரில். இந்த அறிவு கல்லூரிக்குச் செல்லும்பொழுதே இருந்திருந்தால் கண்டிப்பாக விவசாயம்தான் படித்திருப்பேன். விவசாய படிப்புதான் உயர்ந்தது என்று தெரியவே, வேறு படிப்பு படித்து தெரிந்துகொள்ள வேண்டியிருக்கிறது.”

தன்னைப் பற்றிய கேள்விகள் எல்லாவற்றிற்கும் பதில் வைத்திருந்தான் ராகுல்.

பொதுவாக, விடுமுறைகள் எப்பொழுதும் வேகமாக ஓடிவிடும். அதைவிட வேகமாக தன் வேலைகளைச் செய்துகொண்டிருந்தான் ஜெய். நண்பர்கள் விடுமுறையை முடித்துவிட்டு பூந்தோப்பிற்கு வரும் முன்னரே இனயந்துறை வீடு கட்டுவதற்கான நிலத்தை கையகப்படுத்தியிருந்தான் ஜெய். மொத்தம் ஐநூறு வீடுகள் என்று திட்டமிட்டு ஒரு பெரிய கட்டுமான நிறுவனத்திடம் ஒப்பந்தமிட்டு. ஆறு மாதங்களில் வேலையை முடிக்க வேண்டும் என்ற இலக்கையும் நிர்ணயித்திருந்தான்.

இதற்கிடையில், சிலமுறை பூந்தோப்பையும் சுற்றி வந்தான் ஜெய். கார்த்திக், ராகுல் மற்றும் சிவா சுற்றுலாவை முடிந்துவந்திருந்த பொழுது ஒரு பெரிய திட்டத்தையே வகுத்திருந்தான்.

“இனி நமக்கு நேரம் மிகக்குறைவு, இன்னும் சில நாட்களில் நம் வங்கியின் கிளையை நிறுவியாக வேண்டும். அதற்கு முதலில் அந்த ஊருக்குள் நாம் சென்றாக வேண்டும். அதுவும் அந்த ஊர் மக்கள் நம்பி ஏற்றுக்கொள்ளும்படியாக.”

“சொல்லு ஜெய், நாங்க என்ன செய்யவேண்டும்” என்று ராகுல் மிகவும் ஆர்வமாகக் கேட்டான்.

“வன்முறையோ, நன்முறையோ இதை செய்யப்போகிறோம். நீங்க மூவரும் சேர்ந்து பூந்தோப்பிற்குப் போகும் ஒரு பேருந்தை கடத்தப் போகிறீர்கள்.”

“என்னது... பேருந்தை கடத்தப்போறமா! என்ன விளையாடுறியா?”

“நாங்க எதுக்கு பேருந்தைக் கடத்தணும். அந்த அளவுக்கு தைரியம் எல்லாம் இல்ல...”

“மாட்டினா... கொன்னுருவாங்க...”

“பயப்படாதீங்க. உங்களுக்கு எதுவும் வராது. நான் பாத்துக்கிறேன். நம்புங்க. இதைத் தவிர வேறுவழியில்ல. இந்த ஊரு காவல் அதிகாரி இப்போது நம்ம பக்கம். எதுவும் ஆகாது. பேருந்தைக் கடத்தி, அதையே நாம கண்டுபிடிச்சு ஒரு அதிகாரியாவே உள்ளே நுழையலாம். அதிகாரிங்கிறதனால பயமும் இருக்கும், பல பேரோட உயிரைக் காப்பாற்றுனதுனால மரியாதையும் இருக்கும். மறுபடியும் சொல்லுறேன், உங்களுக்கு இதில எந்தப் பிரச்சினையும் வராது. மக்கள் யாரையும் கஷ்டப்படுத்தப் போறதில்ல. வேற அடியாட்களைப் பயன்படுத்தலாம். ஆனா அது சரியா வராது. வேற பிரச்சினைகள் வரும்.”

இறுதியாக, ஜெய் சொல்வதை மூவரும் ஏற்றுக் கொண்டனர். நாட்கள் நகர நகர, செய்யும் வேலைக்காக, வாங்கும் ஊதியத்திற்காக எதுவும் செய்யவில்லையே என்றும், தன் நிறுவனம் கொடுக்கப்பட்ட இலக்கை அடைவதற்காக இதெல்லாம் செய்யவேண்டியதிருக்கிறது என்றும் மூவரும் எண்ணிக் கொண்டனர். ஆனால் அன்று ஜெய் எடுத்த இந்த பேருந்துக் கடத்தல் முடிவு தவறாக வேறுவழியில் சென்று முடியும் என்று ஒருபோதும் எண்ணவில்லை. முதன்முறையாக யானைக்கு அடி சறுக்கியது. சறுக்கிய அடிகளை அழுத்தி தடம் பதித்து மீண்டு எழவும் அது காரணமானது.

மறுநாள் இரவு, நேரம் பத்து மணியை நெருங்கிக் கொண்டிருந்தது. விழித்துக்கொண்டிருந்த சந்திரன், மேகங்கள்வழியாக மறைவதும் மீண்டும் எட்டிப் பார்ப்பதுமாக ஒரு உளவாளி போன்று இவர்களை உளவு பார்த்துக்கொண்டிருந்தது. அதுவரை பூக்களை அள்ளிக்கொண்டு வந்த தென்றல் சற்றுநேரத்திற்கு தனது பணியை நிறுத்திவைத்திருந்தது. வீசும் காற்றின் மணமறியாமல் மூவரின் மனம் படபடவென்று ஓடிக் கொண்டிருந்தது.

சரியாக பூந்தோப்பு கிராமத்தில் எல்லையிலுள்ள பேருந்து நிறுத்தத்தில் கடைசிப் பேருந்திற்காக அவர்கள் காத்திருந்தனர். அந்த நிறுத்தம் நிறுவப்பட்டு பல வருடங்களாகி இருந்ததால் அது உடைந்து, தேய்ந்து, குறுகி வயதாகி நின்றுகொண்டிருந்தது. ஒரு மின்விளக்கு அதன் தலைக்குமேல மஞ்சள் நிறத்தில் எரிந்துகொண்டிருந்தது. காயும் நிலா வெளிச்சம் அந்த மின்விளக்கு வெளிச்சத்தில் மங்கித் தெரிந்தது. அந்தப் பேருந்து நிறுத்தக் குடையின் ஓரங்கள் முழுவதும் காட்டுச்செடிகள் படர்ந்து கூரையாகவும் சுவராகவும் மாறி செங்கல்சுவர் ஓட்டைகளை அடைத்துக்கொண்டிருந்தது. மின் விளக்குடன் வெட்டுக்கிளிகளின் சத்தம் காதுகளில் யாரோ, எங்கிருந்தோ ஊளையிடுவதுபோல கேட்டுக் கொண்டிருந்தது. அந்த நிறுத்தத்தில் மனநிலை சரியில்லாத ஒருவன் தினமும் சேர்த்து வைத்த அழுக்குத் துணிகள் மற்றும் சில புத்தக அட்டைகள் குவியலாகக் கிடந்தன. ஆனால் அவனை அங்கே காணவில்லை. அந்த அழுக்குத் துணியிலிருந்து ஒரு துர்நாற்றம் அவ்வப்பொழுது காற்று வீசும்பொழுது வீசிக் கொண்டிருந்தது. இந்த சத்தங்களைத் தவிர வேறொரு அடையாளமும் அந்தச் சாலையின் நடுவில் தென்படவில்லை. அதன் ஒரு ஓரமாக நின்றுகொண்டிருந்தனர் ராகுல், கார்த்திக் மற்றும் சிவா.

உடலை புல்லரிக்குமளவிற்கு பருவம் குளிராக இருந்தது. அந்தக் குளிரை மறைக்க இவர்கள் போர்வை போர்த்தியிருந்தனர். அதே போர்வையால் முகத்தை பாதியளவு தெரிவது போலவும் மறைத்திருந்தனர். அதாவது, முகத்தைப் பார்த்தால் யாரென்று கண்டுபிடிக்க முடியாமல் இருந்தது அது.

சற்றுநேரத்தில், தூரத்திலிருந்த ஒரு தேவாலயத்தில் இரவு பத்து மணிக்கு ஒலிக்கும் மணிச் சத்தம் கேட்டது. அதைத் தொடர்ந்து, ஒலிபெருக்கியின் வழியாக வேதநூல் வாசகம் ஒன்றும் கேட்டது:

"என் மகனே, உன் இருதயம் ஞானமுள்ளதாயிருந்தால், என்னிலே என் இருதயம் மகிழும், நீதிமொழிகள்" என்று, அந்த ஒலிபெருக்கியின் சொற்கள் முடிந்தன.

“ராகுல், நம்ம இருதயம் ஞானமுள்ளதா?” என்று, அந்த வேதநூல் வாக்கியத்தை நினைவு படித்தி அருகிருந்த ராகுலிடம் கார்த்திக் கேட்டான்:

“ஆமா, ரொம்ப முக்கியம். நானே நடுங்கிட்டு இருக்கிறேன். இதுலே நீ வேற.” என்று ராகுல் அவனுக்கு மறுமொழி கொடுத்தான்.

“சரி, ரெண்டு பேரும் கேளுங்க. மறுபடியும் சொல்லுறேன்: இன்னும் பத்து நிமிசத்துல பேருந்து வந்துரும். நானும் கார்த்திக்கும் பேருந்தோட பின்னால ஏறிக்கிறோம். சிவா நீ முன்னால ஏறிக்கோ. ஏற்கனவே நம்ம திட்டம்போல எதையும் தவறவிடக் கூடாது. முக்கியமா, நாம முகத்தை மூடி இருக்கிறதைப் பார்த்தா பேருந்துல இருக்கிறவங்களுக்கு சந்தேகம் வரலாம். அது வராமா பார்த்துக்கணும். நான் பேருந்தோட நடுவுல இருப்பேன்.” என்று ராகுல் பேசிக்கொண்டிருக்கும்பொழுதே தூரத்தில் பேருந்து வரும் சத்தம் கேட்க ஆரம்பித்தது. மேடு பள்ளங்களில் விழுந்து எழுந்துவந்த பேருந்தின் சத்தத்தில், வெட்டுக் கிளியின் சத்தம் மெல்ல மங்க ஆரம்பித்தது. பேருந்து இன்னும் அருகில் வர வர சுற்றியிருந்த எல்லா சத்தங்களும் மௌனமானதுபோலத் தோன்றியது. பேருந்து நிறுத்தத்திற்குமேல் எரிந்துகொண்டிருந்த மின் விளக்கு வெளிச்சம், பேருந்தின் முகப்பு விளக்கில் காணாமல் போக ஆரம்பித்தது.

“பேருந்து வந்திடுச்சு. தயாராகுங்க.”

பேருந்தின் முகப்பு விளக்கின் வெளிச்சம், மஞ்சள் நிற தெரு விளக்கின் வெளிச்சத்தை கிழித்துக்கொண்டு வெளியே வந்தது. அன்றைய இறுதிப் பேருந்து என்பதால் பேருந்து இவர்களைப் பார்த்த உடனே நின்றது.

பேசியதுபோல மூவரும் அதில் ஏறிக் கொண்டனர். முன்பக்க கதவின்வழியாக சிவா ஏறிக் கொண்டான். பேருந்து சற்று கூட்டமாக இருந்தது. பலரின் கண்களில் உறக்கத்தின் வரவு தெரிந்தது. அவர்களைத் தாலாட்டியபடி பேருந்து மெல்ல முன்னோக்கி நகர்ந்து வேகமெடுத்தது.

அவர்கள் திட்டமிட்டபடி, பேருந்தின் வருகைக்காக ஆற்றுப்பாலத்தில் காத்திருந்தான் ஜெய். அந்த ஆற்றுப்பாலம் பூந்தோப்பின் நுழைவாயில் என்றுகூடச் சொல்லலாம். அதைக் குறிக்கிடாமல் சாலைகள் வழியாக பூந்தோப்பிற்குள் செல்ல முடியாது.

அந்த ஆற்றுப்பாலத்தை பின்னால் விட்டுவிட்டு முன்னேறினால் ஒரு சிறிய சாலை ஒன்று குறுக்கிடும். அந்தச் சாலை மிகவும் குறுகிய, செப்பனிடப்படாத மண் சாலை. அந்தச் சாலையானது பத்து

மைல்கள் கடந்தபின், காட்டுப் பகுதிக்குச் செல்லும். அதன்வழியாக பேருந்தைக் கடத்த வேண்டும் என்பது திட்டம்.

பேருந்தைக் கடத்திய பிறகு என்னென்ன செய்ய வேண்டும், வண்டியிலிருக்கும் மக்களை என்ன செய்ய வேண்டும் என்பதை சரியாக நிறைவேற்ற திட்டம் வகுத்திருந்தான் ஜெய். அதுவும் இன்று இரவிற்குள் எல்லாம் நடந்தாக வேண்டும் என்பதும் அவன் திட்டமாக இருந்தது.

ஆற்றுப்பாலத்தை பேருந்து நெருங்க நெருங்க மெல்ல மெல்ல நகர்ந்து ஓட்டுநரின் அருகாமையை அடைந்தான் சிவா. தான் செய்யப்போகும் வேலை ஓட்டுநரைத் தவிர யாருக்கும் தெரிந்துவிடக்கூடாது என்று கவனமாக இருந்தான். ஓட்டுநரின் இருக்கைக்கு அருகில் இருந்த ஒரு இரும்புக்கம்பியில் தன் உடலைச் சாய்த்து நன்கு உறுதிப்படுத்தி இருந்தான்.

பேருந்து ஆற்றுப்பாலத்தை அடைந்ததும் சிவா, தன் முகத்தை நன்றாக மூடிக்கொண்டு கையிலிருந்த கத்தியின் முனையை ஓட்டுநரின் முதுகில் வைத்தான்.

“உன் பின்னாடி நான் வெச்சிருக்கிறது தொட்டாலே ரத்தம் வர்ற கத்தி. அழுத்தினா போய்ச் சேர்ந்திருவ. இதேமாதிரி ஒரு கத்திய நடத்துனர் கழுத்திலயும் வச்சிருக்கோம். சத்தம் போடாம வண்டியை ஓட்டு. பாலம் முடிந்த உடனே காட்டுக்குச் செல்லும் அந்த மண் சாலை வழியாக வண்டிய ஓட்டு. கத்தினா கத்தியை அழுத்திருவேன், செத்துருவே” என்று, மெலிதாக அழுத்தி கையிலிருந்த கூரான கத்தியில் வலியை ஓட்டுநருக்கு உணர்த்தினான்.

பேருந்தின் நடுவில் நின்றுகொண்டிருந்த ராகுல் பின்னால் எட்டிப் பார்த்தான். கார்த்திக் பேருந்து நடத்துனரின் அருகில் இருந்த இருக்கையில் அமர்ந்துகொண்டிருந்தான். ஆக, கார்த்திக் நடத்துனரை மிரட்டிக் கொண்டிருப்பது யாருக்கும் தெரிய வாய்ப்பில்லை என்று உறுதி செய்தான். ஆனால் சிவா, சிறிது தவறினாலும் மக்கள் கண்டுபிடித்துவிடுவார்கள்.

அந்த மண் சாலையின் அருகே பேருந்து செல்லும்பொழுது சிவா, தன் கையிலிருந்த கத்தியை இன்னும் ஓட்டிநரின் உடலை நோக்கி அழுத்தினான். வேறுவழியில்லாமல் பயந்து போய் ஓட்டுநர் வண்டியை திசை திருப்பினான். அதேநேரத்தில்தான் அந்த கோரச் சம்பவம் நடந்தேறியது.

எப்பொழுதும் செல்லும் வழியிலிருந்து பேருந்து திசைமாறவும், பேருந்திலிருந்த மக்களின் குரல் சலசலக்க ஆரம்பித்தது.

"என்ன, வண்டி வேறு பாதையில் போகிறது..." என்று சிலர் கேட்கும் சத்தம் கேட்டது. அதுவரை யாரும் சிவாவின் கத்தியையும், கார்த்தியின் கத்தியையும் கவனிக்கவில்லை. அப்பொழுது இன்னொருவன் குரல் கொடுத்தான்:

"முகத்தை மூடிட்டு ஒருத்தன் ஓட்டுநர் பக்கத்துல என்ன செய்யிறான்? யாரு அவன்? ஏன் முகத்தை மூடியிருக்கான்?" இந்தக் குரல்தான் எல்லாவற்றிற்கும் காரணம்.

பயத்தில் உறைந்திருந்த ஓட்டுநர், இந்தக் குரலை கேட்டதும் தன் பின்னால் கத்தி வைத்திருப்பவன் யாரென்று தெரிந்துகொள்ள எண்ணித் திரும்பி, சிவாவின் முகத்தைப் பார்க்க முயன்றார். இதைக் கவனித்த சிவா, பயத்தில் கத்தியை இன்னும் வேகமாக அழுத்தினான். கத்தி பட்ட இடத்திலிருந்து இரத்தம் பீய்ச்சியடித்தது.

ஓட்டுநர் வலியாலும் பயத்தாலும் வண்டியை வேகத்தை முறிக்கும் கம்பிலும், வண்டியும் வேகத்தை அதிகரிக்கும் கம்பிலும் கால்களை வைத்து அழுத்தினார்.

வண்டி அலறிக்கொண்டு, தூசி பறக்க அருகிலிருந்த பாறையில் மோதிச் சரிந்தது. அந்த வேகத்தில் பேருந்து தீப்பிடித்து எரிய ஆரம்பித்தது. மக்களின் கூக்குரல் பரவும் தீயைவிட கோரமாக கேட்க ஆரம்பித்தது. இதனிடையில், சிவாவும் கார்த்திக்கும் சின்ன காயங்களுடன் மின்னல் வேகத்தில் ஓடி மறைந்தனர். அவர்கள் ஓடியதை யாரும் கவனிக்கவில்லை. பேருந்தின் நடுவில் சிக்கிக்கொண்ட ராகுலால் ஓட முடியவில்லை. சிறு காயத்துடன் வெளியே வந்த அவன், அங்கிருந்த ஒவ்வொருவரையும் காப்பாற்ற ஆரம்பித்தான்.

அதற்குள் மறைந்திருந்த ஜெய்யும் அந்த விபத்துப் பகுதிக்கு வந்தான். ஜெய்யும் ராகுலும் சேர்ந்து பேருந்திலுள்ள மொத்த மக்களையும் காப்பாற்றினர். அதில் மிகவும் காயம்பட்டு மயக்கத்திலிருந்த ஐந்து பேரை தன் வண்டியில் ஏற்றிக்கொண்டு மருத்துமனைக்கு விரைந்தான் ஜெய்.

ராகுல், மக்களுடன் மக்களாக அங்கேயே நின்றுகொண்டிருந்தான். ஜெய்யின் வண்டி மருத்துவமனையைப் பார்த்து விரைந்த பிறகு, ராகுல் பேருந்தைப் பார்த்தான். சுடுகாட்டில் எரியும் பிணத்திற்கு இணையாக எரிந்து கொண்டிருந்தது அந்தப் பேருந்து.

"நல்லவேளை, எல்லாரையும் காப்பாற்றிவிட்டோம்" என்று பெருமூச்சுவிட்டான் ராகுல். அடுத்து சில நிமிடங்களில் அந்த விபத்து நிகழ்ந்த பகுதியில் பூந்தோப்பு மக்களும் காவலர்களும் குவிந்துவிட்டனர்.

ஜெய்யின் திட்டம் என்னவென்று தெரிவதற்கு முன்னமே, அந்தத் திட்டத்தின் போக்கு மாறி வேறுவிதமாக நடந்து முடிந்தது.

ஒவ்வொருவரும் விபத்து நடந்தது எவ்வாறு என்று விவரித்துக் கொண்டிருந்தனர்.

"எனக்கு எதுவும் தெரியாது சார். கடவுமடை பேருந்து நிறுத்தத்துல வண்டியை நிறுத்தினேன். மூணு பேரு ஏறுனாங்க. ஆற்றுப் பாலம் பக்கத்துல வரவும், ஒருத்தன் கத்தியை முதுகுல வெச்சான்" என்று ஓட்டுநர் சொன்னார்.

"பேருந்துல ஏறுன உடனே ஒருத்தன் என் பக்கத்துல வந்து உட்கார்ந்தான். ஆற்றுப் பாலம் வந்தவுடனே என் வயித்துல கத்தி வெச்சான்" என்று நடத்துனர் நடந்ததை விவரித்தார்.

"மூணு பேரு இருந்தாங்க..." என்று மறுபடியும் இன்னொருவன் சொன்னான்.

"ஆமா, வண்டி கவிழ்ந்த உடனே மூணுபேரும் ஓடிட்டாங்க.." என்று தன்னை அடையாளம் கண்டு கொள்ளாமல் இருக்க வார்த்தைகளால் திசை திருப்பினான் ராகுல்.

"நீ யாரு தம்பி. புதிய முகமா இருக்கு. இங்கே பார்த்தது இல்லையே." என்று அருகில் இருந்த ஒருவர் ராகுலை கேட்டார்.

இப்பொழுது அந்த ஊர் காவல் அதிகாரி துரை குறுக்கிட்டார். அவர்தான் அந்த கிராம காவல் நிலையத்தின் உயர் அதிகாரி. "அவரு என்னைப் பார்க்க வந்தவரு. நான் வரச் சொல்லியிருந்தேன்." அத்துடன் அந்தப் பேச்சு நிறுத்தப்பட்டது.

"இன்னொரு தம்பி வந்து காப்பாத்துச்சே, அது யாரு தம்பி?" என்று அந்தக் கூட்டத்தில் நின்ற ஒரு பெரியவர் கேட்ட கேள்வியை கவனிக்காததுபோல ராகுலும் அதிகாரி துரையும் நின்றனர். ஏற்கனவே துரையை பணம் கொடுத்து வாங்கியிருந்தான் ஜெய்.

எப்படியோ, ஜெய்யின் திட்டம் வேறுபாதையில் போய் முடிந்தது. யாரும் இதை எதிர்பார்க்கவில்லை. வண்டியைக் கடத்த முயன்றவர்கள் யாராக இருக்கும் என்ற கேள்விகளுடன் நின்றது அந்த விவாதம். மேலும் ஒரு கடத்தல் புகாரும் பதிவு செய்யப்பட்டது.

கடமைக்காக என்று சில கேள்விகளை பயணிகளிடமும் ஜெய்யிடமும் கேட்டு பதிவு செய்து கொண்டார் துரை.

"என்ன ஜெய், நல்ல கவனத்தோடதான இதையெல்லாம் செய்யணும். இப்போ பாருங்க. சின்னப்பசங்கள நம்பி இந்தமாதிரி வேலையில இறங்கலாமா? ஒரு வண்டியை கடத்துறதுன்னா

சாதாரண வேலையா என்ன? அதுவும், அத்தனை பேரு பயணம் செய்யுற வண்டிய"

"எல்லாத்தையும் பெரிசா திட்டம் போடுவேன். ஆனா இதை தவறவிட்டுட்டேன்."

"சரி. இப்போ என்ன செய்யப் போறீங்க."

"பார்க்கலாம், கொஞ்சம் நிலமை சரியாகட்டும்."

"ஆனா, எது பண்ணுறதா இருந்தாலும் எனக்குச் சொல்லிட்டு பண்ணுங்க. வாங்குன காசுக்கு எதாவது வேலை செய்யணுமில்ல." துரை ஒரு புன்முறுவலுடன் தன் அலுவல்களைப் பார்க்க ஆரம்பித்தார்.

காயமடைந்தவர்கள் ஓரளவிற்கு சரியாகும் வரை மருத்துவமனையில் அவர்களுக்குத் தேவையான அனைத்தும் செய்து உதவினான் ஜெய். அவன் நண்பர்களும் இணைந்து கொண்டனர். பேருந்தைக் கடத்த முயன்றவர்கள் இவர்கள் என்று யாரும் அடையாளம் கண்டுகொள்ளாதபடி கவனமாக இருந்தனர்.

ஒவ்வொரு நாளும் அடுத்து என்ன செய்யலாம் செய்யலாம் என்று யோசித்துக்கொண்டே வந்தான் ஜெய். இந்த கடத்தல் வேலை எல்லாம் செல்லாது என்று எண்ணியவன் அனுதாபத்தை உருவாக்க முயற்சிக்கலாம் என்று முடிவு செய்தான். அது அவனுக்குப் பலன் கிடைத்தது.

விபத்தில் காயமடைந்து மருத்துவனையில் இருக்கும் ஐந்துபேரையும் ஒரே நாளில் மருத்துவமனையிலிருந்து விடுவிக்கும்படி வசதிகள் செய்தான்.

அவர்களை மருத்துவமனையிலிருந்து விடுவித்ததும் அவர்களை தன் வண்டியில் ஏற்றிக் கொண்டான். அவன் வண்டியின் பின்னால் ராகுல், கார்த்திக் மற்றும் சிவாவும் தங்கள் இரு சக்கர வண்டியில் பின்தொடர்ந்தனர்.

வண்டியில் செல்லும்பொழுது அந்த ஐந்து பேரிடமும் சிறு கதைகளை சொல்லிக்கொண்டே வந்தான் ஜெய்.

"நாங்க ஒரு வங்கிலே வேலை செய்யுறோம். இங்கே ஒரு கிளை ஆரம்பிக்கலாம் என்று வரும்பொழுதான் இந்த விபத்தைப் பார்த்தோம். நல்ல நேரம், இரவு வரணுமான்னு யோசிச்சிட்டே வந்தோம். துரையை உடனே பார்க்க வேண்டியிருந்தது. நல்லவேளை."

"ஆமா தம்பி. கடவுள் மாதிரி வந்து காப்பாத்துனீங்க. இல்ல என்ன ஆகியிருக்கும்"

"அது ஒரு நல்ல வாய்ப்பா நினைக்கிறேன் ஐயா. எங்க வங்கியோட கிளையை ஆரம்பிச்சு இந்த ஊருக்கு நிறைய நல்லது செய்யலாம்னு இருக்கிறோம்."

"கண்டிப்பா நீங்க நல்லதுதான் செய்வீங்க தம்பி."

"கண்டிப்பா... ஆனா எப்படி இதை செயல்படுத்துறதுன்னுதான் தெரியல?"

"இதுல என்ன இருக்கு தம்பி. ஊருக்குத்தானே போறோம். அப்படி ஊரு தலைவரை கூப்பிட்டு மக்களை வெச்சுப் பேசுனா போதும், முடிவு செஞ்சிரலாம். நீங்க இப்போ எங்க புள்ளமாதிரி தம்பி."

ஜெய்யின் சதுரங்கத்தில் முதல் காய்நகர்த்தல் வெற்றிபெற்றது. வண்டி நேராக பூந்தோப்பிற்குச் சென்றுகொண்டிருந்தது. நண்பர்கள் மூவரும் அந்த வண்டியை தொடர்ந்து கொண்டிருந்தனர்.

10

வண்டியை நேராக, நன்கு அறிமுகமான ஆற்றோர சிவன் கோயில் முன்னால் ஜெய் நிறுத்தினான். ஐந்து பேரும் வண்டியிலிருந்து கீழே இறங்கினர்.

"தம்பி, நாங்க போயிட்டு வர்றோம். கொஞ்சம்நேரம் ஆகும். அதுவரைக்கும் நீங்க இங்கேயே இருங்க."

"சரி நாங்க காத்திருக்கிறோம்." என்று அவர்களை அனுப்பிவைத்தான். அவர்கள் சென்றதும் அவன் நண்பர்கள் தங்கள் இரு சக்கர வண்டிகளை ஓரமாக நிறுத்திவிட்டு கோயில் முன்பாக வந்தனர்.

"நமக்கு கொஞ்சம் வேலை இருக்கு. அதுவரைக்கும்..." என்று தன் நண்பர்களிடம் சில விசயங்களை விவரித்தான் ஜெய். ஏற்கனவே அந்தப் பகுதிகளை சுற்றிப் பார்த்திருந்ததால் ஜெய்க்கு மிகவும் எளிதாக இருந்தது.

"இந்த ஆறுதான் பழையாறு."

"ஆமா சொன்னீங்களே, குமரிக்கண்டத்தில் ஓடிய ஆறு என்று" என்று பழைய உரையாடலை நினைவுபடுத்தினான் கார்த்திக்.

"ஆமா. அதேதான். இந்த ஆறுதான் இந்த ஊருக்கு மூலதனம். ஆனால் இப்போ இப்படி ஓடிட்டு இருக்கு, இந்த ஆறு ஓடுற வழியா,

ஊருக்கு முன்னாலேயும் பின்னாலேயும் போய்ப் பார்த்தேன். பாலாறு என்ற பெயர் மருவி, பழையாறு என்று ஆகியிருக்கிறது. இந்த ஆறு சுருகோடு என்ற ஒரு ஊரில ஆரம்பிக்குது. இந்தப் பக்கம் மணவாளக்குறிச்சி அப்படிங்குற ஒரு ஊருல போய் கடல்ல கலக்குது. நம்ம பூந்தோப்பில மட்டும்தான் ஆற்றோரம் ஊர் இருக்கு. அந்த வீட்டில இருந்து கழிவுப் பொருட்கள் எல்லாம் இந்த ஆத்துலதான் கலக்குது. அதனாலதான் ஆறு இப்படி ஓடுது. இப்போதைக்கு தரையடி தண்ணீர் நல்ல தண்ணீரா இருக்கிறதுனால, இந்த ஆறோட மதிப்பு இந்த மக்களுக்குத் தெரியல. அதனால இந்த ஆற்றை சுத்தப்படுத்தலாம்னு ஒரு எண்ணம் இருக்கு. இந்த பூந்தோப்பு பகுதியில ஆற்றை சுத்தப்படுத்தி கழிவுகள் கலக்காம பண்ணிட்டா, இந்த ஆறு சுத்தமா பூந்தோப்பை கடக்கும். மற்ற பகுதியை அப்புறம் பார்க்கலாம்."

"ஜெய், நாமா எதுக்கு இந்த ஆற்றை சுத்தப்படுத்தணும். நம்ம வேலை அது இல்லையே?" என்று சிவா தன் எண்ணத்தை சந்தேகமாக்கினான்.

"நாம நிறைய பண்ணிட்டோம். ஒருத்தனுக்கு சந்தேகம் வந்திச்சின்னாலும் நம்ம நிலைமை அவ்வளவுதான், எதாவது நல்லதும் பண்ணுவோம். நாம இருக்கப் போற ஊரு வேறயில்ல!"

"எங்க ஊருக்கு ஒரு நல்லது செய்யணும்னு நம்ம வங்கி ஆசைப்படுது. உனக்கு ஏண்டா அதுல இந்தக் கேள்வி, விடுடா" என்று ராகுல் சிவாவிடம் ஆதங்கப்பட்டான்.

"சரி வாங்க" என்று அந்த ஆற்று தொங்குபாலம் வழியாக ஆற்றின் மறுபக்கம் அவர்களை அழைத்துச் சென்றான் ஜெய். எதிரே இருக்கும் வயல்வெளிகளை அவர்களிடம் காட்டினான் ஜெய்.

"இது எழுநூறு ஏக்கர் வயல்வெளி. ஒவ்வொரு எல்லையும் ஒவ்வொரு ஆளுக்குச் சொந்தமானது."

"நெல் எல்லாம் விளைய நேரம் ஆகிடுச்சு."

"ஆமா ராகுல், அதுதான் சொல்ல வந்தேன். இன்னும் கொஞ் சநாள்ல வயலை அறுத்திருவாங்க. அதனால அடுத்த விவசாயத்திற்கு உதவுறவிதமா நம்ம வங்கியை உயர்த்திரலாம்."

"எப்படி?"

"சொல்லுறேன். அதுக்கு முன்னாடி, அந்த வயல்ல கிழக்குப் பக்கம் பாருங்க. ஒரு வெற்று இடம் இருக்கா!" என்று அந்த விவசாயம் செய்யாமல் முட்கள் படர்ந்துகிடக்கும் அந்த இடத்தைக் காட்டினான் ஜெய்.

"ஆமா, ஒரு ஏக்கர் இருக்கும் போல"

"ஒரு ஏக்கர் இருக்காதுடா" என்று ராகுலின் கருத்திற்கு மறுப்புத் தெரிவித்தான் கார்த்திக்.

"அந்த இடத்திலதான் நாம வங்கியோட அலுவலகத்தை நிறுவப் போறோம். அந்த இடத்திலேருந்து மறுபக்கம் பூந்தோப்போட மறுபகுதி வீடுகள் ஆரம்பிக்குது. அந்த இடம், இந்த ஊர்த் தலைவர் முருகனோடது."

"முருகன் நம்மை அனுமதிப்பாரா?"

"அனுமதிக்க வைக்கணும்? அந்த இடத்திலே விவசாயம் பண்ணாம இருக்கிறாருன்னா எதாவது காரணம் இருக்கும் இல்ல. கண்டுபிடிப்போம். கண்டிப்பா அது ஒரு பெரிய கடினமா இருக்காது."

இவர்கள் பேசிக்கொண்டிருக்கும்பொழுதே கோயிலின் முன் அந்த ஊர் மக்களில் சிலர் குவிய ஆரம்பித்தனர். முதலில் ஒன்று இரண்டாக ஆரம்பித்தது, பின் நூற்றுக்கு மேல் என்று சென்று நின்றது கணக்கு.

"மக்கள் வர ஆரம்பிச்சிட்டாங்க, வாங்க போகலாம்" என்று ஜெய் அவன் நண்பர்களை அழைத்தான்.

"மக்களா?" என்று கார்த்திக் அதிர்ச்சியானான்.

"ஒண்ணுமில்ல கார்த்தி, பயப்படாத எதுவும் நடக்காது. அடிக்க எல்லாம் மாட்டாங்க." என்று அவனை ஆறுதல்படுத்தினான் ராகுல்.

"அசிங்கப்படுத்தாதடா. வாடா." என்று ராகுலும் ஜெய்யுடன் சேர்ந்து அழைத்தான். இருந்தாலும் கார்த்திக் அவர்களின் பின்னால் மறைந்தவாறே நடந்தான். அந்த ஊரில் முதல் முதலில் வாங்கிய அடி இன்னும் மறக்கவில்லை அவனுக்கு.

கோயிலின் முன்னால் ஒருவர் நிற்க, அவரைத் தொடர்ந்து மற்றவர்கள் நின்று கொண்டிருந்தனர். அதைக் கவனித்து சிவா, "ஜெய், நீ சொன்ன முருகன் அந்த முன்னால நிக்கிற பெரியவரா இருக்குமோ?" என்றான்.

ஜெய் அதற்கு எந்த பதிலும் கூறாமல் அவர்கள் முன்னால் வந்து நின்றான். அதைக் கவனித்த மக்களின் முன்னால் நின்றவர்களில் ஒருவர் பேச ஆரம்பித்தார், "ரொம்ப நன்றி தம்பி. பல பேர் உயிரக் காப்பாத்தியிருக்கிறீங்க."

"அது எங்களோட கடமை ஐயா. நாங்க ஒரு வங்கியில இருந்து வற்றோம். நான் அந்த வங்கியில மேலாளரா வேலை செய்யுறேன்.

இவர்களும் எங்களோட வேலை செய்யுறவங்க." என்று அந்த மூவரையும் அவர்களுக்கு அறிமுகப்படுத்தினான் ஜெய். அப்பொழுது பின்னால் இருந்துவந்த ஒருவன் அந்தப் பெரியவர் காதில் ஏதோ சொல்லிவிட்டு பின்னால் நகர்ந்தான்.

"டேய், அவன்தான்டா உன்னை அடிச்சவன். இன்னைக்கு சங்கு ஊதறது உறுதி" என்று சிவா, கார்த்திக் காதில் சொல்லி பயத்திலிருந்த கார்த்திக் இன்னும் பயமுறுத்தினான். ஆனால் ஜெய் எதைப் பற்றியும் யோசிக்காமல் பேச்சைத் தொடர்ந்தான்.

"அந்த வங்கியோட நிறுவனர் இந்த ஊரைச் சேர்ந்தவர். அதனால ஒரு கிளையை பிறந்த ஊருல நிறுவணும்ங்கிறது அவரோட ஆசை. அதை நிறைவேற்ற நேரம் இப்பொழுதுதான் வந்திருக்கு. அதுக்கு உங்க உதவி தேவை"

"தம்பி, நீங்க சொல்லுறது சரிதான். ஆனா..." என்று பின்னாலிருந்து வந்த முருகனின் குரல் கம்பீரத்தால், வார்த்தைகளால் கூடியிருந்த மக்களை பின்னோக்கி இழுத்தது. அவர்களுக்கு மிகவும் பழகிய குரல் என்பதால் திரும்பி, வந்து கொண்டிருந்த முருகனுக்கு வழிவிட்டனர். மக்களுக்கு முன்னால் வந்த அவர்தான் முருகன் என்று விளங்குவதற்காக இதுவரை பேசிக் கொண்டிருந்தவர் ஜெய்யிற்கும் அவன் நண்பர்களுக்கும் அவரை அறிமுகப்படுத்தினார்.

"தம்பி, இவருதான் எங்க ஊர்த் தலைவர் முருகன்"

உடனே கார்த்திக் ராகுலிடம், "மாப்ள இவ்வளவு நேரம் நாம பேசிட்டு இருந்தது எடுபுடிகிட்ட போல" என்றான்.

"நீங்க சொல்றது எல்லாம் சரி."

"பாரு, ஊர்த் தலைவர் முருகனே அதை ஒத்துகிட்டாரு. எடுபிடிதான் போல" என்று மீண்டும் ராகுலின் காதைக் கடித்தான் கார்த்திக்.

"சும்மா இருடா. அவரு பேசுறதக் கேளு"

முருகன் தொடர்ந்து பேசிக்கொண்டிருந்தார்.

"ஆனா உங்க நடவடிக்கை எல்லாம் சரியில்லையே தம்பி. எங்க ஊர் பொண்ணுங்க சாமி மாதிரி. நீங்க அவங்ககிட்டயே..."

"இவரு எதையுமே முழுசா பேச மாட்டாருபோல, இழுத்தே நிப்பாட்டுறாரு.." என்று மெல்ல குறுகுறுத்தான் சிவா.

"சரிதான் ஐயா, பசங்க பட்டிணத்தில வளர்ந்தவங்க. தப்புதான் மன்னிச்சிருங்க. இனி, இப்படி எல்லாம் நடக்காது" நண்பர்கள் சார்பில் ஜெய் மன்னிப்புக் கேட்டான்.

"ஆமா ஐயா... மன்னிச்சிருங்க..." என்று கார்த்தியும் ஒரு நடை முன்னால் வந்து மன்னிப்புக் கேட்டான்.

"கார்த்திக்கு இன்னும் பயம் மாறல..." என்று மீண்டும் சிவா குறுகுறுத்தான். இதை முருகன் கவனித்தார்.

"அந்த தம்பி..." சிவா என்ன சொல்கிறார் என்று கேட்டுத் தெரிந்துகொள்ளும் ஆவலில் கேட்டார் முருகன்.

"நானும் மன்னிச்சிருங்கன்னு சொன்னேன் ஐயா..." என்றான் சிவா. இதைக் கேட்ட ராகுல் சிவாவின் முகத்தைப் பார்த்து நக்கல் சிரிப்பு சிரித்தான்.

"துரையைப் பார்க்க வந்ததா கேள்விப்பட்டேன்"

"ஆமா ஐயா, சரிதான். எல்லாம் இந்த வங்கி விசயமாகத்தான்"

"ஹ்ம், எங்க ஊர்ல சில சட்டங்கள் இருக்கு."

"எங்க வங்கிக்குன்னு ஒரு சட்டம் இருக்கு. மக்களுக்கு நல்லது செய்யணும். என் தாத்தாவோட ஆசை. உங்க அனுமதி தேவை." மீண்டும் உறுதியாகச் சொன்னான் ஜெய்.

"அனுமதி இருக்கட்டும். ஊருக்கு என்ன செய்யலாம்னு இருக்கீங்க?"

"ஐயா, நம்ம ஊரு விவசாயத்தை நம்பித்தான் இருக்கு. அதுமட்டுமில்ல, இப்போ நம்ம நாட்டிலேயே விவசாயம் அழிஞ்சிட்டு வருது. அதை நம்ம கிராமத்திலேயும் பார்த்தேன். நிறைய விவசாய நிலங்கள்ல ரப்பர் மரங்களாக இருக்குது. இன்னும் கொஞ்ச நாள்ல இங்கே வயலையே பார்க்க முடியாதோன்னு ஒரு ஆதங்கம் வந்திச்சு."

"நீங்க சொல்றது சரிதான், சின்ன வயசில நான் பள்ளிக்கு போறப்போ, பாதையே தெரியாத அளவிற்கு வைக்கோல் காயும். இப்போ அதை பார்க்காவே முடியல. அதுமட்டுமில்ல; இந்த ரப்பர் மரத்தினால உஷ்ணம் அதிகமாகி வெக்கை தாங்கமுடியல." என்று அந்தக் கூட்டத்தில் ஒருவன் வழிமொழிந்தான்.

"நீங்க மேல சொல்லுங்க" என்று முருகன் தொடர, ஜெய் வார்த்தைகளின் தூண்டிலை விரிக்க ஆரம்பித்தான். மண்ணை முதலில் உழுவது மண்புழுக்கள்தான், அதை எடுத்து தூண்டிலில் கோர்த்து நீரில் வீசும்பொழுது தூண்டிலில் மாட்டிக்கொண்ட புழு துடிக்கும். அதைப்பார்த்த மீன், அது நீரில் நீந்துகிறது என்று எண்ணி அதை விழுங்க பாய்ந்து செல்லும். பிறகு அதன் கதி அவ்வளவுதான். அப்படித்தான் ஜெய்யின் வார்த்தைகள் இனிக்க ஆரம்பிக்க வேண்டும். அப்படி இனித்தால் மட்டுமே அவன்

நினைத்தது நடக்கும். ஆகவே வார்த்தை என்றும் தூண்டிலில் சிறிது சர்க்கரையை கோர்த்து முன்னால் மன ஊசலில் இருக்கும் மக்களிடம் வீசினான் ஜெய்.

"விவசாயம் செய்யுறவங்க கடவுள் மாதிரி ஐயா. அவங்க கஷ்டப்படக்கூடாது. அவங்களுக்கு உதவி செய்யுறதுதான் எங்க திட்டம். விவசாயத்திற்கு கடன் குடுக்கப் போறோம். அதுவும் வட்டி இல்லாத கடன்" தன் வார்த்தைகளுக்கு இடையே இடைவெளி விட்டு அனைவருக்கும் கேட்கும்படி சத்தமாகக் கூறினான்.

"வட்டி இல்லாத கடன்னா உங்களுக்கு என்ன லாபம்?"

"ஐயா, நான் ஏற்கனவே சொன்னேன். பணம் இல்ல நோக்கம். ஏற்கனவே பல கோடிகள் செலவில அங்கே இருக்கிற மக்களுக்கு வீடு கட்டிக் கொடுக்கிற திட்டத்தை ஆரம்பிச்சிருக்கோம். பணம் நோக்கமில்ல. பணம் நோக்கம்னா நாங்க நம்ம கிராமத்தை தேடி வந்திருக்க மாட்டோம்."

"நம்ம கிராமமா?" முருகனின் குரலில் சிறு கிண்டல் தெரிந்தது.

"ஆமா ஐயா. எங்கள் முன்னோர்கள் வாழ்ந்த கிராமம். அப்படினா எங்கள் கிராமம்னு சொல்லுறதுல தப்பி இல்லைதானே. எங்க வங்கிக்கு மூப்பர் நில வங்கின்னு பெயரை வெச்சிருக்கோம்" ஜெய் மார்பை நிமிர்த்திக் கூறினான்.

"மூப்பர்" என்றதும் முருகனின் கண்கள் விரிந்ததை யாரும் கவனிக்கவில்லை. அடுத்த நொடியிலிருந்து அவர் பேச்சில் மாற்றம் ஆரம்பித்தது. உண்மை தெரியாத ஜெய் தன் தூண்டிலில் முருகன் விழுந்துவிட்டதாக எண்ணிக் கொண்டான்.

"நல்ல எண்ணம் தம்பி. மக்களுக்கு நல்லது செய்யறதுக்குதான் நானும் தலைவரா இங்கே இருக்கிறேன். அதற்குத்தான் மக்கள் என்னை தலைவரா எடுத்து வெச்சிருக்காங்க." என்று சொன்னவர், அதற்குமேல் பேச்சைத் தொடர விரும்பாமல் பின்னால் கூடியிருந்த மக்களிடம், "என்ன சரிதானே?" என்ற கேள்வியை அவர்களிடம் வைத்தார்.

"நீங்க சொன்னா நாங்க என்ன சொல்லப் போறோம் தலைவரே." என்று பின்னால் நின்று கொண்டிருந்த மக்கள் எல்லாருடைய மொழியையும் வாங்கி ஒருவர் வழிமொழிந்தார். ஆனால் அதில் மாற்றுக்கருத்து உள்ள சிலரின் மொழியை இன்னொருவர் கேள்வியாக வைத்தார்.

"ஐயா... நம்ம ஊர்ல வெளியூர்ல இருந்து வர்றவங்கள தொழில் செய்யவிடுறது எனக்கு சரியாப் படல"

ஜெயன் மைக்கேல் | 75

"அவங்க வெளியூரு இல்லையே. ஒருமுறை வாய்ப்புக் கொடுத்துப் பார்ப்போமே"

முருகனின் வார்த்தைகளுக்கு மதிப்புக் கொடுத்து மக்கள் பிரிய ஆரம்பித்தனர். அப்பொழுது முருகன் ஜெய்யிடம், "வாய்ப்புக் கிடைக்கும்பொழுது என் வீட்டுக்கு வாருங்கள்" என்று சொல்லி, அவரும் தன் வழியே நடக்க ஆரம்பித்தார்.

11

அந்த ஊர் முழுவதும் சுற்றிவந்த ஜெய்க்கு சில விசயங்கள் நன்றாக விளங்கின. இந்த பூந்தோப்பு ஊரில் வசதிகள் இல்லாதவர் என்று மிகவும் குறைந்த மக்களே இருந்தனர். அதுவும் உணவிற்கு கஷ்டப்படும் மக்கள் என்றும் விரல்விட்டு எண்ணுமளவிற்கே இருந்தனர். பெரும்பாலான வீடுகள் வசதியான வீடுகளாகவே இருந்தன. அதாவது, கூரை வீடுகள் கண்களில் தெரியவே இல்லை. எல்லாம் விசாலமான மாடி வீடுகளாகவே இருந்தன. எல்லாம் கீழக்கரை மக்களுக்கு மாறாக இருந்தது.

முருகன் என்பவர் ஊர்த் தலைவர். கண்டிப்பாக வசதியானவராக இருப்பார். மற்றவர்கள் வீடே இவ்வளவு வசதியாக இருக்கிறதே. ஊர்த் தலைவர் வீடு எவ்வளவு பெரிதாக இருக்கும் என்று எண்ணிய ஜெய்க்கு ஏமாற்றமே மிஞ்சியது. அவ்வளவு எளிமையாக இருந்தது முருகனின் வீடு.

சாலையிலிருந்து பத்து அடி தூரத்தில் முற்றமும் முற்றத்தைச் சுற்றி செடிகள் படந்த தோட்டமும் இருந்தது. உள்ளே நுழைவதைத் தடுக்க ஒரு மரவேலியும் சுற்றியிருந்தது. மரக்கதவை தூக்கி நகர்த்தி வெளியே வைத்துவிட்டு உள்ளே நுழைந்தான் ஜெய். அவன் மதிலைத் தாண்டி ஒரு அடி எடுத்து உள்ளே வைத்ததும் முருகன் வீட்டிற்குள்ளிருந்து வெளியே வந்தார்.

“வாங்க தம்பி, நம்ம வீட்டில செல்லப் பிராணி என்று எதுவும் இல்ல. ஆனா சுத்தி இருக்கிற அணில் சத்தத்தை வைத்தே வீட்டுக்கு விருந்தாளிங்க வர்றாங்கன்னு தெரிஞ்சுக்கலாம்.”

“ஒருவேளை எதிரிங்க வர்றாங்கன்னா” என்று முன்னோக்கி நடந்தவாறே கேட்டான் ஜெய்.

“அதுவும் அணில் கத்துற சத்தத்தை வெச்சே சொல்லிரலாம். எதிரிங்க இங்கே வந்தாங்கன்னா அணில் குரல்ல ஒரு பரபரப்பு இருக்கும். அதுமட்டுமல்ல; எனக்கு இங்கே எதிரின்னு யாருமில்ல. ஆனால் இனி அதுக்கும் வாய்ப்பு இருக்கு. நீங்க வந்துட்டீங்க இல்ல”

“என்ன அப்படிச் சொல்லீட்டிங்க, நாங்க சண்டை போட வரலியே” என்று சொல்லும்பொழுது வீட்டின் திண்ணையை அடைந்தான் ஜெய்.

“ஹா... சரி, வீட்டிற்குள்ள வாங்க. நம்ம வீடுதான் இந்த கிராமத்திலேயே பழைய வீடு. ரொம்ப வசதியா எல்லாம் இருக்காது. வாசலப் பாருங்க உயரம் குறைவா இருக்கும். குனிந்துதான் வீட்டிற்குள்ளே வர முடியும். அதுவும் நீங்க ரொம்ப உயரமா இருக்கீங்களா, ரொம்ப கவனமா வரணும். உள்ளே வாங்க”

“ஆமா... பழைய காலத்தில் மன்னர் அறைக்குச் செல்லும்பொழுது தலையை குனிந்து செல்ல வேண்டும் என்பதற்காக வாசலின் உயரத்தைக் குறைவாக வைப்பார்களாம். எதிலேயோ படிச்சிருக்கேன். அப்படி எதாவது ஐயா?”

“ஹா ஹா... நாங்க எல்லாம் ரொம்ப சாதாரண மக்கள் தம்பி”

“ஆனா இயற்கையா இருக்கு உங்க வீடு ஐயா”

ஜெய் கூறியது உண்மைதான். மன்னர் ஆட்சிக் காலத்தில் மன்னரைப் பார்க்க சேவகர்களோ, பிறரோ அறைக்குள் வரும்பொழுது தலைகுனிந்து வருவதற்காக வாசல் கதவுகள் உயரம் குறைவாகவே இருக்குமாம்.

“தம்பி, உங்க வங்கி பெயரு ஆண்டாள் வங்கி இல்ல? அப்புறம் ஏன் மூப்பர் வங்கின்னு பெயர் வெச்சிருக்கிறதா சொல்லுறீங்க?”

“அது என் தாத்தாவோட தாத்தா பேரு”

“ஓ, அப்படியா?”

“ஆமா, அவருதான் இந்த வங்கியை ஆரம்பிச்சது. ஆனா அத சட்டபூர்வ ஒரு நிறுவனமா ஆக்கினது என் தாத்தா. என் அப்பா பேரு ஆண்டாள். அதனால ஆண்டாள் வங்கி. மூப்பர் ஏன்னா, அவரு இந்த ஊர்ல வாழ்ந்திருக்காரு. அதனால் அவரு நினைவா இந்தப் பேரு. விளம்பரமே, பூம்பொழியில் மூப்பர். எப்படி இருக்கு?”

“பூம்பொழி?”

“இந்த பூந்தோப்பிற்கு பூம்பொழின்னுதான் பெயரு இருந்திச்சாம். என்ன இந்த ஊருக்காரங்க இதுகூடத் தெரியாம இருக்கீங்க?”

“ஹா... ஹா... ரொம்ப நல்லது. சரி மேல சொல்லுங்க, உங்க திட்டம்?”

“இங்கே முதல்ல ஒரு அலுவலகம் ஆரம்பிக்கணும்.”

“சரி...”

“அதுக்கு உங்க இடம் வேணும்”

“என் இடம்னா?”

“அதுதான் அந்த விவாசாய நிலத்திற்கு ஓரமா ஒரு அரை ஏக்கர் நிலம் எந்த பராமரிப்பும் இல்லாமா புதரு காடா கிடக்குதே, அந்த இடம் வேணும். குத்தகைக்கோ? விலைக்கோ? எதுனாலும் சரி.”

“ஹா..ஹா... என்னது பராமரிப்பு இல்லாமா இருக்கா? அந்த இடத்தைக் கொடுக்க முடியாது தம்பி” சிரித்தவாறே சொன்னார் முருகன்.

“இல்லை ஐயா. அந்த இடத்திலதான் அலுவலகம் வைக்கணும். இதுதான் அப்பாவோட கட்டளை”

“முடியாது தம்பி. முடியாதுன்னா என்ன செய்வீங்க...”

“அதுதான் முடியாதுன்னு சொன்னா அப்படி கேட்டிட்டீங்களே! அதுக்கு அர்த்தம், நீங்க சரின்னு சொன்னதாத்தானே!”

“ஹா... ஹா... அதே குணம்”

“புரியல ஐயா?”

“சாமர்த்தியமான பேச்சு தம்பி”

“அதுதானே மூலதனம் ஐயா”

“அதுவும் சரிதான்” முருகன் சிரித்தவாறு மீண்டும் யோசிக்க ஆரம்பித்தார். ஜெய் எதுவும் பேசாமல் அமைதியாக இருந்தான்.

“சரி... மூப்பர்... ஆனா விலைக்கு எல்லாம் தர முடியாது. குத்தகைக்கு எடுத்துக்கோங்க. ஒரு வருசம்தான்”

“ஒரு வருசத்தில எல்லாம் முடிஞ்சிரும்.” இதைக் கேட்டதும் முருகன் புருவத்தைத் தூக்கி ஆச்சரியப்பட்டதை ஜெய் கவனித்ததாகத் தெரியவில்லை.

“சரி ஐயா, எல்லா ஒப்பந்தத் தாள்களையும் தயார் பண்ணிட்டு வர்றேன்.”

“ஹ்ம்... ரொம்ப நல்லது.”

“உங்க குடும்பத்தைப் பத்தி எதுவும் கேக்கல?”

“எனக்கு ஒரு பொண்ணு அவ்வளவுதான் தம்பி”

“மனைவி?”

“அவ இறந்துட்டா. என் பொண்ணு துர்கா ஐஞ்சு வயசு இருக்கும்போது திடீருன்னு உடம்பு சரியில்லாமா போயிடுச்சு. விட்டுட்டுப் போயிட்டா. அப்புறம் நாங்க இரண்டு பேருதான். இங்கே பள்ளிக் கூடத்தில ஆசிரியையா வேலை பார்க்கிறாள்” அவர் சொல்லும்பொழுது வார்த்தைகளில் சோகம் தெரிந்தது.

“மன்னிச்சிருங்க ஐயா.. என்னைப் போலதான் உங்க பொண்ணும்போல. நானும் அம்மா முகத்தை படத்தில்தான் பார்த்தேன். புகைப்படத்தில...”

“நம்ம கையில என்ன இருக்கு தம்பி. நடக்கிறத தடுக்க முடியாது இல்ல”

“சரி ஐயா... நான் புறப்படுறேன்”

மகிழ்ச்சியோடு முருகனின் வீட்டிற்குள் வந்த ஜெய், இந்த உரையாடலுக்குப் பிறகு மனதில் சற்று பாரத்தோடு வெளியேறினான். இது ஒரு பக்கமிருக்க, அந்த பேருந்து விபத்துக்கான காரணத்தைக் கண்டுபிடிப்பதாக காவல் அதிகாரி துரை கடமைக்காக இருமுறை ஊருக்குள் வந்து போனார்.

12

வங்கிகளுக்கான வேலைகளுக்கு இடையில் இனையந்துறையில் பேசியபடியே ஏழு ஏக்கர் நிலத்தை வாங்கி, அதை வங்கிப் பெயருக்கு மாற்றினான். மேலும் ஐநூறு வீடுகள் கட்ட திட்டம் தயார் செய்துவிட்டு வேலைகளைத் தொடங்கலாம் என்று அந்த கிராமப் பாதிரியார் பீட்டரிடம் செய்தியை சொல்லிவிட்டு அடுத்தகட்ட வேலைக்குள் சென்றான்.

மேலும் பூந்தோப்பு கிராமத்தில் அந்த முருகன் நிலத்திற்கான பதிப்புகளை எடுத்து ஜெய் நீலகண்டனுக்கு அனுப்பிருந்தான். அந்த நிலம் மற்றும் அதைச் சுற்றி இருக்கும் நிலங்களின் வரைபடத்தை வைத்து நீலகண்டன், ஜெய்யின் அப்பா ஆண்டாளிடம் கலந்து பேசி எங்கே அலுவலகம் கட்டலாம் என்று முடிவு செய்திருந்தார்கள்.

"நீலகண்டன் மொத்த நிலத்தையும் பார்த்தா அந்த இடம் ஒரு ஏக்கருக்கு வர வேண்டும். ஆனா இப்போ வரப்புகளை சுரண்டி சுரண்டி அரை ஏக்கருக்கு கொண்டு வந்துட்டாங்க." என்று அந்த நிலத்தின் வரைபடத்தை முழுவதுமாக பார்த்த ஆண்டாள், பழையாறு அருகில் கையிலிருக்கும் பேனாவை வைத்தவாறு நின்றார்.

மேலும் "எனக்குத் தெரிஞ்சபடி பார்த்தா, பழையாறு அப்படியே பாதி அகலமாக குறைஞ்சிருக்கு. அந்த தூரத்தில இருந்து பார்த்தா இந்த இடத்திலதான் நம்ம அலுவலகம் கட்டணும்" என்று அந்த முருகன் நிலத்தில் ஓரத்தில் ஒரு வட்டம் வரைந்தார் ஆண்டாள்.

“நம்ம பொறியாளரிடம் கொடுத்து வரைபடங்களை வரையச் சொல்லுங்க. கீழே அலுவலகம், மேல் மாடில ஜெய் தங்குறதுக்கான வீடுமாதிரி இருக்கட்டும்.”

“சரி ஐயா...”

“எல்லாம் உடனே நடக்கணும். வரைபடம் நாளைக்கே எனக்கு வேணும்.”

“சரி ஐயா...”

“உடனே இனையந்துறை வீடு கட்டுறதுக்கான தொகையை ஜெய் வங்கிக் கணக்குல அனுப்புங்க. எந்தத் தடையும் இருக்கக் கூடாது. சரியா...?”

“சரி ஐயா...” நீலகண்டனிடமிருந்து சரி ஐயா எனும் பதிலைவிட வேறு எந்த வார்த்தைகளும் வாயிலிருந்து வரவில்லை. காரணம், ஆண்டாளின் வார்த்தைகளில் அவ்வளவு தெளிவு இருந்தது. முடிவு செய்தபிறகே பேசுகிறார் என்று அவர் வார்த்தைகளின் அழுத்தம் சுட்டியது.

அடுத்த நாள், இந்தியாவின் எல்லா பத்திரிகைகளிலும் ஆண்டாள் வங்கியின் கிளை பற்றிய விளம்பரம், எல்லா மொழிகளிலும் பதிவாகியிருந்தது. அதுமட்டுமல்ல; எல்லா தொலைக் காட்சிகளிலும் மூப்பர் வங்கி கிளையைப் பற்றிய விளம்பரம் ஒளிப்பரப்பட்டது.

“நீலகண்டன், இனி எல்லா நாளிலுமே பத்திரிகைகள், தொலைக்காட்சிகள், இணையதளங்கள் எல்லாவற்றிலும் தவறாம விளம்பரம் வரணும். அது உங்க பொறுப்பு.”

“சரி ஐயா...”

“அப்புறம் விளம்பரத்திற்குக் கீழே நம் இரண்டு பேரோட தொலைபேசி எண்ணையும் கொடுத்திருங்க.”

“சரி ஐயா...”

ஆண்டாள் கட்டளைப்படி, ஒவ்வொரு நடவடிக்கைகளையும் நீலகண்டன் கவனமாக சிறப்பாகச் செய்ய ஆரம்பித்தார்.

நீலகண்டன் சொன்னர், “விளம்பரம் பார்த்து நமக்கு தொலைபேசியில் பேசுறவங்களை சரியா புரிஞ்சுக்கிட்டு பேசி, சரியா அடையாளம் காணணும்.”

“சரி ஐயா. அழைப்பு வருமா?”

“கண்டிப்பா வரும், கண்டிப்பா வரும்” ஆண்டாள் அழுத்தந்திருத்தமாகச் சொன்னார்: “கண்டிப்பா வரும், ஒருத்தர் இல்லாம எல்லாரும் வருவாங்க”

13

கடந்துபோன ஓரிரு மாதங்களிலேயே ஜெய்க்கு பூந்தோப்பும் இனையந்துறையும் பழக்கமாகி இருந்தது. மக்கள் பழகியிருந்தனர். சிலமுறை, முருகனின் மகள் துர்காவைப் பார்த்து பேசியிருந்தான். அப்பொழுதெல்லாம் அவன் நினைத்துக்கூடப் பார்த்ததில்லை, தன் வருங்கால காதலி இவள்தான் என்று.

ஒரே நேரத்தில், இரண்டு இடத்திலும் வேலைகளை ஆரம்பித்தான். முதலில் பூந்தோப்பிலும் பிறகு இனையந்துறையிலும்.

அந்த அரை ஏக்கர் வீண் நிலத்தில் நீலகண்டனும் ஆண்டாளும் குறித்துக் கொடுத்தது போலவே முட்கள், செடி கொடி, மரங்களை எல்லாம் வெட்டி அந்த இடத்தை சுத்தம் செய்து அலுவலகம் கட்டுவதற்கான வேலைகளை ஆரம்பித்தான்.

"முருகன் ஐயா, உங்க பொண்ணு என்ன படிச்சிருக்கா?"

"வணிக முதுகலை தம்பி"

"அப்படின்னா, ஏன் பள்ளிக்கூடத்தில வேலை பார்க்கிறாங்க. இனி, இந்த மூப்பர் நில வங்கில முக்கியப் பொறுப்பு துர்காவுக்குதான். முதல்ல அலுவலகம் கட்டுற வரவு—செலவுகளைப் பார்க்கட்டும்... சரிங்களா?"

முருகன் சிரித்தவாறு சரி என்றார். ஆனால் ஜெய்க்கு ஒரு உள்நோக்கமிருந்தது. அந்த வேலையில் எப்படியாவது அந்த வீண்

நிலத்தில் கண்டிப்பாக வங்கியின்கீழ் கொண்டு வர வேண்டும். முதலில் முருகன் குடும்பத்தை கட்டுப்பாட்டில் கொண்டுவருவோம் என்று எண்ணினான். துர்காவிடம் அந்த அலுவலகம் சம்பந்தமான அனைத்து தாள்களையும் ஒப்படைத்தான்.

அதேநேரம், இனையந்துறையில் வீடுகள் கட்டும் பணியையும் ஆரம்பித்தான். அதைக் கண்காணித்து வரவு—செலவு கணக்குகளைக் கவனிக்க ராகுலை நியமித்தான்.

“ராகுல், நீதான் அந்த வீட்டு வேலைகள் முடியுற வரை அது சம்பந்தமான எல்லா கணக்குகளையும் பார்க்கணும். உனக்கு மேலாதிகாரியா பதவி உயர்வு தந்திருக்கு ஆண்டாள் வங்கி. இனையந்துறையில அந்த வீட்டு கட்டடத்துக்குப் பக்கத்துல உனக்கு தனி வீடு ஒண்ணு கட்டச் சொல்லியிருக்கிறேன். அந்த வேலை முடியிறவரைக்கும் அந்த ஊரு பாதிரியோட தங்கிக்கிறதுக்கு எல்லாம் தயார் பண்ணியிருக்கேன். அதுமட்டுமில்ல; அந்த வீட்டு வேலைகள் முடிஞ்ச உடனே நம்ம வங்கியோட கிளையை அங்கேயும் ஆரம்பிக்கலாம்னு இருக்கோம். அதுக்கும் நீதான் உயர் அதிகாரி. என்ன சந்தோசம்தானே?. உன் ஊரிலேயே வேலை. எல்லாருக்கும் கிடைக்காது”

ராகுல் சந்தோசத்தில் குதித்தான். தன் நண்பர்களிடம் செய்தியைப் பகிர்ந்துகொண்டான். ஆனால் அவர்கள் மகிழ்ச்சியாக இருந்தாலும் பதவி உயர்விற்கு தங்கள் பெயர்கள் விட்டுப்போனதே என்ற வருத்தம் இருந்தது.

“நாங்களும்தானே அடி வாங்கினோம் ஜெய்” கார்த்திக் வருத்தத்துடன் கூறினான்.

“ஹேய்...” என்றவாறு அவர்கள் இருவருக்கும் ஒரு கடிதத்தை ஜெய் கொடுத்தான். பிரித்து இருவரும் படித்தனர்.

“உங்களுக்கும் பதிவு உயர்வும், ஊதிய உயர்வும் அலுவலகம் வழங்கி இருக்கு. வருத்தப்பட வேண்டாம். ராகுலுக்கும் உங்களுக்கும் எந்த வித்தியாசமும் இல்ல. மூணுபேரும் என் கீழதான் வேலை செய்றீங்க.”

“ரொம்ப நன்றி ஜெய்.”

“இன்னும் முடியல. ஒரு வருசத்திற்கு அப்புறம் பாருங்க. உங்க வாழ்க்கையே மாறும்”

பிறகு ராகுல் இவர்களிடம் தனிமையாக்கப்பட்டான். இனையந்துறை வேலைகளைப் பார்க்க ஆரம்பித்தான். முதலில் அடிக்கடி பூந்தோப்பிற்கு வந்து சென்றவன், போகப்போக அதை

குறைத்துக்கொண்டான் அவனுக்கு இனையந்துறையில் அவ்வளவு வேலைகள் இருந்தன.

எல்லாம் வேகவேகமாக நடந்தேறிக் கொண்டிருந்தன. இருபது நாட்களில் மூப்பர் வங்கி கட்டடத்தின் வேலைகள் முடிந்தன. ஆனாலும் அந்தக் கட்டடத்தைத் தாண்டி அந்த நிலத்தில் காலை வைக்கக் கூட விடவில்லை முருகன்.

சிலமுறை ஜெய், அந்த நிலத்தை முருகனிடம் விலைக்கு பேசிப் பார்த்தான். ஆனால் அவர், தம்பி அதைப்பத்தி இனி பேசாதீங்க என்று சொல்லிவிட்டார்.

அலுவலக வேலை முடிந்ததும் மூப்பர் வங்கியின் கிளை திறப்பு விழாவிற்கான வேலையை ஆரம்பித்தான் ஜெய்.

14

ஜெய்யின் வேலை வேகத்தைப் பார்த்து நீலகண்டனும் ஆண்டாளும் ஆச்சரியப்பட்டார்கள். ஜெய்க்கு என்னென்ன தேவையோ அதையெல்லாம் உடனே செய்து கொடுக்க ஆரம்பித்தனர்.

அதுமட்டுமல்ல; இவர்களின் மூப்பர் வங்கியின் விளம்பரத்தைப் பார்த்து ஒருவர் ஆண்டாளையும் இருவர் நீலகண்டனையும் தொலைபேசியில் தொடர்பு கொண்டிருந்தனர்.

"ஐயா... அந்த மூணு பேருக்கும் எல்லாவற்றையும் விளக்கமாச் சொல்லிட்டேன். ஒருத்தருக்கு இரண்டு பசங்க, படிச்சிட்டு வேலை செய்யுறாங்க. ஒருத்தருக்கு இரண்டு வயசில குழந்தை இருக்கு. இன்னொருத்தரு வயசானவரு. ஒரு பொண்ணு, ஒரு பையன் வெளியூருக்கு குடி போயிட்டாங்களாம்."

"சரி நீலகண்டன். எல்லாத்தையும் பரிசோதிச்சிட்டீங்க இல்ல."

"ஆமா. நூறு முறை."

"சரி... அப்படின்னா அவங்க குடும்பம், சொந்தக்காரங்க எல்லாரையும் சந்தியுங்க. இனி வரப்போற விளம்பரத்தில அவங்க கைபேசி எண்ணைப் போட்டிருங்க. பொறுப்பை அவங்ககிட்ட கொடுத்திரலாம் இல்ல?"

“கொடுத்தரலாம் ஐயா. அதே வெறியோட இருக்காங்க. நம்மகிட்ட இருக்கிற அந்த நம்பிக்கையை அவங்ககிட்டேயும் பார்த்தேன். நூறு சதவிகதம் நம்பலாம்.”

“இப்பதான் ஆறுதலா இருக்கு. எல்லாரும் நம்மளப்போல உறுதியா இருப்பாங்கன்னு நம்பிக்கை வந்திருக்கு நீலகண்டன்”

“ஆமா ஐயா... ரொம்ப மகிழ்ச்சியா இருக்கு. அதுவும் மூப்பர் பெயரைச் சொன்ன உடனே அவங்க மகிழ்ச்சியைப் பார்க்க வேண்டுமே” நீலகண்டன் கண்கள் அவ்வளவு மகிழ்ச்சியாக விரிந்தது. அதைக் கவனித்த ஆண்டாள் முகமும் மலர்ந்தது.

“அப்புறம், மூப்பர் வங்கியோட திறப்பு விழா விளம்பரம் ஒண்ணு தயார் பண்ணுங்க. மூப்பர் புகைப்படம் அதில வரட்டும்.”

“சரி ஐயா...”

“ஆனால் ஒன்று நினைவில் இருக்கட்டும். பூந்தோப்பில் என்ன நடந்தாலும் எந்த ஊடகங்களிலும் செய்தியாகிவிடக் கூடாது. அதற்கு என்னென்ன செய்ய வேண்டுமோ செய்து விடுங்கள். அது எத்தனை உயிர்கள் போனாலும் சரி, ஊடகங்கள் உள்ளே வந்துவிடக் கூடாது”

அதன்பிறகு வங்கியின் திறப்பு விழா வேலைகளை ஆரம்பித்தார்கள் நீலகண்டன் மற்றும் குழுவினர். பத்திரிகைகள் முழுவதும் மூப்பர் வங்கியின் விளம்பரம் பதிவாகியிருந்தது. அத்துடன் பின்வரும் அழைப்பும்.

“வாருங்கள்... நிலத்தை மீட்போம்!

அழைப்பவர் பூம்பொழி மூப்பர்”

இந்த விளம்பரம் நிமித்தமாக சிலர் கேட்ட கேள்விகளுக்கு நீலகண்டன் இந்த வங்கியை உருவாக்கியவர் பெயர் பூம்பொழி மூப்பர். எனவே, அந்தப் பெயரை சூட்டியுள்ளோம் என்று பதில் அளித்தார்.

ஜெய் அந்த வங்கியின் திறப்பு விழாவை எளிமையாக ஏற்பாடு செய்திருந்தான். அந்த விழாவிற்கு ஊர் மக்கள் முன்னிலையில் காவல் அதிகாரியான துரை அவர்களை சிறப்பு விருந்தினராக அழைந்திருந்தான். அவர் வந்ததும் ஊர் மக்கள் முன்னிலையில் அந்த வங்கியை திறந்துவைக்கும் நிகழ்ச்சி ஆரம்பமானது. வந்தவர்கள் யாரும் குறை சொல்லாத வண்ணம் துர்கா மற்றும் ஜெய்யின் நண்பர்கள் அவர்களை கவனமாக கவனித்தனர்.

திறப்பு விழா முடிந்து முதலில் துரை பேச ஆரம்பித்தார். “நம் கிராமத்தில் இப்படி ஒரு வங்கியின் கிளை வருவது என்பது

மிகவும் பெருமையான விசயம். அதை என்னை வைத்து திறந்ததற்கு ஆண்டாள் வங்கிக்கு நன்றி சொல்கிறேன். நம் ஊரில் முதல் வங்கி" என்று மிகவும் குறுகிய உரையை முடித்தார். அதைத் தொடர்ந்து ஜெய் பேசினான்.

"முதலில் ஒரு வேண்டுகோள். இந்த வங்கியை இனி மூப்பர் நில வங்கி என்று அழையுங்கள். என் அழைப்பை ஏற்று இங்கே வந்த எல்லாருக்கும் மிகவும் நன்றி. இந்த வங்கி முழுவதும் உங்களுக்குப் பயன்பெறும்வண்ணம் இயங்கும் என்று நான் உறுதி கூறுகிறேன். விவசாயத்திற்காக என்ன உதவி வேண்டுமானாலும் எந்த நேரத்திலும் நீங்கள் எங்களைத் தொடர்புகொள்ளலாம். நீங்கள் செய்ய வேண்டியது ஒன்று மட்டும்தான். நீங்கள் விவசாயத்திற்கு கடன் பெறும்பொழுது, அந்த விவசாயம் செய்யப்போகும் நிலத்தின் பத்திரத்தை மட்டும் வங்கிக்கு சமர்ப்பிக்க வேண்டும். அதுவும் ஒரு பாதுகாப்பிற்குத்தான். நாம் நல்ல எண்ணத்தில் செய்வதை தவறாகப் பயன்படுத்திவிடக் கூடாது என்ற நல்ல எண்ணத்தில் அவ்வளவுதான். அதற்குமேல் நம் பழையாறை நதியை சுத்தப்படுத்தலாம் என்று இருக்கிறோம். அதற்கு உங்கள் உதவி தேவை. அந்த ஆறு சுத்தமாக ஓடினால் இன்னும் விவசாயம் செய்ய அந்த ஆற்றுநீரைப் பயன்படுத்தலாம். அந்த ஆற்றைச் சுற்றி மதில் சுவர்கள் எழுப்பப் போகிறோம். வீட்டுக்கழிவுகள் எதுவும் ஆற்றில் கலக்காமல் பார்த்துக்கொண்டால் போதும். இதைச் சுத்தம் செய்ய மொத்தச் செலவும் வங்கி ஏற்றுக்கொள்ளும். வேலை செய்ய மட்டும் நம் கிராம மக்கள் உதவிசெய்ய வேண்டுமென்று கேட்டுக் கொள்கிறோம். மற்றபடி, அரசு அனுமதிகள் எல்லாவற்றையும் நாங்களே பார்த்துக் கொள்கிறோம்" என்று ஜெய் முடிக்கும்பொழுது வந்த கரவொலி அடங்க சில நிமிடங்கள் ஆகின.

வங்கியின் பொறுப்பை துர்கா மற்றும் கார்த்திக்கிடம் ஒப்படைத்துவிட்டு பாலாறு வேலைகளில் இறங்கினான் ஜெய். அந்த வேலைகளை முழுவதுமாக கவனிக்க சிவாவை நியமித்தான்.

அடுத்த இரண்டு நாட்களில், இருபது மைல்களுக்கு பாலாற்றை சுத்த செய்ய ஒரு பிரபல நிறுவனத்துடன் ஒப்பந்தமிட்டு வேலைகளைத் தொடங்க உத்தரவிட்டான் ஜெய்.

கிராமத்தின் ஆரம்பத்திலிருந்து அந்த குடியிருப்புகள் முடியும் வரை ஆற்றின் இருபுறமும் மதில்கள் எழுப்பி கழிவு நீர் கலக்காமல் தடுப்பது முதல் திட்டம். அடுத்து ஆற்றின் ஓரங்களின் வழியாக கழிவு நீரை கடல் வரை எடுத்துச் செல்ல ஒரு சிறிய வாய்க்காலை வெட்டுவது இரண்டாவது திட்டம். இவை முடிந்தபிறகு ஆற்றை முழுவதுமாக சுத்தம் செய்வது இது மூன்றாவது திட்டம். அரை

மைல்களுக்கு ஒரு இடத்தில் விவசாயத்திற்கு நீர் திறக்கும்வண்ணம் திறப்பு அமைக்க வேண்டுமென்றும் திட்டமிட்டிருந்தனர். இதற்காக செலவு மொத்தம் இரண்டு கோடிகள்.

ஊர் முழுவதும் மூப்பர் வங்கியைப் பற்றி பேச ஆரம்பித்தனர். கன்னியாகுமரி மாவட்டம் முழுவதும் செய்தி பரவ ஆரம்பித்தது. முதலில் வெளியூரிலிருக்கும் மக்கள் மூப்பர் நில வங்கியை தேடி வர ஆரம்பித்தனர்.

"உங்களுக்கு கடன் தர வங்கி தயாராக உள்ளது. உங்களுக்கு நிலத்தைவிட அதிகமாக கடன் கொடுக்க நாங்கள் தயாராக இருக்கிறோம். ஆனால் ஒரு நிபந்தனை உண்டு. நீங்கள் தரும் பத்திரம் பூந்தோப்பு கிராமத்தின் நிலமாக இருக்க வேண்டும். இரண்டு நாட்களில் உங்களுக்கு கடன் கொடுத்துவிடுவோம்" என்று, வந்த வெளியூர்வாசிகளை திருப்பி அனுப்பிவைத்தான் ஜெய்.

அடுத்த இரண்டு நாட்களில் மீண்டும் அதில் ஒருவர் வந்தார். ஆனால் அப்பொழுது ஜெய் அலுவலகத்தில் இல்லாததால் துர்கா அவரைச் சந்தித்துப் பேசினாள். ஜெய் இனையந்துறை வேலைகள் எந்த நிலையை அடைந்திருக்கிறது என்று பார்க்கச் சென்றிருந்தான்.

"இரண்டு செண்ட் நிலம். இரண்டு லட்சம் பணம் வேணும்."

"அது விற்றாலும் அவ்வளவு போகாது. நீங்க நிலத்தைவிட அதிகமா கேக்குறீங்க."

"நீங்கதான் விவசாயத்திற்கு எவ்வளவு கேட்டாலும் கொடுக்குறதா சொன்னீங்களே?"

"அதுக்கு சமமா நிலம் வேணும்"

"நிலம் இருக்கு, ஆனா பூந்தோப்பில இல்ல"

"சரி இருங்க, இரண்டு நிமிசம்..."

துர்கா உள் அறைக்குச் சென்று ஜெய்யை தொலைபேசியில் அழைத்தாள்.

"சொல்லு துர்கா, இனையந்துறை வரைக்கும் வந்திருக்கேன்."

"செவ்வூர்ல இருந்து அன்று வந்ததுல ஒரு ஆள் மறுபடியும் வந்திருக்காரு. இரண்டு செண்ட் இடத்துக்கு இரண்டு லட்சம் ரூபாய் கேக்குறாரு? என்ன செய்யணும்?"

"பத்திரத்தை பரிசோதிச்சு அனுப்பு. கடனை அங்கீகரிச்சிரு"

"அது நஷ்டம் இல்லையா?"

“வட்டி இருக்கு இல்ல, பார்த்துக்கலாம். விவசாயம் செய்யட்டும்” என்று யோசித்தவாறு தொலைபேசியை துண்டித்துவிட்டு இனையந்துறையில் வேலைகளை சுற்றிப் பார்க்க ஆரம்பித்தான் ஜெய். கட்டடத்தின் அடித்தளத்திற்கான வேலைகளை ஆரம்பித்து வேகமாக சென்றுகொண்டிருந்தது. அந்தக் கட்டடத்தின் பொறியாளரிடம் பேசினான்.

“இந்த வேகம் பத்தாது மணி. இன்னும் இரண்டு மாசத்துல மொத்த வேலையும் முடிக்கணும். இரண்டு மாசத்துல ஐநூறு வீடு கஷ்டம்தான். ஆனா வேறவழியில்ல. எத்தனை பேரு வேணாலும் வேலை செய்யட்டும். கொஞ்சம் இரவு வேலைகளைப் பார்த்தாலும் தப்பு இல்ல. இரண்டு மாசத்துல வேலை முடியணும்.”

“ரொம்ப கஷ்டம் ஜெய். இரண்டு வருடத்தில செய்ய வேண்டிய வேலை. இரண்டு மாசத்தில எப்படி?”

“எல்லா கட்டடத்தையும் ஒரே நேரத்தில ஆரம்பியுங்க. அடித்தளத்திற்கு ஒரு வாரம், அது காய்றதுக்கு ஒரு வாரம், முதல் மாடிக்கு ஒரு வாரம், அப்புறம் ஒரு வாரம், இப்படி இரண்டு மாசத்தில முடிச்சிரலாம். எல்லாம் நல்ல தரமான பொருளா பயன்படுத்துங்க. வேகமா கட்டுறதுனால தரத்திற்கு எந்தக் குறையும் இருக்கக்கூடாது. மூணாவது மாசம் கடைசியா இருக்குற சின்ன சின்ன வேலைகளை மட்டும் செய்யணும். அது முடிஞ்சதும் மக்களை இங்கே குடியமர்த்தணும்.”

பேசிக் கொண்டிருக்கும்பொழுதே ராகுல் அங்கே வந்தான்.

“ஜெய், எதுக்கும் நேரம் இல்ல. அவ்வளவு வேலைகள்.” தான் வேலைகளில் பம்பரமாக சுழல்வதை எடுத்துக் கூறினான் ராகுல்.

“கொஞ்ச நாள்தானே? பணத்திற்கு எதுவும் குறை?”

“நம்ம வங்கில பணத்துக்குக் குறையா? ஒரு இரண்டு நாள் விடுப்பு கெடச்சா நல்லா இருக்கும்”

“இன்னும் மூணு மாசம் அதுக்கப்புறம் பத்து நாள் விடுப்பு எடுத்துக்கோ.”

“சரி ஜெய். திருமணத்திற்கு பெண் பார்த்துட்டு இருக்கிறாங்க. அதுதான் போயிட்டு வரலாம்னு நெனச்சேன்”

“ஓ... ரொம்ப நல்லது ராகுல். அதற்கு விடுப்பு எல்லாம் எதற்கு? இங்கேயிருந்து போயிட்டு பெண்ணைப் பார்த்துட்டு வந்திரு. பக்கம்தானே. வண்டியை எடுத்தா இரண்டு மணி நேரத்தில வீட்டுக்குப் போயிரலாமே, எதற்கு அதற்கு விடுப்பு எல்லாம்?”

"சரி ஜெய். வங்கி நிலவரம்?"

"இப்போதான் மக்கள் வர ஆரம்பிச்சிருக்காங்க. ஓரளவிற்கு துர்காவிற்கு கத்துக் கொடுத்திருக்கேன். கார்த்திக் உதவி செய்யுறான்."

"சிவா?"

"அவரு பாலாற்றை சுத்தப்படுத்துறதுல ஓய்வே இல்லாம ஓடிட்டு இருக்காரு"

"ஓ... அப்படியா. சுத்தப்படுத்த ஆரம்பிச்சிட்டீங்களா?"

"ஆமா. நாலு மாசம் ஆகும் வேலை முடிய"

"ரொம்ப சந்தோசம். அதுல நீச்சல் அடிக்கணும் ஜெய்"

"கண்டிப்பாக."

15

"அப்பா, இந்த ஒரு மாதத்தில ஒருத்தன் மட்டும் இரண்டு செண்ட் நிலம் நம்மகிட்ட கொடுத்து கடன் வாங்கியிருக்கிறான். நூறு ஏக்கர் எப்படின்னு புரியல அப்பா?"

"கொஞ்சம் கடினம்தான் ஜெய். நான் எதாவது வழியிருக்கான்னு பார்க்கிறேன். நீயும் என்ன பண்ணலாம்னு பாரு."

"அங்கே எப்படி அப்பா?"

"நாம எதிர்பார்த்ததைவிட எல்லாம் வேகமா சிறப்பா நடக்குது"

"சரி அப்பா?"

ஜெய்யுடன் பேசிக்கொண்டிருந்த ஆண்டாள், தொலைபேசியை துண்டித்துவிட்டு பின்பு நீலகண்டனை அழைத்தார்.

"நீலகண்டன், ஜெய் பேசியிருந்தான். கடன் கேட்டு யாரும் வரமாட்டேங்குறாங்களாம். என்ன செய்யலாம்?"

"நான் ஒரு எட்டு போய் பார்த்துட்டு வந்திரவா?"

"இல்ல, நாம கடைசி நாள்தான் அங்கே போறோம். அதில் எந்த மாற்றமும் இல்ல" நீலகண்டன் என்ன செய்யலாம் என்று யோசிக்க ஆரம்பித்தார்.

"நீலகண்டன், அவ்வளவு நிலத்திலேயும் ஒருத்தனுக்காவது காசு கஷ்டம் இருக்கும். அவனைக் கண்டுபிடிங்க."

அடுத்து அப்பாவும் நீலகண்டனும் என்ன செய்தார்கள் என்று எல்லாம் யோசிக்கவில்லை ஜெய். மொத்தப் பொறுப்பும் அவன் தலையில் இருப்பதாக உணர்ந்தான். நேர்வழியோ, குறுக்குவழியோ எதையாவது பயன்படுத்தி, மக்களை நம் கட்டுப்பாட்டுக்குள் கொண்டு வர வேண்டும் என்று மனதில் கணக்குப் போட ஆரம்பித்தான்.

அறுவடைக்காலம் முடியும் முன், வங்கியின் கிளை பூந்தோப்பில் நிறுவ வேண்டும் என்று ஆசைப்பட்டார்கள். அதை நிறைவேற்றிவிட்டார்கள். அறுவடைக்காலமும் முடியும் தறுவாயில் இருந்தது. சாலைகள் முழுவதும் வைக்கோல் காய்ந்துகொண்டிருந்தது. மாலையாகும் பொழுது அதைக் கூட்டி அரை மைல்களுக்கு இடையிடையே முகடுகள் போல குவித்து வைத்திருந்தனர். ஜெய்க்கு அதையெல்லாம் பார்க்கும்பொழுது ஆச்சரியமாக இருந்தது.

"இரவில், மக்கள் உறங்கியபிறகு மழை பெய்துச்சுன்னா, மழைத் தண்ணீர் வைக்கோலுக்கு உள்ளே இறங்கி அழுகியிரும். அதனால இப்படி குவிச்சு வைக்கிறோம். இப்படி செஞ்சா மழைத் தண்ணீர் விழுந்தாலும் வைக்கோலுக்கு உள்ளே போகாம கூரையிலிருந்து ஓடுற தண்ணிபோல வெளியே ஓடும். மழை நின்ன கொஞ்ச நேரத்தில தண்ணி வடியவும் செய்யும்" என்று ஜெய்க்கு பதில் கொடுத்தார்கள் அந்த ஊர் மக்கள். வைக்கோலில் கூட கட்டுமானம் இன்னும் கிராமத்தில் வாழ்கிறது என்று சிரித்துக் கொண்டான் ஜெய்.

"சரி, இந்த நெல்லை எல்லாம் என்ன செய்வீர்கள்?" என்று கேட்டான்.

"எங்க ஊர்ல எல்லா வீட்டிலேயும் மரத்தாலா செய்த, நெல்லு சேர்த்து வைக்கிற மரப்பேழை இருக்கும். அதை நாங்க பத்தாயம்னு சொல்லுவோம். அடுத்த அறுவடை வரைக்கும் எங்க குடும்பம் சாப்பிடுற அளவிற்கு அதுல நெல்லை சேர்த்து வெச்சுப்போம். அதை நாங்களே வேகவச்சு நெல்லுக் குத்தி அரிசியாக்கி சாப்பிடுவோம். மீதி இருக்கிற நெல்லை வித்துருவோம்"

"ஓ... எங்கே விப்பீங்க?"

"நாங்க அதை எல்லாம் சந்தைக்கு எடுத்துட்டுப் போறது இல்ல. மொத்த நெல்லையும் முத்துவிற்கு கொடுத்திருவோம். அவரு சந்தையில என்ன விலை போகுதோ அந்த விலை எங்களுக்குக் கொடுத்திருவாரு"

"ஓ... மொத்த நெல்லையுமா?"

"ஆமா, அவரு பெரிய தொழிற்சாலையே வெச்சிருக்காரு. அதை அரிசியாக்கி வெளியூருக்கு ஏற்றுமதி பண்ணுறாரு. இப்போ நம்ம ஊர்ல உள்ள மொத்த நெல்லும் அவருகிட்டேதான் இருக்கும்."

16

அன்று இரவு, வங்கி அலுவலகத்திற்கு மேலேயிருக்கும் தன் வீட்டிலிருந்து வெளியே வந்தான் ஜெய். ஒரு பையை முதுகின் பின்னால் தொங்கவிட்டிருந்தான். நல்ல மழை பெய்து ஓய்ந்திருந்தது. காற்றில் மரங்கள் ஆடும்பொழுது மட்டும் மரத்திலிருந்த நீர் சாரல்போல் பொழிந்தது. மெதுவாக நடந்து சாலைக்கு வந்தான்.

அன்று அந்த ஊரைச் சேர்ந்தவர் சொன்னதுபோலவே மழையில் நனையக்கூடாது என்று குவித்துவைத்திருந்த வைக்கோல் குவியல்களிலிருந்து நீர் சொட்டுச்சொட்டாக வடிந்து கொண்டிருந்தது. சாலையிலிருந்து ஒரு எலி, குவியலுக்குள் கீச்சென்று கத்திக்கொண்டு உள்ளே நுழைந்து ஓடியது.

"நச் நச்சென்று கத்துவதால்தான் இந்த எலியைத்தான் இந்த ஊரில் நச்செலி என்று சொல்கிறார்கள் போலும்" என்று எண்ணிக் கொண்டான் ஜெய்.

வண்டியை எடுத்து ஓட்டினால் ஊருக்குள் தெரிந்துவிடும் என்று மெல்ல நடக்க ஆரம்பித்தான். மழை பெய்து ஓய்ந்திருந்ததால் இன்னும் பவுர்ணமி நிலா எட்டிப் பார்க்காமல் முகத்தை குளிருக்கு மறைத்திருந்தது. தன் கையில் மின்மினிபோல மின்னிய கைக்கடிகாரத்தில் பார்த்தான். அந்த கடிகாரத்தின் முட்களில் ஒளியை வாங்கிப் பிரதி பலிக்கும் உலோகம் பொருத்தப்பட்டிருந்ததால்

இரவிலும் மணி பார்க்கும் வசதி இருந்தது. நேரம் நள்ளிரவு பனிரெண்டை முந்திக்கொண்டு ஓடிக் கொண்டிருந்தது.

நேரத்தை தவறவிடக்கூடாது என்பது அவன் எண்ணம் என்பதால், அவன் கடிகாரம் எப்பொழுதும் பத்து நிமிடங்கள் வேகமாகவே ஓடிக்கொண்டிருக்கும். ஆகவே, வேகமாக ஓடிய அந்த பத்து நிமிடத்தை கழித்து தற்சமய நேரம் என்று கணக்கிட்டுக் கொண்டான்.

"இன்னும் பத்து நிமிடங்களில் நேரம் நள்ளிரவை தொட்டுவிடும்"

சுமார் முக்கால் மணி நேரம் நடந்தபிறகு பாலாற்றை அடைந்தான் அவன். பாலாற்றை எட்டிப் பார்த்தான். பாலாற்றில் தண்ணீரின் ஓட்டம் நிறுத்தப்பட்டிருந்தது. ஆங்காங்கே ஆற்றில் ஓரங்களில் இருக்கும் பள்ளத்தில் நீர் தேங்கியிருந்தது. நிலா வெளிச்சத்தில் மீன்கள் துள்ளிக் குதிப்பது ஜெய்யின் கண்களுக்குத் தெரிந்தது. ஆற்றின் இரு ஓரத்தில் திட்டமிட்டபடி கழிவு நீர் செல்ல ஒரு வாய்க்கால் வெட்டியிருந்தார்கள்.

இன்னும் முன்னால் நடந்தபிறகு அவனுக்குத் தெரிந்தது ஆற்றை சுத்தம் செய்யும் வேலை எவ்வளவு வேகமாக நடந்து கொண்டிருக்கிறது என்று. தான் எதிர்பார்த்ததைவிட வேகமாக வேலைகள் நடந்துகொண்டிருப்பதைப் பார்த்து மகிழ்ச்சியடைந்தான்.

"தண்ணியை ஓட்டத்தை நிறுத்தினால்தான் ஆற்றை சுத்தப்படுத்த முடியும். அதுவும் மழை வேற அப்பப்ப பெஞ்சிக்கிட்டு இருக்கு. ரொம்ப சிரமமாக இருக்கு வேலை செய்யுறது".

"சரிதான். அதுக்காக காத்திருக்க முடியாது. இந்த ஆற்று ஓரத்தில இருக்கிற குளத்திற்கு தண்ணியைத் திருப்பி விடுங்க. வாய்க்கால் இருந்தா, அந்த வாய்க்கால் வழியா தண்ணீரைத் திருப்பி விடுங்க. இன்னும் தண்ணீர் மீதியிருந்தா கழிவுநீர் செல்ல வாய்க்கால் வெட்டியிருக்கோம் இல்லையா, அதுவழியா தண்ணீரை விடுங்க. முயற்சி பண்ணுங்க முடியும்." என்று ஜெய் கட்டளையிட்டதன்படி, ஆற்றுத் தண்ணீரை ஊருக்குமுன்னமே நிறுத்தியிருந்தனர் வேலையாட்கள்.

அதை உறுதிசெய்த ஜெய், ஆற்றின் ஓரமாக முன்னேறிச் சென்றான். அருகில் வெட்டியிருந்த இரு வாய்க்கால்களிலும் தண்ணீர் நிரம்பி ஓடிக்கொண்டிருந்தது. அந்த வாய்க்கால்களில் நிறைந்து ஓடிக் கொண்டிருப்பது மழைநீர் என்று அதன் வேகமே உறுதி செய்தது. மழை விட்டிருந்தாலும் அது பொழிந்த நீர் சேர்ந்து பெரு வெள்ளமாக ஓடிக் கொண்டிருந்தது.

அந்த ஆற்றின் ஓரமாக நடந்து முன்னேறினான் ஜெய். வானத்தில் ஓடிக்கொண்டிருந்த கருமேகம் விலகி அவ்வப்பொழுது நிலாவின் வெளிச்சத்தை நிலத்திற்கு அனுமதித்தது. அது தென்னை ஓலைகளின் வழியாக ஜெய்யின் முகத்தில் விழுந்தது. மேல்நோக்கிப் பார்த்தான். வானம் வசப்படுவது புலனானது. இனி மழைபெய்ய வாய்ப்பில்லை என்று வானம் உணர்த்தியது. பவுர்ணமி எட்டிப் பார்த்து நிலத்தில் நிழல் விழச் செய்தது.

மெல்ல நடந்து அந்த இடத்தை அடைந்தான். அந்த இடத்தை அடைய அவனுக்கு ஒரு மணி நேரத்திற்கு அதிகமாக நேரம் எடுத்துக்கொண்டது. அப்பொழுது அவன் முத்துவின் நெல் தொழிற்சாலையின் ஒரு ஓரத்தில் நின்றுகொண்டிருந்தான். அந்த இடம் ஆற்றில் ஒரு ஓரமாக இருந்தது. மழை ஓய்ந்து இப்பொழுது மணி நேரத்திற்கும் மேலானதால் வெட்டியிருந்த வாய்க்காலில் நீர் ஓட்டம் குறைந்திருந்தது. இன்னும் சற்றுநேரத்தில் அந்த நீரும் நின்று விடும் என்று நம்பினான் ஜெய்.

பிறகு அந்த தொழிற்சாலையை மெல்ல சுற்றிவந்தான். தொழிற்சாலையைச் சுற்றி சரியான பாதைகள் இல்லாததால், சில இடங்களில் வரப்புகளும் சில இடங்களில் புல் புதர்களுமாக இருந்தது. மழையில் ஈரம் செம்மண் நிலத்தில் இறங்கியிருந்ததால் கால் வைத்த இடமெல்லாம் சாண் ஆழத்திற்கு அவன் காலடி இறங்கிப் பதிந்தது. தொழிற்சாலையின் முன் பகுதியில் வந்த பொழுது சற்று பின்னேறி இருளில் மறைந்து அந்த இடத்தைக் கடந்தான். தொழிற்சாலை மதில் சுவரைச் சுற்றிவந்த ஜெய், தொழிற்சாலைக்கு அருகில் இருக்கும் மின்மாற்றியின் அருகில் வந்தான்.

மழையின் ஈரத்தால் மின்மாற்றியின் ஒரு கம்பியின் ஓரம் மின்னிக் கொண்டிருந்தது. சுற்றிப் பார்த்தான் ஜெய். அருகில் மேடான ஒரு வரப்பு இருந்தது. அதில் ஏறி தொழிற்சாலையின் உள்ளே பார்த்தான். அந்த மேடான வரப்பின் உயரம் தொழிற்சாலையின் உள்பக்கத்தை சற்றுத் தெளிவாகக் காட்டியது.

தொழிற்சாலையினுள் என்னென்ன இருக்கிறது என்று நன்றாகக் கவனித்தான். ஒவ்வொன்றாக கவனித்த அவனுக்கு விரைவில் தன் பார்வை சென்று நின்றது, அங்கே குவித்துவைத்திருந்த நெற்குவியலில்தான். அந்த ஆலையின் ஒரு ஓரமாக நெல் குவித்து வைத்திருந்தனர். அந்த நெற்குவியலை தென்னை மர ஓலைகள் கொண்டு மூடிவைத்திருந்தனர். தினமும் ஒரே ஓலைகளைப் பயன்படுத்துவதால்தான் என்னவோ அந்த ஓலைகள் காய்ந்திருந்தன.

வரப்பை விட்டுக் கீழே இறங்கினான். பின் பையிலிருந்த அரிவாளை எடுத்து கொஞ்சம் தூரத்திலிருந்த தென்னை

மரத்திலிருந்து ஒரு ஓலையை வெட்டினான். அருகிலிருந்து ஓலையை வெட்டினால் யாருக்காவது சந்தேகம் வரும் என்று உறுதியாக இருந்தான் ஜெய்.

பிறகு, அந்த பச்சை ஓலையின்மேல் தான் எடுத்து வந்திருந்த பெட்ரோலைத் தெளித்தான். இப்பொழுது அந்த பெட்ரோல் தெளித்த பச்சை ஓலையை மின்மாற்றியை நோக்கி வீசினான். அது, அந்த மின் கம்பிகளில் பட்டு பட்டாசுபோல வெடிக்க ஆரம்பித்தது. கொஞ்ச நேரத்தில் பட்டாசு நெருப்பாகி மின் கம்பிகளில் பரவியது. அது மின்மாற்றியை பழுது பார்க்க, மின்மாற்றி அணுகுண்டுபோல வெடித்துச் சிதறியது. அதன் தீ துண்டுகள் மெல்ல மெல்ல ஆலையை நோக்கிப் பரவ ஆரம்பித்தது.

அது நெல் ஆலைக்குள் நுழையும் நேரத்தில் கையிலிருந்த பெட்ரோல் புட்டியை எடுத்து நெருப்புக்கு நேராக வீசினான். அது வெடிக்க, எரிந்துகொண்டிருந்த நெருப்பு மேலும் சுடர் விட்டு ஆலைக்குள் விருந்தாளிபோல புகுந்து கொண்டது. பெட்ரோல் குப்பிகள் வெடித்ததில் நெருப்புத்துண்டுகள் சில நெல் குவியலில் விழுந்தது. அதன்மேல் மூடியிருந்த ஓலைகள் காய்ந்திருந்ததால் எளிதில் தீப்பற்றிக் கொண்டது. அந்த தீ கொழுந்துவிட ஆரம்பித்தது.

இதை உறுதிசெய்த ஜெய் அடுத்த நொடி அங்கிருந்து விலகினான்.

17

கிராமம் என்பதால் ஆலைக்குள் காவல் காக்க யாரும் இருப்பதில்லை. அதுவும் நெல் மட்டுமே இருக்கும் ஆலை என்பதால், திருட்டுப் போகாது என்று ஆலையின் முதலாளி முத்து நம்பியிருந்தார். அதுமட்டுமல்ல; அங்கேயிருக்கும் மக்கள் எல்லாருமே அவர்களுக்குத் தெரிந்தவர்கள். ஆகையால் அவர்கள் திருட்டு வேலையில் எல்லாம் இறங்கமாட்டார்கள் என்று முழுவதுமாக நம்பியிருந்தார் முத்து.

இந்த நிகழ்ச்சி நடந்தது, மழை ஓய்ந்த நேரம் என்பதால் தூங்கிக் கொண்டிருந்தவர்கள் எல்லோரும் ஏதோ மழைக்குமுன் வந்த இடி என்றுதான் அந்த சத்தத்தைக் கருதினர். பிறகு நேரம் செல்லச் செல்ல நெருப்புடன் புகையும் சேர, அது மூட்டமாகி மக்களின் கதவுகளைத் தட்டியது. மக்கள் விழித்துக் கொண்டனர்.

ஆனால் அவர்கள் விழித்தும் பலனில்லை. அதற்குள் நெருப்பு பாதி நெல்மணிகளை உண்டு கரிகளைத் துப்பியிருந்தது. இருந்தும் அங்கே கூடிய மக்கள் மண்ணையும் கல்லையும் வாரியிறைத்துப் பார்த்தனர், பலனில்லை. ஆற்றில் நீர் நிறுத்தப்பட்டிருந்ததால் நீரைப் பயன்படுத்த முடியாமல் திணறினர்.

சுமார் மூன்று மணி நேரம் உலையில் பொங்கும் அரிசிபோல ஆலையில் நெல்மணிகள் வெடித்துச் சிதறி கரியாகிக் கொண்டிருந்தது.

மூன்று மணி நேரத்திற்குப் பிறகு அதன் வேகம் மெல்லமெல்ல குறைய ஆரம்பித்தது. மக்களும் சேர்ந்து அதை அணைத்தனர். ஆக, நெருப்பின் வேகம் குறைந்து அது புகைத்து அடங்க பொழுது விடியலாகிவிட்டது.

நடந்தது எதுவுமே தெரியாததுபோல விடிந்ததும் ஜெய், தனது வேலைகளைச் செய்ய ஆரம்பித்தான். செய்தி என்னவாக இருக்கும் என்று தெரிய ஆவல் இருந்தாலும் மனதில் அடக்கிக் கொண்டு அமைதியாக இருந்தான்.

காலை ஒன்பது மணிக்கெல்லாம் துர்கா அலுவலகத்திற்கு வந்துவிட்டாள்.

"என்ன ஜெய் செய்வது? வேலை எதுவுமே இல்லாமல் சோம்பேறிபோல ஆகிக் கொண்டிருக்கிறேன்." இதுவரை ஒரே ஒரு வாடிக்கையாளர் கடன் கேட்டு வங்கிக்கு வந்திருக்கிறார். அவர் கோப்புகள் பார்க்க என்ன வேலை இருக்கிறது? அரை மணி நேரத்தில் மொத்த வேலையும் முடிந்துவிட்டது. மற்ற நேரத்தில் புத்தகங்களைத்தான் படிக்கிறேன். ஆசிரியையாக இருந்தபொழுது எப்பொழுதும் ஓய்வே இல்லாமல் இருப்பேன். இப்பொழுது?" என்ன தொடர்வது என்று தெரியாமல் பேச்சை நிறுத்தினாள் துர்கா.

"சரிதான் துர்கா. ஆனால் நீ வேலைசெய்வது ஆண்டாள் வங்கியில் என்று மறந்துவிடாதே" ஒரு புன்சிரிப்புடன் பதில் சொன்னான்.

"வேலை இருந்தால் நன்றாக இருக்கும். இப்படியே சென்றால்..."

"வங்கியை இழுத்து மூடவேண்டியிருக்கும் என்றுதானே சொல்கிறாயா?" துர்கா தலை குனிந்தாள்.

"பயப்படாதே... அப்படி எல்லாம் நடக்க விட்டுவிட மாட்டேன். ஊரில் என்ன விசேசம்?"

"ஒரு இரவிற்குள் என்ன விசேசம் வந்துவிடப் போகிறது?"

'விசேசங்கள் வர ஒரு இரவு எல்லாம் தேவையில்லை, நொடி போதும்" என்று ஜெய் தொடரும் முன்னரே, துர்கா ஏதோ நினைவில் வந்தவளாகத் தொடர்ந்தாள்:

"நேற்று நெல் ஆலையில் தீ பிடித்திருக்கிறது. எல்லா நெல்லும் எரிந்து சாம்பலா போச்சாம்." என்ற ஜெய்யின் ஆவலைத் தணித்தாள்.

"ஓ... எப்படியாம்?" என்று ஒன்றும் அறியாதுபோலக் கேட்டான் ஜெய்.

"மழைனால இருக்கும்னு சொன்னாங்க. எவ்வளவோ முயற்சி பண்ணியிருக்காங்க, ஆனா ஒரு நெல்லுமணியைக் கூட காப்பாத்த

முடியலையாம். இந்த ஊரோட மொத்த நெல்லும் அங்கேதான் இருந்திச்சு. இந்த வருசம் என்ன பண்ணப் போறாங்கன்னு தெரியலனேன்னு அப்பா பொலம்பிட்டு இருந்தாரு.”

“இந்த மழையிலுமா அப்படி எரியும்? ரொம்பக் கஷ்டம்” போலியாக ஆதங்கப்பட்டான் ஜெய்.

“அதுதான் காவல் நிலையத்துல புகார் கொடுத்திருக்காங்களாம். வேற எதுவும் காரணம் இருக்கான்னு கண்டுபிடிப்பதற்காக. இங்கே வெளியே இருந்து யாரும் வரமாட்டாங்க. ஆனாலும் அண்ணைக்கு ஒரு நாள் பேருந்தைக் கடத்த முயற்சித்தாங்க இல்ல, அவங்க வேலையா இருக்குமோன்னு சந்தேகம் இருக்கு. எவனோ ஒருத்தன் உங்க பெயரையும் சொல்லி இருக்கானாம்.” துர்காவின் கண்கள் விரிந்து உதடுகளில் சிரிப்பு சிரித்தது.

“என் பெயரையுமா? நான் எதுக்கு தீ வைக்கிறேன்.”

“அது உங்களுக்குத்தான் தெரியும்? நீங்க என்ன நோக்கத்தோட இங்க வந்திருக்கீங்களோ?” கேள்வியை, பதில் தெரிந்த தோரணையில் கேட்டாள்.

“ஒரு நோக்கம் இருக்கு”

“எனக்கும் தெரியும்.”

“என்ன தெரியும்?”

‘இல்லை, சம்பாதிக்கத்தானே? அதுக்கு ஏன் செஞ்சிருக்கக் கூடாது?”

“ஹா... ஹா... சரி” இந்த உரையாடலை தொடர அவன் விரும்பவில்லை.

“கார்த்திக்...”

‘வேலை இல்லை. பாதி நேரம் ஊர் சுத்தப் போய் விடுகிறான்”

“இன்னும் கொஞ்ச நாள், அதுக்கப்புறம் தூங்குறதுக்கு மட்டும்தான் நேரம் இருக்கும். அதுவும் மிகவும் கொஞ்ச நேரம்”

“பார்க்கலாம்” என்று துர்கா நகைத்தாள். ஜெய் அதைக் கவனித்தவாறு உள்ளே சென்றான். நடந்தவற்றை விவரமாக அறிய உடனே காவல் துறை அதிகாரி துரையை தொடர்பு கொண்டான்.

“துரை, எதுவும் பிரச்சினை இல்லைல...?”

“நான் இருக்கிற வரைக்கும் எந்தப் பிரச்சினையும் வர விடமாட்டேன். ஆனால் சந்தேகம் வர ஆரம்பிச்சிருச்சு. கொஞ்சம்

ஜாக்கிரதையாதான் இருக்கணும். இதுக்கும் நீங்க பச்சை ஓலையை எரிச்சிருக்கீங்க? அதைக்கூட மக்களுக்குத் தெரியாம மாத்திட்டேன். அத மட்டும் மக்கள் பார்த்திருந்தா கண்டிப்பா சந்தேகம் அதிகமாயிருக்கும். இதுதான் என்னால செய்ய முடியும்"

"அதுக்கு ஒரு வழி வெச்சிருக்கேன். பேருந்தைக் கடத்தின விசயத்திற்கு மூனு பேரை தயார் செய்யுறேன். நகையை கொள்ளையடிக்கத்தான் கடத்துனோம்னு சொல்ல வெச்சிரலாம். எதையும் பதிவு பண்ணாம நீதிமன்றத்துக்குக் கொண்டுபோறது போல ஊர் மக்களை நம்ப வெச்சிருங்க. அதுக்கப்புறம் என்மேல எந்த சந்தேகமும் வராது. அதுக்கும் மேல இனி இப்படி சின்னச் சின்ன நிகழ்ச்சிகள் எல்லாம் நடக்காது."

"நீங்க சொல்லுறதப் பார்த்தா இனி எல்லாம் பெரிய நிகழ்சிகள்தான்போல! நான் என்ன செய்யணும்னு முன்னாலே எனக்குச் சொல்லிருங்க. நானும் தயாராகிக்கிறேன்"

"சொல்றேன்." என்று இணைப்பைத் துண்டித்தான் ஜெய். அவன் போனை துண்டித்ததும் துர்கா ஜெய்யை அழைத்தவாறு உள்ளே வந்தாள்.

"ஜெய், எனக்கு வேலை வந்திருக்கிறது. கொஞ்சமில்ல இருபது லட்சம் ரூபாய் கேட்டு ஒருத்தரு வந்துருக்காரு. எனக்கு தெரிஞ் சவருதான், பேரு நெல்சன்"

"ஓ... நல்லது. நான் வர்றேன்" என்ற சொல்லியவாறு, அலுவலகத்தில் வாடிக்கையாளர்களை சந்திக்கும் இடத்திற்கு வந்தான் ஜெய்.

மேசையின் முன்னால் அமர்ந்திருந்தார் நெல்சன்.

"சொல்லுங்க நெல்சன். நெல்சன்தானே உங்க பெயர்?"

"ஆமா தம்பி."

"சொல்லுங்க. பணம் எதுற்காக?'

"விவசாயம் செய்யத்தானே கடன் கொடுக்குறீங்க."

"ஆமா.. உறுதி செய்யணுமில்ல. அது எங்க கடமை"

"எனக்கு கொஞ்சம் அதிகமா கடன் தேவைப்படுது."

"எவ்வளவு வேணும் சொல்லுங்க"

"ரூபா இருபது லட்சமாவது வேணும்"

‘"அதுக்கு நிலமிருக்கா?"

"இருக்கு தம்பி, அங்கே பாருங்க அந்த வரப்புதான்" என்று வங்கியின் ஜன்னல் வழியாக வெளியே ஒரு நிலத்தைக் காட்டினார் அவர்.

“எத்தனை சதுர அடி?’

“ஐயாயிரம் சதுர அடி இருக்கும்?”

“சரியாச் சொல்லுங்க” என்று கேட்டவன் துர்காவிடம் திரும்பி “துர்கா, இவரு நிலத்தை பரிசோதிச்சிட்டு பணத்தைக் கொடுத்திரு...” என்று சொல்லிவிட்டு உள்ளே சென்றான். உடனே ஒரு நிமிடம் என்று நெல்சனிடம் சொல்லிவிட்டு, ஜெய்யை பின்தொடர்ந்தாள் துர்கா.

“ஜெய், அந்த நிலத்தை விற்றால் பத்து லட்சம்கூட போகாது. அவரு விவசாயம் செய்ய எல்லாம் கேட்கல. அவருக்கு ஏகப்பட்ட கடன் இருக்கு. அதை அடைக்கிறதுக்காக கேட்கிறாரு. கண்டிப்பா அந்தக் காசு திரும்ப வராது. நிலத்தை ஏலம் விட்டா இரண்டு லட்சம் கூட தேறாது” என்ற தன் எண்ணத்தைக் கூறினாள் துர்கா.

“ஏலம் விடவா பத்திரத்தை வாங்குறோம். முதல்ல மக்கள் வரட்டும், கணக்கெல்லாம் அப்புறம் பார்த்துக்கலாம். அவரு கணக்கை முடிச்சு அனுப்பு.” துர்கா என்ன சொல்வதென்று தெரியாமல் அந்த இடத்தை விட்டு நகர்ந்தாள்.

என்னால் திருட்டுத்தனமாகத்தான் காய் நகர்த்த முடியும். அதையும் முயற்சித்துவிட்டேன். ஆனால் நீலகண்டன் மாமாவிற்கு சென்னையிலிருந்து இது எல்லாம் எப்படிச் சாத்தியம் என்று நினைத்துக் கொண்டான் ஜெய்.

ஆனால் நீலகண்டன் பெரிதாக ஒன்றும் செய்யவில்லை. பூந்தோப்பில் பணம் மிகவும் அவசியமான நிலையில் இருப்பவர் யாரென்று தேடியிருக்கிறார். அதில் சிக்கியவர்தான் நெல்சன். அவர் தனக்கு இருக்கும் சொத்துகளை விட அதிகமாக கடன் வைத்திருக்கிறார். இவரை அடித்தால் நகருவார் என்று முடிவுசெய்த நீலகண்டன், நெல்சனுக்கு பெரும் தொகையை கடன் கொடுத்தவரில் ஒருவரைத் தேர்வு செய்து, அவரை வைத்து நெல்சனுக்கு நெருக்கடி கொடுத்திருக்கிறார்.

“கண்டிப்பா உன் நிலத்தை விற்க முடியாது. உங்க ஊர்லதான் நில வங்கின்னு ஒண்ணு ஆரம்பிச்சிருக்காங்களாமே. அதுல போய் காசு கேளு. விளம்பரத்திற்காக கேக்குற காசு கொடுப்பாங்க.” என்று ஒருவர் வழிசொல்ல நெல்சன், ஜெய் முன்னால் வந்து நின்றார் அவ்வளவுதான். இதற்காக நீலகண்டன் எந்த ஆலையிலும் தீ வைக்கவில்லை.

18

"**வா**ருங்கள்... நிலத்தை மீட்போம்!

அழைப்பவர் பூம்பொழி மூப்பர்"

இந்த விளம்பரம் மட்டும் தவறாமல் செய்தித்தாள்களில் வந்துகொண்டே இருந்தது. இந்தியாவின் எந்த செய்தித்தாள்களையும் விடவில்லை. சில கேள்விகள் கேட்க ஆரம்பித்தாலும் பலர் வங்கி விளம்பரம் என்றும் நம் ஊரில் இதெல்லாம் மக்களை ஏமாற்றும் செயல் என்றும் கவனிக்காமல் விட்டு விட்டனர்.

அது ஒருபுறமிருக்க, இரண்டு மூன்றுபேரில் ஆரம்பித்த கணக்கு நூறுகளை தாண்டிக் கொண்டிருந்தது. விளம்பரத்தைப் பார்த்து பலர் ஆண்டாள் மற்றும் நீலகண்டனை தொடர்புகொள்ள ஆரம்பித்தனர்.

"நீலகண்டன் இதற்காக ஒரு தனி அலுவலத்தைத் தொடங்குவோம். நம்மிடம் பேசுபவர்களை ஆராய ஒரு குழுவை வைப்போம். ஒரு நபர்கூட தப்பான ஆட்களாக இருக்கக்கூடாது. முடிந்தவரை மக்களைத் திரட்டுவோம்." என்ற ஆண்டாளின் கட்டளைகளை உள்வாங்கிய நீலகண்டன், மக்களைச் சேர்க்க தனியாக ஒரு அலுவலகத்தையே சென்னையில் தொடங்கினார். விளம்பரம் பார்த்து அழைப்பவர்களை தொடர்புகொள்ள ஒரு குழுவும், நேராகச் சென்று அவர்கள் பதிப்புகளை பெற்று வரவும், அதை ஆய்வுசெய்ய ஒரு குழுவும், அவர்கள் உறவினர்கள் தொடர்புகொள்ள

ஒரு குழுவும் என நிர்வாகம் வாரியாக குழுக்கள் அமைத்து ஒரு பன்னாட்டு நிறுவனம்போல செயல்பட ஆரம்பித்தனர்.

மேலும் பூந்தோப்பு ஊர்த் தலைவரான முருகன், பத்திரிகைகளில் வரும் செய்தியை கவனித்துக்கொண்டே வந்தார். இதற்குமேல் தாமும் பொறுமையாக இருக்கக் கூடாது என்று முடிவெடுத்த அவர் அந்த விளம்பரத்தில் வரும் எண்ணிற்கு அழைத்தார்.

முதலில், சாதாரணமாக விசாரித்தவர்கள் முருகனின் முழுப்பெயரையும் கேட்டு நேராக ஆண்டாளுக்கே அவர் அழைப்பை தொடுத்துவிட்டனர்.

“நான் குஸ்தி முருகன் பேசுறேன்”

“உன்னத்தான் நான் தவறவிட்டிருவேனோன்னு நெனச்சேன். நான்தான் மூப்பர் ஆண்டார்” என்று கம்பீரமாக, தன் முழுப்பெயரையும் பதிவு செய்தார் ஆண்டாள். அவர்கள் முழு உரையாடலும் தொடர்ந்தது. இறுதியாக நான் இருக்கிறேன் என்று சொல்லி இணைப்பைத் துண்டித்தார் முருகன்.

“ஜெய், நம் கணக்குகளை எல்லாம் தாண்டும், நிலம் நிறையத் தேவைப்படும்... தயார்ப்படுத்து!” என்ற செய்தி, நீலகண்டனிடமிருந்து தொடர்ந்து வந்துகொண்டே இருந்தது. இன்னும் முத்துவின் நெல் ஆலையை எரித்ததன் பலன் வராமலேயே காத்திருந்தான் ஜெய். அப்பொழுதுதான் தொலைபேசியில் முருகன் ஜெய்யை அழைத்தார்.

“தம்பி, நமக்குத் தெரிஞ்சவர், முத்துன்னு... அவரு நெல் ஆலை திடீருன்னு தீப் பிடிச்சிருச்சு. யாரோ பார்த்த வேலைதான் என்று சொல்கிறார்கள்.”

“இல்லை ஐயா... ஏதோ விபத்துன்னு சொன்னாங்க.” என்று மீண்டும் தெரியாததுபோல நடித்தான்.

“அப்படித்தான் ஊரு நம்புது. ஆனா எனக்கு அது விபத்துபோல தெரியல. சரி, அது இருக்கட்டும். அவரு உங்க வங்கில கடன் வேணும்னு சொன்னாரு. அனுப்புறேன் என்ன செய்யமுடியுமோ செஞ்சிருங்க.” என்றார். ஜெய்யின் மனம் சந்தோசத்தில் குதித்தது.

“ஐயா... உங்களுக்கு எதுவும் கடன்”

“என்ன தம்பி, என்னையும் கடன்காரன் ஆக்காம விடமாட்ட போல. எனக்கு இருக்கிறது ஒரு வீடுதான். ஆலை எல்லாம் இல்ல தீ வைக்கிறதுக்கு”

“என்ன ஐயா... நீங்களுமா?” முருகனின் சூட்சுமமான சொல்லுக்கு கிண்டலாகப் பதிலளித்தான் ஜெய்.

“இல்லை தம்பி... வீடு மட்டும்தான் இருக்கு, அதை வெச்சு கடன் வாங்குனா, என் பொண்ணு கல்யாணத்திற்கு என்ன செய்வேன். அதுதான்”

“ஐயா... இந்த வங்கிய சுத்தி இருக்கிற நிலம்”

“ஹ்ம்... அந்த நிலத்தை வாங்காம விடமாட்ட... சரிதானே?”

‘இல்ல ஐயா. சும்மாதானே இருக்கு, வங்கியை விரிவுபடுத்தலாம்னுதான். உங்க பொண்ணுக்கு உயர் பதவி கொடுக்கப் போறேன்.”

“எப்படி ல...சம் கொடுக்கிற பாரு...” என்ற அவா சொற்கள் வழியாகவே, என்ன சொல்ல வருகிறார் என்பது புரிந்தது ஜெய்க்கு.

“லஞ்சம் எல்லாம் இல்ல ஐயா...”

“சரி, முத்துவை வரச் சொல்றேன்” அத்துடன் உரையாடலை நிறுத்தி முற்றுப்புள்ளி வைத்தார் முருகன்.

ஜெய் எதிர்பார்த்ததுபோலவே ஒரு பெரிய தொகைக்கு முத்துவின் நிலம் கை மாறியது. முத்துவே கடன் வாங்கிவிட்டார். அதுவும் முருகன் சிபாரிசில் என்ற செய்தி ஊர் முழுவதும் பரவ ஆரம்பித்தது. பணம் பத்தும்செய்யும், பாதளம் வரை பாயும் என்பதுபோல நிலம் வைத்திருப்பவர் ஒவ்வொருவராக மூப்பர் வங்கியைத் தேடி வர ஆரம்பித்தனர். வந்தவர்கள் தங்கள் காரணத்திற்காக விவசாயத்தை காரணம் காட்டினர். கேட்ட பணத்தை கொடுத்தான் ஜெய். அப்பொழுதுதான் ஜெய் திடீரென்று ஒரு அறிக்கை விடுத்தான்:

“அறுவடைக்காலம் முடிந்து நெல் நாற்றுகள் நடும் வரை இந்தக் கடன் தொடரும் என்றும் பின் அடுத்த அறுவடைக் காலம் வரை நிலத்துக்கான கடன் வழங்கப்பட மாட்டாது” என்று.

அப்பொழுதுதான் கடன் இன்னும் சூடு பிடிக்க ஆரம்பித்தது. அடுத்த வருடம் ஒருவேளை, கடன் வாங்க வாய்ப்பு இல்லாமல் போனால் என்று ஒவ்வொருத்தரும் பொய்களுடன் நில வங்கியை நெருங்க ஆரம்பித்தனர். பல காரணங்கள். சிலருக்கு மகளுக்குத் திருமணம், சிலருக்கு வீடு கட்ட, சிலருக்கு வாங்கிய கடனை அடைக்க, சிலருக்கு தொழில் செய்ய, ஏன் சிலர் வட்டிக்கு பணம் கொடுக்கக்கூட இந்த நிலக் கடனை பயன்படுத்த ஆரம்பித்து விட்டனர்.

“ஜெய்... ரொம்ப சோர்வா இருக்கு, கொஞ்சம் ஓய்வு தேவை.” துர்கா இப்படிச் சொன்னால் ஜெய் சிரிக்காமல் என்ன செய்வான். ஜெய் சிரித்தான்.

"ஹா... ஹா... "

"சிரிக்காதே, எல்லா வேலையும் ஒரு ஆளாப் பார்த்துட்டு இருக்கேன்"

"அதுதான் கார்த்திக் இருக்கிறான் இல்ல?"

"அவன் மட்டும் போதுமா?' துர்காவைவிட நன்கு வேலை தெரிந்தவன் கார்த்திக். அனுபவம் மிகுந்தவனும்கூட.

'வேறு உதவிக்கு ஆள் தேவையா?"

"இல்லை, கொஞ்சம் ஓய்வு இருந்தால்" என்று மீண்டும் வார்த்தைகளால் தன் எண்ணத்தை இழுத்தாள் துர்கா.

"ஓய்வு. அது இப்போதைக்குக் கடினம். கார்த்திக் சில நாட்கள் ஊருக்குப் போக வேண்டும் என்று கேட்டிருக்கிறான். அவனுக்கு அனுமதி கொடுத்துவிட்டேன். ஏதோ அவசரமாம்"

"ஐய்யய்யோ, நான் தனியா?"

"முடியும். நானும் உதவி செய்றேன்"

அவ்வளவு வேலைகள் துர்காவிற்கு இருந்தது. இதெல்லாம் போதாது என்று சிலரிடம் இரு மடங்கு பணத்தைக் காட்டி சிலரின் நிலங்களை வங்கியின் பெயரில் மாற்ற ஆரம்பித்தான் ஜெய்.

"வங்கியை விரிவுபடுத்த நிலம் தேவைப்படுகிறது. நீங்கள் உங்கள் நிலத்தை எங்களிடம் விற்றால் இரண்டு மடங்கு பணம் தருகிறோம்" என்று சொல்லிச்சொல்லி சிலரிடம் நிலங்களை வாங்கி, வங்கியின் பெயருக்கு மாற்றி பதிவு செய்துகொண்டான் ஜெய்.

செய்திகள் கன்னியாகுமரி மாவட்டம் முழுவதும் பரவியது. வெளியூரிலிருந்து மக்கள் வர ஆரம்பித்தனர். ஆனால் யாருக்கும் ஒரு பைசாவையும் கடன் கொடுக்காமல் திருப்பி அனுப்பினான். சிலர் சண்டையும் போட்டார்கள். எல்லாவற்றையும் துர்காவுடன் இருந்து சமாளித்தான். இதனால் விளைவுகள் இருக்கும் என்று தெரியும். இவ்வளவு வேகமாக என்று சற்றும் எதிர்பார்க்கவில்லை.

வருமான வரி அதிகாரிகளும் அவர்களும் சில காவல் அதிகாரிகளும் வங்கியை அடைந்திருந்தனர். ஜெய் சற்றும் எதிர்பாராத தருணம் அது. பணமும் ஆண்டாளும் உடன் இருப்பதால், வருமான வரிகள் சம்பந்தமான அனைத்தையும் அவர்கள் பார்த்துக் கொள்வார்கள் என்று எண்ணியிருந்தான். உண்மைதான். இவன் செய்யும் பணப் பரிவர்த்தனைகள் அனைத்தும் அவர்கள் கட்டுப்பாட்டில் இருந்தது. ஆனால் நில வங்கியில், கேள்விகளாக இருந்தது. இங்கே இவன்

செய்யும் பரிவர்த்தனைகளுக்கு சரியாக கோப்புகள் தயாரிக்கத் தவறிவிட்டோமோ என்ற பயம் மனதில் வந்து குடிகொண்டது.

தன் அப்பாவிற்கு பேசலாம் என்று தொலைபேசியை எடுத்தான் ஜெய். அதிகாரிகள் தொலைபேசியை அவன் கையிலிருந்து பிடுங்கி இணைப்பைத் துண்டித்தனர். என்ன செய்ய வேண்டும் என்று செய்வதறியாது தவித்த நேரம். சிலநிமிடம் தலை, கால் புரியாமல் அருகிலிருந்த இருக்கையில் அமர்ந்தான்.

"என்ன செய்யப் போகிறேன். லட்சக்கணக்கில் பணம் பரிமாற்றம் செய்திருக்கிறேன். நிலங்களை வாங்கி இருக்கிறேன். அனைத்திற்கு சரியான கோப்புகள் இருக்கின்றனவா? இல்லை என்றால் இது செய்தியாகி வங்கியை மூடிவிடுவார்களே. மக்களிடம் இருந்த நம்பிக்கை அறவே இல்லாமல் போய்விடுமே" என்று யோசித்து குழம்பிப் போனான்.

என்ன செய்யலாம் என்பதுபோல திரும்பி, பின்னால் நின்று கொண்டிருந்த துர்காவைப் பார்த்தான். இதுவரைக்கும் ஜெய்யின் கண் அசைவிற்காகக் காத்திருந்ததுபோல உள்ளே சென்று ஒவ்வொரு கோப்புகளாக அதிகாரிகளிடம் காட்ட ஆரம்பித்தாள் அவள்.

கிராமத்தில் பிறந்து வளார்ந்தவளுக்கு என்ன தெரியப் போகிறது, அதுவும் வங்கி வேலைகளில் எந்த அனுபவமுமில்லை, நான் சொல்கிற வேலைகளைச் செய்கிறாள் அதைத்தவிர, என்ன தெரியும் இவளுக்கு என்று எண்ணியிருந்த ஜெய்க்கு என்னமோபோல இருந்தது.

உண்மையில் சொல்ல வேண்டுமென்றால், அப்பொழுதான் அவள் முகத்தை பெருமையோடு பார்க்க ஆரம்பித்தான். இன்னும் சொல்ல வேண்டுமென்றால், வேலை என்ற எண்ணத்தைத் தாண்டி பெண் என்ற எண்ணத்தில் பார்க்க ஆரம்பித்தான்.

ஒரு வார்த்தையில் சொல்ல வேண்டுமென்றால் அழகி, ஜெய்யின் மனது சொல்லியது.

சந்தித்த நாலு மாதங்களில் துர்காவை பெண்ணாக உணராமல் போய்விட்டாயே, அவள் நெற்றியில் வழியும் வியர்வையைத் துடைக்கும் அழகைப் பார். அடங்கிய மழையிடையே இலையில் படிந்திருக்கும் நீர்த் துளிகளில் ஒரு பட்டாம்பூச்சி அமரும்பொழுது அந்தத் துளிகள் வெடித்துச் சிதறுமே, அதுபோல் இருக்கிறதே? அவள் ஆசிரியை என்று தெரியும், அவள் பாடம் நடத்தும் அழகு எப்படி இருக்கும் எண்ணிப் பார்...

ஜெய்யின் கண்கள் முன்பு அதிகாரிகள் அனைவரும் குழந்தைகள் போல மாறினர். கையில் புத்தகத்தை வைத்து அவள் பாடம் எடுப்பது

எப்படி இருக்கிறது பார். சிறு குழந்தைகள் புரியாமல் மறுபடியும் திரும்பத் திரும்ப சந்தேகங்கள் கேட்டபொழுதும் சோர்வடையாமல் சொன்னதையே வேறுவிதமாகச் சொல்லும் அழகைப் பார். அவள் வார்த்தைகளில் பிழை வரும்பொழுது அவள் கன்னத்தையே அவளே கிள்ளும் பழக்கம் உண்டு என்று இன்று வரை உனக்குத் தெரியுமா? வெட்கத்தில் நிறம் மாறும் கன்னங்கள் கேள்விப்பட்டிருக்கிறேன். அது என்ன கிள்ளுவதில் நிறம் மாறும் கன்னம். ஒருவேளை, அவள் சீண்டலில் அவன் கன்னமே வெட்கப்படுகிறதோ!

அவள் கன்னத்தைக் கிள்ளும் நேரம் எதிரே நின்ற அதிகாரிகள் அவள் முகத்தைப் பார்த்தனர். அது எப்படி இருக்கிறது பார், தேனை எடுக்கலாம் என்று அதன்மேல் அமரும்பொழுது அந்த வண்டையே பூக்கள் உண்டால் எப்படி இருக்கும், அப்படி அல்லவா இருக்கிறது?

அவள் குனிந்து நிற்கும் அழகைப் பார், அழகாக இருக்கிறதா? ஆம், என்று ஜெய்யின் மனம் குறுகுறுத்தது. எப்படி இருக்கிறது? ஒருபுறம் வேரறுந்த தென்னை மரம் சரிந்து குளத்தின் நீரில் அதன் தலையை நனைக்குமே அவ்வளவு அழகு என்றான். சிறு குழந்தைபோல அதன்மேல் ஏறி குளத்தில் குதித்து விளையாட ஆசை என்றான். அவள் அழகிதான். காலத்தின் மீதுதான் தவறு. இத்தனை நாளும் என்னை ஏமாற்றிவிட்டது. செய்த தவறை ஒத்துக்கொள்கிறேன் என்றது காலம். என் காதலியை நீ ரசிப்பதா என்ற எண்ணம் என்றது அந்தக் காலம். இனி, அவளை மறந்து விடு. இன்று முதல் அவள் என் காதலி என்று கூறினான்.

எல்லாக் கோப்புகளையும் அதிகாரிகளுக்குக் காட்டிவிட்டு நிமிர்ந்தாள் துர்கா.

“ஜெய், என் வேலை முடிந்தது...”

என்ன வேலை, என்னை வசியம் செய்யும் வேலையா என்பதுபோல துர்காவைப் பார்த்தான் ஜெய்.

“ஜெய்...”

“________“

‘ஜெய், எல்லாம் சரியா இருக்கு. மன்னிச்சிருங்க” என்று அதிகாரிகள் சொல்லியபொழுது ஆச்சரியமாக இருந்தது ஜெய்க்கு.

‘அழகு’ தன் மனதிடம் மறுபடியும் சொல்லிக் கொண்டான். அழகா? அழகு என்றால் என்ன என்று விளக்க முடியுமா ஜெய்? அழகு எங்கிருக்கிறது என்று கூற முடியுமா ஜெய்?

கண்டிப்பாக முடியாது மனமே. ஆனால் இவள் என்று சொல்லலாம். கண்கள் வரைந்தது போல இருக்கிறது, இருந்தும்

அதற்குமேல் கருப்பு நிறத்தில் எல்லை வரைந்திருக்கிறாள். மூக்கு செய்ததுபோல இருக்கிறது, இருந்தும் அதன்மேல் குறையாக மூக்கைக் குத்தி அணிகலன் அணிந்திருக்கிறாள். நெற்றி வளர்ந்திருக்கிறது, வளர்பிறையை யாராவது மறைப்பார்களா! முடியால் மறைந்திருந்தாள் அவள். கன்னமா அது இருபுறமும் தவழும் இரு குழந்தைகள். அது தவழ்ந்துகொண்டே இருக்கிறது பார். காதுகள் ஒன்றன்மேல் ஒன்றாக அடுக்கிய தேன் சுருள்கள். இதுதான் அழகின் விளக்கம், அவள்தான் அதற்குச் சான்று என்று மனதிடம் விளக்கினான் ஜெய்.

அதிகாரிகள் சுவரில் விழுந்த பந்துபோல வந்த வேகத்தில் திரும்பிச் சென்றிருந்தனர்.

"ரொம்ப நன்றி துர்கா"

"நன்றியா! அதுக்குத்தானே சம்பளம்!"

"இருந்தாலும் நீ கன்னம் கிள்ளும் அழகு, அழகு"

துர்கா எதுவும் புரியாமல் புருவத்தை உயர்த்தி ஜெய்யை பார்த்தாள். ஜெய் மறுவார்த்தை பேசும்முன்னர் முருகன் உண்மை அறிந்து அங்கே வந்தார். எனவே, தொடர்ந்து அவனால் நினைத்ததை பேச முடியவில்லை.

"ஐயா, உங்க பொண்ணுதான் இன்னைக்கு என்னைக் காப்பாத்துனது." முருகன் முகத்தில் பெருமை தெரிந்தது.

"எவனோ பிடிக்காதவன் பார்த்த வேலை." என்று ஜெய் சொன்னான்.

"இதுக்கே இப்படின்னா, இனி ஊரே எதிர்க்கப் போகிறது. அதுக்கு என்ன பண்ணுறது" இனி முருகனின் முழு உதவியும் தனக்குத் தேவை என்று ஜெய் எண்ணியிருந்தான். அதைப்பற்றி அவரிடம் பேசுமுன்னரே அவரே ஆரம்பித்தார்.

"தம்பி, இன்னும் ஆறு மாசம்தான் இருக்கு. இந்த வேகம் போதுமா?" ஜெய் ஆச்சரியமாகப் பார்த்தான்.

"இதுவரைக்கும் எவ்வளவு நிலம் வங்கி பேருல மாறி இருக்கு"

"பத்து ஏக்கர் இருக்கும். அதைத்தவிர, எழுபது ஏக்கர் நிலம் கடனா வெச்சிருக்காங்க" ஆச்சரியத்தில் பதில் சொன்னான்.

"முதலில் வா. அறைக்குள் செல்வோம். துர்கா நீயும் வா" என்று இருவரையும் அறைக்குள் அழைத்துச் சென்றார் முருகன்.

"ஐயா, நீங்க முதல்ல யாருன்னு சொல்லுங்க. எதுவும் புரியல." துர்கா உடனே சிரித்தாள்.

“என் பேரு போதும்னு நெனைக்கிறேன். குஸ்தி முருகன்.”

“ஐயா...” என்ற ஆச்சரியத்தில் நின்றான் ஜெய்.

“ஜெய், நீங்க மூப்பர் பெயரைச் சொன்ன அன்றே தெரியும். எதுக்கு இங்க வந்திருக்கீங்கன்னு.” என்று எல்லாம் தெரிந்ததைச் சொல்லி நிறுத்தினாள் துர்கா.

‘அப்பாகிட்ட பேசினேன், எல்லாம் கனவுபோல இருக்கு. நெனச்சாலே உடம்பு புல்லரிக்குது.”

“நீங்கதான் எனக்கு எதிரியா இருப்பீங்கன்னு நெனச்சேன். இனி என்ன கவலை ஐயா!”

“இல்ல ஜெய், ஒரு ஆளு இருக்காரு. முத்து.”

“ஆமா. சுமார் இருபது ஏக்கர் நிலம் கடனுக்கு வெச்சிருக்காரு.”

“அதுதான் சொன்னேன். முதல்ல என் நிலத்தை வங்கி பேருக்கு மாத்து”

“அதெல்லாம் வேண்டாம். கடைசியா பார்த்துக்கலாம். உங்க உதவி இருக்கிறது என்று இப்போதைக்கு மக்களுக்குத் தெரிய வேண்டாம்”

“சரி, என்ன பண்ணலாம். எதுவும் திட்டம் வெச்சிருக்கிறியா?”

“இருக்கு... இதுவரைக்கும் நாலு, அஞ்சு மாதமா யாரையும் வாங்கின கடனுக்கு தவணைகளை ஒரு மாதம்கூட கட்டவிடல. ஒப்பந்தத்தின்படி, எல்லா நிலத்தையும் ஏலம் விடலாம். அதனால முதல்ல சின்னச்சின்ன நிலம் கடனுக்கு வெச்சிருப்பாங்க இல்ல, அவங்களைக் கூப்பிட்டு இன்னும் கொஞ்சம் காசு கொடுத்து அந்த நிலத்தையெல்லாம் எழுதி வாங்கலாம்னு இருக்கேன். அப்புறம் மத்தவங்களை பார்த்துக்கலாம்.”

“எவ்வளவு நாள் ஆகும்?”

“துர்கா, அஞ்சு லட்சத்திற்கும் குறைவா இருக்கிறவங்கள கூப்பிட்டுப் பேசு. இன்னும் ரெண்டு நாள்ல எல்லா பத்திரமும் நம்மபேர்ல மாறியிருக்கணும்.’ என்று துர்காவிற்கு வேலையைக் கொடுத்துவிட்டு, “ஐயா... ஒரு வார காலம் கொடுக்கலாம். அடுத்த வாரம் எல்லா நிலமும் நம் பெயரில் மாறியிருக்கும். என்ன சவால் வந்தாலும் சமாளிக்கலாம்.”

“சரி, முத்துவை என்ன செய்யப் போற?’

“தெரியல. என்ன பிரச்சினை வந்தாலும் பாத்துக்கலாம்.”

"கார்த்திக், ராகுல், சிவா"

"கார்த்திக் எதுவும் பிரச்சினையில்ல அப்பா" என்று நன்கு தெரிந்ததுபோல பதில் சொன்னாள் துர்கா.

"சிவாவும் எந்தப் பிரச்சினையில்லை. ராகுலுக்கு உண்மை தெரிந்தால்..." என்று யோசித்தான் ஜெய். "பார்த்துக் கொள்ளலாம்" என்று முடித்தார் முருகன்.

சுமார் எழுபது, எண்பது ஏக்கர் நிலத்தை, நாற்பதுக்கும் மேற்பட்ட உரிமையாளர் களிடமிருந்து கையகம் செய்தால் சும்மா இருப்பார்களா என்ன? அடுத்த நாளே துர்கா சிறிய அளவு கடன் பெற்ற பதினைந்து நில உரிமையாளர்களை அழைத்தாள். அதில் பத்துப் பேர் வந்தனர். அவர்களிடம் தெளிவாக எடுத்துச் சொன்னாள்:

"ஐயா, நீங்க ஒரு தவணை கூட கட்டாம இருக்கீங்க. நீங்க யாரும் விவசாயத்திற்கு கடன் வாங்கலேன்னு தெரியும். இருந்தாலும் உங்க நிலத்தின் மதிப்பைவிட அதிகமாகவே நாங்க கடன் கொடுத்தோம். இன்னும் கொடுத்த அளவு பணம் தர்றோம். உங்க நிலம் எங்க வங்கிக்குத் தேவைப்படுது. தரமுடியாதுன்னா உடனே முழுத் தவணையும் கட்ட வேண்டியிருக்கும். அதுவும் இண்ணைக்கே. ஒரு நாள்தான் அவகாசம். நீங்க கட்டலேன்னா எந்த அறிவிப்பும் இல்லாம நிலம் கை மாறிடும்." என்று ஒவ்வொருவராக அழைத்துச் சொன்னாள் துர்கா.

சிலர் பதறினர். உடனே பணத்தைப் புரட்டி வருகிறேன் என்று புறப்பட்டனர். சிலர் யோசித்தனர். அதில் இருவர் உடனே கையெழுத்திட்டு பணத்தை பெற்றுக் கொண்டனர்.

"யோவ்... என்ன யோசிக்கிற, நீ நெனச்சு பார்க்க முடியுமா இவ்வளவு பணம். இந்தப் பணத்தை வெச்சு நாலு மடங்கு நிலம் வாங்கலாம். முதல்ல போய் கையெழுத்தப் போட்டு பணத்தை வாங்கு" என்று பணம் பெற்றவர் விளக்கிச் சொல்ல, யோசித்துக் கொண்டிருந்த சிலர் கையெழுத்தைப் போட்டனர்.

சிலர் பணத்துடன் வருகிறேன் என்று சென்றனர். அதில் சிலர் சென்ற வேகத்திலேயே திரும்பி வந்தனர். அவர்களைக் கழித்து இறுதியில் இருவர் மட்டும் மிச்சம். அந்த இருவரும் எதுவுமே சொல்லவில்லை.

வந்தவர்களிடம், "இதேபோல மற்ற நிலத்தாரிடமும் சொல்லுங்கள். அவர்கள் நிலத்தின் மதிப்பைவிட இரண்டு மடங்கு பணம் அதிகமாகத் தருகிறோம். வந்து கையெழுத்து போடச் சொல்லுங்கள்.

இன்னும் இரு நாட்களில்" என்று சொல்லி அனுப்பினாள் துர்கா. ஓரளவிற்கு அது பரவியது.

"ஜெய்... இந்த விசயம் கண்டிப்பாக முத்து போல நிறையப் பணம் வாங்கினவர்களுக்கு சென்றிருக்கும். என்ன செய்யலாம்?" செய்தி கண்டிப்பாக முத்துவிற்கும் சென்றிருக்கும். இந்த விசயம் தெரிந்தால் கண்டிப்பாக முத்து போன்றவர்கள் சும்மா இருக்க மாட்டார்கள்.

"ஒருமுறை, ஐயாவை வைத்து முத்துவிடம் பேசிப் பார்க்கச் சொல்வோம். இல்லை, வேண்டாம் நானே பேசிவிட்டு வருகிறேன்" என்று சொல்லிய ஜெய், துர்காவின் பதிலை எதிர்பார்க்காமல் வண்டியை எடுத்துக்கொண்டு முத்துவின் ஆலைக்குப் புறப்பட்டான். போகிறவழியில் என்ன பேசலாம் என்று யோசித்துக்கொண்டே வண்டியை ஓட்டிச் சென்றான். சாலை வழியாகச் சென்றால் வங்கியிலிருந்து மூன்று மைல் தூரத்திலிருந்தது முத்து ஆலை. ஜெய்யின் கார் திறந்திருந்த மதில் கதவைத் தாண்டி ஆலையின் உள்ளே வந்து நின்றது. வண்டியில் இருந்து இறங்கியவனை ஆலையில் வேலை செய்யும் ஒருவன் வரவேற்றான்.

"தம்பி... நீங்க அந்த வங்கில வேலை செய்யுறவங்கதானே?'

"ஆமா ஐயா. முத்து இருக்காரா?"

"வெளியே போயிருக்காரு. வர்ற நேரம்தான். நீங்க உள்ளே இருங்க."

"பரவாயில்ல. நான் வெளியே இருக்கிறேன்" என்று சொல்லிக்கொண்டே இங்குமங்குமாக நடக்க ஆரம்பித்தான் ஜெய். சில வாரங்களாகியும் எரிந்துபோன நெல் மணிகள் இன்னும் முழுமையாக சுத்தம் செய்யப்படாமல் கிடந்தன. ஆலைகளின் ஓரங்களில் எரிந்ததில் படிந்த கரிகள் இன்னும் அப்படியே இருந்தது. சில இடங்கள் மட்டும் சரி செய்திருந்தார்கள். தான் வீசிய பெட்ரோல் புட்டியின் அடையாளம் எங்கேயாவது தெரிகிறதா என்று பார்த்தான். அவன் கண்களுக்கு எதுவும் புலப்படவில்லை. சுற்றி வந்துகொண்டிருக்கும் வேளையில், தூரத்தில் ஒரு வண்டி வரும் சத்தம் கேட்டது. கண்டிப்பாக, அது முத்துவாகத்தான் இருக்கும் என்று உறுதிசெய்த ஜெய். அமைதியாக அவன் வண்டியின் அருகே வந்து நின்று கொண்டான். ஜெய் ஊகித்ததுபோலவே வந்தது முத்துவின் வண்டிதான். வண்டியை நிறுத்தும் முன்னரே ஜெய்யை அவர் பார்த்து தலையசைத்தார். வண்டியை நிறுத்தியவர் "வாங்க தம்பி... வெளியவே நின்னுட்டீங்க, உள்ள போய் உட்கார்ந்திருக்கலாம் இல்ல."

"இப்போதான் வந்தேன் ஐயா" என்று மறுமொழி சொன்னான்.

"சரி வாங்க..." என்று ஜெய்யை அழைத்துக்கொண்டு முத்துவின் அலுவலக அறைக்குள் சென்றார்.

“சொல்லுங்க தம்பி...”

“உங்க உதவி வேணும்...”

“ஹா... என் உதவியா? சொல்லுங்க” என்று சிரித்தவாறு கேட்டார் முத்து.

“எப்படிச் சொல்லுறதுதான்னு தெரியல...”

“ஆண்டாள் வங்கில இருந்து இங்கே ஒரு விருந்தினர் மாளிகை கட்டலாம்னு இருக்கோம்.”

“நல்லதுதானே. செய்யுங்க”

“அதுக்குதான் உங்க நிலம் வேணும்”

“என் நிலம் எதுக்கு தம்பி. இதுவரைக்கும் முப்பது ஏக்கருக்கு மேல வங்கி பெயருக்கு பதிவு செய்திட்டீங்க. பிறகு என் நிலம் எதற்கு?” அப்படியென்றால் செய்தி முத்துவின் காதுகளுக்கு எட்டியிருக்கிறது.

“சரிதான் ஐயா. ஆனா அது பத்தாது, உங்க நிலமும்...”

“தம்பி, அது வெறும் நிலமில்ல. எங்க வியர்வை விழுற இடம். அது எல்லாம் முடியாது தம்பி...”

“இல்லை ஐயா. அதுல எந்த மாற்றமும் இல்ல.”

‘ஹா, தம்பி உங்ககிட்ட கடன்தான் வாங்கியிருக்கிறேன். இன்னும் சொத்து எதுவும் எழுதி வைக்கல”

“ஐயா, இன்னும் எந்தத் தவணையும் கட்டல.”

“என்ன தம்பி, பேச்சில ஒரு தோரணை தெரியுதே?”

ஜெய் இருக்கையை விட்டு எழுந்தான்.

“ஐயா, நான் புறப்படுறேன். நல்லா யோசிச்சுப் பாருங்க. எவ்வளவு காசு வேணும்னாலும் தர்றோம். உங்க நில மதிப்பைவிட அதிகமாத்தான் காசு தந்திருக்கிறோம். இருந்தாலும் உங்க மேல இருக்கிற மதிப்பாலதான் உங்களைத் தேடி வந்தேன். மத்தவங்க யாரையும் நான் பார்க்கப் போகல. யோசிங்க”

ஜெய் சொல்லியவாறு முத்துவின் முகத்தைப் பார்த்தான். முத்துவின் முகம் நிறம் மாற ஆரம்பித்திருந்தது. அதை கவனிக்காததுபோல முத்துவிற்கு கை அசைத்துவிட்டு வெளியே வந்தான்.

வெளியே வந்தவன், நேராக இனையந்துறைக்குச் செல்லலாம் என்று முடிவுசெய்து வண்டியை வேகமாக ஓட்டினான். இடையில், கைபேசியை எடுத்து துர்காவை அழைத்தான்.

“துர்கா... முத்து சரியா வரல. அவர் தயாராவதற்குள்ளே உடனே பத்திரப் பதிவு முடிச்சாகணும். உடனே வழக்கறிஞருக்குப் பேசு. நாளைக்கு வங்கி விடுமுறை. முழு பத்திரப் பதிவையும் நாளைக்கு முடிக்கிறோம். மொத்தம் முப்பத்து ரெண்டு ஏக்கர்.” அவள் பதிலிற்கு காத்திருக்காமல் இணைப்பைத் துண்டித்தான்.

மீண்டும் தனது நீலகண்டன் மாமாவை அழைத்தான்.

“மாமா, நாளைக்கு பத்திரப் பதிவு, நாளை மறுநாள் கட்டட வேலை ஆரம்பிக்கிறோம். அனைத்தையும் தயார் செய்யுங்கள்.”

அடுத்து ஊர்த்தலைவர் முருகனை அழைத்தான்.

“ஐயா, இனி நீங்க அந்த வீட்டுல இருக்க வேண்டாம். தேவையான, முக்கியமான பொருட்களை எடுத்துக்கொண்டு என் வீட்டிற்கு வந்துவிடுங்கள். அதுவும் இன்று, இன்று இரவு.” அவன் பேசிக்கொண்டிருக்கும்பொழுது அவன் வண்டியின் வேகம் சற்றும் குறையவில்லை.

“அடுத்தது யாரு?” என்று யோசித்தபொழுது உடனே நினைவில் வந்தது சிவாதான்.

“சிவா, நாளைக்கு ஆத்துல தண்ணி ஓடணும்.”

“இல்ல ஜெய்... இன்னும் இரண்டு நாள் கூட”

“இல்ல முடியாது. அதிகபட்சம் நாளை மறுநாள்” அவனிடம் எந்தப் பதிலும் அவன் எதிர்பார்க்கவில்லை. நேராக வண்டியை இனையந்துறையில் கட்டப்படும், முடியும் தறுவாயிலிருக்கிற அடுக்குமாடி வீடுகளின் முன்னால் நிறுத்தினான். நிறுத்தியவன் கைபேசியை எடுத்து ராகுலை அழைத்தான்.

‘ராகுல், முதல் வாசலுக்கு வந்திரு. நான் உடனே புறப்படணும்.” சற்று நேரத்தில் ராகுல் ஜெய்யிடம் வந்தான்.

“ராகுல், மக்களை குடியேற அழைத்து வந்திடலாமா?”

“இன்னும் ரெண்டு வாரம்கூட” என்று சொல்லியதை கவனித்தவாறு ஜெய், தனது கைபேசியை எடுத்து இனையம்துறை பாதிரியார் பீட்டரை அழைத்தான்.

“ஐயா... ஜெய் பேசுறேன்”

“சொல்லுங்க ஜெய்”

“வீடு தயாராயிடுச்சு. யாருக்கெல்லாம் வீடு கொடுக்கணும்னு ஒரு பட்டியல் தயார் செய்து அனுப்புங்க. எப்பொழுது குடி வர்றாங்க, குடும்பத்தில உள்ளவங்க விவரம், மற்ற பத்திரம் எல்லாம்...”

"சரி ஜெய். ஏற்கனவே பட்டியல் தயார் செய்திட்டோம். நீங்க வந்தீங்கன்னா!"

"இல்ல ஐயா, ராகுலை அனுப்புறேன்."

"சரி" என்று முடிக்க ராகுல், ஜெய்யை பார்த்துக் கொண்டிருந்தான். அவன் பார்வை, ஏன் இவ்வளவு அவசரம் என்ற கேள்வியைக் கேட்டது ஜெய்க்கு புரியாமல் இல்லை. இருந்தாலும் அதை மறைத்துவிட்டு,

"ராகுல்... இன்னும் வேகமாக வேலைகளை முடி. இந்த தோட்டம் மற்றும் பொது நிலத்தில் வரும் வேலைகளை வீட்டு வேலைகள் முடிந்தபிறகு தொடரலாம்"

சரி, என்பதுபோல ராகுல் தலையசைத்தான்.

"ஜெய்... சிவாவும் கார்த்திக்கும்"

"சிவாவுக்கு சொல்ல வேண்டாம், என்ன வேகம்! நானே முன்னால நின்னு செஞ்சிருந்தாகூட இவ்வளவு வேகமாக வேலையை முடிக்க முடியாது. ஆற்றின் வேலைகள் அனைத்தும் முடியும்நிலைக்கு வந்துவிட்டது" என்று சிவாவை புகழும்பொழுது ராகுலுக்கும்பெருமிதமாக இருந்தது.

"கார்த்திக் அவசர வேலையாக ஊருக்குச் சென்றிருக்கிறான்" என்று முடித்த ஜெய்யிடம் தொடர்ந்து கட்டட வேலைகளையும் அதற்கான செலவுகளையும் ஒப்புவித்தான் ராகுல்.

19

மறுநாள் ஆண்டாள், நீலகண்டன், முருகன் மற்றும் ஜெய்க்கு மிகவும் முக்கியமான நாட்கள். அன்று இரவே ஊர் மக்கள் கவனிக்காதவண்ணம், முருகன் வீட்டிலிருந்து பொருட்களை வங்கி அலுவலகத்தில் மேலிருக்கும் வீட்டிற்கு மாற்றினர்கள். இத்தனை நாளும் வங்கியில் துர்கா வேலை செய்திருக்கிறாள். எனவே, இந்த மோசடி வேலையில் அவளின் பங்கும் இருக்கும் என்று மக்களுக்கு கண்டிப்பாகத் தெரியும். எனவே துர்காவின் மேலும் மக்களின் தாக்குதல் இருக்கலாம் என்றும் குறிப்பாக, முத்துவின் தாக்குதல் கண்டிப்பாக இருக்கும் என்று ஜெய் கணித்திருந்தான்.

"அப்பா... நாளையில் இருந்து காவல் துறையின் பாதுகாப்பு தேவை. மேலும் துப்பாக்கி ஏந்திய நம் ஆட்களும் தேவை"

"எத்தனை பேர் தேவைப்படும்?"

"கண்டிப்பாக ஐம்பது பேர். முதலில் ஒரு ஐந்து பேரை அனுப்புங்கள். நாளைக்கு வங்கியை தாக்க நேரிடலாம்."

"நாளைக்கு..." என்று யோசித்த ஆண்டாள் "சரி, சென்னையிலிருந்து திருவனந்தபுரத்திற்கு விமானம்வழியாக அனுப்புகிறேன். மூன்று மணி நேரத்தில் பூம்பொழிக்கு வந்துவிடுவார்கள்"

"அப்பா... பூந்தோப்பு." பூந்தோப்பு என்ற பெயரை பூம்பொழி என்று உச்சரித்ததால் ஆண்டாளை திருத்தினான் ஜெய்.

“ஹ்ம்... சொல்லிச்சொல்லி பூந்தோப்பு மறைய ஆரம்பிச்சு, பூம்பொழி மனதில பதிய ஆரம்பிச்சிடுச்சு”

“மனதில இல்ல அப்பா, நாக்குலன்னு சொல்லுங்க.” ‘மனதில் புதிதாகப் பதியவில்லை, ஏற்கனவே எழுதியிருக்கிறது’ என்பதன் அர்த்தத்தைத்தான் அவ்வாறு கூறினான் ஜெய்.

“அதுதான் சரி.”

எல்லா முன்னெச்சரிக்கைகளையும் எடுக்க ஆரம்பித்தான் ஜெய்.

“துர்கா, கார்த்திக் எங்கே இருக்கான்னு கேளு. நாளைக்கு காலையில பதிவாளர் அலுவலகத்திற்கு வரணும்னு சொல்லு”

“நான் திரும்பி வர்றவரைக்கும் முருகன் மாமா, நீங்க வீட்டை விட்டு எங்கேயும் போகக் கூடாது”

“துர்கா, காலையில ஐந்து காவலர்கள் வந்திருவாங்க. எல்லாம் நம்ம வங்கி ஆட்கள்தான். நாளையில இருந்து நம்ம வங்கிங்கிறது சும்மா பேருக்குத்தான். இனி, வங்கியா எதுவும் செயல்படாது. இப்போதைக்கு நம்ம வங்கிலதான் காவலாளிகள் தங்கப் போறாங்க. நம்ம துரை தலைமையில காவல் துறையோட பாதுகாப்பும் இருக்கும்.

அதுக்கப்புறம் ஐம்பது பேரை அனுப்பச் சொல்லியிருக்கிறேன். முதல்ல அவங்க தங்குறதுக்கு இடம் தயார் செய்யணும். மொத்தம் நூறு ஏக்கர் நிலம். அதுல ஐம்பது பேரு வீடும் இருக்கு. அவங்கள நகர்த்துறது பெரிய போராட்டமா இருக்கும். ஆனால் இப்போதைக்கு அது முக்கியமில்ல.”

“நாளைக்கே வேலைகளை ஆரம்பிக்கிறோம்.” ஜெய்யின் எல்லா கட்டளைகளும் ஒருவழியாகவே இருந்தது. பதில் சொல்ல யாருமில்லை. பதில் சொல்ல அவன் எதிர்பார்க்கவுமில்லை.

அன்று இரவு முருகன், ஜெய், துர்கா, நீலகண்டன் மற்றும் ஆண்டாள் யாரும் உறங்கவில்லை. அனைவருக்கும் செய்து முடிக்க அவ்வளவு வேலைகள் இருந்தன.

மறுநாள் திட்டமிட்டபடி, ஜெய்யும் துர்காவும் பத்திரப் பதிவிற்குப் புறப்பட்டனர். அவர்கள் புறப்படும் முன்னரே ஐந்து காவலாளிகளும் பூந்தோப்பை அடைந்திருந்தனர். அவர்களுக்கான வேலைகளைக் கொடுத்துவிட்டு அங்கிருந்து புறப்பட்டான் ஜெய்.

“பலர் தாக்க வரலாம். முடிந்தவரை போராடுங்கள். தவிர்க்க முடியவில்லை என்றால் காவல்துறை பார்த்துக்கொள்ளும். அதிலும் முடியவில்லை என்றால், இருவர் காயமடைவது போல அவர்கள் கால் முட்டிகளைப் பார்த்து சுடுங்கள். அதன்பிறகு

கலைந்துவிடுவார்கள். முருகன் மாமாவிற்கு மட்டும் எதுவும் ஆகாமல் பார்த்துக் கொள்ளுங்கள்”

மகிழ்வுந்தில் பயணிக்கும்பொழுதே எல்லாம் தயாராக இருக்கிறதா என்று ஒன்றுக்கு இரண்டு முறை உறுதி செய்துவிட்டு முன்னேறினான் ஜெய். உடன் துர்காவும் இருந்தாள்.

“துர்கா, கார்த்திக்? எங்கே இருக்கிறான் என்று கேள்” என்று துர்காவுக்கு நினைவுபடுத்தினான் ஜெய். உடனே கார்த்திக்கை தொடர்புகொண்டாள் துர்கா. அவன் பதிவாளர் அலுவலகத்தில் இருப்பதாகக் கூறினான். உடனே கைபேசியை அவளிடமிருந்து வாங்கி ஜெய் பேசினான்.

“கார்த்திக், நம்மகிட்ட நிலத்தை விலைக்குக் கொடுத்தவங்க சிலபேரு அங்கே வந்திருப்பாங்க. நீ எதுவும் செய்யவேண்டாம் பதிவாளரைப் பாரு, போதும்” என்று இணைப்பைத் துண்டித்தான் ஜெய்.

“துர்கா, நேரம் என்ன ஆகிறது?” என்று அவளிடம் கேட்டுக்கொண்டே தன் கைக் கடிகாரத்தைப் பார்த்தான். அவர்கள் சென்று கொண்டிருந்த வண்டியும் முன்னோக்கிச் சென்றுகொண்டே இருந்தது.

“ஒன்பதாகிறது...”

“உன் அப்பாவிற்கு...” என்று ஜெய் கூறியதும் துர்கா தன் கைபேசியில் முருகனின் எண்களை அழுத்தினாள்.

“இல்லை, என் கைபேசியிலிருந்து” என்று, தன் கைபேசியை பயன்படுத்தக் கூறினான் ஜெய். அவளும் அவன் கைபேசியை எடுத்து முருகனுக்கு அழைத்தாள்.

“ஐயா...” அவன் கைபேசியானது திறக்கற்றை எனும் புதிய தொழில்நுட்பத்தால் தன் வாகனத்துடன் இணைத்திருந்ததால், தன் இருக்கையிருந்து பேசினாலே எதிர்முனையில் கேட்கும்படி இருந்தது. அந்த வசதி, உரையாடலை ஒலிபெருக்கியின் வழியாக கடத்துவதால் அந்த உரையாடலை துர்காவும் சேர்ந்து கேட்டாள்.

“ஐயா... எதுவும் பிரச்சினை இல்லையே?”

“இதுவரை இல்லை. சிலர் வங்கியை எட்டிப் பார்ப்பதுபோலத் தெரிகிறது.”

“துரை?”

“ஆமா... ஆறு பேரு வந்திருக்காங்க. துரையும் இருக்காரு?’

"ரொம்ப நல்லது. பிரச்சினையென்றால் உடனே அழையுங்கள்." என்றதும் இணைப்பைத் துண்டித்தாள் துர்கா.

"துரை..." என்று துர்காவைப் பார்த்தான் ஜெய். அவளும் புரிந்துகொண்டு துரையை அழைத்தாள்.

"துரை, என்ன நடந்தாலும் முருகனுக்கு எதுவும் ஆகக் கூடாது" என்று உறுதியாகக் கூறிவிட்டு தன் வேலையைப் பார்த்தான்.

"குஸ்தி என்ற சொல்லுக்கு இவ்வளவு மதிப்பு இருக்கும் என்று மகளாகிய நானே இதுவரை நினைத்ததில்லை" மனதிற்குள் முனகினாள் துர்கா.

பதிவாளர் அலுவலகம் சென்ற ஜெய்யும் துர்காவும் உடனுக்குடனே எல்லா வேலையும் செய்ய ஆரம்பித்தான். இந்தப் பதிவிற்குப் பின்னால் பல கோடி ரூபாய்களின் விளையாட்டு இருக்கிறது என்பதை பார்த்திருந்தால் பலருக்கும் புரிந்திருக்கும்.

முதல் வேலையாக பத்திரப் பதிவிற்கு வந்திருக்கும் ஊர் மக்களின் வேலைகளை முடித்து அனுப்பினார்கள். பிறகு மற்றவர்களின் நிலங்கள். இதில் இடையிடையே முருகனிடமிருந்து துர்காவிற்கு அழைப்பு வந்துகொண்டிருந்தது.

"யாரு?"

"அப்பா"

"எதுவும் பிரச்சினை?"

"இல்லையாம்..." என்று ஜெய்யிடம் சொல்லிக் கொண்டேயிருந்தாள் துர்கா. கண்டிப்பாக பிரச்சினை இல்லாமல் இருக்காது. ஆனால் முருகனுக்கு எதுவும் ஆக விடமாட்டார்கள் காவலர்கள் என்று அவன் நம்பினான். ஒவ்வொரு அழைப்பின்பொழுதும் துர்காவின் முகம் வாடாமலிருப்பதை வைத்தே அதை உறுதி செய்தான்.

ஒருமுறை மட்டும் அவள் கண்களில் பதட்டம் தெரிந்தது.

"என்ன ஆச்சு துர்கா?" என்று அழுத்திக் கேட்டான்.

"ஒரு சின்ன கைகலப்பு. அவ்வளவுதான்"

"அவ்வளவுதானே?"

"ஆமாம்" என்றாள் துர்கா.

வெயில் உச்சியைத் தொட்டு நகர்ந்த நேரம் ஜெய்யின் வேலை முடிவிற்கு வந்தது. இதில் எதுவுமே புரியாமல் முழித்துக்

கொண்டிருந்தது கார்த்திக்தான். என்னவென்றே தெரியாமல் சொல்வதெல்லாம் செய்து கொண்டிருந்தான் அவன்.

"இதுக்கு நாம கடன் கொடுத்ததைவிட இரண்டு மடங்கு செலவு செஞ்சிருக்கோம் துர்கா" என்று வண்டியில் ஏறியவாறு கூறினான் ஜெய். அவன் சொன்னதைக் கேட்டதும் துர்கா புருவத்தைத் தூக்கினாள். அதை கார்த்திக் கவனித்தான்.

"எதற்கு ஜெய்?" கார்த்திக் கேட்டான்.

துர்கா மனதிற்குள் கணக்கிட்டாள். "மொத்தம் நூற்று இரண்டு ஏக்கர். ஒரு ஏக்கருக்கு ஐம்பது லட்சம் என்றாலும் மொத்தம் ஐம்பத்து ஒன்று கோடி. அதில் இரு மடங்கு என்றால்"

"நூறு கோடிக்கும் மேலா?" என்று கேட்டாள் துர்கா.

"இருக்கும்!" என்று துர்கா முகத்தைப் பார்த்தான் ஜெய்.

"என்ன ஜெய். எனக்கு எதுவும் புரியல. நூறு கோடின்னா எவ்வளவு பெரிய தொகை. எதற்காக?" மீண்டும் கேட்டான் கார்த்திக்.

"கார்த்திக், தெளிவா சொல்லுறேன்" என்று கார்த்திக்கை அமைதிப்படுத்தியவன், மீண்டும் துர்காவிடம், "சொல்லு துர்கா, அங்கே என்ன நிலமை?"

அப்பொழுதுதான் துர்கா நடந்தை எல்லாம் சொல்ல ஆரம்பித்தாள்.

20

ஜெய்யும் துர்காவும் சுமார் எட்டு மணி முப்பது நிமிடங்களுக்கு வங்கி அலுவலகத்திலிருந்து பதிவாளர் அலுவலகத்திற்குப் புறப்பட்டனர். அதன்பிறகு நடப்பதை ஒவ்வொன்றாக தொலைபேசியின் மூலம் துர்காவிற்கு சொல்லிக்கொண்டே வந்தார் முருகன். சிலநேரம் துர்கா முருகனை அழைத்தாள். சிலநேரம் முருகன் தானாகவே துர்காவை தொடர்பு கொண்டார்.

நேரம் ஒன்பது ஆகும்பொழுது அந்த ஊரைச் சேர்ந்த நால்வர் வங்கியின் முன்னால் வந்து நின்று ஏதோ பேசிவிட்டுச் சென்றனர். அவர்கள் முதலில் வங்கியை காட்டி ஏதோ பேசுவதாக இருந்தனர். பிறகு காவலாளிகளிடம் பேசியதை முருகன் வீட்டின் மாடியிலிருந்து ஜன்னல்வழியாகப் பார்த்துக் கொண்டிருந்தார். இது ஆரம்பம்தான் என்று யோசித்தார் முருகன்.

அவர்கள் வங்கியை விட்டுச் சென்ற பிறகு ஒரு காவலாளி முருகனிடம் வந்தான்.

"ஐயா... அவங்க, வங்கி ஏன் திறக்கலேன்னு கேட்டாங்க. விடுப்புன்னு சொன்னேன். இன்னைக்கு ஏன் இத்தனை பேருன்னு கேட்டாங்க. தெரியலேன்னு சொன்னேன்" என்றான்.

"சரி..." என்று அவனை திருப்பி அனுப்பிவைத்தார். இடையில் ஜெய்யின் அழைப்பு வரவே நடந்ததைக் கூறிவிட்டு இணைப்பைத் துண்டித்தார்.

பிறகு ஒரு மணி நேரம் வங்கியின் முற்றம் மிக அமைதியாக இருந்தது. அடுத்து கொஞ்சம் கொஞ்சமாக ஒருவர் இருவர் என வர ஆரம்பித்தனர். வந்து கூடிக்கூடி பேசிக் கொண்டிருந்தனர்.

அடுத்த ஒரு மணி நேரத்தில் முப்பது பேருக்கும்மேல் அங்கே கூடிவிட்டனர். இவர்கள் என்ன செய்யப் போகிறார்கள் என்பதை அவர்கள் கவனிக்காதவண்ணம் மேலிருந்து பார்த்துக் கொண்டிருந்தார் முருகன். தனியே குழுக்களாக கீழே நின்று அவர்கள் என்ன பேசுகிறார்கள் என்று அவரால் அறிய முடியவில்லை. ஆனாலும் என்ன பேசியிருப்பார்கள் என்று யூகித்துப் புரிந்துகொள்ள முடிந்தது.

"இதுவரைக்கும் இல்லாமல் இத்தனை பேரு காவலுக்கு வந்திருக்காங்கன்னா, ஆட்கள் சொன்னது சரிதான். நம்மளை ஏமாத்துறதுதான் திட்டமா இருக்கும்"

"துரையோட ஆட்களும் வந்திருக்காங்களே?'

"அவங்களும் இதுக்கு உடந்தைபோல..."

"ஒருவேளை, ஊரை விட்டு ஓடி இருப்பாங்களோ"

"அப்படி ஓடியிருந்தா. இந்த பாதுகாப்பு எல்லாம் எதுக்கு?"

"ஆமா, அதுவும் சரிதான்?"

"நம்ம முருகன் ஐயா பெண்ணும் இங்கேதான் வேலை பார்த்தா. கண்டிப்பா அவளுக்கும் தெரிஞ்சிருக்கும்"

"வாங்க, போகலாம். முதல்ல ஐயாவைப் பார்க்கலாம்"

மொத்தக் கூட்டமும் சில நிமிடங்களில் கலையாமல் முருகனின் வீட்டை நோக்கி நடந்தனர். மேலிருந்து பார்த்துக் கொண்டிருந்த முருகனின் கண்கள் விரிந்தது. அவர்கள் சென்ற சிறிது நேரத்தில் துரையும் அவர்கள் சென்றவழியாக பின்தொடர்ந்தார்.

"துர்கா, முப்பது பேரு வந்தாங்க, பேசிட்டு இருந்தாங்க. இப்போ நம்ம வீட்டுக்கு போயிருக்காங்கன்னு நினைக்கிறேன்." துர்காவிடம் உடனே அழைத்து நடந்ததைச் சொன்னார் முருகன்.

"அப்பா... வீடு போனா போகட்டும். என்ன பண்ணப் போறாங்க. உடைப்பாங்க. விடுங்க. பத்திரப் பதிவுதான் செஞ்சிட்டு இருக்கோம். நீங்க பயப்படாம இருங்க. அதுபோதும்"

"சரி மகளே. ஆனா முத்து ஆட்கள் யாருமில்ல அதுல"

"காத்திருங்க, இனிதான் வருவாங்க.." என்று மெல்லச் சிரித்தாள் துர்கா.

முருகன் இணைப்பைத் துண்டித்துவிட்டு சமையலறைக்கு ச்சென்று குவளையில் இருந்த நீரைப் பருகிவிட்டு பெருமூச்சுவிட்டார்.

"பெருமான் மூப்பரே, நீதான் காப்பாற்றணும்" என்று சற்று சத்தமாகவே சொன்னார். மீண்டும் அவர் ஜன்னலோரமாக வந்து அமர்ந்து கொண்டார்.

மீண்டும் கொஞ்சநேரத்தில் துரை வேகமாக திரும்பி வங்கிக்கு வந்தார். அவர் முகத்தில் பதட்டம் தெரிந்தது. முருகனின் கண்கள் கழுகின் கண்கள்போல் சுருங்கி உற்று நோக்கியது.

"எல்லாரும் வாங்க" அப்படித்தான் அவர் சொல்லியிருக்க வேண்டும். உடனே காவலாளிகள் சென்று துரையை சுற்றி நின்று கொண்டனர். என்ன பேசுகிறார்கள் என்று கேட்க காதுகளை ஜன்னல் கம்பிகளில் சாய்த்து செவியை நீட்டினார்.

"முருகன் ஐயா வீட்டை உடைச்சிட்டாங்க. அடுத்து இங்கேதான் வருவாங்க. எதையும் செய்யவிடக் கூடாது." என்று உறுதியாகக் கூறினார்.

'மகளே, துரை பேசியதைக் கேட்டேன். நம்ம வீட்டை நொறுக்கீட்டாங்களாம்!"

"இன்னும் கொஞ்ச நேரம்தான் அப்பா. நாங்க வந்திருவோம்"

"சரி" என்று காதில் வைத்த கைபேசியை எடுக்காமலேயே வெளியே கவனத்தை வைத்தார் முருகன்.

"அப்பா... அப்பா..."

"ஹ்ம்... சொல்லு துர்கா..."

"என்ன ஆச்சு?"

"அவங்க வந்துட்டாங்க. என்ன நடக்குதுன்னு பார்த்துட்டு கூப்பிடுறேன்" என்று இணைப்பைத் துண்டித்தார் முருகன்.

வந்தவர்களை தடுத்து நிறுத்தினார் துரை. "இங்க பாருங்க, நீங்க சரியா தவணை கட்டலேன்னும், வங்கியை ஏமாத்திட்டீங்கன்னும் புகார் குடுத்திருக்காங்க. அதுமட்டுமில்ல; ஊர் மக்களால பாதிப்பு வரும்னு பாதுகாப்பு கேட்டிருக்காங்க?"

"கூடவே இருந்திட்டு எங்களை ஏமாத்திட்டீங்க இல்ல, உடைங்கடா வங்கியை" என்று ஒருவன் கல்லை எடுத்து அடிப்பதற்கு கைகளை ஓங்க, துரை ஓடி வந்து அவனைத் தடுத்தார். தொடர்ந்து பின்னால் இருக்கும் காவலாளிகளுக்கு கை அசைத்துக்காட்ட, அவர்கள் மொத்தமாக வந்திருந்தவர்களை தாக்க ஆரம்பித்தனர். கொஞ்ச

நேரத்தில் காவலர்களின் தாக்குதலைச் சமாளிக்க முடியாமல் அவர்கள் கலைந்து ஓடினர். அப்பொழுது ஒருவன் வீசிய கல் மட்டும் முருகன் பார்த்துக்கொண்டிருந்த ஜன்னலின் கண்ணாடியை பழுதாக்கியது. உடனே பயத்தில் 'படார்' என்று முகத்தை கைகளால் மூடிக் கொண்டார். இதைக் கவனித்த கல் வீசியவன்,

"டேய், முருகன் மேல இருக்காண்டா" என்று கூவியவாறு ஓடினான்.

கல்லிலிருந்து தப்பித்த முருகன் பெருமூச்சு விட்டபடி எழுந்தார்.

21

"நல்லவேளை, அப்பாவின் தலை உடைந்திருக்குமாம்!" என்று பதட்டத்தோடு சொன்னாள் துர்கா.

"அவருக்கு அவ்வளவு சீக்கிரம் ஒன்றும் ஆகாது" என்று உறுதியாகப் பதில் சொன்னான் ஜெய்.

பத்திரப் பதிவு முடிந்து அவர்கள் வந்துகொண்டிருந்த வண்டி பூந்தோப்பு ஊர் எல்லையான ஆற்றுப்பாலத்தை அடைய சில நிமிட பயண தூரமே இருந்தது.

"ஜெய், எனக்கு எதுவும் புரியல. என்ன நடக்குது இங்கே" கார்த்திக்கிற்கு உண்மை தெரியாமல் மண்டை வெடித்துவிடுவதுபோல இருந்தது.

"ஒண்ணுமில்ல கார்த்திக். நம்மகிட்ட கடன் வாங்கிட்டு நம்மளை ஏமாத்தப் பார்க்குறாங்க. அதுதான் நிலத்தை எல்லாம் வங்கி பேருக்கு மாத்தியாச்சு"

"அப்படி என்ன ஏமாத்தினாங்க?"

"ஒரு தவணைகூட கட்டல கார்த்திக்" — கார்த்திக்கை உற்றுப் பார்த்தான் ஜெய்.

"அதுக்கு அவகாசமும் கொடுக்கணுமில்ல ஜெய்"

"சரிதான், அவகாசம் கொடுத்தாச்சே!"

"இல்ல ஜெய், ஒரு கடிதம்கூட அனுப்பல"

"என்னது அனுப்பலையா? கார்த்திக் உன் வேலைக்கே உலைவைக்கிற பதில்" ஜெய்யின் இந்த பதிலை கார்த்திக் சற்றும் எதிர்பார்க்கவில்லை.

"நான் அனுப்பியிருக்கேன் கார்த்திக்" என்று கார்த்திக்கை சமாதானப்படுத்தினாள் துர்கா.

"இன்னும் நிறைய இருக்கு. அந்த நிலத்துல ஒரு கட்டடம் வரப் போகுது கார்த்திக்..." என்று ஜெய் பேசிக்கொண்டிருந்தபொழுதே ஜெய்யின் கைகளை அருகிலிருந்த கார்த்திக் தட்டினான். என்ன என்பதுபோல ஜெய் கார்த்திக்கைப் பார்த்தான்.

"அங்கே பாரு ஜெய்." என்று முன்னால் கை காட்டினான். பேசிக்கொண்டு வந்ததால் முன்னால் வரும் அவர்களை கவனித்தானே தவிர, அவர்கள் கையிலிருந்த ஆயுதங்களைக் கவனிக்கவில்லை.

"ஜெய்... எல்லாரும் முத்துவோட ஆட்கள்" என்று துர்கா குசுகுசுத்தாள்.

வண்டியை நிறுத்தினான் ஜெய். "மொத்தம் பத்துப் பேரு. சிலர் கையில் அரிவாள், சிலர் கையில் மரக்கட்டைகள். பேசிப் பலனில்லை, தாக்குவது உறுதி" என்று சில நொடிகளில் அனைத்தையும் முடிவு செய்தான் ஜெய்.

"ஆக, ஆற்றுப்பாலம்தான் அவர்கள் பதுங்கிடம். இந்த எல்லையை கவனப்படுத்த வேண்டியது நம் வேலை" என்றவாறு, துர்கா முகத்தையும் கார்த்திக் முகத்தையும் பார்த்து விட்டு வண்டியை விட்டுக் கீழே இறங்கினான் ஜெய். தன் கையிலிருந்த வண்டியின் சாவியின் பொத்தானை அழுத்தி வண்டியின் கதவுகளை துர்காவும் கார்த்திக்கும் வெளியே வராதவண்ணம் பூட்டினான்.

பத்துப் பேரும் தாக்கும் எண்ணத்தோடு ஜெய்யை நோக்கி ஓடி வந்தனர். ஜெய் நிமிடப்பொழுதில் மின்னல் வேகத்தில் செயல்பட ஆரம்பித்தான்.

ஜெய், அவர்களுக்கு முன்னால் எந்த அசைவுமில்லாமல் தன் கால்களின் பெருவிரலை நிலத்தில் பதித்து இறுக்கி நேராக நின்றான். கற்றுத் தேர்ச்சிபெறும்போது பயன்படுத்திய கலைகள், இப்பொழுது பயன்படுத்த வாய்ப்புக் கிடைத்திருக்கிறது என்று

எண்ணிக் கொண்டான்.

முன்னால் இவனை நோக்கி பாய்ந்துவரும் எதிரிகளின் கால்களையே பார்த்துக் கொண்டிருந்தான். முதலில் தாக்க வந்தவனின் கால் விரல்களை மிதித்து நிலத்தில் அழுத்தினான். காலின் விரல்களில் அழுத்திய வலியால் ஓடி வந்தவனின் மறுகாலை நிலத்தைவிட்டுத் தூக்க முடியாமல் துடித்தான். மேலும் அவன், தன் கையில் இருக்கும் மரக் கட்டையால் ஜெய்யை அடிக்க முயன்றான். அதைக் கவனித்த ஜெய், நொடியில் அவன் கையிலிருந்த அந்தக் கட்டையை கைப்பற்றி பின்னால் வந்த இன்னொருவனின் தலையைப் பதம் பார்க்கச் செய்தான்.

ஜெய் தொடர்ந்து எதிரிகளின் கால்களையே பார்த்துக் கொண்டிருந்தான். ஒவ்வொரு நிமிடமும் அவன் செயலின் வேகம் அதிகமாகிக்கொண்டே இருந்தது. அடுத்து முன்னால் வந்தவன் கால்களை மிதித்து அவனை மறு அடி வைக்கவிடாமல், காலடி வைத்த இடத்திலேயே நிறுத்தினான். ஓடி வந்தவனின் வேகம் திடீரென்று தடைப்பட்டதில் நிலைகுலைந்து அடி சறுக்கி கீழே சாய்ந்தான். அதேநேரம் ஜெய், தன் மறுகாலை எடுத்து பின்னால் அரிவாள் வீசியவனின் கன்னத்தில் அடிக்க, அவன் வீசிய அரிவாள் தரையில் விழுந்தவனின் விலாவை பதம் பார்த்தது. வந்திருந்த பத்துப் பேரின் கணக்குகள் குறைய ஆரம்பித்தன.

நடக்கும் சண்டைக் காட்சியை கண்ணெடுக்காமல் பார்த்துக் கொண்டிருந்தாள் துர்கா. அவள் முகத்தில் ஆச்சரியமில்லை. ஆனால் அழகு தெரிந்தது. அவள் அந்தச் சண்டையை ரசிக்கும் அழகு தெரிந்தது. கார்த்திக் முகத்திலோ ஆச்சரியம் குடிகொண்டிருந்தது. அடிக்கடி வண்டியின் கதவுகளைத் திறக்க முயன்றுகொண்டே இருந்தான் அவன். துர்கா கன்னத்தில் கை வைத்து, கை முட்டியை, தொடையை வைத்து அப்படியே ஜெய்யை பார்த்தவாறு அமர்ந்துவிட்டாள்.

அடுத்த சிலநிமிடங்களில் வந்த பத்துப் பேரும் புழுக்களைப்போல புரண்டு கொண்டிருந்தனர். ஜெய், தன்மேல் படிந்த மண்ணை துடைத்துவிட்டு வண்டிக் கதவுகளின் பூட்டுகளைத் திறந்தான். உடனே கார்த்திக் வேகவேகமாக வண்டியின் கதவுகளைத் திறந்து வெளியே வந்தான்.

"என்ன கார்த்திக், உன் ஆவேசத்தைப் பார்த்தால் வண்டியின் கதவை உடைத்துவிட்டு வந்து சண்டை இடுவாய் என்று நினைத்தேன்." என்று ஏளனச் சிரிப்புடன் சொன்னான் ஜெய்.

“இல்லை ஜெய்... அண்ணைக்கு என்னை ஒருத்தன் அடித்தான் இல்ல! அவன் இருத்தான். இரு, அவனை நிற்க வெச்சு கன்னத்துல ஒரு அறை கொடுத்துட்டு வந்திருறேன்” என்று சொல்லியவாறு தன் கை சட்டையை கையின் முட்டிக்கு மேலே மடித்துவிட்டு பத்துப் பேரில் ஒவ்வொருவராகத் தேடினான். சாலையின் ஓரத்தில் அவனைக் கண்டுபிடித்து, அவனை எழுந்து நிற்கச் சொல்லி, அவனை கன்னத்தில் ஓங்கி அறைந்து தன் கணக்கை முடித்துக் கொண்டான் கார்த்திக்.

“இன்றுதான் நான் நிம்மதியாகத் தூங்குவேன் ஜெய்” பழிவாங்கிய மகிழ்ச்சியில் வீர நடையிட்டு வண்டியில் ஏறினான் கார்த்திக். வண்டியில் சாவியைத் தொடுத்ததும், வண்டி ‘கிர்ர். கீர்...’ என்று வீறிக்கொண்டு நின்றது. இன்னும் இன்னும் கால்களை அழுத்தி வண்டியில் கம்பிகளில் அழுத்தி சத்தத்தை அதிகப்படுத்தினான். வண்டி உறுமிய சத்தம் மைல் தாண்டி கேட்டிருக்கும். அதே சத்தத்தில் வண்டியை முன்னோக்கிச் செலுத்தினான். அதுவரை நகரமுடியாமல் ஜெய்யின் தாக்குதலால் வலியுடன் சாலையை மறித்தவாறு படுத்திருந்தவர்கள். ஜெய்யின் வண்டி வந்த வேகத்தில் தங்கள் மேல் ஏறி இறங்கிவிடுமோ என்று பயந்து ஓரமாக எகிறி விழுந்தனர். வேகமாக வண்டி நகர்ந்ததில் துர்கா தன் இருக்கையில் பின்னோக்கித் தள்ளப்பட்டு, மேல் எழுந்து இருக்கையில் மீண்டும் விழுந்தாள்.

உண்மையில், விழுந்தது வண்டியின் வேகத்தால் அல்ல; ஜெய்யின் வேகத்தால். இன்னும் அவன் வேகத்திலிருந்து வெளியே வரவில்லை. நான்கு புலிகள் வேட்டைக்குச் செல்கிறது, அவை கொழுத்த ஒரு மானை சந்திக்கிறது. நான்கு புலிகளுக்கும் நன்றாகத் தெரியும், அந்த மானை மிகவும் எளிதாக வேட்டையாடிவிடலாம் என்று. அப்பொழுது அந்த மானை யார் வேட்டையாடுவது என்று ஒரு சண்டை வருகிறது. அப்பொழுது மற்ற மூன்று புலிகளையும் ஒற்றை ஆளாக நின்று எதிர்த்து வென்று, மானை வேட்டையாடித் தின்று, ஏப்பம் விடுவதுபோல இருந்தது ஜெய்யின் வேகம். அது சரி. ஆனால் இங்கே மான் என்பது?

“அதுதான் இருக்கே... பூம்பொழி” என்று முணுமுணுத்தாள் துர்கா.

“என்ன துர்கா, பயந்திட்டியா?” என்று ஜெய் கேட்டது துர்காவை தட்டியெழுப்பியது போன்று இருந்தது.

“என்ன?’

“பயந்ததுபோலத் தெரியுது?’

"ஹா... எதுக்கு?"

"அதுதானே... முருகன் பெண்ணு ஆச்சே."

"எவனும் சாகல இல்ல"

"சாகுறது போல அடிக்கலியே!" என்று ஜெய் சொன்னதும் கார்த்திக் படபடப்பானான்.

"ஐய்யயோ... அப்படினா நான் இனி ஊருக்குள்ள போக முடியாதா. ஒருத்தன் உயிரோட இருந்தாலும் நாம் அவ்வளவுதான்"

'இல்லைனாலும் நீ ஊருக்குள்ளே போகமுடியாது" என்று மழுப்பலாக பதில் சொல்லி முடித்தான் ஜெய். அவர்கள் வங்கியை அடையும்பொழுது வங்கி முற்றத்தில் கிடந்த பொருட்கள் இடம் மாறியிருந்தது தெரிந்தது. வெளியே அடுக்கியிருந்த செங்கல்கள் கலைந்து கிடந்தன. கற்கள் வீசப்பட்டிருந்தது. மக்கள் அங்குமிங்குமாக ஓடிய தடங்கள் தெரிந்தன. எல்லாவற்றையும் பார்த்தவாறே வண்டியை நிறுத்திய உடனே துர்கா, எதையும் கவனிக்காமல் அப்பாவின் நலம் விசாரிக்க உள்ளே ஓடினாள். வண்டியைப் பார்த்ததும் அதுவரை வங்கிக்கு காவலிருந்த துரை அருகில் வந்தார்.

"துரை, நம்ம ஆட்களுக்கு?"

"எதுவுமில்ல ஜெய். ஆனால் எதிர்ப்பு பலமா இருக்கு"

"தெரியும். நாளைக்கு ஐம்பது பேரு காவலுக்கு வர்றாங்க.'

"ஓ... நல்லது"

"உடனே வேலையை ஆரம்பிக்கப் போகிறோம்"

அதற்குள் தன் அப்பாவிடம் நலம் விசாரித்துவிட்டு துர்கா வெளியே வந்தாள்.

"துர்கா... அப்பா"

"அவர் நலம்"

"துர்கா, கார்த்தி இரண்டு பேரும்... உடனே எல்லாருக்கும் ஒரு பதிவுக் கடிதம் அனுப்பிருங்க. 'சரியான முறையில் தவணை கட்டாததால், உங்கள் நிலங்கள் முழுவதும் வங்கி கையப்படுத்தியது'. இப்படி எழுதிவிட்டு அதற்கான நகலையும் கூட வெச்சு அனுப்புங்க. காசு கட்டுறேன்னு யாரும் இங்கே வரக்கூடாது. வந்தா அது சண்டைக்காகத்தான் இருக்கணும்"

"சண்டைக்கா" என்று கார்த்திக் ஆச்சரியமாகக் கேட்டான்.

“காசோட வந்தா பஞ்சப்பாட்டு கேட்க வேண்டியிருக்கும். இது இல்ல, அது இல்லேன்னு அழுவாங்க. அது வேண்டாம் எனக்கு. சண்டைக்கு வந்தா, அடி கொடுக்கலாம் இல்லை அடி வாங்கலாம்.”

“ரொம்ப நல்லது” என்று கார்த்திக் சலித்துக் கொண்டான்.

அதுவரைக்கும் அமைதியாக நின்ற துரை, தன்னை தெளிவுபடுத்திக்கொள்ள பேச விரும்பினார்.

“ஜெய், இனி காவல் துறை உதவி?”

“கண்டிப்பா தேவைப்படும் துரை. ஆனா நாளைல இருந்து சும்மா இரண்டு பேரு போதும். சிலநேரம், நேரம் கிடைக்கும்பொழுது நீங்களும் வாங்க. பிரச்சினை என்னான்னா, நாளைல இருந்து நிலங்களை எல்லாம் மண்ணால நிறைக்கணும். விவசாய நிலம் இல்லையா!, அதுக்கு மண் வண்டிகள் வரும், அதுதான் என்ன செய்யுறதுன்னு தெரியல.

“ஏன் ஜெய்”

“ஊருக்குள்ளே விடாம வண்டியை மறிக்க வாய்ப்பு இருக்கு இல்ல?”

“சரிதான், முதல்ல பார்ப்போம், என்ன நடக்குதுன்னு அப்புறம் வண்டிகளுக்கும் பாதுகாப்பு கொடுக்க வேண்டியதுதான்.”

பேசியவாறே முத்துவின் கைபேசி எண்களை சுழற்றினான் ஜெய். மறுமுனை முத்துவின் குரல் என்று உறுதிசெய்த ஜெய், “ஐயா... நீங்க இப்படி ஆள் அனுப்புனாலும், என் உயிரே போனாலும் இந்த கட்டட வேலை நிற்காது. நிற்க விடமாட்டாங்க. இப்பொழுதும் சொல்லுறேன், தயவுசெய்து சொல்லுறேன், எவ்வளவு பணம் வேணுமோ வாங்கிக்கோங்க. இந்த கட்டட வேலை உங்க சக்திக்கு எல்லாம் அப்பாற்பட்டது. புரிஞ்சுக்கோங்க. ஒரு வீடு இல்ல, சுமார் ஆயிரம் வீடு கட்டடம், யோசிச்சுப் பாருங்க. இதனால இந்த ஊரே மாறப் போகுது, ஒரு நகரம்போல மாறப் போகுது.”

மறுமுனையில் எந்தப் பதிலும் சொல்லாமல் இணைப்பு துண்டிக்கப்பட்டது. ஜெய்க்கு கோபம் தலைக்கேறியது.

“இவனுக எவ்வளவு சொன்னாலும் கேட்க மாட்டாங்க” என்று பல்லைக் கடித்தான்.

“ஜெய், நீ மறுபடியும் மறுபடியும் பேசுறதுனால பயப்படுறேன்னு நினைப்பாங்க.”

"தெரியும் துரை. எந்த உயிரும் இதனால போயிரக் கூடாது. எங்கள் ஆட்கள் இந்த கட்டட வேலையில எதுவும் தடை வந்தா அதையும் யோசிக்காம செய்வாங்க. உயிரை எடுக்கவும் துணிவாங்க"

"ஹ்ம்... புரியுது"

"எது என்னவோ, மொத்த நிலமும் இன்று, இன்றே நள்ளிரவு மண்ணால நிறைச்சிருவாங்க. இராத்திரி என்பதால பெரிய பிரச்சினை இருக்காது"

"எனக்குத் தெரியும், திட்டம் இல்லாம நீ எதையும் செய்ய மாட்டேன்னு"

22

துர்கா, கார்த்தியுடன் ஜெய்யும் மறுபக்கம் ஆண்டாளுடன் நீலகண்டனும் கண்ணொளி தொலைதொடர்பில் இணைந்திருந்தனர். எல்லாத் திட்டங்களையும் விளக்குவதும் ஆராய்வதும்தான் திண்ணம்.

"அப்பா, நம் விசயங்கள் வேண்டாம்" என்று ஆரம்பத்திலேயே சொல்லிவைத்தான் ஜெய். கார்த்திக்கும் உடன் இருப்பதால்தான் நம் ரகசியங்களை இப்பொழுது சொல்ல வேண்டாம் என்ற முன்னெச்சரிக்கை இது என்று ஆண்டாளும் நீலகண்டனும் புரிந்து கொண்டனர்.

"என்ன அப்பாவா? அது சரி. ஆண்டாள் வங்கியின் தாளாளர் எப்படி இவனுக்கு மாமா ஆனார்?" என்று மனதுக்குள் குறுகுறுத்தான் கார்த்திக். கார்த்திக் ஜெய்யின் கண்களைப் பார்த்தான். பதிலுக்கு ஜெய்யும் கார்த்திக்கைப் பார்த்து லேசாக கண்ணடித்தான். கார்த்திக்கு ஒன்றும் புரியவில்லை.

"இப்பொழுதெல்லாம் திகில் படம் பார்க்கும் அனுபவமாகவே இருக்கிறது" என்று எண்ணிக் கொண்டான்.

"சொல்லு ஜெய்... நிலைமை..." என்று ஆண்டாள் தங்கள் உரையாடலைத் தொடங்கி வைத்தார்.

“அப்பா... நிலம் எல்லாத்தையும் கையகப்படுத்தியாச்சு. முத்து மட்டும்தான் இதுக்கு எதிரா நிக்கிறாரு. அவரை எதிர்த்துப் போராட வேண்டியிருக்கும்.”

“பார்த்துக் கொள்ளலாம். எதுவும் தாக்குதல்...?”

“தாக்குதலா? சும்மா செம சண்டை ஐயா?” என்று துர்கா இடைமறித்து ஆவலில் சொன்னாள். ஜெய் அவள் ஆர்வத்தைக் கவனித்தவாறு “இதுவரைக்கும் பெரிசா இல்லை அப்பா, ஆனா இருக்கும்.”

“ஹ்ம்...”

“இன்று இரவு நிலங்களில் மண் கொட்ட வேண்டும். எப்படியும் ஐநூறு வண்டிகளுக்கு மேலே தேவைப்படும்.”

“அதை நாங்கள் பார்த்துக் கொள்கிறோம். சரியாக நள்ளிரவு ஐநூறு வண்டிகள் மண்ணுடன் ஊருக்குள் வரும்” என்று நீலகண்டன் உறுதியாகச் சொன்னார்.

“முருகன் ஐயா நிலத்தை மட்டும் தற்சமயத்திற்கு அப்படியே விடுகிறேன்.”

“சரி ஜெய், நாங்கள் சொல்லும் வரை அது அப்படியே இருக்கட்டும்”

“இனையந்துறையில் வேலைகள் முடியும்தறுவாயில் இருக்கிறது. முந்நூறு வீடுகளுக்கான பட்டியலை பாதிரியார் பீட்டரிடம் தயார் செய்யச் சொல்லியிருக்கிறேன். அடுத்த வாரத்திலிருந்து மக்களை அங்கே நகர்த்தலாம். பூம்பொழி...” ஜெய் சற்று நிறுத்தி தொடர்ந்தான்.

“மன்னிக்கவும். பூந்தோப்பில் நாம் ஆக்கிரமித்த நிலத்தில் இருக்கும் மக்களை நகர்த்துவதற்கு எந்த நடவடிக்கையும் எடுக்கவில்லை. நான் சென்று பேசுவது கடினம், துரையை வைத்துப் பேசலாம் என்று இருக்கிறேன்.”

‘நல்லது ஜெய்...” என்று ஆண்டாள், தன் ஒப்புதலை வழங்கினார்.

“அப்புறம் பழையாறு... அதன் வேலை முடிந்துவிட்டது. முதலில் நம்ம நிலத்திற்கு தண்ணீர் வர வழிசெய்ய வேண்டும். அதைச் செய்தவுடனே ஆற்றில் நீர் திறக்கலாம்.”

“இப்போதைக்கு தற்காலிகமாக எதாவது ஏற்பாடு செய்தால்?” என்ற கேள்வியோடு நீலகண்டன் நிறுத்த, ஆண்டாள் தொடர்ந்தார்:

“இல்லை நீலகண்டன். கட்டட வேலை ஆரம்பித்தால் வெளியே வேலை செய்ய முடியாது. தண்ணீரைத் தடுத்து நிறுத்த வாய்ப்பு

இருக்கிறது. அதனால்தானே ஆற்றுக்கடியிலேயே குழாயைப் பதித்திருக்கிறோம்" கார்த்திக், துர்காவை திரும்பிப் பார்த்தான். பதிலுக்கு துர்காவும் என்ன என்பதுபோல புருவத்தை தூக்கிக் கேட்டாள். இதற்கு என்ன சொல்வது என்று கார்த்திக்குப் புரியவில்லை. நடந்தது என்னவென்று சிவாவிற்கு தெரிந்திருக்கும். ஆனால் எதற்கு என்று அவனுக்கும் தெரிய வாய்ப்பில்லை.

ஆற்றை சுத்தப்படுத்தும்பொழுதே, ஆற்றின் நடுவே பல அடிகள் ஆழமாகத் தோண்டி ஒரு ஊருக்கு நீர் பாய்ச்சும் அளவிற்கு பெரிய அளவு குழாய்களைப் புதைத்தனர். அந்தக் குழாயானது பூந்தோப்பு கிராமத்தில் வந்து நின்றது. அப்பொழுது மக்கள் வைத்திருந்த நம்பிக்கையால் இதைப்பற்றி ஆராயாமல் விட்டுவிட்டனர். இன்னும் விவரமாகச் சொல்ல வேண்டுமென்றால், பூந்தோப்பிற்கு வெளியே அந்தக் குழாய் ஆரம்பிக்கும் இடத்தில் வெகு ஆழமாக ஒரு கிணறுபோல் பள்ளமிட்டு அதை, தேவையான சிமெண்ட் போன்ற பொருட்களால் பாதுகாப்பை உருவாக்கி அந்தக் குழாயை இணைத்திருந்தனர். ஆற்று நீர் முதலில் அந்த கிணற்றை நிறைத்து மீண்டும் ஆறாக ஓடும். அதன் கீழ்ப் பகுதியில் அந்த குழாய்களை இணைத்திருந்தனர். அப்படி ஒரு இடத்தில் இல்லை, சுமார் மைல்கள் இடைவெளியில் மூன்று கிணறுகள், மூன்று குழாய்கள். சிவாவைத் தவிர யாருக்கும் இந்த விவரம் தெரியாது. இவையனைத்தும் ஆண்டாள் மற்றும் நீலகண்டனின் உத்தரவின்படியே நடைபெற்றதால் அதை ஜெய்க்கு பெரிதாக விவரிக்க வேண்டிய அவசியம் வரவில்லை.

"அப்பா... முதலில் மதில் சுவர்கள் எழுப்ப வேண்டும். நம் நிலம் ஆற்றின் ஓரத்தில் வருவதால் குழாய் புதைப்பதில் எந்தப் பிரச்சினையும் இருக்காது."

"நல்லது ஜெய்..."

"நம் வங்கி அலுவலகத்தில் அருகே குழாய்களை இயக்கும் கட்டுப்பாட்டு அறையும் நிறுவலாம் என்று இருக்கிறேன்"

"சரிதான் ஜெய். எல்லா குழாய்கள், இயந்திரங்கள் மற்றும் தடுப்பான்கள் அனைத்தும் தானாகவே இயங்கும்வண்ணம் சரியாக, நல்ல முறையில் அமைக்க வேண்டும்" என்று ஆண்டாள் தன் எண்ணத்தை மீண்டும் பதிவு செய்தார்.

"ஆமாம் ஐயா. எல்லாம் தானியங்கி இயந்திரம்தான். எல்லா குழாய்களையும் அறையிலிருந்துதான் இயக்கப் போகிறோம். இப்படி குழாய் இருப்பதே ஊர் மக்களுக்குத் தெரியப்போவது இல்லை." என்று மீண்டும் உறுதி செய்தார் நீலகண்டன்.

“என் திட்டங்கள் அவ்வளவுதான். நீங்கள் சொல்லுங்க மாமா” என்று, தன் கடமையை முடித்ததுபோல எழுந்து நேராக அமர்ந்தான் ஜெய். அவனைத் தொடர்ந்து நீலகண்டன் தொடர்ந்தார்:

“முதலில் இன்று இரவு ஐம்பது காவலாளிகள் அங்கே வந்து சேருவார்கள். முதல் வேலையாக அவர்கள் தங்குவதற்கான இடம் தயார்செய்ய வேண்டும்” ஜெய்யின் பதிலுக்காக இடைவெளி விட்டார் நீலகண்டன்.

“மதில் வேலை ஆரம்பிக்கும்பொழுது அந்த வேலையும் ஆரம்பித்துவிடலாம்.”

“அவர்களுடன் சமையல் ஆட்களும் வருகிறார்கள். இன்னும் அத்தியாவசிய உணவுப் பொருட்களும் வரும். கட்டடங்களுக்கான வரைபடங்கள் ஏற்கனவே தயார் செய்துவிட்டோம். மொத்தம் ஆயிரத்து ஐம்பது வீடுகள்”

“அப்பப்பா...” என்பதுபோல பெருமூச்சு விட்டான் கார்த்திக்.

“என்ன கார்த்திக்?” என்று எதிர்முனையிலிருந்த நீலகண்டன் கார்த்திக்கின் பிரமிப்பைக் கண்டு கேட்டார்.

“ஒண்ணுமில்ல ஐயா... ஆச்சரியம் அவ்வளவுதான்” இன்னும் நிறையக் கேள்விகள் நாவிலேயே இருந்தது. ஆனால் மறைத்துக் கொண்டான்.

“நீங்க சொல்லுங்க மாமா...” என்று, முடித்த இடத்திலிருந்து தொடரப் பணித்தான் ஜெய்.

“ஹ்ம்...” என்று மீண்டும் தொடர்ந்தார் நீலகண்டன். “ஆயிரம் வீடுகள் என்றால் மொத்தம் அதற்கு ஐம்பது ஏக்கர் நிலம் தேவைப்படுகிறது. இனி கடைகள், சந்தைகள், விளையாட்டு அரங்கங்கள், பூங்காக்கள், அலுவலகங்கள் என்று மீதி நிலங்கள். மொத்தக் கட்டடம் கட்டும் பணிகளையும் ஒரு பிரபல நிறுவனத்திடம் கொடுத்திருக்கிறோம். அந்த நிறுவன ஆட்களும் இன்று இரவே அங்கே வந்துவிடுவார்கள்.”

“எந்த நிறுவனம் ஐயா” என்று துர்கா ஆர்வத்தில் கேட்டாள்.

“அதுதான் ஆச்சரியம் துர்கா. ஆரம்பிக்கும் பொழுது எப்படி இதெல்லாம் நடக்கப்போகுதோ என்ற பயம் மனம் முழுவதும் இருந்தது. ஆனால் ஒன்று இரண்டு என்று ஆரம்பித்த தொடர்பு, இப்பொழுது மொத்தம் எண்ணூறு குடும்பங்களைத் தாண்டிவிட்டது. அதுவும் பலர் நல்ல நிறுவனத்தில் நல்ல பதவியில் இருக்கிறார்கள். சொன்னால் நம்பமாட்டாய், நூறு பேருக்கு மேல் அரசு வேலைகளில் இருக்கிறார்கள், அதுவும் நல்ல பதவியில். அதில் பத்துக்கும் மேல் காவல்துறையில்” அவன் சொன்னபொழுது அவரின் குரலில்

அழுத்தம் தெரிந்தது. "எந்தப் பிரச்சினை வந்தாலும் சமாளிக்கலாம் என்ற நம்பிக்கை வந்ததே நம் மக்களால்தான். அதில் ஒருவர்தான் ஆரோன் என்பவர். கட்டடத் துறை சம்பந்தமான நிறுவனத்தின் உரிமையாளர். மொத்தம் பத்து நாடுகளுக்குமேல் அதன் கிளைகள் இருக்கிறது. அந்த நிறுவனத்தில் வேலை கிடைக்காதா என்று காத்திருப்பவர்கள் பலர்."

"ஆச்சரியம் அப்பா..."

"நம் மக்கள் அறிவாளிகள் என்று மீண்டும் நிருபித்திருக்கிறார்கள்" என்று ஆண்டாள் பெருமையுறக் கூறினார்.

"மொத்தம் எத்தனை பேர் வருகிறார்கள்?"

"மொத்த வேலையும் ஒரே நேரத்தில் ஆரம்பிக்கச் சொல்லியிருக்கிறேன்" என்று ஆண்டாள் யோசிக்க, "எப்படியும் பொறியாளார்கள், கண்காணிப்பாளர்கள், கூலியாட்கள் என்று ஐநூறு பேரை எதிர்பார்க்கலாம். இன்று இரவு முதலில் நூறு பேரை அனுப்புகிறார்கள், அடுத்தடுத்த நாள்களில் மீதியுள்ளவர்கள். தற்போதைக்குத் தேவையான மின்சாரத்திற்கு அனுமதியை அரசிடமிருந்து வாங்கிவிட்டேன். நாளை அவர்கள் வேலையை ஆரம்பிப்பார்கள். இரண்டு நாளில் மின்சாரம் கிடைத்துவிடும். அதுவரை நம் வங்கி மின்சார இணைப்பை பயன்படுத்தட்டும்."

"ஆக, மணல் வண்டிகள் ஐநூறு, வேலையாட்கள் வரும் வண்டி, பொருட்கள் வரும் வண்டி என்று இன்று இரவு ஊரே மிரளப் போகிறது. வண்டிகள் வந்துபோகவே இன்று இரவு முழுவதும் ஆகும்." என்று ஆச்சரியப்படுத்தினான் ஜெய்.

"ஆமாம். வருபவர்கள் எங்கே தங்குவார்கள்.?" என்று கார்த்திக் கேட்டான்.

"நல்ல கேள்விதான்? எப்படி இவர்களை" என்று ஜெய் முடிக்குமுன்னமே நீலகண்டன் அதற்கு பதில் அளித்தார். "கட்டடப் பணிக்கு வருபவர்களிடம் கூடாரங்கள் அமைக்கச் சொல்லியிருக்கிறேன். சமையலுக்கு மட்டுமே இருபது பேர் வருகிறார்கள். அதுவும் இது தற்சமயத்திற்கு மட்டும்தான். வரும்பொழுது முதல் நாள் அவர்கள் உண்பதற்குத் தேவையான உணவுகளை அவர்களுடன் அனுப்பி வைக்கிறோம். இரண்டாம் நாளிலிருந்து சமையல் ஆரம்பிக்க வேண்டும்."

"இவற்றையெல்லாம் நீங்கள்தான் சமாளிக்க வேண்டும்." என்று சொல்லிய ஆண்டாள், இந்த இணையச் சந்திப்பை முடிப்பதற்கான அறிகுறியைக் கொடுத்தார்.

"அப்பாவும் நானும் தூங்க இன்னும் ஆறு மாசம் ஆகும். சரி, தொலைபேசியில் பேசுகிறோம்." என்று இணைப்பைத் துண்டிக்கச் சென்றார் நீலகண்டன்.

"ஒரு நிமிடம் நீலகண்டன்" என்று நீலகண்டனைத் தடுத்த ஆண்டாள், ஜெய்யிடம் தொடர்ந்தார்: "ஜெய், நமக்கு இந்த நிலங்கள் எல்லாம் போதாது. இன்னும் வாய்ப்பு கிடைக்கும்பொழுதெல்லாம் நிலத்தை வாங்குங்கள்" என்று சொல்ல, அதற்கு ஜெய் சரி அப்பா என்று பதில் கூறினான். விவாதம் அத்துடன் முடிவடைந்தது.

நடந்ததை எல்லாம் கவனித்த கார்த்திக் உறைந்துபோயிருந்தான். "எதுவும் புரியல ஜெய். என்ன நடக்குது இங்கே?'

"ரொம்ப எளிது கார்த்திக். இந்த ஊரை ஒரு நவீன வசதி உடைய நகரம் ஆக்கப் போகிறோம். முதலில் வீடுகள், அப்புறம் பள்ளிக் கூடங்கள், கல்லூரிகள், பின்பு பிரபல நிறுவனங்கள் என்று. அவ்வளவுதான் கார்த்திக். மொத்தம் ஐநூறு, அறுநூறு ஏக்கர் நிலங்களில். யோசித்துப் பார் எப்படி இருக்கும் என்று?"

"இதெல்லாம் நடக்குமா?"

"ஏன் நடக்காது? எவ்வளவு நாடுகள் அழிந்துபோன நிலையிலிருந்து குறுகிய காலத்தில் உலகத்திலேயே வளர்ச்சியடைந்த நாடுகளாக தங்களை உருவாக்கிக் கொள்ளவில்லையா?"

"அதுவும் சரிதான். ஆனால் அதற்கு நம்ம வங்கி பணம் மட்டும் போதுமா?"

"யார் சொன்னது, வங்கிப் பணம் மட்டும்தான் என்று! அப்பா சொன்னதை நீ கேட்கவில்லையா? பல நிறுவனங்கள்..." அதற்குள் கார்த்திக்கு ஜெய்யின் அப்பா, மாமா விவகாரம் நினைவில் வர, "நிறுத்து. ஆமா, நம் வங்கியின் உரிமையாளர் எப்படி உனக்கு மாமா ஆனார், நீ அப்பா என்று அழைத்தவர் யார்?"

"ஹா... ஹா... ஹா..." என்று சத்தமாகச் சிரித்தான் ஜெய்.

"நம் வங்கியில் ஆண்டாள் என்ற பெயர் இருக்கிறதே, அந்த ஆண்டாள்தான் அவர். அவர்தான் ஜெய்யின் அப்பா — உன் உரிமையாளரின் உரிமையாளர்." என்று துர்கா ஏளனமாகக் கூறினாள்.

"அப்படியென்றால்?" என்று எதுவும் புரியாததுபோல கார்த்திக் கேட்டான்.

"நான்தான் ஆண்டாள் வங்கியின் உரிமையாளன்." என்று ஜெய் மீண்டும் சிரித்தான்.

"பொய் சொல்லாதே."

"உண்மை கார்த்திக்" என்று மீண்டும் உறுதி செய்தாள் துர்கா

"எனக்கு ஒன்றும் புரியவில்லை."

"புரிவதற்கு இன்னும் நேரமிருக்கிறது கார்த்திக். பல அதிசயங்களை தொடர்ந்து காண்பாய் இனி" என்று சூசகமாக பதில் சொன்னான் ஜெய்.

"இதுவே அதிசயங்கள்தான்."

"சரி... நிஜத்திற்கு வா... சிவாவின் வேலை முடிந்திருக்கும். முடியவில்லை என்றாலும் வேலை செய்பவர்களிடம் எல்லா வேலையையும் ஒப்பிவித்துவிட்டு உடனே வரச் சொல். பாதி நாட்கள் அங்கேயே இருக்கிறானா, இது எதுவும் அவனுக்குத் தெரிய வாய்ப்பில்லை."

"அப்படின்னா ராகுல்?"

"அவனுக்கும் எதுவும் தெரியாது"

"அது எனக்குத் தெரியும். கூடவேயிருக்கும் எனக்கே தெரியாது" என்று சலித்துக் கொண்டான்.

"அவனை வரச் சொல்ல வேண்டாமா?" என்று கேட்டான்.

"இல்லை... அங்கே அவனுக்கு இன்னும் சில நாட்கள் வேலை இருக்கிறது." என்றான் ஜெய்.

23

நடந்தவற்றை ஒன்று விடாமல் சிவாவிடம் ஒப்புவித்தான் கார்த்திக். சிவா கேட்கக் கேட்க ஆச்சரியத்தில் 'உச்' கொட்டிக்கொண்டே இருந்தான். கார்த்திக் சொல்லச் சொல்ல, ஓ அப்படியா!, நிஜமாவா!, உண்மையா சொல்லுற!, நீ பொய் சொல்லுற!, இருக்காதுடா!, எப்படிடா! இவை மட்டும்தான் பதிலாக இருந்தது.

இறுதியாக சிவா சொன்னான்: "நமக்கு ஏண்டா... சம்பளம் கொடுக்கிறாங்க. வேலையும் மகிழ்ச்சியா இருக்கு. அவங்க என்ன பண்ணுனா என்ன, செய்யச் சொல்லுறத செய்வோம்"

"ஆமாடா, நமக்கு எதுக்கு அதெல்லாம். சரி உடனே வந்திரு. நான் சொன்னது எதுவும் தெரிஞ்சது போல காட்டிக்க வேண்டாம்" என்றான் கார்த்திக்.

அதேப்போல ராகுலையும் அழைத்தான் கார்த்திக். சிவாவிடம் கூறியதில் மறந்ததைக் கூட நினைவுப் படுத்தி ராகுலிடம் கூறினான். அவன் முடிக்கும் வரை ராகுல் எதுவும் பேசவில்லை.

"அப்படின்னா ஏமாத்துறாங்க. ஏமாறுறோம், சரியா?" எல்லாவற்றையும் கேட்ட ராகுல், பதில் கேள்வி கேட்டான்:

"அதுக்கு நமக்கு என்னடா? நமக்குத்தான் சம்பளம் கொடுக்கிறாங்க இல்ல..."

"டேய்... என்ன சொல்ற. எத்தனை பேரு வயித்துப் பிழப்பைக் கெடுத்திருக்கிறோம். எத்தனை பேரு வயித்துல அடிச்சிருக்கிறோம்..."

"அதுக்குத்தான் காசை அள்ளிக் கொடுத்திருக்கிறோம்..."

"சரி... அப்படியே வெச்சுக்க, இந்தக் காசை வெச்சு இவ்வளவு செழிப்பான நிலத்தை, ஒரு வயலை வெளியூர்ல வாங்க முடியுமா? கிடைக்குமா?"

"நமக்கு அதெல்லாம் எதுக்குடா?"

"என் ஊருடா இது. நானென்ன சம்பளத்திற்காக வேலைக்கு வந்தேன்னு நினைக்கிறியா?"

"நம்ம என்ன பண்ண முடியும்டா?"

"ஏன் முடியாது, இதையெல்லாம் அவன் ஒரு ஆளா பண்ணல!"

"அவன் ஒரு ஆளு இல்லடா. ஒரு கூட்டமே இருக்குன்னு நினைக்கிறேன். இல்லேன்னா எப்படி, எதுக்கு ஆயிரம் வீடு...?"

"முதல்ல அதைக் கண்டுபிடிக்கிறேன். எங்கிட்ட இதைச் சொன்னதா நீ ஜெய்கிட்ட சொல்லாதே. எனக்குத் தெரியுங்கிறது யாருக்கும் தெரியக்கூடாது."

"எனக்கு எதுவும் தெரியாதுடா. எனக்கு வேலை முக்கியம். இவ்வளவு சம்பளம் வேற எந்த நிறுவனத்திலேயும் கொடுக்கமாட்டாங்க. ஏஎதாவது கேள்வி கேட்டு என்னை மாட்டிவிட்டுறாத!' என்று இணைப்பைத் துண்டித்தான் கார்த்திக்.

சிவா அடுத்த சில மணி நேரத்தில் வங்கி அலுவலகத்திற்கு வந்தான். ராகுல் பேசியது கார்த்திக்கின் மனதை குழப்பியிருந்தது. தொடர்ந்து என்ன செய்வது என்று தெரியாமல் இருந்தான்.

"எங்கேடா ஜெய்?"

"உறக்கம்."

"அப்புறம் எதற்கு என்னை வரச் சொன்னானாம்?" அவன் சொல்லியதைக் கேட்டவாறு அறையின் உள்ளேயிருந்து வந்தான் ஜெய்.

"இருக்கு சிவா. விசயம் இருக்கு. முதல்ல பழையாறு விவரத்தைச் சொல்லு"

"வேலை முடியிற நிலை. இன்னும் ரெண்டு நாள். அப்புறம் ஒரு வாரம், கட்டியது எல்லாம் உறுதியாகணும் அவ்வளவுதான். அதுக்கப்புறம் பழையாற்றுல தண்ணீர் திறக்கலாம்."

"ரொம்ப நல்லது சிவா. நல்ல வேலை. கொடுத்த நேரத்திற்குமுன்னமே சிறப்பா முடிச்சிருக்கிற. இந்த வருடம் கண்டிப்பா நல்ல ஊதிய உயர்வு இருக்கு." என்று சிவாவை தன் கட்டுக்குள் கொண்டுவந்தான்.

"நன்றி ஜெய். இரண்டு நாள்ல தண்ணீர் திறக்கணும்னு நீ சொன்னதும் பயந்துட்டேன். எப்படி அது முடியும்னு யோசிச்சு குழம்பிப் போனேன்"

"அதுவொரு வேகத்தில சொன்னது சிவா. ஆனால் தண்ணீர்த் தேவை ரொம்ப முக்கியம் இல்லையா?"

'சரிதான் ஜெய்'

"சரி. கார்த்திக் எல்லாம் சொன்னான் இல்ல? இன்று இரவு வேலையை ஆரம்பிக்கிறோம்" என்று சொல்லியவாறு சிவாவைப் பார்த்தான். 'இதெல்லாம் எப்படி இவனுக்குத் தெரியும், சொல்லாதே என்று சொல்லியும் போய் உளறி வெச்சிருக்கான் இந்த கார்த்திக்' என்று எண்ணிக் கொண்டான் சிவா.

"தெரியும் ஜெய்." என்று கார்த்திக்கை முறைத்தான் சிவா. நான் எதுவும் சொல்லலடா என்பதுபோலத் தலையசைத்தான் கார்த்திக்.

"சரி. எனக்கு வேலை இருக்கு. நீங்க பேசிட்டு இருங்க" என்று சொல்லிவிட்டு ஜெய் உள்ளே சென்றான். அவன் போனதும் சிவா கார்த்திக்கிடம் சீறினான், "நீ சொல்லாம அவனுக்கு எப்படித் தெரியும்"

"சத்தியமா நான் சொல்லலடா..."

'அப்புறம்?'

"எனக்கு எப்படித் தெரியும்...?"

'ஓட்டுக் கேட்டிருப்பானோ...?'

"டேய், இவ்வளவு வேலை செய்றான். அவனுக்குத் தெரியாம நம்மை எதாவது செய்ய விடுவானா என்ன? நீ சொல்றவரைக்கும் ஆற்றுக்கு நடுவில குழாய் பதிக்கிற வேலையெல்லாம் நடக்கிறதுகூட எனக்குத் தெரியாது. நாம நினைக்கிறது இல்ல. இங்கே நம் சிந்தனைக்கு அப்பாற்பட்டு வேற ஏதோ நடக்குது?"

"ஆமாடா... அந்த முருகன் நிலத்தை மட்டும் எதுக்கு விட்டுவைக்கணும்? அப்படி அந்த நிலத்தில என்ன இருக்கு? ஏதோ இருக்குடா?"

"என்னவாவது இருந்திட்டுப் போகுது, ராகுல் என்ன சொன்னான்?"

“அதுதாண்டா பயம் எனக்கு. அவன் ரொம்ப ஒருமாதிரி பேசினான். உங்கிட்ட பேசினது ஜெய்க்கு தெரியும்னா, அவங்கிட்ட பேசினதும் கண்டிப்பா தெரிஞ்சிருக்கும்.”

“அப்படி என்ன பேசினான்?”

கார்த்திக் சிவாவிடம் எல்லாவற்றையும் சொன்னான்.

“ஏண்டா, அவன் இப்படி இருக்கிறான். அவன் வேலையை மட்டும் பார்க்க வேண்டியது தானே”

இதற்கிடையில், நிலத்தை கையகப்படுத்தியதற்கான பிரதிகள் அனைத்தும் அன்றே எல்லாரையும் சென்றடையும்படி செய்திருந்தாள் துர்கா. அதை வாங்கிப் பார்த்த முத்து கோபத்தில் கொதித்துக் கொண்டிருந்தார்.

“எப்படி எனக்குத் தெரியாமல் என் நிலத்தை எல்லாம் பறிச்சாங்களோ, அதேபோல ஒவ்வொருத்தரோட உயிரையும் எடுப்பேன்.” என்று சுற்றியிருந்த அனைவரும் பயந்து போகும் அளவிற்கு உறுமினார் முத்து.

அன்று பொழுதுசாயும் நேரத்தில் முத்துவைத் தேடி ராகுல் சென்றான். அவனைப் பார்த்ததும் முத்துவிற்கு தேக்கி வைத்திருந்த கோபம் தலைக்கேறியது. மிகவும் கோபத்தில் அவன் அருகில் சென்றார் முத்து. உடன் அவர் வேலை ஆட்களும் சென்றனர்.

“உங்களாலதானே எனக்கு இந்த நிலைமை?” வார்த்தைகளில் தீ தெறித்தது.

“நானும் இந்த ஊர்க்காரன்தான்”

“என்ன ஊர்க்காரன்? அதுதான் உன் மக்கள் தலையிலேயே மிளகாய் அரைக்கிறாயா? அடுத்த நாள் உணவிற்கு மக்கள் எங்கே போவார்கள்னு யோசிச்சீங்களா? அடுத்த அறுவடையற்ற நேரம் மளிகைக் கடையில் பாதி வேகவச்ச அரிசியை வாங்குவதற்காக நிற்கணும் தெரியுமா? கடைகள்ல வர்ற பாதி வேக வெச்ச அரிசியை வாங்கி சாப்பிட்டு நோய் வந்து சாகவேண்டியதுதான். அரிசியை மட்டும்தான் நெல்லா இருக்கும்பொழுது ஒருமுறை வேக வைக்கிறோம், அரிசியான பிறகும் ஒருமுறை வேக வைக்குறோம். அதுகூட எதுக்குன்னு தெரியாமல் ஒரு கூட்டம் நவீனம் நவீனம்னு சொல்லியிட்டு அலையுது. உங்கள்ல எத்தனை பேருக்கு தவிடு, உமின்னா என்னான்னு தெரியும். அந்த உமியில கூட கருப்புக் கட்டி சேர்த்து சாப்பிடுவாங்க. அதனால என்னென்ன பலன். படிச்ச எவனுக்காவது தெரியுமா?”

“எனக்குத் தெரியும் ஐயா. நான் சாப்பிட்டு இருக்கிறேன். கார் அரிசி, சம்பா அரிசி, தினை அரிசி, பச்சரிசி, புழுங்கல் அரிசி, சாமை அரிசி, திப்பிலி அரிசி எல்லாம் எனக்குத் தெரியும் ஐயா. நெல்லை வேகவச்சு அதை வெயில்ல காய வெச்சிருக்கிறேன். அது சரியா காஞ்சிடுச்சான்னு கையில வெச்சி தேச்சுப் பார்த்து, அந்த நெல்லோட உமியை நீக்கி சாப்பிட்டுப் பார்த்திருக்கேன்”

“எல்லாம் தெரியும். ஆனாலும் நாங்க இப்படித்தான் செய்வோம் இல்ல. ரொம்ப நல்லா இருக்கு தம்பி”

“ஐயா சரிதான். ஆனால் நடந்தது எதுவும் எனக்குத் தெரியாது. நான் இனையந்துறையில வேலையில இருந்தேன். இப்பொழுதுதான் விசயம் தெரியும். உங்ககிட்ட நலம் விசாரிக்க வரல. நானும் இந்த ஊர்தான், இந்த ஊர் மக்களை ஏமாற்றுனா, என்னை ஏமாத்துறதுக்கு சமம். உங்கள விட கோபத்தில வந்திருக்கேன் நான். என்னையும் இத்தனை நாள் பயன்படுத்தியிருக்கான் அவன்” என்று கோபத்தில் பல்லைக் கடித்தான் ராகுல். அவன் பேசியதைப் பார்த்ததும் நடிப்பு இல்லை, உண்மைதான் என்று புரிந்தது முத்துவிற்கு.

“சரி, வா...” என்று ராகுலை உள்ளே அழைத்துச் சென்றார் முத்து.

“ஐயா... எனக்கு இரெண்டு விசயம் தெரிஞ்சுக்கணும். ஏன் பூம்பொழின்னு சொல்லுறாங்க. மூப்பர்னா என்ன?”

“எனக்கு அதெல்லாம் தெரியலியே தம்பி.”

“யார்கிட்ட கேட்டா தெரியும்?”

“விசாரிக்கிறேன் தம்பி. கொஞ்சம் இரு.” என்று சொன்னவர், தன் தொலைபேசியை எடுத்து சில எண்களை அழுத்தினார். தொலைபேசியை காதில் வைத்தவாறு “இவரு, பக்கத்துல ஒரு கல்லூரியில பேராசிரியரா வேலை பார்க்கிறாரு.” என்று ராகுலிடம் சொல்லியவாறு அழைப்பு இணையும் வரை காத்திருந்தார் முத்து.

“தம்பி நான் முத்து...”

“சொல்லுங்க ஐயா.” மறுமுனையில் பேராசிரியர் பேசினார்.

“எனக்கு கன்னியாகுமரில பூந்தோப்பு கிராமத்தைப் பற்றிய பழைய தகவல்கள் சில வேணும். யார்கிட்ட கேக்கலாம்?’ இந்த முனையில் முத்து சில நிமிடங்கள் மௌனமாக இருந்ததில் இருந்தே மறுமுனையில் இருப்பவர் யோசிக்கிறார் என்று புரிந்தது.

“ஐயா, ஒரு முகவரி அனுப்புறேன். அவரு ஒரு எழுத்தாளர், அவரைப் போய் பாருங்க, கண்டிப்பா எதாவது கிடைக்கும்”

“கைபேசி எண்ணுக்குத்தானே?”

"ஆமா ஐயா."

"சரி..." என்று இணைப்பைத் துண்டித்தார் முத்து.

"தம்பி உன் பேரு என்ன?"

"ராகுல்"

"ராகுல், அவரு ஒரு எழுத்தாளர் முகவரி தர்றேன்னு சொல்லியிருக்காரு. நீ போய்ப் பாரு."

"சரி ஐயா..."

"எனக்கு அந்தக் கூட்டத்தை பழி வாங்கணும்."

"ஐயா... நீங்க நெனைக்கிறதுபோல இல்ல. அது ரொம்பப் பெரிய கூட்டம், பக்கத்துல நெருங்கிறதே கஷ்டம். முதல்ல உண்மையை தெரிஞ்சுப்போம். இவனுங்க இங்க வர ஆரம்பிச்சா நாம எங்கே போறது. இப்போ நூறு ஏக்கர், அடுத்து இருநூறு ஏக்கர், கடைசியா மிகப்பெரிய திட்டம் வெச்சிருக்காங்க. நீங்க அதெல்லாம் யோசிச்சிருக்கவே மாட்டீங்க, அவ்வளவு பெரிய திட்டம். அவங்க திட்டம் நிறைவேறினா நாம இந்த ஊரை விட்டுப் புறப்பட வேண்டியதுதான்."

24

என்ன நடக்கப்போகிறது, ஏது நடக்கப்போகிறது என்று கார்த்திக்கும் சிவாவும் படபடப்போடு இருந்தனர்.

மாலையிலிருந்தே ராகுலின் அழைப்பு கார்த்திக்கின் கைபேசியில் வந்துகொண்டே இருந்தது. ஆனால் ராகுலிடம் பேசி நாம் எதையாவது சொல்ல, அதை கோபப்பட்டு எதையாவது பேசிவிட்டால் என் வேலைக்கே அது பிரச்சினையாகிப் போய்விடும். ஜெய் என்மேல் வைத்திருக்கும் நம்பிக்கை கெட்டுப் போய்விடும் என்று ராகுலின் அழைப்பை நிராகரித்துக்கொண்டே இருந்தான் கார்த்திக். ஆனால் ராகுல் விடுவதாக இல்லை. பிறகு ராகுல் சிவாவிற்கு அழைக்க ஆரம்பித்தான்.

"ஹேய்... ராகுல். எப்போ நீ வர்ற இங்கே? நீ இல்லாம நேரம் போகமாட்டேங்குது"

ராகுல் இருக்கும்பொழுது எப்பொழுதும் அவன் ஊர்க் கதைகளைச் சொல்லிக்கொண்டே இருப்பது வழக்கம்.

"வர்றேண்டா... இன்னும் இரண்டு வாரம். அவ்வளவுதான்னு நினைக்கிறேன்."

"இரண்டு வாரமா?"

"ஆமா... சரி. நம்ம முதலாளி என்ன செய்யுறாரு?"

"எந்த முதலாளி"

"நம்ம புது முதலாளி..." என்று கொஞ்சம் கிண்டலுடன் குரலையும் சேர்த்து உயர்த்திச் சொன்னான் ராகுல்.

"ஆமாடா... உனக்கு முன்னமே தெரியுமா?"

"எனக்கு தெரிஞ்சா முதல்ல உங்கிட்டேதானே சொல்லியிருப்பேன்" உண்மைகளை சிவாவிடமிருந்து பெற ராகுல் பேச்சில் சந்தர்ப்பம் எனும் மருந்தை தெளித்துப் பேச ஆரம்பித்தான்.

"கார்த்திக்தான் சொன்னானா?. எனக்கும் அவன்தான் சொன்னான். ஆச்சரியமா இருந்திச்சுடா. இவ்வளவு பெரிய நிறுவனத்தோட முதலாளி நம்மகூட. நமக்கு கண்டிப்பாக நல்ல எதிர்காலம் இருக்குடா"

"ஆமாமா... சரி. அங்கே என்ன நடக்குது.?

"நடக்குதா ஓடுது. ஒரு பெரிய காட்சிகளை நீ தவற விடுறடா.."

"அப்படி என்ன காட்சி?"

நாம் பேசுவதை ஜெய் ஒட்டுக்கேட்க வாய்ப்பிருக்கிறது என்று தெரிந்தபிறகும், உண்மைதானே சொல்கிறோம். அதுவும் ராகுலிடம்தானே சொல்கிறோம் என்று எல்லாவற்றையும் சொல்லி முடித்தான் சிவா. அதில் பல செய்திகள் கார்த்திக் ஏற்கனவே ராகுலிடம் பதிவு செய்ததாகவே இருந்தது.

"ராகுல்... நாம இந்த விசயத்தை எல்லாம் யார்கிட்டேயும் சொல்லக் கூடாது." என்று மட்டும் முடித்தான் சிவா.

அன்று இரவு, பூந்தோப்பு எல்லையில் இருள் பேய்போல உலாவிக் கொண்டிருந்தது. சுற்றி தவளைகள் 'றீ' போடும் சத்தம் நாலாபுறமும் எதிரொலியாய் ஒலித்துக் கொண்டிருந்தது. விட்டில் பூச்சியின் கீச் சத்தம் காற்றின் காதுகளை கிழித்துக் கொண்டிருந்தது. ஆந்தைகள் அழும் சத்தம் தாளம்போல இடையிடையே கேட்டது. பாதி வளர்ந்த நிலா ஒன்று மேகத்தில் மறைவதும், வெளியே வருவதுமாக இருந்தது. அதை கவனித்துக் கொண்டிருந்த வெளவால் ஒன்று, நிலா மறையும்பொழூது பறப்பதும் நிலா வெளிச்சத்தில் அருகிலிருந்த மரத்தில் மறைவதுமாக இருந்தது.

அந்த ஆற்றுப்பாலம் அடியில் ஓடும் ஓடை, மீன்களை உறங்கவைக்க தன் இசைக் கருவிகளை மேடு பள்ளங்களில் உருட்டி இசைத்துக் கொண்டிருந்தது. அதைக் கேட்ட மீன்கள் உறக்கமில்லாமல் குதித்துக் கொண்டிருந்தது. அதுவரை பாலத்தில் ஓரத்தில் தூங்கிக் கொண்டிருந்த ஒரு பச்சைத் தவளை பட்டென்று ஓடையில் குதித்தது.

“இந்த இடம்தான் சரி. இங்கே நிறுத்துறோம்.” என்ற குரலைக் கேட்டதும், அருகில் கொய்யா மரத்தில் பழம் தின்றுகொண்டிருந்த வௌவால் ஒன்று பறந்து சென்றதில் மரம் ஆடி நின்றது.

‘சுத்தமாக காற்றே இல்ல பாரு” என்ற இன்னொரு குரலில் சத்தத்தால் ஆந்தை பேச்சை நிறுத்திக் கொண்டது.

“ஆயுதம் எல்லாம் இருக்கில்ல, ஒருத்தனையும் விடாம வெட்டி சாச்சிரணும். ஒரு வண்டி கிடைச்சா போதும்”

“ஆமா... ஒரு வண்டி, குறைந்தது ஐந்து தலைகள். இனி நம் அனுமதி இல்லாமல் ஒரு வண்டியும் எல்லை தாண்டிப் போகக் கூடாது”

“நாம் மொத்தம் பத்துப் பேரு. இருபது அரிவாளு. நூறு பேரையாவது காவு வாங்கலாம்ணே” அவர்கள் மொத்தம் பத்துப் பேர் இருந்தனர்.

“நேரம் என்ன ஆகுது”

“பனிரெண்டுண்ணா” ஆம், நேரம் பனிரெண்டை தாண்டி ஓடிக் கொண்டிருந்தது.

“அரிவாளை எடுத்துக்கோங்கடா!”

ஆம், ஒவ்வொருவர் கையில் ஒரு அரிவாளும், முதுகில் ஒரு அரிவாளும், ஆக மொத்தம் இரண்டு அரிவாள்கள் இருந்தன.

“வண்டி வந்துகொண்டிருக்கிறதாம். இன்னும் பத்து நிடத்தில இங்கே வந்திடுமாம்” ஆம், வண்டிகள் அண்டை ஊர்களைத் தாண்டி வந்துகொண்டிருந்தது.

“வண்டி வந்திடுச்சு, வெளிச்சம் தெரியுது பார்.”

ஆம், வண்டிகள் அருகில் வந்துவிட்டது. அவன் முகப்பு விளக்கின் வெளிச்சம் வாய்க்கால் ஓரத்திலில் நின்றுகொண்டிருந்த பனை மரத்தின் கொண்டையில் ஒளித்தது. முத்துவின் ஆட்கள் காத்திருந்தனர். வரும் வண்டியில் வரும் ஆட்களில் ஐந்து பேரைக் கொன்றால் அடுத்து வருபவர்கள் பயப்படுவார்கள். இந்தக் கொலைகள் செய்தியாகும், இங்கே என்ன நடக்கிறது என்று ஊடகங்களின் கண்கள் திரும்பும் இதுதான் இவர்களின் எண்ணமாக இருந்தது.

ஆனால் நடந்தது முழுவதும் வேறு. அந்த ஆற்றுப்பாலத்தின் சாலை குறுகிய சாலை என்பதால் அவர்கள் குறுக்காக வந்து நின்றனர். இப்பொழுது எதிரே வரும் வண்டி அவர்களைக் குறுக்கிட வேண்டுமென்றால் நிறுத்தாமல் அவர்களை அடித்துவிட்டு முன்னேற

ஜெயன் மைக்கேல் | 147

வேண்டும். அவ்வாறு நடந்தால் குறைந்தது ஐந்து உயிர்களாவது பலியாகும். உயிர் இழப்புகள் வேறுமாதிரி பிரச்சினைகளை உருவாக்கும். அதுவும் செய்திகள் பிரச்சினைகளை கொடுக்க வாய்ப்பு இருக்கிறது.

முன்னால் நிற்பவர்களைப் பார்த்ததும் வண்டியை நிறுத்தினார் ஓட்டுநர். மண் ஏற்றிவந்த வண்டி என்பதால் வண்டியிலிருந்து மண் சிதறி வண்டி நின்றது. எதிரே நிற்பவர்களை வண்டியின் முகப்பு விளக்கு வெளிச்சம் பளிச்சென்று காட்டியது. அவர்கள் ஆயுதத்துடன் நின்று கொண்டிருந்தனர்.

ஓட்டுநர் கீழே இறங்கி வரட்டும் என்று அவர்கள் காத்திருப்பதாகத் தெரிந்தது. ஆனால் இறங்கியது ஓட்டுநர் இல்லை. வண்டியின் பின்னால் இருந்து ஐந்து காவலாளிகள் கையில் நவீன ரகத் துப்பாக்கியுடன் வண்டியிலிருந்து குதித்தனர்.

இதைப் பார்த்த முத்துவின் ஆட்கள் குழம்பிப் போயினர். வண்டியிலிருந்து குதித்த துப்பாக்கி ஏந்திய காவலாளிகள் வண்டியின் முகப்பு வெளிச்சத்தின் முன்னால் வந்து நின்றனர். வண்டியின் வெளிச்சத்தில் அவர்கள் இருட்டாகத் தெரிந்தனர். அவர்களில் நிழல், முத்துவின் ஆட்கள் மேல் விழுந்தது. அவர்கள் மாறி மாறி முகத்தைப் பார்த்துக் கொண்டனர்.

அதில் ஒருவன் “துப்பாக்கியை எல்லாம் பார்த்து பயப்பட்டா எப்படி, வாங்கண்ணா ரெண்டுல ஒண்ணு பாத்திருவோம்” என்று குமுறி, எகிறிக்கொண்டு முன்னால் கால் வைத்தான். எதிரே இருந்த துப்பாக்கி அவனை நோக்கி நேரானது.

“இருடா... கொன்னுட்டுப் போயிட்டே இருப்பாங்க”

“அதுவும் செய்தி ஆகும்ணே...”

“தூக்கிட்டுப் போய் மண்ணோட மண்ணா பொதைச்சிருவாங்க”

“விலகுங்க வண்டி போகட்டும்”

பல்லைக் கடித்தவாறு சாலையின் இருபக்கமும் விலகினர் அவர்கள். அவர்கள் விலகியதும் துப்பாக்கி ஏந்திய காவலாளிகள் வண்டியில் ஏறிக் கொண்டனர். அந்த மண் சுமந்த வண்டி உறுமிக்கொண்டு நின்றது. சில நொடிகளுக்குப் பிறகு தூசி பறக்க வண்டி வேகம் எடுத்தது. தாக்க வந்தவர்கள் பார்த்துக்கொண்டு நின்றதுதான் மிச்சம். அவர்கள் எதிர்பார்த்ததுபோல ஒரு வண்டி இல்லை. அந்த வண்டியைத் தொடர்ந்து இருபத்து நான்கு வண்டிகள் இடைவெளியே இல்லாமல் அவர்களைக் கடந்து சென்றது. முதல் வண்டிக்குப் பின்னால் வந்த வண்டிகளில் விளக்குகள் எதுவும் எரியாததால் அவர்கள் கவனிக்க முடியாமல் போனது.

"அண்ணே, ஒரு வண்டி இல்ல, மொத்தம் இருபத்து ஐந்து வண்டி போகுது. அவங்க நல்லா திட்டம் போட்டு இருக்காங்க. தைரியமில்லாதவங்க வெளிச்சமே இல்லாம போறாங்க."

"நானும் எதிர்பார்க்கலடா. வரட்டும் பார்ப்போம்" என்றார் அந்தக் கூட்டத்தை வழிநடத்தும் ஒருவர்.

வண்டிகள் கடந்துபோன இடம், புயல் வந்துபோன இடமாகக் காட்சியளித்தது. அதன் புகை அடங்கவே சில நிமிடங்கள் ஆகின. அடுத்தமுறை வண்டியை தவறவிடக் கூடாது என்று கவனமாக இருந்தனர் அந்த ஆட்கள்.

சற்று நேரத்தில் அடுத்த சுற்று வண்டிகள் வந்தன. இப்பொழுது எல்லா வண்டிகளிலும் முகப்பு விளக்குகள் எரிந்து கொண்டிருந்தன. அதுவும் ஒவ்வொரு வண்டிகளுக்கும் இடையில் சில அடிகள் இடைவெளி இருந்தது.

"முதல் நான்கு வண்டி போகட்டும். சரியான நேரம் வந்ததும் நிறுத்துங்கள்..."

முதல் வண்டியைப் போகவிட்டனர், இரண்டாவது வண்டியும் இடைவெளியுடன், சீரான வேகத்தில் சென்றது. அடுத்த வண்டியைப் பார்த்தனர். அது இவர்களை நெருங்க இன்னும் தூரம் இருந்தது.

"நிப்பாட்டுங்கடா" என்று அந்த கூட்டத் தலைவன் கத்தினான். உடனே அவர்கள் வரும் பேருந்தை தடுக்கத் தயாரானார்கள்.

"கண்டிப்பா ஒவ்வொரு வண்டியிலேயும் ஆள் அனுப்ப முடியாது. அப்படி அனுப்பியிருந்தா இவ்வளவு வேகமா விளக்குகளை அணைத்துக்கொண்டு வண்டியை ஓட்டியிருக்க மாட்டாங்க." என்று உறுதியாக இருந்தார்கள்.

25

சென்னையில் ஆண்டாள் மற்றும் நீலகண்டனால் பூம்பொழி நில வங்கிக்காகவே நிறுவப்பட்ட அலுவலகம் சக்கரம்போல சுழன்றுகொண்டிருந்தது. இரவு வண்டிகள் பூந்தோப்பிற்கு வருவதற்குமுன்னமே அவர்கள் செய்துமுடிக்க ஆயிரம் வேலைகள் இருந்தன.

அலுவலக அறையிலிருந்து ஆணைகள் தந்திபோல பறந்துகொண்டிருந்தன. அந்த ஆணைக்காகக் காத்திருந்த ஊழியர்கள் பம்பரம்போலச் சுழன்றுகொண்டிருந்தனர். அதில் ஒரு பகுதியான, நில வங்கியின் விளம்பரம் பார்த்தும், செய்தி கேள்விப்பட்டும் இணையும் மக்களை பரிசீலிப்பதை மிகவும் முக்கியமாகக் கருதினர்.

ஒருவர்கூட தப்பாக நம் கூட்டத்தில் சேர்ந்துவிடக் கூடாது என்று தெளிவாக இருந்தனர் அதிகாரிகள்.

ஒருவரின் விவரம் கிடைத்தால் உடனடியாக ஒரு குழு, விவரம் கிடைத்தவரின் பூர்வீகம் வரை தோண்டியெடுத்து ஆராய்வார்கள். அவர்களின் தொலைபேசி எண்கள், நடவடிக்கைகள் என அனைத்தும், ஒன்றுவிடாமல் கவனித்து அவர்களை தங்கள் குழுமத்தில் சேர்ப்பார்கள்.

ஒருவேளை, தவறாக யாராவது தொடர்பு கொண்டிருந்தால் அவர்களை அப்படியே எடுத்து ஓரமாக வைத்துவிடுவார்கள்.

ஏனென்றால் அவர்களைத் தண்டிக்க இப்பொழுது நேரமில்லை என்பது அவர்களின் திண்ணம்.

அது ஒருபுறமிருக்க, ஜெய்யின் தேவைகளை நிறைவேற்ற ஒரு கட்டுப்பாட்டு அறையே பயன்பாட்டில் இருந்தது. சுருக்கிச் சொல்வதென்றால், ஜெய் ஒரு குண்டூசி கேட்டால்கூட உடனடியாக அனுப்பத் தயாராக இருந்தனர் அங்கே வேலை செய்யும் மக்கள்.

கன்னியாகுமரியை அடைந்த உடனேயே ராகுல், சிவா மற்றும் கார்த்திக்கின் கைபேசி எண்கள் இவர்கள் கட்டுப்பாட்டிலேயே இருந்தன. ஒவ்வொரு அழைப்பும், ஒவ்வொரு குறுஞ்செய்தியையும் இவர்கள் கவனித்து வந்தார்கள். மூவரில் யாராவது, ஏதாவது முக்கியமான விசயத்தை விவாதித்தால் அதை உடனடியாக ஜெய்யின் கைபேசியில் கேட்கும்படி அழைப்பை மாற்றுவார்கள். ஜெய்யின் கைபேசியில் அழைப்பு மணி ஒலிக்கும். உடனே அந்த உரையாடலை அவன் கேட்பான். இதுதான் ராகுலும் கார்த்திக்கும் பேசிக்கொண்டதை ஜெய் அறிந்துகொண்ட ரகசியம்.

அன்று இரவு என்னென்ன நடக்க வாய்ப்பு இருக்கிறது என்று ஒவ்வொன்றாக ஆராய்ந்து வைத்திருந்தான் ஜெய்.

“சிவா... ஏதாவது புதுசா தெரிஞ்சா எனக்குச் சொல்லு”

“உனக்கு என்னடா?”

“நீ கூடவே இருக்கிற, உனக்கு எல்லாம் தெரியும், எந்தப் பிரச்சினையும் இல்ல, எனக்கு எதுவுமே தெரியாது. மண்டைய உடைச்சிக்கலாம்போல இருக்கு. தெரிஞ்சுக்கலாம்னு ஆர்வம்தான். நம்ம ஆரம்பிச்ச வங்கிடா அது. அதுக்காக கார்த்திக் அடி வாங்கியிருக்கான்” சிவாவும் ராகுலும் உரையாடியதை ஜெய்யும் துர்காவும் கவனித்துக் கொண்டிருந்தனர்.

“கார்த்திக் எல்லா விசயத்தையும் ராகுலிடம் சொன்னவுடனே, ராகுல் பூந்தோப்பிற்கு வந்திருக்கிறான். எதற்காக வந்திருப்பான்?” பின்னால் ஜெய்யின் கைபேசியில் ராகுலும் கார்த்திக்கும் பேசுவது கேட்டுக்கொண்டிருந்தது. அதைப் பெரிதாக கவனிக்காமல் துர்காவிடம் விவாதத்தை ஆரம்பித்தான் ஜெய்.

“கூடவந்த உன் நண்பர்கள்கிட்டயே இப்படி பண்ணுறியே, என்ன நம்பிக்கையில என்னை விட்டு வெச்சீங்க.”

“ஹா... ஹா...” சிரித்தான் ஜெய்.

“என்ன சிரிக்கிற?”

“உன்னை யாரு விட்டு வெச்சது?”

"அடப் பாவிங்களா?"

"நீ வேலையில சேர்ந்தவுடனே உன் எண்ணும், உன் அப்பா எண்ணும் எங்க கட்டுப்பாட்டுல வந்திடுச்சு"

"நெஜமாவா? நான் என்ன பேசியிருக்கப் போறேன். எனக்கு ஒரு தோழிகூட இல்ல. எங்க வாழ்க்கையே இப்படித்தான்."

"என் பார்வையே சரியில்லைன்னு சொன்னது?"

"அப்புறம் இப்படி திருதிருன்னு பார்த்தா?" என்று சிரித்தாள் துர்கா.

"நடையே ஒரு மாதிரி இருக்குன்னு சொன்னது?"

"வீரன் மாதிரி இருக்குன்னுதானே சொன்னேன்!" சமாளித்தாள் துர்கா.

"அப்படியா? பூந்தோப்புல போக்கிரிக்கு வீரன்னுதான் அர்த்தமா?"

"பூம்பொழில்ல அப்படித்தான்" சிரித்தாள் துர்கா.

அதற்குள் ராகுலும் சிவாவும் பேசி முடித்து இணைப்பை துண்டித்ததை ஜெய் கவனித்தான்.

"சரி.. முதல்ல இங்கே வேலைக்கு வரமாட்டேன்னு அடம்புடிச்ச. பிறகு எப்படி?"

"அது உனக்குத் தெரியாதா? நம்ம வங்கிப் பெயரை கேட்டதும்தான். சரி... அப்படியே முத்து கைபேசி எண்ணையும் கவனிக்க வேண்டியதுதானே?"

"கைபேசி எண்களை மட்டுமில்ல, நம்மை எதிரிகளாக நினைப்பவர்களுக்கு நம்மை எதிர்க்கும் எந்த வாய்ப்பும் கிடைக்கக் கூடாது, கொடுக்கக் கூடாது" என்று அழுத்தம் திருத்தமாகச் சொன்னான் ஜெய்.

"இருந்தாலும் சில விசயங்களை எதுவும் செய்யமுடியாதுதானே?"

"ஆமா... இப்பொழுது இரவு இங்கே என்ன நடக்கப் போகுதுன்னு ராகுலுக்கு போயிடுச்சு. இன்னும் கொஞ்சநேரத்தில வேறு யார்கிட்டேயாவது அவன் கைபேசில பேசுறதுக்கு வாய்ப்பு இருக்கு, என் கணக்குப்படி அவன் நமக்கு எதிரா செயல்பட ஆரம்பிச்சிட்டான்"

"அவனால என்ன பண்ண முடியும்?"

"முத்துவோட உதவியும் இருக்கும்"

சற்றுநேரத்தில் முத்துவிற்கு வந்த கைபேசி அழைப்பு ஒன்று ஜெய்யின் கைபேசிக்கு கடத்தப்பட்டது.

“நான் சொல்றேன் ஐயா, நீங்க கேளுங்க” என்ற சொற்கள் ஜெய்யின் கைபேசி ஒலிபெருக்கியில் ஒலித்தது.

“ராகுல்தான். நான் சொன்னேன்லா...” என்று ராகுல் நமக்கு எதிராகச் செயல்படுவான் என்று, முன்னமே சொன்னதை உறுதிப்படுத்தினான் ஜெய்.

“ஆனா இது அவன் எண் இல்லையே ஜெய்”

“சரிதான்... எல்லா விசயங்களையும் அறிவியலால கட்டுப்படுத்த முடியாது இல்ல. அவனும் நம்மைப் போல படிச்சவன்.”

“இதைத்தான் அப்பவே நானும் சொன்னேன்.” என்று குறும்பாகப் பார்த்தாள் துர்கா. அவளுக்கு பதில் ஏதும் சொல்லாமலேயே அவர்கள் உரையாடலில் மூழ்கினார்கள்.

“நான் சொல்றதைக் கேளுங்க ஐயா. இன்று இரவு நடக்கப் போறதை தடுத்து நிறுத்தலைன்னா நாம, நம்ம ஊரை இழக்க வேண்டியதுதான்.”

“என்ன பண்ணலாம்?”

“என்னால செய்தியைத்தான் சொல்ல முடியும். நீங்கதான் முடிவு செய்யணும்” இணைப்பு துண்டிக்கப்பட்டது. உடனே கட்டுப்பாட்டு அறையைத் தொடர்பு கொண்டான்.

“ராகுலும் முத்துவும் இப்போ பேசுன உரையாடலின் தொடக்கம் வேணும் எனக்கு. உடனே அதை ஓடவிடுங்க” என்றதும் அவன் அழைப்பில் இருந்தவாறே அதைக் கேட்க ஆரம்பித்தான்.

“ஐயா, நான் ராகுல் பேசுறேன்”

“என்ன தம்பி புது எண்ணா இருக்கு?”

“ஆமா ஐயா. அந்த எண்ணு வங்கி எண், நாம பேசுறது அவங்க கேட்க வாய்ப்பிருக்கு” இதைக் கேட்ட ஜெய்யின் முகம் சுருங்கியது.

‘ஓஹோ... சரி. அந்தப் பேராசிரியரை சந்திச்சியா? மூப்பரைப் பத்தி?”

“இல்லை ஐயா. இன்னும் நேரம் கிடைக்கல. நான் ஒரு முக்கியமான விசயம் சொல்லத்தான் அழைத்தேன். நாளைக்கே கட்டட வேலையை ஆரம்பிக்கப் போறாங்களாம். அதுவும் நீங்க நினக்கிறது போல இல்ல. ஐநூறு பேரு வரப்போறாங்க, அதுவும் இன்று இரவே”

ஜெய் அதற்குமேல் எதையும் கேட்க விரும்பவில்லை. அந்த இணைப்பைத் துண்டித்தான். துர்காவோ, ஜெய்யின் முகத்தையே பார்த்துக்கொண்டிருந்தாள். என்ன சொல்லப் போகிறான் ஜெய் என்று ஆர்வம் அதில் தெரிந்தது.

“துர்கா மொத்தம் ஐநூறு வண்டிகளாவது வரும். ஆனா மொத்தம் ஐம்பது காவலாளிகள்தான் வர்றாங்க. வண்டி இவங்க கையில சிக்கனா எரிச்சிருவாங்க. ஏன், மக்களை கொலை பண்ணக்கூட வாய்ப்பு இருக்கு.”

“என்ன பண்ணப் போறோம் ஜெய்?”

“ஐம்பது பேர் கையிலும் துப்பாக்கி இருக்கும். அதுதான் நமக்கு மூலதனம்’

“முத்து ஆட்கள்கிட்ட துப்பாக்கி...?”

“அவங்க இந்த ஊர்ல இருந்து ஒரு துப்பாக்கி வியாபாரம் செய்ற ஆட்களைப் பிடிச்சு, அதை இவங்க வாங்கி அதுக்குள்ளாற நம்ம கட்டட வேலையே முடிச்சிரலாம். அதுக்கும் மேல இங்கயிருக்கிற கோடீஸ்வரங்களால எத்தனை துப்பாக்கி வாங்க முடியும். எத்தனை குண்டுகள் வாங்க முடியும். ஒரு கைத் துப்பாக்கி வாங்கக் கூட முடியுமா தெரியல”

“அதுவும் சரிதான். நம்மகிட்ட இருக்கிற ஒரு நல்ல துப்பாக்கி வாங்க எவ்வளவு காசு ஆகும்.”

“அதுக்கு இவங்க சொத்துல ஒரு ஏக்கரை விலைக்கு கொடுக்கணும்” என்றதும் ஆச்சரியமாக துர்காவின் புருவங்கள் உயர்ந்தன.

“சரி... என்ன செய்யலாம்னு இருக்கிற?”

“அவங்களை பயப்படுத்தினாலேபோதும். வண்டியைத் தடுக்க எத்தனை ஆள் வர வாய்ப்பு இருக்கு?’

“இருபது?’ மறுகேள்வியை வைத்தாள் துர்கா.

“சரி. இருபது என்றே வைத்துக்கொள்வோம்” என்றபடி மனதில் கணக்குப் போட்டான். “மொத்தம் ஐநூறு வண்டிகள். இருபத்து ஐந்து, இருபத்து ஐந்து வண்டிகளாக அனுப்பினால் இருபத்து ஐந்து இடைவெளிகள் இருக்கும். சரி, ஒன்று செய்யலாம். யோசித்துப் பார், இருபத்து ஐந்து வண்டிகள் வருகிறது, வண்டியை இருபதுபேர் வழி மறிக்கிறார்கள். வண்டியை நிறுத்தாமல் வந்தால் ஒருவராவது இறந்துபோவது உறுதி. அப்படி நடந்தால் மொத்த மக்களும் கொந்தளித்துவிடுவார்கள், செய்தியாகிவிடும். வண்டியை நிறுத்து கிறார்கள். அந்த இருபதுபேரும் முன்னால் வருபவர்கள், அப்பொழுது

நம் வண்டியிலிருந்து ஒருவர் துப்பாக்கியோடு இறங்கினால் என்ன நடக்கும்."

"பயந்து பின்னால் போக வாய்ப்பிருக்கிறது. ஒருவன்தானே என்ன செய்யப் போகிறான் என்று அவனை தாக்கவும் வாய்ப்பிருக்கிறது."

"அப்படியென்றால் ஒன்று, நம் ஆள் துப்பாக்கியால் சுட வேண்டும் இல்லை அவர்கள் நம் ஆளைக் கொன்றுவிடுவார்கள்"

"ஆமா. சரிதான்"

"ஆக, இரண்டில் எது நடந்தாலும் நமக்குப் பிரச்சினைதான். ஒரு ஐந்துபேர் வந்தால்?

"கண்டிப்பாக தாக்க யோசிப்பார்கள். எல்லா வண்டியிலும் ஐந்து பேர் எப்படி முடியும். நம்முடன் இருப்பதே ஐம்பது ஆட்கள்தானே?"

"முதல் வண்டியில் ஐந்துபேரை அனுப்புவோம். அதன் பின்னால் ஆட்களே இல்லாமல் இருபத்து மூன்று வண்டிகளை அனுப்புவோம்"

"அந்த வண்டியை நிறுத்தினால்..."

"அதில்தான் கவனிக்க வேண்டும். விளக்குகள் இல்லாமல் மிகவும் குறுகிய இடைவெளியில் வண்டிகள் முதல் வண்டியைத் தொடர வேண்டும். அவர்கள் உள்நுழையவே இடம் கொடுக்கக் கூடாது. அப்படிச் செய்யும்பொழுது கண்டிப்பாக அவர்களுக்கு சந்தேகம் வரும். ஆக, இரண்டாவது முறை இருபத்து ஐந்து வண்டிகள் அனுப்பும்பொழுது அவர்கள் கண்டிப்பாக முதல் வண்டியை நிறுத்தமாட்டார்கள். மாறாக, இடையில் வேறு வண்டிகளை நிறுத்த வாய்ப்பிருக்கிறது. என்ன செய்யலாம்? ஒவ்வொரு வண்டியிலும் ஒவ்வொரு ஆளை அனுப்புவோம். அதுவும் எல்லா வண்டியையும் நிறுத்துற அளவிற்கு இடைவெளிவிட்டு. அதாவது ஒருவர் இரண்டாவது வண்டியை நிறுத்துகிறார் என்றால் ஒவ்வொரு வண்டியிலிருந்தும் ஒவ்வொருவர் கீழே இறங்குவார்கள். மொத்தம் இருபத்து நான்கு பேர்.

'ரொம்ப நல்ல திட்டம் ஜெய்" என்று, தன் ஆச்சரியத்தைப் பதிவு செய்தாள் துர்கா.

"கடைசியாக வரும் இரண்டு வண்டிகள் மட்டும் நெருக்கமாகச் செல்ல வேண்டும். ஆனால் முகப்பு விளக்குகள் எரிந்துகொண்டிருக்க வேண்டும். அப்படிச் சென்றால்தான் அவர்களுக்கு சந்தேகம் வராது. விளக்கு இல்லாமல் வரும் வண்டியில் நம் காவலாளிகள் இல்லை என்று நம்ப வேண்டும். அடுத்தமுறை இரண்டு வண்டிகளை விளக்கை அணைத்து ஓட்டச் சொல்வோம். வேகமாக, அவர்கள் தடுக்க முயன்றும் நிற்காமல் செல்லட்டும். அதில் அவர்களில்

ஒருவனுக்கு காயம்பட்டாலும் பரவாயில்லை. அதில் அவர்கள் சந்தேகம் உறுதியாகிவிடும். விளக்கு இல்லை என்றால் வண்டியில் காவலாளிகள் இல்லை என்று எண்ணிக் கொள்வார்கள்."

"ஹ்ம்…" என்று கவனித்துக் கொண்டிருந்தாள் துர்கா.

"ஆக, நம் காவலாளிகளில் முதல் இருபத்து ஐந்து வண்டியில் ஐந்து பேர், இரண்டாவது இருபத்து ஐந்து வண்டியில் இருபத்து ஐந்து பேர், மூன்றாவது எட்டுப் பேர், மொத்தம் இருபத்து மூன்று பேர். மீதியிருப்பது பதினேழு பேர். அடுத்து ஒவ்வொரு இருபத்து ஐந்து வண்டிக்கும் ஒரு ஆளையும் கடைசி பத்து வண்டிக்கு மீதி ஆட்களையும் அமர்த்துவோம். குறிப்பாக, மக்கள் மற்றும் பொருட்கள் வரும் வண்டியில் கண்டிப்பாக காவலாளிகள் இருக்க வேண்டும்."

"ஒருவேளை…" என்று இடைமறித்தாள்.

"ஒருவேளை, காவலாளிகள் இல்லாத ஒரு வண்டியை அவர்கள் இடைமறித்தால், அது மண் வண்டியாக இருக்கும். வண்டியை நிறுத்தும்பொழுதே ஓரமாக நிறுத்தி, ஓட்டுநர் தப்பித்து ஓடிவிட வேண்டும். ஒரு மண் வண்டியை வைத்து அவர்கள் வீடு கட்டட்டும்"

"இதைத்தவிர?"

"குறிப்பாக, வண்டிகள் ஆற்றுப் பாலத்திற்கு முன்னமே நிறுத்தப்பட வேண்டும். அப்படி நிறுத்தினால்தான் வண்டியை ஓரமாக நிறுத்தி பின்னால் வரும் வண்டிகளுக்கு இடம் விட முடியும்."

"ஓட்டுநரிடம் தெளிவாக எடுத்துச் சொல்ல வேண்டும், வேற?"

"மக்களை வரும் வண்டிகளை மட்டும் எவ்வளவு முடியுமோ, அவ்வளவு வண்டிகளாக குறைக்கச் சொல்லியிருக்கிறேன்."

"அதாவது, ஒவ்வொரு வண்டியிலும் எத்தனை பேரை அனுப்ப முடியுமோ அத்தனை பேரை முடிந்த அளவிற்கு. அரசுப் பேருந்துகள் போல, சரியா?"

"ஓரளவிற்கு"

"அடுத்து"

"இதைத்தவிர வேறு என்ன நடக்க வாய்ப்பிருக்கிறது. இது நான் சொல்வது அதிகபட்சம். முதலில் அந்த இருபது பேருக்கு தைரியம் வரட்டும்"

ஜெய்யின் கணக்கு சரியாக இருந்தது. இவர்களால் என்ன செய்யமுடியும் என்ற எண்ணமும் இருந்தது. இருபது ஆட்கள் என்று கணக்குப் போட்டாலும் களத்தில் நின்றவர்கள் மொத்தம் பத்துப்பேர்தான்.

26

முத்துவின் ஆட்களால் ஒரு வண்டியைக்கூட துணிந்து எதிர்கொள்ள முடியவில்லை. இரண்டாவது இருபத்து ஐந்து வண்டிகள் மொத்தமாக வர ஆரம்பித்ததும் மூன்றாவது வண்டியை மறித்தனர். அதன் பின்னால் வந்த வண்டிகளும் நெருக்கமாக வந்து நின்றன. ஒவ்வொரு வண்டியிலிருந்தும் ஒரு காவலாளி என்று துப்பாக்கியுடன் வந்து நின்றனர். முன்னால் நின்ற முத்துவின் ஆட்கள் பதட்டத்துடன் செய்வதறியாது நின்ற நேரத்தில், பின்னாலிருந்து ஒரு காவலாளியின் குரல் 'சுடுங்கள். உடல்களை நம் மண் வண்டிகளில் ஏற்றுங்கள்' என்று கத்தியது. அதைக் கேட்டதும் முதலில் நின்ற துப்பாக்கி ஏந்திய காவலாளி சுட ஆரம்பித்தான்.

அதில் பயந்து இருட்டுக்குள் மறைந்தனர் முத்துவின் ஆட்கள். வண்டிகள் வேகமாக அந்த ஆற்றுப் பாலத்தைக் கடந்து சென்றன.

அடுத்தமுறை, முதல் வண்டியை மறித்தனர். ஆனால் வண்டிகளின் முன்னே நான்கு பேர்தான் நின்றனர்.

"நான்கு பேர்தான் இருக்கிறார்கள்." என்ற செய்தி, கேட்கவும் அனுப்பவும் வசதியுள்ள கையளவு சிறுசேணி வழியாக செய்தி முதல் வண்டியிலுள்ள காவலாளியிடமிருந்து பின்னால் இருக்கும் காவலர்களுக்கு அனுப்பப்பட்டது.

வண்டியிலிருந்து இறங்கிய காவலாளிகள் நாலாபுறமும் பிரிந்து நின்றுகொண்டனர். ஒருவர் கடைசி வண்டியின் பின்புறமும் நின்று கொண்டான்.

முத்துவின் ஆட்கள் திக்குமுக்காடிப் போயினர். என்ன செய்வது என்றறியாது நின்ற பொழுது, வண்டிகள் வேகமாக சீறிக்கொண்டு முன்னால் நின்றவர்களை நான்கு ஓரமமும் தள்ளி விட்டு விட்டு முன்னால் ஓடியது. அதற்குப் பிறகு அவர்கள் சோர்ந்து போயினர்.

அடுத்து மொத்த வண்டிகளும் பட்பட்டென்று கடந்து போனது.

"ஐயா, எதாவது செய்தீர்களா?" ராகுல் நள்ளிரவு வரை காத்திருந்து முத்துவை அழைத்தான்.

"இல்லை தம்பி, பத்துப் பேரை அனுப்பினேன். ஆனால் பலனில்லை"

"என்ன ஐயா?, மூந்நூறு, நானூறு வண்டிகள்னு சொன்னேன். வெறும் பத்துப் பேரை அனுப்பியிருக்கீங்க."

"இல்லை தம்பி, நம் ஆட்கள் மட்டும் போதாது. அவங்கள எதிர்க்கிற ஆட்களை சேகரிக்கணும். இல்லை, உருவாக்கணும். பத்துப் பேருங்கிறதை நூறுபேரு ஆக்கணும். அப்படினாத்தான் நாம எதிர்த்து நிற்க முடியும். அடுத்தமுறை வாய்ப்புக் கிடைக்கட்டும். பார்த்துக் கொள்ளலாம்"

"இனி எப்படி வாய்ப்பு கிடைக்கப் போகுதோ"

இந்த உரையாடலை கேட்டுக்கொண்டிருந்த ஜெய், "வண்டி ஊருக்குள்ளால வந்திடுச்சு, தயாராகுங்க!" என்று தூக்கத்திலிருந்த சிவாவையும் கார்த்திக்கையும் எழுப்பினான்.

வேகமாக வந்த வண்டிகளின் வேகம் குறைந்து ஒவ்வொன்றாக வங்கியை அடைந்து, வண்டிகளின் வெளிச்சமும் சத்தமும், அந்த இடத்தை பகல் போல மாற்றியது. வண்டிகள் வந்த மக்களின் சத்தம் பண்டிகையை நினைவு படுத்தியது. புழுதி, புயல் போல கிளம்பிது.

மண் வண்டிகள் மட்டும் நிலத்தில் ஓரமாக மண்ணைக் கொட்டிக்கொண்டே வந்தது. அறுவடை முடிந்த காலம் என்பதால் நிலம் நீரில்லாமல் இறுக போயிருந்தது. அதனால் வண்டிகள் உள்ளே சென்று வெளியே வர அவ்வளவு கடினமாக இல்லை. அதுவும் மண் நிரப்பும் வண்டிகளும் உடன் இருந்ததால் மண்ணை அந்த விவசாய நிலத்தில் கொட்டுவது ஒன்றும் கடினமானதாக இல்லை. ஆங்காங்கே மண்ணை கூட்டம் கூட்டமாக கொட்டி விட்டு நகர்ந்தது வண்டிகள். வந்த வேகத்திலேயே வண்டிகள் ஊரைவிட்டு வெளியே வெளியேறியது.

மக்களும் தன் இடத்திற்கு வரும் வேளை தடங்கல் ஏற்பட்டால்தான் பிரச்சினை. நம் இலக்கு நிறைவேறியதால் இனி ஓட்டுனர்களை தாக்க வாய்ப்பில்லை. அப்படி தாக்கப்பட்டாலும் சமாளித்துக் கொள்ளலாம் என்று எண்ணினான் ஜெய். பொருட்களும்

வண்டியிலிருந்து இறங்கிய மக்கள், நள்ளிரவு என்பதால் உறக்க களைப்பில் எங்கங்கே வாய்ப்பு கிடைக்கிறதோ அந்தந்த இடத்தில் சுருண்டு படுத்து உறங்கினர்.

கார்த்திக்கும், சிவாவும் நின்று கண் கொட்ட கொட்ட வேடிக்கை பார்த்தார்கள்.

“என்னடா நடக்குது இங்கே?”

“என்ன நடந்த உனக்கு என்னடா?”இங்கேயும் இதுதான் இவர்கள் இருவரின் கேள்வியும் பதிலுமாக இருந்தது.

விடிந்தபிறகு மக்கள் அனைவருக்குமான உணவுகளை உடன் வந்தவர்களுடன் பரிமாறி உண்டனர். காலை கடன்களுக்கு மறைவான இடம் கண்டனர். முடிந்தவரை வெகு விரைவாக தங்கள் வேலைகளை ஆரம்பித்தனர்.

“ஜெய், ஒவ்வொரு நேரமும் இப்படி ஊரில் ஓரத்தில் காவலிருக்கப் போகிறோமா?” என்று தன் ஆதங்கத்தை சந்தேகமாகக் கேட்டாள் துர்கா.

”இல்லை துர்கா, இது உண்மையில் இந்த ஊர் மக்களை மிரளவைக்கத்தான். நம்மைப் பார்த்து பயப்பட வேண்டும். பயந்திருப்பார்கள்தானே?”

“கண்டிப்பாக ஜெய்” என்றாள் பெருமையுடன்.

“இனி பாதுகாப்பெல்லாம் கொடுக்க முடியாது, நம் இந்த நிலத்திற்குள் மட்டும்தான் பாதுகாப்பு, வெளியே அவர்களை அவர்களே பார்த்துக்கொள்ள வேண்டும். சில இழப்புகள் வரலாம். வந்தாலும் கவலைப்படத் தேவையில்லை.

“நேற்று ஐயா கட்டட திட்டம் அனுப்பி இருந்தாரு இல்ல. ரொம்ப நல்லா இருந்திச்சு. சரியான திட்டம்”

“அதனாலதான் ஆண்டாள் வங்கி இவ்வளவு வளர்ந்திருக்கு. பார்த்தாயா? ஒவ்வொரு நாளும் யார் யார் என்ன வேலை செய்ய வேண்டும் என்றுகூட திட்டம் போட்டிருக்கிறார்கள்.”

“ஆமா. ஆச்சரியமாக இருக்கு”

“இவ்வளவு குறுகிய நேரத்தில் இதெல்லாம் நடக்கணுன்னா, சரியான திட்டம் இல்லாமல் முடியுமா? என்ன அப்பா இன்னும் வெளியே வரவில்லையே?’

“அவரு எல்லாவற்றையும் மேலே இருந்து பார்த்துட்டு இருப்பாரு. என்ன இருந்தாலும் ஊர் தலைவரா இருந்தவரு இல்லையா! கொஞ்சம் மன உறுத்தல் இருக்கும்தானே!”

“அதுதான்... அந்த காரணத்தினால்தான் அவரை எதற்கும் அழைக்கவில்லை.”

“ஹ்ம்... ராகுலை எப்படி சமாளிக்கப் போகிறாய் ஜெய்?”

“ராகுல்... இப்பொழுது சொல்றதுக்கு ஒண்ணுமில்ல, என் கணக்கு கூட்டல்கள் தப்பா போனது இதிலேதான். ஆரம்பத்தில் நம்முடன் வேலை செய்ய கன்னியாகுமரியில் இருந்து ஒருவன் வேண்டும் என்றதும், நான்தான் தமிழ்நாட்டில் பிறமொழி மக்கள் என்றால் கண்டிப்பாக மண் பாசம் இருக்காது என்று இவனைத் தேர்வு செய்தேன்”

“புரியவில்லை ஜெய்”

“ராகுலோட தாய்மொழி மலையாளம் துர்கா. அதனால மண்பாசம் இருக்காதுன்னு தப்பா எண்ணிட்டேன்.”

‘ஆஹா... அதுதானா? இங்கே தமிழ் பேசுறவங்களவிட அதிக விவசாய நிலம் சொந்தமா வெச்சிருக்கிறவங்க, மலையாளம் பேசுறவங்கதான்.”

“அது தெரியும். அதுமேல பாசம் இருக்காதுன்னு நெனச்சிட்டேன்”

“இப்போதான் அது தமிழ்நாடு. அதற்கு முன்னால் கதைகள் வேறு. இன்னொரு கொடுமை உனக்குத் தெரியுமா? தாய்மொழிக் கல்வி, தாய்மொழில படிச்ச நல்லா படிக்கலாம்னு சொல்லுறோம். ஆனா இங்கே மலையாளம் பேசுறவங்க, தாய் மொழில கல்வி கத்துக்கிறது ரொம்பக் கஷ்டம். ஏன்னா, அந்த மாதிரி பள்ளிக்கூடங்க இங்கே இல்ல. தமிழ் இல்லைனா ஆங்கிலம்தான். சில பள்ளிக்கூடங்கள்ல தேர்வுமொழியா மலையாளத்தை எடுத்துப் படிக்கலாம் அவ்வளவுதான்.”

‘இதையெல்லாம் தெரிஞ்சுதான் அவனைத் தேர்வு செய்தேன். தற்சமயத்திற்கு எந்த விசயத்தையும் அவன்கிட்ட பேசப்போறது இல்ல. அடுத்த வாரம் இனையந்துறை வீடுகள் பதிவு இருக்கு, அதை நல்லபடியா முடிக்கணும். இங்கே நம்ம நிலத்தில இருக்கிற மக்களை அங்கே மாத்தணும். துரையை வெச்சு பேசச் சொல்லியிருக்கிறேன். அதுல வேற வாய்ப்பே இல்ல, மாத்திதான் ஆகணும். மாறமாட்டாங்கன்னு சொன்னா, பயப்படுத்தணும்.”

“சரி...!”

இவர்கள் பேசிக் கொண்டிருக்கும்பொழுது முருகன், கழுவிய தன் முகத்தை கைக்குட்டையில் துடைத்தவாறு அருகில் வந்தார்.

"ஐயா..." என்றான் ஜெய்.

"என்ன ஜெய்... இரவு முழுவதும் தூங்கல போல!?"

"இன்னும் கொஞ்ச நாள் ஆகும் ஐயா?"

"சரி, இன்று?" என்ன செய்யப் போகிறோம் என்பதை முருகன் ஜெய்யிடம் கேள்வியாக வைத்தார்.

"மக்கள் தங்குறதுக்கு கூடாரம் கட்ட வேண்டும். அதுக்காக மண்ணை நிரப்பச் சொல்லி இருக்கேன். அப்புறம் சமையலுக்கான தயாரிப்புகளைப் பார்க்க வேண்டும்."

"சரி.. என் உதவி ஏதாவது தேவைப்பட்டால் சொல்லுங்கள்.

"கண்டிப்பாக ஐயா. நம் காவலாளிகள் முழுவதும் காவல் இருப்பார்கள். இன்று இரவும் வேலைக்கான ஆட்கள் வந்து போவார்கள்."

"சரி தம்பி..."

27

காலை உணவு முடிந்ததும் வந்தவர்கள் தங்குவதற்கான கூடாரங்கள் கட்ட ஒதுக்கப்பட்ட இடத்தில் வேலைகளை ஆரம்பித்தனர். அத்தனை மக்களும் அந்த இடத்தில் அங்குமிங்குமாக அலைவதைப் பார்த்தபொழுது ஒரு நகரத்தின் ஆரம்ப தோரணை தெரிந்தது.

ஜெய், கார்த்திக் மற்றும் சிவா அவர்கள் வேலை செய்வதற்கு உதவினர். “ஜெய், இவ்வளவு பேரு இராத்திரி வந்திருக்காங்களே, எந்தப் பிரச்சினையும் இல்லையா?” இரவு நடந்த திட்டங்களை அறியாத கார்த்திக் ஜெய்யிடம் கேட்டான்.

“இருந்துச்சு, காவலாளிகள் வந்ததுனால முத்துவோட ஆட்களால எதையும் செய்ய முடியல. வந்தது நம்ம ஆட்கள், எதாவது பிரச்சினைன்னா நாம சமாளிச்சிருக்கலாம். இனி வரப் போறவங்க, வேலை செய்ய வரப்போறாங்க? அதுதான் பயமா இருக்கு. அவங்களுக்கு ஏதாவது பிரச்சினைன்னா நம்ம தலையிட முடியாது. எல்லாம் பெரிய பெரிய நிறுவனத்திலே இருந்து வருவாங்க. அவங்கள ஏதாவது செஞ்சா நமக்கு எதுவும் இல்ல. ஆனா அவங்க குடும்பங்கதான் பாவம். எதுக்கும், ராகுலை அழைத்து விசயத்தைச் சொல்லி கவனமா, பாதுகாப்பா இருக்கச் சொல்லு. சரியா?” ராகுல் இவர்களுக்கு எதிரியானது இன்னும் சிவா மற்றும் கார்த்திக்கு தெரியாது. கார்த்திக், ராகுலிடம் இந்த விசயங்களைக் கூறினான்.

அவன் எண்ணம் எவ்வாறு இருக்கிறது என்று அறிய வேண்டும் என்று ஜெய் விரும்பினான்.

"உடனே அழைக்கிறேன் ஜெய்" என்று கார்த்திக் கைபேசியை எடுத்தான். அதைப் பார்த்துக் கொண்டிருந்தான் ஜெய்.

கார்த்திக்கின் அழைப்பை பார்த்ததும் ராகுல் கோபத்துடன்தான் பேசினான். "எதுக்குடா கூப்பிட்ட? நான் பேசுறப்ப உனக்கு..." ராகுல் அழைத்தபொழுது கார்த்திக் தன் அழைப்பை ஏற்காமல் இருந்த கோபம் ராகுலுக்கு இன்னும் இருந்தது.

"சரிடா... அதைவிடு, சூழ்நிலை அப்படி. நீ இங்கே இருந்திருந்தா உனக்கு புரிஞ்சிருக்கும்." என்று ஆரம்பித்தவன் ஜெய் கூறியதை அப்படியே அவனிடம் ஒப்புவித்தான்.

"நான் என்னைப் பார்த்துக்கிறேன். வர்றவங்களை யாரு தாக்குறாங்களாம்?" கார்த்திக் சொல்வதை எல்லாவற்றையும் முழுமையாகக் கேட்ட ராகுல், கார்த்திக்கின் புத்தியை கிளற ஆரம்பித்தான்.

"அது எனக்குத் தெரியாது. ஆனா இங்கே வேலைக்கு வர்றவங்க, எல்லா பெரிய நிறுவனத்திலிருந்தும் வருவாங்க.'

"அவங்களுக்கு அடிபட்டா நமக்கு எதுவும் இல்லையா? அது எப்படி?"

"உனக்குத் தெரியாதா? வேலைக்கு வர்றவங்கள யாராச்சும் தாக்குனா நமக்கு என்ன ஆகப் போகுது. திருட்டு, இல்லைன்னா வேற எதாவது காரணம்னு சொல்லுவாங்க அவ்வளவுதான். அதுக்கும் மேலே அவங்களுக்கு காப்பீடு இருக்கும், விபத்துன்னு பதிவு செஞ்சு விசயத்தை முடிச்சிருவாங்க.'

"தினமும் நடந்தா?"

"தினமும் நடந்தாலும், நம்ம வேலைக்கு எந்தப் பாதிப்பும் வராது. எந்த நிறுவனத்தோட ஆட்களுக்குப் பிரச்சினையோ அந்தந்த நிறுவனம் பார்த்துக்கும். எல்லாம் பெரிய பெரிய நிறுவனம்டா, வெளியவே தெரியவிடமாட்டாங்க. இந்த வேலையிலுள்ள கஷ்டங்கள் எல்லாம் தெரிஞ்சுதான் வேலையையே எடுத்திருப்பாங்க. ஒப்பந்தத்தில் கையெழுத்துப் போட்டிருப்பாங்க. பாவம், யாருக்காவது அடிபட்டால் அவன் குடும்பம்தான் பாவம். சரி அதை விடு, நீ பாதுகாப்பா இரு." என்று இணைப்பைத் துண்டித்தான் கார்த்திக்.

இவர்கள் பேசுவதை கேட்டுக் கொண்டிருந்த ஜெய்யும் தன் கைபேசியை கிழே வைத்தான்.

“அவன் தைரியமாத்தான் இருக்கிறான் ஜெய். இந்த ஊருக்காரன் இல்ல. இங்கே வேலை செய்ய வர்றவங்களுக்கு ஏதாவது ஆயிருமோன்னு பயப்படுறான்” என்றான் கார்த்திக்.

“அது எல்லாம் ஒன்றும் ஆகாது கார்த்திக். பார்த்துக் கொள்ளலாம்”

கார்த்திக் கூறியவற்றை கண்டிப்பாக ராகுல் ஆராய்வான். அப்பாவி மக்களைக் கொல்ல நினைப்பதைத் தடுப்பான். கண்டிப்பாக முத்துவிடம் இதைப்பற்றிப் பேசுவான் என்று எதிர்பார்த்தான் ஜெய்.

இவையெல்லாம் ஒருபுறமிருக்க, வேலைகள் வேகமாக நடந்து கொண்டிருந்தது. கூடாரங்கள் தயாராகிக் கொண்டிருந்தன. சில ஊர் மக்கள் வந்து இங்கே நடப்பதைப் பார்த்துவிட்டுச் சென்றனர். இன்னும் சிலநேரம், சிலர் கூட்டமாக வந்து நின்று திரும்பிச் சென்றனர். ஜெய் அவற்றை எல்லாம் பார்வையிட்டு விட்டு காவலாளிகளை அழைத்தான். மொத்தம் ஐம்பத்து ஐந்து பேர், அனைவரும் ஜெய்யின் முன்னால் வந்து நின்றனர்.

“இனி நீங்கதான் இத்தனை உயிர்களையும் பாதுகாக்கப் போறீங்க. இன்னும் ஒரு வாரத்தில பெரிய, உறுதியான மதில்சுவர் கட்டிருவாங்க. அதுவரைக்கும் எந்தத் தாக்குதலும் வரலாம், நீங்க இரவு தூங்காம இருந்தால்தான், நம்ம ஆட்களுக்கு இழப்பு இல்லாம இருக்கும்.” இதைக் கேட்டதும் நாங்கள் இருக்கிறோம் என்பதுபோல எல்லாரும் காலைத் தூக்கி ஒரே நேரத்தில் படார் என்று தரையில் அடித்தனர்.

“மேலும் இது ஒரு நாள் வேலை இல்லை. சரியாக வேலை செய்தால் தொடர்ந்து உங்கள் வாழ்நாள் முழுவதும் நீங்கள் இங்கேயே இருக்கலாம், எல்லா வசதியுடன்.” என்று அவர்களை வேலை செய்யப் பணித்தான் ஜெய்.

அவர்கள் அங்குமிங்குமாக நடக்க ஆரம்பித்தனர். அன்று பகல்வேளையில் அரசின் மின்சார இணைப்புக்கான கம்பிகள் அந்த நிலத்தில் இழுக்கப்பட்டு இணைப்பு வழங்கப்பட்டது. உணவு சமைப்பதற்கான இடங்கள் தயாராகின.

உணவு இடைவேளையின் பிறகு சமைப்பதற்கான எரிவாயும், அதனுடன் மதில்சுவர் வேலைகளை ஆரம்பிக்கத் தேவையான இயந்திரங்களும் வந்து சேர்ந்தன. ஊருக்குள் எந்த எதிர்ப்பும் இல்லை என்றும் மக்கள் நின்று வேடிக்கை பார்த்ததாகவும் ஓட்டுநர்கள் கூறினர்.

இதற்கிடையில், காவல்துறை அதிகாரி ஜெய்யைப் பார்க்க வந்துபோனார். “ஜெய் மக்கள்கிட்ட பேசினேன். சிலர் சந்தோசமா

வீடு மாறுவத ஏத்துக்கிட்டாங்க. சிலர் சொந்த ஊரைவிட்டுப் போக அடம்பிடிக்கிறாங்க. எல்லாவற்றையும் விவரிச்சிருக்கேன். நீங்க போகலைன்னா சட்டப்படி வீட்டை இடிச்சிருவாங்க. பிறகு நடுத்தெருவில நிற்கணும்னு சொல்லியிருக்கேன். ஊர்த் தலைவர் முருகன் இங்கே இருக்கிறதுனால கண்டிப்பா செய்தி முத்து காதுக்குத்தான் போயிருக்கும்." என்ற செய்தியை துரை ஜெய்யிடம் கூறினார்.

அதற்கு ஜெய், "அடம்பிடிக்கிறதுல எந்தப் பலனுமில்லைன்னு கண்டிப்பா முத்துக்குத் தெரியும். மக்கள் கண்டிப்பா ஒத்துழைப்பாங்க" என்றான்.

அன்று எதிர்பார்த்ததுபோலவே கூடாங்கள் தயாராகின. மதிய உணவும் அங்கேயே உண்டு பரிமாறப்பட்டது. யாரும் எந்தக் காரணத்தைக் கொண்டும் நம் இடத்தைவிட்டு வெளியே போகக்கூடாது என்று கட்டுப்பாடு விதிக்கப்பட்டது. இன்னும் இரண்டு நாட்கள் பொறுத்துக் கொள்ளுங்கள், அதற்குள் கழிப்பிடங்கள் அமைக்கப்படும் என்று உறுதி கூறினான் ஜெய், மேலும் பகல் இருள்வதற்கு முன்னமே அடுத்த நாள் வேலைக்குத் தேவையான சிலர் வந்து இவர்களுடன் இணைந்துகொண்டனர் மற்றும் தேவையான பொருட்களும் வந்து இறங்கின. முத்துவின் ஆட்கள் யோசிக்கும் முன்னமே, மிகவும் வேகமாக அனைத்தும் நடந்ததால் தடுப்பதற்கு அவகாசம் கிடைக்கவில்லை.

"கண்டிப்பாக நமக்கு ஓய்வு தேவை. இல்லையென்றால் நரம்புகள் வெடித்துவிடும்" என்று சில மணிகள் உறங்கச் சென்றான் ஜெய்.

மறுநாள், மதில் வேலைகள் ஆரம்பிக்க திட்டம். அதற்கான நிறுவனத்தில் நியமிக்கப்பட்ட பொறியாளரை அழைத்துப் பேசினான் ஜெய்.

"முதலில் நாம் வேலையை ஆரம்பிக்கவேண்டிய பகுதி ஆற்றின் ஓரம். அதில் குழாய்கள் இணைக்க வேண்டும். ஆற்றுக்கடியில் புதைத்த ஆழத்தைவிட அதிகமாக இருக்க வேண்டும். ஏற்கனவே வரைபடங்களைப் பார்த்திருப்பீர்கள். அத்துடன் எல்லா பக்கங்களிலும் உடனே வேலையை ஆரம்பிக்க வேண்டும். அந்த வீடு இருக்கும் பகுதியை விட்டுவிட்டு அதற்கு முன்னால் மதில் கட்ட அஸ்திவாரங்களைத் தோண்டுங்கள்" என்றான் ஜெய்.

ஜெய் கூறியதுபோலவே ஆற்றின் ஓரமாக குழாய் பதிக்கும் வேலைக்காக பள்ளங்கள் தோண்டும் வேலைகளை ஆரம்பித்தனர். அந்த வேலையில் சிவாவிற்கு முன்அனுபவம் இருந்ததால் அதை கவனிக்கும் பொறுப்பை முழுவதுமாக எடுத்துக் கொண்டான் சிவா.

அதைத் தொடர்ந்து மதில் சுவரில் வேலைகளையும் ஆரம்பித்தனர். அவை கட்டுவதற்கு தேவையான கருங்கற்கள் மற்றும் இதரப் பொருட்கள் வண்டி வண்டியாக வந்து இறங்கின.

"என்ன முருகன் ஐயா! ஒரு வண்டியைக் கூட முத்துவின் ஆட்கள் மறிக்கவில்லையே? ஏன் என்று தெரியவில்லையே?"

"முத்து நீ நினைப்பது போன்ற ஆள் இல்ல. அவன் அமைதியாக இருக்கிறான் என்றால் வேறு ஏதோ பெரிய திட்டம் என்று பொருள்" என்று முருகன் முன்னமே எச்சரிக்கை கொடுத்தார்.

அடுத்த இரண்டே நாட்களில் தயாரானவைகளைப் பார்த்தாலே எத்தனை வேலையாட்கள் வேலை செய்கிறார்கள், எவ்வளவு வேகமாக வேலை செய்கிறார்கள் என்று புரியும்.

இரண்டே நாட்களில் மொத்த மதில் சுவரும் கட்டி முடிக்கப்பட்டது. மதில் சுவரின் உயரம் முப்பது அடி. அதற்கு தற்சயம் ஒரு நுழைவாயில் மட்டுமே அமைக்கப்பட்டது. வேலை செய்பவர்களுக்கு கழிப்பிடம் தயாரானது. ஆற்று நீரைச் சேர்த்துவைக்க ஒரு குளம் வெட்ட ஆரம்பித்திருந்தனர். அந்தக் குளம் வரை குழாய்கள் பதிப்பதற்கான வழிகள் தயாராகிக் கொண்டிருந்தன.

குழாய்கள் ஆற்றிலிருந்து புறப்படும் பகுதியில் இரண்டு தானியங்கி அடைப்பான்களும் அதனுடன் தண்ணீரில் அடித்துவரப்பட்ட குப்பைகளை வடிகட்ட தானியங்கி வடிகட்டிகளும் பொருத்தப்பட்டன. குழாயின் உள்ளே ஆங்காங்கே நீரிலும் பதிவும் செய்யும் நிழல் பதிவு கருவிகள் பொருத்தப்பட்டன. அன்றே அந்தக் குழாயில் கட்டுப்பாட்டு அறையின் அடித்தள வேலைகளை ஆரம்பித்தனர்.

28

இதற்கிடையில் ராகுல், முத்து பரிந்துரைத்த அந்தப் பேராசிரியரை சந்திக்கச் சென்றான். ஏற்கனவே சில விசயங்கள் இணையதளம் மற்றும் பெரியவர்கள் மூலமாக கேட்டுத் தெரிந்துகொண்டான்.

"மூப்பர் என்பது வயதானவரை குறிக்கும் சொல் என்றும், மன்னர்களின் சேனைத் தலைவர்கள் என்று இன்னொரு பொருளும் உண்டு" என்று தெரிந்துகொண்டான். வேறு ஏதாவது கிடைக்கும் என்று எதிர்பார்த்தான், பூம்பொழி என்ற பெயரைப் பற்றி எதுவும் அவனுக்குக் கிடைக்கவில்லை. என்றாலும் மூப்பர் என்பது ஒரு ஆண் சம்பந்தப்பட்டது, அப்படியென்றால் கண்டிப்பாக ஏதோ பழைய கதையிருக்கிறது என்று முடிவு செய்தான் ராகுல். மனதில் ஆர்வம் அதிகமானது அவனுக்கு. அதற்குமேல் இன்னும் அவனுக்கு ஆவலைத் கூட்டியது பேராசிரியர் சொன்ன பதில்தான்.

"மூப்பர் யாருன்னு எனக்குத் தெரியாது ராகுல். ஆனா பூம்பொழின்னு ஒரு ஊரு இருந்திருக்கு..." என்று ஆரம்பித்த பேராசிரியர், தெளிவாக தன் கருத்தை ராகுலுக்குப் புரிய வைத்தார்.

"இப்பொழுது நாம் அழைக்கும் கன்னியாகுமரியானது, நாஞ்சில் நாடும் மற்றும் இடை நாடு என்ற பகுதிகளை உள்ளடக்கியது. நாஞ்சில் என்பது நிலத்தை உழப் பயன்படுத்தும் கலப்பை என்று பெயர். இந்த ஊர் முழுவதும் வயல்வெளிகள் அதிகமாக இருந்ததால்

விவசாயத் தொழிலையே நம்பி இருந்தனர் இந்த நாட்டு மக்கள். ஆகையால் இந்தப் பகுதிக்கு நாஞ்சில் நாடு என்று பெயர் வந்தது." என்று அவர் தொடங்கியதும், ஆரம்பத்தில் கன்னியாகுமரி நோக்கிய பயணத்தில் இதை ஜெய் விளக்கியது நினைவில் வந்தது ராகுலுக்கு.

"பத்தாம் நூற்றாண்டு வரை, இந்தப் பகுதிகள் பாண்டியர்களின் ஆட்சிக்கு உட்பட்டதாக இருந்தது. பிறகு அவர்கள் கையிலிருந்து சேரர்கள் கைக்கு மாறியதாக வரலாறு கூறுகிறது. அந்தப் பகுதிகள்தான் இப்பொழுது கல்குளம் மற்றும் விளவங்கோடு வட்டங்களாக இருக்கிறது. அதன்பிறகு ஓய்சல்யர்கள் மற்றும் மேற்கு சாளுக்கியர்கள் வருகையினாலும், அவர்களது திடீர் வளர்ச்சியினாலும் சேரர்கள் வலுவிழக்க ஆரம்பித்தனர். அதைப் பயன்படுத்தி திருவிதாங்கூர் மன்னர் நாஞ்சில் நாட்டின் பகுதிகளை கைப்பற்ற ஆரம்பித்தார். இதில் பெரும் பங்குவகித்தவர் கேரள வர்மா மன்னர் ஆவார். பிறகு கி.பி. 1115ஆம் ஆண்டு அவர்கள் ஆட்சி முடிவுக்கு வந்தது.

கேரள வர்மா மன்னர்கள் தொடர்ந்து தங்கள் எல்லைகளை விரிவுபடுத்தும் நோக்கோடு பாண்டியர்கள் மேல் கவனமாக இருந்தனர். இந்தச் சந்தர்ப்பத்தை பயன்படுத்திக் கொண்டு மதுரை விஸ்வநாத நாயக்கர் நாஞ்சில் நாட்டின்மீது படையெடுத்தார். அதில் வெற்றிகண்டு நாஞ்சில் நாட்டை நீண்டகாலம் ஆட்சி செய்தார். அதாவது, 1609லிருந்து 1634 வரை அவர் கட்டுப்பாட்டிலிருந்தது நாஞ்சில் நாடு.

அதற்குப் பிறகுதான் நாட்டில் பல குழப்பமான சூழ்நிலை உருவானது. என்னதான் சிறப்பான ஆட்சியை ரவி வர்மா மற்றும் மார்த்தாண்ட வர்மாவால் கொடுக்க முடிந்தாலும், அங்கிருந்த ஜாதி பிரச்சினை ஆட்சியை பெரும் பாதிப்பில் ஆழ்த்தியது.

இதைப் பயன்படுத்திக்கொண்ட ஆற்காடு சந்தா சாகிபு நாஞ்சில் நாட்டை தாக்கினார். குளச்சல் போரில் டச்சுக்காரர்களையே வென்ற மார்த்தாண்ட வர்மாவால் சந்தா சாகிப்புவின் தாக்குதலிலிருந்து பின்வாங்க வேண்டிய சூழ்நிலை உருவானது.

அதன்பிறகு வந்த ஆங்கிலேயரின் ஆதிக்கம் அந்தப் பகுதியிலும் வர, அங்கே ஆட்சி செய்த மன்னர்கள் தொடர்ந்து பிரகாசிக்க முடியவில்லை. அந்தக் காலத்தில் அதாவது 1847—1960க்கு இடைப்பட்ட காலத்தில் இந்த நாஞ்சில் நாட்டை ஆட்சி செய்துவந்தவர் உத்திராடம் திருநாள் இராமவர்மா.

மிகவும் சுருக்கமாகச் சொன்னால், இது கன்னியாகுமரியின் சிறு வரலாற்றின் ஒரு பகுதி. மிகவும் சுருக்கிச் சொன்னேன்." என்று

கன்னியாகுமரியின் மன்னர் கால வரலாற்றை சொல்லி முடித்தார் பேராசிரியர். இதில் பூம்பொழி என்ற பெயரே எங்கும் வரவில்லையே என்று ஆதங்கத்தில் அமர்ந்திருந்தான் ஜெய். ஜெய்யின் ஆதங்கம் முகத்தில் தெரியவே பேராசிரியர் மீண்டும் தொடர்ந்தார்.

“இதன் ஆட்சிகளில் மிகவும் பிரசித்திபெற்றது மார்த்தாண்ட வர்மா ஆட்சிதான். அதாவது மார்த்தாண்ட வர்மா ஆட்சியில்தான் நீங்க சொன்ன பூம்பொழி என்ற பெயரை கேள்விப்பட்டேன். ஆனால் எந்த அதிகாரபூர்வமான கோப்புகளும் செய்திகளுமில்லை. இது நான் படித்ததும் கேள்விப்பட்டதும்தான். அதாவது அப்பொழுது மார்த்தாண்ட வர்மா, பாதுகாப்புக் கருதி தேவைக்கு மிஞ்சிய வைரம், தங்கம் போன்ற விலைமதிப்பற்ற செல்வங்களை பூம்பொழி என்ற கிராமத்தில் சேமித்துவைத்ததாகவும், பிறகு ஆங்கிலேயர் ஆட்சியில் அது கொள்ளையடிக்கப்பட்டதாகவும் கூறுகின்றனர்.” என்று தான் கேள்விப்பட்ட உண்மையைப் போட்டுடைத்தார்.

“ஓ... அப்படியா? ஆங்கிலேயர் கொள்ளை அடிச்சிட்டுப் போனது உண்மைதானா?

“உண்மையா இருக்கிறதுக்குத்தான் வாய்ப்பு அதிகம். கோகினூர் வைரத்திலிருந்து பல செல்வங்கள் காணாமல்போனதாகக் கூறும் நம் வரலாறுகள் அப்படித்தான் சொல்கின்றன.”

“ஒருவேளை அதில் ஏதும் மிச்சமிருந்தால்?”

“அதில் ஒரு வைரம் மிச்சமிருந்தால்கூட இந்த ஊரையே விலைக்கு வாங்கலாம்” இது கேட்டதும் ராகுலுக்கு என்ன செய்வது என்றே தெரியவில்லை.

“சரி, நான் புறப்படுகிறேன். உதவிக்கு நன்றி” என்று ராகுல் இருக்கையை விட்டு எழுந்தான்.

“ராகுல், நான் சொன்னது மட்டுமில்லை, கன்னியாகுமரியைப் பத்தி நிறைய வரலாறு இருக்கு. வந்து குடியேறிவர்களால் மதப் பிரச்சினை, ஜாதி ப்பிரச்சினை, கன்னியாகுமரி தமிழ்நாடா? கேரளாவா? என்ற பிரச்சினை இப்படி பல பிரச்சினைகளால் பள்ளிக்கூடப் புத்தகங்களில் வரவேண்டியவை, உலகத்திற்கே தெரியவேண்டிய வீர வரலாறுகள் மறைக்கப்பட்டுக் கிடக்கு. அதில ஒன்னுதான் ‘தோள்சீலைப் போராட்டம்’. பல உயிர்களைக் காவுகொண்ட புனிதமான போராட்டம். நேரம் கிடைச்சா அதையும் கொஞ்சம் ஆராய்ச்சி பண்ணுங்க...” என்று பேராசிரியர் ராகுலை அனுப்பி வைத்தார்.

ராகுலுக்கு இருப்புக்கொள்ளவில்லை. அப்படியென்றால் கண்டிப்பாக ஆங்கிலேயர்கள் அந்த செல்வங்களை முழுவதுமாகக்

கொள்ளை அடித்திருக்க மாட்டார்கள். அதைத் தேடி ஆண்டாள் வங்கி ஆட்கள் வந்திருக்கலாமோ! அதற்கு எதுக்காக இவ்வளவு கட்டடங்கள் கட்ட வேண்டும்? ஒருவேளை, கட்டடம் கட்டும் காரணத்தைப் பயன்படுத்தி அந்த நிலத்தில் அந்த செல்வத்தைத் தேடுகிறார்களா? முதலில், இந்த நிலங்கள் ஐநூறு ஏக்கர், ஆயிரம் ஏக்கர் என்றெல்லாம் பேசியது இதற்காகத்தானா? இவர்கள் திட்டத்தில் இனையந்துறையும் இருக்கிறதா? அப்படியென்றால் அந்த ஊர் மக்களும் ஏமாற்றப்படப் போகிறார்களா? மூப்பர் என்பவர், இந்தப் புதையல் பற்றிய உண்மை தெரிந்தவராக இருக்கலாமோ? அவரை விளம்பரங்கள் வழியாகத் தேடுகிறார்களா, என்ன நடக்கிறது? எம் மக்களை இப்படி அதிகார, பணம் படைத்தவர்கள் ஏமாற்றவிடலாமா? எத்தனைபேரின் வயிற்றில் அடித்து இப்படி பணப்பேய் பிடித்து அலைகிறார்கள். இவர்களை விடக்கூடாது. ஒருவரையும் விடக்கூடாது. நேராக களத்தில் இறங்கிவிட வேண்டியதுதான் என்று மனதில் யோசித்தவாறு, முத்துவின் ஆலையை நோக்கி தன் இரு சக்கர வாகனத்தைச் செலுத்தினான் ராகுல்.

பேராசிரியர் சொன்னவற்றையெல்லாம் ராகுல் வாயிலிருந்து முத்து கேட்கும்பொழுது ஆச்சரியத்தில் மூழ்கினார்.

“தம்பி, நான் ஏன் அமைதியாக இருக்கிறேன் என்றால், அவங்கள சட்டப்படி எதுவும் செய்ய முடியாது. எல்லாவற்றிலும் உறுதியாக இருக்கிறாங்க. மறைமுகமாத்தான் அடிக்கணும். முதலில் என்ன விசயத்திற்காக இங்கே வந்திருக்காங்கன்னு தெரியணும். அதுக்கப்புறம் கூண்டோட அழிக்கணும். கட்டடம்தான் கட்டுறாங்கன்னா கட்டட்டும், கட்டினபிறகு உடைக்கலாம். இல்லை புதையல்தான் எடுக்க வர்றாங்கன்னா, புதையலை கண்டுபிடிக்கட்டும். அதுக்கப்புறம் நம்ம வேலையைக் காட்டலாம். இப்பவே ஒண்ணும் செய்ய முடியலியே, இவன் என்ன செய்யப்போறான்னுதானே யோசிக்குற. இப்ப முடியாம இல்ல தம்பி. அப்பாவி மக்கள், வேலைக்கு வர்ற மக்கள் சாகக்கூடாதுன்னு நீதானே சொன்ன. அதுதான். இல்லேன்னா, ஒரு பொருள் ஊருக்குள்ளே வரவிட்டிருக்க மாட்டேன்.”

‘தெரியும் ஐயா. நானும் அதேபோலத்தான் யோசிச்சேன். இரண்டு நாள் வேற எதாவது செய்தி கிடைக்கிறதான்னு பார்க்கிறேன். அப்புறம் இனையந்துறை வேலையை முடிச்சிட்டு வங்கிக்குப் போயிருவேன். அங்கே போனால் கண்டிப்பா வேற எதாவது நல்ல செய்தி கிடைக்கும். என்ன செய்றாங்கன்னு பார்க்கலாம். அவங்களுக்கு எதிரியா இருக்கிறவங்களை எல்லாம் நாம திரட்டணும் ஐயா, அதுவும் முக்கியம். நம்மகிட்ட எத்தனை பேரு இருக்காங்க. நானும் நீங்களும் கொஞ்சம் அடியாட்களும். அதில்ல, உண்மையான

எதிரிகள் வேண்டும். அவர்களால பாதிக்கப்பட்டவர்கள் வேண்டும். சாகத் துணிந்தவர்கள் வேண்டும்”

“சரி தம்பி... அந்த நிலத்தில இருக்குற மக்களையெல்லாம் காலி செய்துட்டு இனையந்துறைக்குப் போகச் சொல்லியிருக்காங்க. எல்லா மக்களுக்கு நல்ல வீடாப் பார்த்து கொடு. எனக்காக...”

“கண்டிப்பா ஐயா. இதை நீங்கள் சொல்ல வேண்டுமா?”

“இதுக்கு எல்லாம் சேர்த்து நான் அவங்களை பழி வாங்கல...” என்று கோபத்தில் அருகிருந்த சுவற்றில் அடித்தார் முத்து.

அங்கிருந்து புறப்பட்ட ராகுல், ஜெய்யை தொலைபேசியில் அழைத்து இரண்டு நாட்களுக்கு ஊரில் வேலை இருக்கிறது என்றும், அவசரமாகப் போக வேண்டும் என்றும், வீட்டில் திருமணத்திற்காக பெண் பார்க்க தன் அப்பா வரச்சொல்லியிருப்பதாகவும் கூறினான். மேலும் திரும்பி வந்த உடனே இனையந்துறையில் வீடுகளுக்கான பத்திரப் பதிவை வைத்துக்கொள்ளலாம் என்றும் அனுமதி கேட்டான். அவனுக்கு உடனே அனுமதி வழங்கினான் ஜெய். மேலும் தன் அலுவலக உதவியுடன், ராகுலின் கைபேசி எண் எங்கெல்லாம் பயணமாகிறது என்றும் கவனித்துக்கொண்டே வந்தான் ஜெய்.

தன் ஊருக்குச் சென்ற ராகுல், தனக்குத் தெரிந்த பெரியவர்களிடம் எல்லாம் பேசினான்: பூம்பொழியைப் பற்றியும், அதில் மறைத்துவைத்த செல்வங்களைப் பற்றியும், மூப்பரைப் பற்றியும் விவாதித்தான். உண்மையில், யாருக்கும் எந்த உண்மையும் தெரியவில்லை.

புதையல் என்றதும் ஒவ்வொருத்தரும் ஒவ்வொரு பதிலைக் கூறினர். “நம்ம பத்மனாபபுரம் கோயிலில் பல கோடிக்கணக்கான ரூபாய் மதிப்புள்ள தங்கம் மறைத்து வைக்கப்பட்டிருக்கிறது. அதை மறைத்து வைத்திருக்கும் அறையைத் திறக்க முயன்றவர்கள் யாரும் உயிரோடு இல்லை. அதனாலே பயந்து அதைத் திறக்க முயற்சி பண்ண மாட்டேங்குறாங்க”

“அந்த இடத்தில பார்த்ததாச் சொல்றாங்க. ஆனா கொஞ் சநேரத்தில மறைஞ்சு போச்சுதாம் அந்தப் புதையல்”

“சிலநேரத்தில, தங்க உரல்மாதிரி நம்ம கண்ணுக்குத் தெரியுமாம். உடனே அதன் மேலே மாட்டுச் சாணியைக் கரைச்சு ஊற்றணுமாம். இல்லன்னா அது மறைஞ்சு போயிருமாம்”

‘எனக்குத் தெரிஞ்ச மூப்பர்னு ஒருத்தர் இருந்தாரு. ரொம்ப விவரமான ஆளு. யாரும் பக்கத்திலகூடப் போக முடியாது. அவரைப் பிடிக்காதவங்க அவருக்கு செய்வினை வெச்சு கை, கால் விளங்காமச் செய்துட்டுப் போயிட்டாங்க.”

"மூப்பர்னா ஒரு ஆள் பேரெல்லாம் இல்ல. சும்மா வயதானவர்களை அப்பிடிக் கூப்பிடுவாங்க"

இப்படி எல்லாரும் ஒவ்வொரு கதையைச் சொல்லி ஒவ்வொரு விளக்கமும் கொடுத்தனர். ஆனால் ராகுலுக்குத் தேவைப்படும் எந்தச் செய்தியும் கிடைக்கவில்லை. மேலும் தன் அப்பா சொன்னதுபோல, தன் சமுதாயத்தைச் சேர்ந்த ஒரு பெண்ணை பெண் பார்க்கச் சென்றிருந்தான். ராகுலைப் போல, அந்தப் பெண் வீட்டாரும் மலையாளம் பேசுபவர்கள். ராகுலுக்குப் பெண் பிடித்துப்போக திருமணத்திற்கு ஒப்புதல் கொடுத்தான். இரண்டு நாட்களுக்குப் பிறகு மீண்டும் இனையந்துறைக்கு வந்தான். பாதிரியாரின் அறிவுரைப்படி, இனையந்துறை மக்களின் வீடுகளுக்கான பத்திரப்பதிவு வேலைகளை ஆரம்பித்தான். அந்த வேலையை முடித்தால்தான் பூந்தோப்பிற்குள் செல்லமுடியும், நடப்பது என்னவென்று கண்கூடாகப் பார்க்கலாம் என்று மீண்டும் முன்புபோலவே வங்கிக்காக வேலைகளைப் பார்க்க ஆரம்பித்தான்.

இடைப்பட்ட இந்த இரண்டு நாளில், பூந்தோப்பில் வேலைகள் மிகவும் வேகமாக நடைபெற்றுக்கொண்டிருந்தன. நாலாபுறமும் மதில் சுவர்கள் உயர்ந்திருந்தன. ஆற்றிலிருந்து வரும் குழாய்கள் நிலத்தில் பதிக்கப்பட்டிருந்தன. அந்தக் குழாயை கட்டுப்படுத்தும் கட்டுப்பாட்டு அறைக்கான கட்டட வேலைகள் ஆரம்பமாகி முழுவீச்சில் நடைபெற்றுக் கொண்டிருந்தன. ஆற்றுநீரைச் சேமித்துவைக்க குளத்துக்கான வேலைகள் நடைபெற்றுக் கொண்டிருந்தன. அதை குளம் என்பதைவிட ஏரி என்று சொல்லலாம். இப்பொழுது செயற்கையாக உருவாக்கப்படும் ஏரியானது போகப்போக இயற்கை ஏரிபோல மாற வேண்டும் என்ற திட்டம் இருந்தது. மேலும் கட்டடப் பணிகளுக்கான ஆயத்த வேலைகள் தொடங்கப்பட்டிருந்தன. பல கோடி மதிப்புள்ள ரூபாய் நோட்டுகள் அங்குமிங்குமாக இணையதளத்தின் மூலமாகவும் பணமாகவும் கைமாறிக் கொண்டிருந்தன.

29

"இனையந்துறை வேலை முடிஞ்சிடுச்சு. நான் நம்ம அலுவலகத்திற்கு வர்றேன்" என்று ராகுல் ஜெய்யிடம் அனுமதி கேட்டான். அதற்கு ஜெய், "இன்னும் ஒரு வாரத்தில் எல்லா வேலைகளையும் முடித்துவிட்டு வா" என்று பதில் கூறினான்.

கார்த்திக் முன்பு ஒருமுறை ராகுலிடம், நாம் பேசுவது ஜெய்க்குத் தெரிகிறது என்று கூறியிருந்தான். எனவே பெரும்பாலும் முத்துவுடனான உரையாடல்களை தொலைபேசி வழியாக பேசுவதைத் தவிர்த்தான் ராகுல்.

இனையந்துறையில் தயாரான வீடுகளை யார் யாருக்கு என்று பிரித்து, அதற்கான பத்திரப் பதிவிற்கான கோப்புகளைத் தயார் செய்தான் ராகுல். அன்றிலிருந்து மூன்றாவது நாள் முறைப்படி அவர்களுக்கான பத்திரப் பதிவு நடைபெற்றது. மொத்தம் ஐநூறு வீடுகளில் முந்நூறு வீடுகள் இனையந்துறை மக்களுக்காக ஒதுக்கப்பட்டது. மீதியிருக்கும் வீடுகள் பூந்தோப்பைச் சேர்ந்தவர்களுக்கு என ஒதுக்கப்பட்டது. முத்துவின் வேண்டுகோளுக்கு இணங்க, கட்டியதில் நல்ல வீடுகளை பூந்தோப்பு மக்களுக்காக ஒதுக்கினான் ராகுல்.

அதேநேரம் ஜெய், பூந்தோப்பு மக்களுக்காக ஒதுக்கப்படவேண்டிய வீடுகளின் பட்டியலையும் தயார்செய்து ராகுலுக்கு அனுப்பிவைத்தான். அதை வரிசைப்படுத்தி அவர்களுக்கான வீடுகளையும் பதிவு செய்தான் ராகுல்.

அடுத்து இரண்டு நாட்களில் ஊர்மக்கள் முன்னிலையில் இனையந்துறை அடுக்குமாடி குடியிருப்பின் புதுமனை புகும் விழாவிற்கான ஏற்பாடுகளைச் செய்தனர்.

விழா சிறப்பாகத் தொடங்கியது. முதலில் கிறிஸ்தவ முறைப்படி பீட்டர் தலைமையில் ஒரு சிறப்பான திருப்பலி நடைபெற்றது. அதைத் தொடர்ந்து விழாவும் தொடங்கியது. விளையாட்டு திடலில் விழாவிற்காக அமைக்கப்பட்ட மேடையில் அரசு அதிகாரி மாணிக்கம் உட்பட ஜெய், ராகுல் மற்றும் பீட்டர் அமர்ந்திருந்தனர். விழாவில் முதலில் பீட்டர் முன்னுரையும் வரவேற்புரையும் வழங்கினார்.

''மிகவும் ஆச்சரியமாக இருக்கிறது, இவ்வளவு குறுகிய இடைவெளியில் இப்படி ஒரு சிறப்பான கட்டடம். அதுவும் விளையாட்டுப் பகுதிகள், பூங்காக்களுடன். இதையெல்லாம் பெரிய நகரங்களில்தான் பார்த்திருக்கிறேன். இந்த வசதியை நம் ஊருக்கு அமைத்துத் தந்த ஆண்டாள் வங்கியின் உறுப்பினரான ஜெய்யை நன்றிகூறி வரவேற்கிறேன். மேலும் பணம் மட்டுமிருந்தால் இவை எல்லாம் நடக்கும் என்பது சாத்தியமில்லை. எல்லாவற்றிற்கும் உழைப்பு வேண்டும், இத்தனை பேரை வேலை வாங்க வேண்டுமென்றால் அது சாதாரண விசயமில்லை, அசாதாரணமான ஒன்று. அதைச் செய்து சாதித்துக் காட்டிய சகோதரன் ராகுல் அவரையும் வரவேற்கிறேன்" என்று அவர் சொல்லச் சொல்ல மேடையில் இருந்த இருவரும் ஒவ்வொருவராக எழுந்து அவர் பேச்சுக்கு பதில் மரியாதை செய்து அமர்ந்தனர்.

"மேலும் வந்திருக்கும் நம் சிறப்பு விருந்தினர், அரசு அதிகாரி திரு. மாணிக்கம் அவர்களையும் வரவேற்கிறேன். முதலில் ஜெய் அவர்கள் பேசுவார்" என்று சொல்லிவிட்டு ஒலிபெருக்கியை விட்டு நகர்ந்தவர், ஏதோ நினைவில் வந்தவராக மிண்டும் ஒலிபெருக்கி அருகில் வந்து, "சொல்ல மறந்துவிட்டேன், மன்னியுங்கள். நம் இனையந்துறை குடும்பத்தில் புதிதாக பூந்தோப்பிலிருந்து சில குடும்பங்கள் இணைந்திருக்கின்றன. அவர்களையும் வரவேற்கிறேன்" என்று கூறிவிட்டு நகர்ந்தார்.

அதைத் தொடர்ந்து ஜெய், தன் இருக்கையை விட்டு எழுந்து ஒலிபெருக்கியின் அருகே வந்தான். அங்கிருந்த எல்லோரையும் விட அவன் பேச்சை அதிகக் கவனத்துடன் கேட்டது ராகுல்தான்.

"எல்லோருக்கும் வணக்கம்" என்று பேச்சை ஆரம்பித்த ஜெய், "நான் இந்த ஊருக்கு வந்ததுமே பார்த்து ஆச்சரியப்பட்ட ஒரு விசயம் ஒற்றுமைதான். எல்லா ஜாதி மக்களும், எல்லா மத மக்களும் எந்த வேற்றுமையுமில்லாமல் உறவினர்களாகப் பழகுகின்றனர்.

என் பூர்வீகம் இதுவாக இருந்தாலும் இத்தனை நாள் இந்த ஊரை தவறவிட்டதற்கு வருத்தப்படுகிறேன். இதுவொரு தொடக்கம்தான், இன்னும் நிறைய செய்ய வேண்டும் என்று ஆசைப்படுகிறேன். இந்த வீடுகளின் வேலை இவ்வளவு சிறப்பாக நடந்து முடிய ராகுல்தான் முக்கியக் காரணம். 'ராகுல் சில வார்த்தைகள்...' என்று ராகுலைப் பேச அழைத்தான். எவ்வளவு அழகாக நல்லவன்போல நடிக்கிறான் என்று அவனைப் பார்த்தவாறு ஒலிபெருக்கியை நெருங்கினான் ராகுல்.

"நன்றி ஜெய். பெரிதாகச் சொல்ல எதுவுமில்லை. ஜெய் குறிப்பிட்டதுபோல ஒற்றுமைதான் நம் சிறப்பு. அதை யாரும் குலைத்துவிடக்கூடாது என்று விரும்புகிறேன். அவ்வளவுதான்" என்று பேசிவிட்டு ஜெய்யின் முகத்தைப் பார்த்தான் ராகுல். அவன் சொன்னது சரிதான் என்பதுபோலத் தலையசைத்தான் ஜெய். ராகுலைத் தொடர்ந்து சிறப்பு விருந்தினர் சில நிமிடங்கள் பேச, அடுத்த நிகழ்விற்கு விழா சென்றது. மொத்த வீடுகளுக்கும் சேர்த்து ஒரு மண்பானை நிறைய பால் காய்ச்சினர். பால் பொங்கியதும் அதில் வாழைப்பழத் துண்டுகளைப் போட்டு கலக்கி அதை, சிறு சிறு குவளைகளில் ஊற்றி பரிமாறினர். பிறகு பீட்டர் தன் கையிலிருந்த புனித நீரை அந்தக் கட்டடத்தின் முக்கியமான இடங்களில் தெளித்தார். இதைத் தொடர்ந்து மக்கள் அவரவர் வீடுகளுக்குச் சென்று பார்வையிட்டனர்.

"சரி.. ராகுல், இன்னும் ஒரு வாரம் அங்கே இருந்து எல்லா வேலைகளையும் முடிச்சிட்டு, எதுவும் வேலை பாக்கியிருந்தா அதற்கும் ஒரு ஆளை ஏற்பாடு செய்துவிட்டு வா"

"ஜெய், இனி நான் இங்கே இருக்கவேண்டிய அவசியமில்ல. அங்கே வந்திர்றேன், அங்கே இருந்துட்டே பார்க்கலாமே?"

"சரிதான். ஆனா ஒரு வாரம் இருக்கிறது நல்லது. அதுக்கப்புறம் இதைக் கொண்டாட வேண்டாமா?'

"கண்டிப்பா ஜெய். இன்றுதான் நிம்மதியா தூங்கப் போறேன்." என்று பெருமூச்சுவிட்டான் ராகுல்.

ஜெய் குறிப்பிட்டதுபோல, இதற்குமேல் இந்த வேலை இன்னும் முடிக்கப்படாமல் இருக்கிறது, முடித்துவிட்டு வா என்று சொல்லாதவண்ணம் ஒரு குறையும் இல்லாமல் எல்லா வேலையையும் ஒரு வாரத்தில் முடித்துவிட்டு பூந்தோப்பிற்குச் செல்ல தயாரானான் ராகுல்.

மனக் கணக்குகளுக்கு அப்பாற்பட்ட வேலைகள் பூந்தோப்பில் நடைபெற்றுக் கொண்டிருந்ததால் ராகுல் அதை சிந்தித்துக் கூட

இருக்கவில்லை. ஏற்கனவே வங்கிக்குச் செல்லும் சாலை மிகவும் குறுகியதாக இருந்ததுதான் நினைவிலிருக்கிறது. அதுவும் சுற்றி வயல்களுக்கு நடுவே இயற்கையோடு இருந்ததுதான் ராகுலின் ஞாபகம்.

ஆனால் சில மாதங்களுக்குப் பிறகு பூந்தோப்பில் அவன் கண்ட காட்சி வேறு. விவசாய நிலங்களாகப் பார்த்த நிலங்களில் அந்த அடையாளம் சிறிதுகூட இல்லை. குறுகலாக இருந்த சாலையில் வண்டிகள் வந்துபோனதில் இறுகி மேடு பள்ளங்கள் உருவாகி விரிந்திருந்தன. அந்தச் சாலையில் நுழைந்ததுமே வானுயர எழுந்து நின்ற மதில் சுவர்கள் அவனை வரவேற்றது. அவன் இரு சக்கர வண்டி ஓட்டி வந்த சாலை முடிவுறாமல், மதில் சுவர் கதவின்வழியாக உள்ளே செல்வது தூரத்திலிருந்தே தெரிந்தது. மேலும் இரு துப்பாக்கி ஏந்திய காவலாளிகள் மதில் வாசலின் அருகில் இருப்பது தெரிந்தது. இன்னும் முன்னே செல்லச் செல்ல ஆச்சரியத்தில் மூழ்கினான் ராகுல். “வேலைகள் ஆரம்பித்து சில வாரங்களில் இவ்வளவு வேகமா!” என்று வாயைத் திறந்து அண்ணாந்து பார்த்தான். மதில் சுவர் பனைமரம் போலத் தோன்றியது அவனுக்கு.

வாசல்வழியாக உள்ளே நுழையும்பொழுது காவலாளிகள் அவனைத் தடுத்து நிறுத்துவார்கள் என்று எதிர்பார்த்தான். ஆனால் அருகில்கூட வரவில்லை. உள்ளே சென்றான், சுற்றிப் பார்த்தான். விவசாய நிலங்கள் ஆயுதங்களால் கிழிக்கப்பட்டு, மரண ஓலத்துடன் போர் முடிந்து இரத்தம் படியக் கிடக்கும் போர்க்களத்தை நினைவூட்டியது. அங்காங்கே பெரிய பெரிய பள்ளங்கள். மக்கள் அங்குமிங்குமாக கையில் கருவிகளுடன் நடந்து கொண்டிருந்தனர். திக்கிலும் எதுவுமே புரியாத சத்தம் ராகுலின் காதுகளைக் கிழித்தது. தான் சென்றுகொண்டிருந்த சாலை, வங்கி அலுவலகத்தின் ஓரமாகச் சென்று அந்த நிலத்தின் உள்ளே நுழைந்தது. அவன் வேறு எங்கேயோ இருப்பதுபோல உணர்ந்தான். நடப்பது எதையும் புரிந்துகொள்ளவில்லை.

“இவர்கள் இந்த நிலத்தை இந்தப் பாடுபடுத்துவது புதையலுக்காகவா? அதில் கட்டடங்கள் கட்டி உலகத்தை ஏமாற்றப் போகிறார்களா? மூப்பர் என்பவரைக் கண்டுபிடித்து விட்டார்களா? அவர் புதையல் ரகசியங்களைச் சொன்னாரா? அதன் பெயரில்தான் வேலைகள் நடக்கிறதா? ஏற்கனவே விவசாய நிலங்கள் எல்லாம் ரப்பர் மரத் தோட்டங்களாக மாறிவரும் நிலையில், இவர்களும் இப்படி எங்கள் நிலங்களைச் சீரழித்தால் நாங்கள் எங்கேதான் செல்வோம்?” ஒரு கேள்விக்கும் ராகுலிடம் பதில் இல்லை. மாய உலகில் கால் வைத்திருக்கிறேன் என்ற எண்ணம் மட்டும் மனதில் குடிகொண்டது. இவர்களை என்னால் எதிர்க்கமுடியுமா?

என் தாத்தா காலத்திலிருந்தே நான் பார்க்கிறேன், எங்கள் நிலத்தை எல்லாம் தாய்போல் கருதுவார்கள். அதில் ஒவ்வொருமுறையும் விதவிதமாக பயிரிட்டு, அதில் விளையும் காய்கறிகளை பக்கத்தில் நிலத்தில் விளைந்த காய்கறிகளோடு ஒப்பிட்டு பெருமை பாராட்டிக் கொள்வார்கள்.

என் நிலம் எனக்குப் பொன் கொடுக்கிறது என்று என் அப்பா சொல்லி நான் கேட்டிருக்கிறேன். அந்த நிலத்தை இப்படி பொன்னுக்கு ஆசைப்பட்டு தரிசாக மாற்றுவதை எப்படி என்னால் கண்டும் காணாமல் இருக்க முடியும். இதை நான் ஏற்றுக்கொண்டேன் என்றால் என் தாயை சீரழிக்கும் கயவர்களை மன்னித்தேன் என்று பொருள் ஆகாதா? எப்படி மன்னிக்க முடியும் இந்தக் கொடுமைகளை? இதற்கு நானும் துணை நின்றேன் என்று யோசிக்கும்பொழுதே வெட்கமாக இருக்கிறது" என்று மனதில் குமுறிக்கொண்டு வந்த ராகுலுக்கு வங்கியின் முன்னால் தன் வண்டியை நிறுத்தியதைக்கூட அறியாமல் சுற்றிப் பார்த்துக் கொண்டிருந்தான். அவனைப் பார்த்ததும் கார்த்திக் அவனிடம் ஓடி வந்தான்.

"வாடா... என்ன அப்படி பார்த்துட்டு நிக்கிற?" என்று கோபத்திலும் ஆதங்கத்திலும் நின்று கொண்டிருந்த ராகுலின் தோளைத் தட்டினான் கார்த்திக்

"என்னடா இது?" சுற்றிக் கையைக் காட்டி கேட்டான் ராகுல்.

"சொல்லுறேன். என்னென்ன பண்ணிட்டு இருக்காங்கன்னு காட்டுறேன். முதல்ல உள்ளே வா" என்ற சொல்லியபடி கார்த்தி, வங்கியின் உள்ளே சென்றான். ஜெய்யும் உள்ளே சென்றான். அங்கே வங்கியே செயல்படாமல் இருந்ததைப் பார்த்து அதிர்ச்சியானான்.

"என்னட, வங்கியே காணோம்?'

"வங்கி எல்லாம் இப்போ எதுக்கு? நமக்கு கட்டட வேலைகளே அவ்வளவு இருக்கு?"

'நம்ம கட்டட வேலையா?"

"ஆமாடா. எல்லா நிலமும் நம்ம வங்கி பேருல மாத்தியாச்சு. இனி எதுக்கு வங்கி எல்லாம்?"

அப்படின்னா, இந்த நிலத்துக்காகத்தான் நில வங்கி நாடகம் எல்லாம் என்று மனதில் உறுதி செய்தான் ராகுல்.

"சரி ஜெய் எங்கே?"

"அவன் இங்கேதான் எங்கேயாவது இருப்பான். துர்கா மேலே வீட்டில் இருக்கிறாள். முருகன் ஐயாவும்."

“தெரியும்” என்று காத்திக்கின் முகத்தைப் பார்த்தான் ராகுல்.

“சரி வா, சுத்திப் பார்க்கலாம். போகிறவழியில் ஜெய் இருப்பான்” என்று ராகுலை அழைத்துக்கொண்டு வெளியே வந்தான்.

வங்கியின் அருகில் ஆற்றுக் குழாய் நீரின் கட்டுப்பாட்டு அறை வேலை நடைபெற்றுக் கொண்டிருந்தது.

“ராகுல், இதுதான் தண்ணீர் கட்டுப்பாட்டு அறை” என்றான் கார்த்திக்

“தண்ணீர் எப்படி? ஆள்துளை கிணறுகளா?”

“இல்லை. அது செய்யக்கூடாது என்பது கட்டளையாம். ஆழ்துளைக் கிணறுகள் ஏதோ ஆபத்தாமே! நிலத்தடி நீர் ஆழமாகப் போவதற்கு அதுவும் காரணமாமே! எனக்கு அது எல்லாம் தெரியாது. இங்கே ஆற்று நீர்தான்.”

“பழையாற்றுத் தண்ணீரா?”

‘ஆமாடா? அது தெரியாதா? ஆற்றிலிருந்து குழாய் போட்டிருக்காங்க.”

“ஆமா, கேட்கணும்னு நெனச்சேன், ஆற்றை சுத்தப்படுத்தும் வேலை எல்லாம் எப்படி போயிட்டு இருக்கு?”

“அதுவா. அந்த வேலை எல்லாம் முடிஞ்சிடுச்சு. ஆனா இன்னும் தண்ணீர் திறக்கல. ஊருக்கு வெளியே நிறுத்தினது அப்படியே இருக்கு”

“ஏன் திறக்கலயாம்?”

“தெரியல, நம்ம வேலையும் முடிக்கணுமில்ல!”

“என்ன வேலை? ஓ... குழாய் போடுறது சரி, ஆனா அந்தத் தண்ணீரை எங்கே சேமிச்சு வைப்பாங்க?”

“நீயே இவ்வளவு யோசிக்கும்பொழுது, அவங்க எவ்வளவு யோசிப்பாங்க. வா காட்டுறேன். பார்த்தா அப்படியே அதிர்ச்சியில உறஞ்சுருவ?” என்று கார்த்திக் பிரமிப்பாகக் கூறினான். பிறகு அவனை அழைத்துக்கொண்டு ஆற்றுநீரைச் சேமிக்கும் ஏரி அருகே அழைத்துச் சென்றான். ஏரிக்கான வேலைகள் நடந்துகொண்டிருந்தன. சுமார் அறுபது, எழுபது வேலையாட்கள் ஏரியைத் தோண்டிக்கொண்டு இருந்தனர்.

“சொன்னா ஆச்சரியப்படுவாய் ராகுல். பாரு எவ்வளவு பெருசா இருக்குன்னு?”

உண்மையில், இதெல்லாம் மற்றவர்களுக்கு ஆச்சரியமாக இருக்கலாம். ஆனால் ராகுல் இதேபோன்ற ஆயிரம் குளங்களைப் பார்த்திருக்கிறான்.

“எங்க ஊர்ல, ஊருக்கு இரண்டு குளம் இருக்கு. இதுல என்ன ஆச்சரியம்? என்ன ஒரு முந்நூறு அடி நீள அகலம் இருக்குமா...’ என்றான் ராகுல்.

“அட, அது எனக்குத் தெரியும்டா. அது இல்ல ஆச்சரியம். ஆழம்! எவ்வளவு அடி ஆழத்திற்கு தோண்டி இருப்பாங்கன்னு நெனைக்கிற?”

“என்ன இருபது அடி இருக்குமா?”

“நேற்றுவரைக்குமே ஒரு பத்து ஐந்தைத் தாண்டிவிட்டார்கள். இதை நூறு அடி தோண்டப் போகிறார்களாம்.?”

“நூறு அடியா? வாய்ப்பே இல்லை.” என்று கார்த்திக் சொன்னதற்கு எதிர்ப்புத் தெரிவித்தான் ராகுல்.

“பார்த்தாயா, உனக்கே ஆச்சரியமா இருக்கில்ல. இங்கே நடக்குறது எல்லாமே ஆச்சரியம்தாண்டா”

“ஆமா, அதுவும் சரிதான்” ராகுல் ஆமோதித்தான்.

“நூறு அடிக்கு மண்ணை தோண்டப் போகிறார்களாம். பிறகு நான்குபுறமும் கற்கள் அடுக்கி சுவர் கட்டப்போகிறார்கள். கடைசியாக, மேல்தரையிலிருந்து ஆறு அடிக்கும் கீழே மூன்றடுக்கிற்கு, நீரினால் துருப்பிடிக்காத கம்பி வலைகள் கொண்டு மூடப் போகிறார்களாம். குளத்தில் விழுந்தால் ஆறு அடிக்குமேல கீழே எதுவும் போகாது.”

“ஓ... அப்படியா? ஒருவேளை, ஆற்றில் தண்ணீர் இல்லை என்று வைத்துக்கொள்ளுங்கள், என்ன செய்வார்களாம்?”

“இதுவரைக்கும் இந்த ஆறு வற்றியதே இல்லையாமே?”

“அப்படித்தான் தாமிரபரணியும் இருந்தது. இப்பொழுது பாருங்கள்! குளிர்பானம் தயாரிக்க ஆற்றிலிருந்து தண்ணீர் எடுக்க ஆரம்பித்தபிறகு வெயில்காலம் வந்தாலே தண்ணீர் வற்றி விடுகிறது”

“அப்படி எதாவது நேர்ந்தால், அதற்கு வழிவைத்திருப்பார்கள். இந்த இடத்தில் முப்பது அடி தோண்டினாலே தண்ணீர் ஊறுமே. இன்னும் ஐந்து, பத்து அடியில் தண்ணீர் ஊற்று ஆரம்பித்துவிடும் என்று சொன்னார்கள். அதை வற்றவைத்து வற்றவைத்துதான் நூறு அடிவரை தோண்டப் போகிறார்களாம். கட்டடம் முடியும்பொழுதுதான் குள வேலை முடியும் என்று சொன்னார்கள். அதுவரை மொத்த கட்டடம் கட்டும் பணிக்கு அந்த ஊற்றுத் தண்ணீரை பயன்படுத்தப் போகிறார்களாம்”

"ஹ்ம்...

அடுத்த இடத்திற்கு நகர்ந்தார்கள். வீடுகளின் அடித்தள வேலைகள் வேகமாக நடந்து கொண்டிருந்தன.

"இங்கிருந்து வீடுகள் ஆரம்பிக்கின்றன. எல்லா வீடுகளும் மிகவும் வசதியான வீடுகள். இந்த வீடுகளை கட்ட நிறைய செலவு ஆகிறது. ஒவ்வொரு கட்டடமும் இரண்டு மாடிகள்தான். அதிலேயும், எல்லா வீடுகளும் ஒரே அளவாக இருப்பதுதான் ஆச்சரியம். எந்த மாறுதலும் இல்லை. ஆனால் எல்லாம் நவீன தொழில்நுட்பத்தோடு கட்டப்பட்டவை. வியாபாரத்திற்காக என்றால் கண்டிப்பாக இப்படி வசதியுடன் கட்டுவது ஆச்சரியம்தான்."

அப்பொழுதுதான் ஒரு உண்மை ராகுலின் மனதிலும் தோன்றியது. புதையலுக்காக என்றால் எதற்காக இவ்வளவு விலைமதிப்புடன் வீடுகள்.?

"கார்த்திக், இதுக்கு மேல என்னால நடக்க முடியல. வங்கிக்குப் போவோம். ஜெய் வரட்டும்"

"அதுகுள்ளா சோர்ந்துபோனா எப்படி? இன்னும் எவ்வளவு இருக்கு. பூங்காக்கள், விளையாட்டுத் திடல், அரங்கம்"

"சரி, எல்லாம் இருக்கட்டும்; அப்புறம் பார்த்துக் கொள்ளலாம். எதுவும் இங்கேயிருந்து ஓடி விடாது. அடுத்த வாரம் ஊருக்குப் போகணும். திருமண நிச்சயம் இருக்கு."

"யாருக்குடா?"

"எனக்குத்தான்?"

"டேய்... சொல்லவே இல்ல! எப்போ நடந்திச்சு இது?"

"ஜெய் சொல்லலியா? அவனுக்குத் தெரியுமே? அவன் வரட்டும் சேர்த்து சொல்லலாம்னு இருந்தேன். சரி வா." அதற்குள் வங்கியிலிருந்து நீண்டதூரம் நடந்து சென்றிருந்தனர்.

வேலைகள் மிகவும் வேகமாக நடைபெற்று வந்தன. முத்துவிடமிருந்து எந்தத் தாக்குதலும் இல்லாததால் செய்யும் வேலைகளில் எந்தத் தடையும் இருக்கவில்லை.

அடுத்த ஒரு வாரம், அங்கே நடப்பது எதையும் ஒன்றுவிடாமல் கவனித்தான் ராகுல். ராகுல் நடவடிக்கைகளையும் ஒன்றுவிடாமல் ஜெய் கவனித்து வந்தான்.

மறுநாள் ராகுலின் திருமண நிச்சயம் என்பதால், துர்கா உட்பட எல்லோரையும் நிகழ்ச்சிக்கு அழைத்துவிட்டு அந்த வங்கியை விட்டுப் புறப்பட்டான் ராகுல்.

“எனக்கு நண்பர்னு பெருசா யாருமில்ல. அதனால நீங்க கண்டிப்பா வருவீங்கன்னு நினைக்கிறேன்” என்று நம்பிக்கையாகக் கூறினான் ராகுல்.

அவர்களும் கண்டிப்பாக வருகிறோம் என்று பதில் கூறினார்கள். அந்த வங்கியை விட்டு வெளியே நடக்க ஆரம்பித்தான் ராகுல். அந்த சுவர்கற்கள் தன்னிடம் ஏதோ சொல்ல முயற்சிக்கிறதோ? அங்கே வெட்டுப்பட்டுக் கிடக்கும் பச்சை நிலங்கள் என்னைப் பார்த்து அழுகிறதோ? கொன்றுகுவித்த பச்சையச் செடிகள் என்னை சபித்திருக்குமோ? சிறு சிறு குட்டைகள் எல்லாவற்றையும் மண்கொண்டு மூடியபொழுது உயிருடன் தன்னைப் புதைக்கும் வலி கொண்டிருக்காதோ? அழிக்கப்படும்பொழுது வரப்புகள் அழுத சத்தம்தான் என் காதுகளில் காற்றாகக் கேட்கிறதோ?

வங்கியின் நிலங்களை விட்டு வெளியே வந்தவன் திரும்பி, மதில் வாசல்வழியாக உள்ளே பார்த்தான். அங்கே கிடக்கும் பொருட்கள் எல்லாம் தன்னை எதிரியாகப் பார்ப்பதுபோல உணர்ந்தான்.

“இனி எந்த சூழ்நிலையில் உள்ளே வரப்போகிறேனோ?”

30

அடுத்த நாள் காலையில் அனைவரும் ஜெய்யின் மகிழ்வுந்தில் ராகுலின் வீட்டுக்குச் சென்றனர். துர்காவை மட்டும் உடன் வர வேண்டும் என்று சொல்லிவிட்டான் ஜெய்.

"இல்ல துர்கா, உனக்கே தெரியும், ராகுல் இங்கே நம்மிடம் காட்டினது உண்மையான பாசம் மாதிரி தெரியல. நாங்க போறது அவன் ஊருக்கு, அதனால நீ வேண்டாம்' என்றதும் துர்கா ஏற்றுக்கொண்டாள். அவளுக்கும் அந்த நிகழ்ச்சியில் கலந்துகொள்ள வேண்டுமென்று அவ்வளவு விருப்பம் எல்லாம் இருக்கவில்லை.

ராகுல் வீட்டிற்குச் சென்ற மூவருக்கும் நல்ல வரவேற்பு காத்திருந்தது. நடந்த திருமண நிச்சயத்தை மூவரும் கவனமாகக் கவனித்தனர். ராகுலின் சமுதாய முறைகள் புதிதாக இருந்ததால் ஒரு இடத்திலும் தோய்வு வரவில்லை.

ஏற்கனவே ராகுல் குறிப்பிட்டது போல, அவன் சொந்தங்கள் மட்டுமே நிகழ்ச்சியில் இருந்தனர். அவர்கள் அனைவரும் ராகுலின் வீட்டின் முன்னால் கூடியிருந்தனர்.

பிற இனத்தவர், அவர்கள் அண்டைவீட்டார் என்றாலும் அவர்கள் இந்த நிகழ்ச்சிக்கு வரவில்லை. அன்று ராகுல் சந்தனநிற பட்டு வேட்டியும், பட்டுச் சட்டையும் அணிந்திருந்தான். சில சம்பிரதாயங்களை முடித்தபிறகு ராகுல் வீட்டிலிருந்து புறப்பட்டு

பெண் வீட்டிற்குச் சென்று, அங்கே இதர நிச்சய நிகழ்ச்சிகளை நடத்துவார்கள். இதுதான் அவர்களின் மரபு. அவ்வாறு செல்லும்பொழுது ராகுல் தன் வருங்கால மனைவி அணிவதற்குத் தேவையான சேலை, பூச்சு சாதனங்கள், செருப்பு உட்பட அனைத்துப் பொருட்களையும் வாங்கி எடுத்துச்செல்ல வேண்டும். மேலும் அந்தப் பொருட்களுடன் முக்கனிகள் எடுத்துச் செல்ல வேண்டும். அந்தப் பொருட்களை ஒவ்வொன்றாக தட்டுகளில் வைத்து தன் சொந்தங்களில் உள்ள பெண்களிடம் ராகுலின் அப்பா கொடுப்பார். அதை அவர்கள் வாங்கிக்கொண்டு முன்னால் செல்ல வேண்டும். அதன்பின்னால் ராகுல் செல்வான்.

இந்த நிகழ்ச்சிகள் ஒவ்வொன்றையும் அங்கே காத்திருந்த புகைப்படக் கருவி பதிவு செய்து கொண்டிருந்தது. அதை ஒரு பதிவாளன் இயக்கிக் கொண்டிருந்தான்.

பொருட்களை வாங்கிக்கொண்ட பெண்கள் வீட்டின் வெளியே வந்து காத்திருந்தனர். அதுவும் முறையாக, முதலில் நிச்சயப்பெண்ணின் சேலை தாங்கிய பெண், பிறகு கழுத்து சங்கலி தாங்கிய பெண், அவளைத் தொடர்ந்து அழகு சாதனம் தாங்கிய பெண், அடுத்தடுத்து மற்ற பொருட்கள். இறுதியாக, நிச்சயப்பெண்ணின் செருப்பு தாங்கிய பெண்.

தன் வீட்டிலிருந்து புறப்படத் தயாரான ராகுலை நெற்றியில் சந்தனப் பொட்டு வைத்து தன் பெற்றோர்கள் வாழ்த்தி வீட்டைவிட்டு வெளியே அழைத்துவந்தனர். முன்னால் பொருட்கள் செல்ல, அவன் அதன்பின்னால் செல்ல, வீட்டின் வெளியே காத்திருந்தவர்கள் மற்ற உறவினர்கள் தொடர்ந்தார்கள். அவர்கள் தங்களுக்காக காத்திருந்த வண்டிகளில் ஏறிக் கொண்டனர். எல்லோரையும் சேர்த்து மொத்தம் ஐம்பதுபேருக்கு மிகாமல் இருந்தனர்.

முதலில் ராகுலும் அவன் பெற்றோர்களும் ஏறிக்கொண்ட வண்டி முன்னால் செல்ல, அந்த வண்டியைத் தொடர்ந்து மக்கள் அமர்ந்திருந்த வண்டி சென்றது. அதைத் தொடர்ந்து ஜெய் தனது வண்டியில் புறப்பட்டான்.

சுமார் பதினைந்து மைல்கள் தூரத்தில் மணப்பெண் வீடு இருந்தது. அங்கே அனைவரும் இறங்கிக் கொண்டனர்.

பொருட்கள் தாங்கிவந்த பெண்கள் அதை முறையாக எடுத்துச் செல்ல, அவர்கள் பின்னால் ராகுல் தொடர்ந்தான். அந்தப் பெண்கள் வீட்டின் உள்ளே சென்றனர். அவர்கள் பெண் அறைக்குள் சென்று அந்தப் பொருட்களை கொடுத்தபின் வீட்டைவிட்டு வெளியே வந்தனர். ராகுலை பெண்ணின் அப்பா வரவேற்றார். மேலும்

ஜெயன் மைக்கேல் | 183

ராகுலும் பெண்ணும் அமர தனி இருக்கைகள் காத்திருந்தன. அதில் ராகுலை அமரவைத்தார்கள். அருகில் ராகுலின் பெற்றோரும் அமர்ந்து கொண்டனர். பெண் அமரவேண்டிய இருக்கை காலியாக இருந்தது.

சற்றுநேரத்தில் பெண்ணை, எடுத்துவந்த புது உடையை உடுத்தி அழைத்துவந்தனர், பெண்ணின் அம்மாவும் உறவினத் தோழிகளும். அவள் நடந்துவந்து ராகுல் அருகிலிருந்த இருக்கையில் அமர்ந்துகொண்டாள்.

அவள் வந்து அமர்ந்ததும் அவர்கள் முன்னால் இருந்த மேசையில் பெண்ணிற்கு ராகுல் அணிவிக்க வேண்டிய தங்க வளையலையும் பெண் ராகுலுக்கு அணிவிக்க வேண்டிய தங்கச் சங்கிலியையும் கொண்டு வந்து வைத்தனர்.

பிறகு நிகழ்ச்சிகள் ஆரம்பமானது. ஒருவர், சில மந்திரங்களைச் சொல்லி அந்த வளையலையும் கழுத்துச் சங்கிலியையும் மந்திரித்தார். குறித்து வைத்திருந்த நிச்சயத் தாம்பூலம் வாசிக்கப்பட்டது. தொடர்ந்து ராகுலிடன் அந்த வளையல்களை எடுத்துக் கொடுத்து பெண்ணின் வலது கையில் அணிவிக்கும்படி செய்தனர். ராகுலும் அவ்வாறே செய்தான். அடுத்ததாக அந்த கழுத்துச் சங்கிலியை பெண்ணிடம் கொடுத்து ராகுலுக்கு அணிவிக்கச் சொன்னார். அவளும் அவ்வாறே செய்தாள்.

அவர்கள் கோயிலில் உள்ள ஒரு கோப்பில் இதைப் பதிவுசெய்வது வழக்கம் என்று சொல்லி, அந்தக் கோப்பில் ஒரு இடத்தில் இருவரையும் கையெழுத்திடச் சொன்னார். மேலும் அந்த இருவரின் கையெழுத்தும் சான்றாக ராகுல் வீட்டிலிருந்து இருவரும் பெண் வீட்டிலிருந்து இருவரும் சாட்சிக் கையெழுத்து இட்டனர். ராகுலின் மண நிச்சயம் முடிந்தது.

பிறகு மதிய உணவு பரிமாறப்பட்டது. விருந்து முடிந்ததும் அனைவரும் தங்கள் வண்டிகளில் ஏறி மீண்டும் ராகுலின் வீட்டிற்கு வந்தனர். வந்தவர்கள் கலைந்து அவரவர்கள் தங்கள் வீட்டிற்கு நடந்தனர்.

"நாமும் செல்லலாம். வேலைகள் ஆயிரம் கிடக்கிறது" ஜெய்யும் நண்பர்களுடன் தன் இடத்திற்கு செல்லத் தயாரானான்.

"ராகுல், உன் வீடு ரொம்ப நல்லாயிருக்கு. இந்த வீட்டை சென்னைபோல உள்ள நகரங்களில கட்டணும்னா ஒரு கோடி ரூபாயாவது ஆகுமில்ல" என்றான் எப்பொழுதும் போலவே கார்த்திக்.

"உங்க சம்பிரதாயம் எல்லாம் ரொம்பப் பிடிச்சிருக்கு ராகுல். அதுவும் மாலை ஆனா, சாமி கும்பிட்டுட்டு குத்துவிளக்கை ஏற்றியபடி தீபம், தீபம் என்று சொல்லிக்கொண்டே வந்து முற்றத்தில் விளக்கை வைப்பாங்களே அது அழகு' என்று முன்பு ஒருமுறை ராகுலின் வீட்டில் வந்து பார்த்து வியந்த இந்த நிகழ்ச்சியை நினைவுபடுத்தினான் சிவா. ராகுலின் சமுதாயத்தில், மாலைச் சூரியன் மறையும் முன் வீட்டில் விளக்கேற்றிவிட வேண்டும் என்பது மரபு. பெண்கள் மாலையில் குளித்துவிட்டு, உடை மாற்றி, சாமியறையில் பூஜை செய்வார்கள். பிறகு சிறிய குத்துவிளக்கேற்றி அதை "தீபம்... தீபம்.." என்று சொல்லிக் கொண்டே வீட்டை விட்டு வெளியே வந்து முற்றத்தில் குத்துவிளக்கை வைப்பார்கள்.

"உனக்கு எதுவும் சொல்லவில்லையா ஜெய்?" என்று அமைதியாக இருந்த ஜெய்யின் அமைதியைக் குலைத்தான் ராகுல்.

"நல்லப் பொருத்தம் உனக்கும், அவங்களுக்கும்" என்றான் ஜெய். அதற்கு ராகுல் ஒரு புன்முறுவல் செய்தான்.

"சரி.... வாங்க, எங்க ஊர்ல கொஞ்சதூரம் நடந்திட்டு வருவோம்" என்றவாறு இருக்கையை விட்டு எழுந்தான் ராகுல். உடனே ஆர்வமாக கார்த்திக்கும் எழுந்தான்.

"இல்ல ராகுல், எனக்கு நிறைய வேலை இருக்கு. இன்னொரு நேரம் பார்க்கலாமே" என்று மறுத்தான் ஜெய்.

"கொஞ்ச நேரத்தில உன் எந்த வேலையும் தடைப்படாது, வாங்க..."

என்ன நடந்தாலும் எதிர்கொள்ளத் தயாராக இருக்க வேண்டும் என்ற கவனத்திலேயே இருந்தான் ஜெய். நால்வரும் மெதுவாக அந்தச் சாலைவழியாக நடந்தனர். செல்லும் வழியில் இருந்த தன் சொந்தங்களின் வீட்டை எல்லாம் அடையாளப்படுத்திக்கொண்டே வந்தான் ராகுல்.

"இது என் சின்னம்மா வீடு"

"இந்த வீடு ஒரு அண்ணன் முறை வரும்"

"இந்த வீடு தான் இந்த ஊரிலேயே பெரிய வீடு. என் மாமா வீடு."

அழகான சீர் செய்யப்பட்ட சாலையின் இருபுறமும் செவ்வாழைத் தோட்டங்கள் நெருக்கமாக வளர்ந்திருந்தன. ஆங்காங்கே வீடுகள் இருந்தன. ஒரு வளைவில் சிறிய பாலத்தில் குறுக்கிட்டு அந்தச் சாலை குறுகி ஒற்றையடிப்பாதையாக மாறி முன்னோக்கிச் சென்றது. பாலத்தின் அடியில் வாய்க்கால் நீர் சலசலப்பது காதுகளில் கேட்டது. அந்தப் பாலத்தில் இருபுறமும் குட்டிச்சுவர்கள் இருந்தன. அந்த

குட்டிச்சுவரில் மக்கள் அமர்ந்து அமர்ந்து தேய்ந்திருந்தது. அந்தச் சுவர்களின் பக்கங்களில் அரசியல் கட்சிகளின் விளம்பரங்கள் எழுதப்பட்டிருந்தன.

அந்தப் பாலத்தின் நின்று பார்த்தால் கண்ணுக்கெட்டும் தூரம்வரை அறுவடை முடிந்து காய்ந்த வயல்வெளிகள் தெரிந்தன. அந்த நிலங்களில் தரையிலிருந்து விரல் தூரம் நீளம் விட்டு வெட்டியெடுத்த நெற்கதிர்கள் சிறுசிறு குச்சிகளாக வான் பார்த்து நின்று கொண்டிருந்தன.

"ஜெய், இங்கே கண்ணுக்கு எட்டும் தூரம்வரை தெரிகிற வயல்கள் எல்லாமே எங்கள் நிலம்தான்" என்று தன் முன்னால் கைகாட்டி கூறினான்.

"இதுதான் எங்க சொத்து. எவ்வளவு படிச்சிருந்தாலும் இதுல விவசாயம் செய்ய எனக்குத் தெரியும். ஆனால் எங்க ஊருல, விவசாயம் செய்யுறோம்னா அப்பா, அம்மா எதிர்பார்க்கிறது போல திருமணம் செய்ய முடியாது. அதாவது, பொண்ணு கொடுக்க மாட்டாங்க. ஒரு நல்ல நிறுவனத்தில வேலை செய்யுறோம்னு சொன்னால் இவ்வளவு சொத்தும், சொந்தமா வேலையும்னு என்று பொண்ணு கொடுக்க போட்டி போடுவாங்க. அதுக்காகத்தான் நாங்கள் வேலைக்கு போக வேண்டியிருக்கு. ஆனால் உண்மை வேறு, இந்த நிலங்களை விவசாயம் செய்து ராஜாபோல வாழலாம். எங்களுக்கு இதுதான் எல்லாம். உனக்கு தெரிஞ்சிருக்கும், வரபுக்குச் சண்டை, சண்டையில மாத்தி மாத்தி அடிச்சிட்டாங்க இது எல்லாம். அது இங்கே நிறைய நடக்கும். ஏன் உயிரைக்கூட விடுவாங்க, இந்த நிலம் அவ்வளவு முக்கியம். இதை நிலமா நாங்க பார்க்கிறது இல்ல, எங்க தாயாப் பார்க்கிறோம்" ராகுல் பேசப்பேச ஜெய் அமைதியாக கேட்டுக் கொண்டிருந்தான். கார்த்திக் மட்டும் ராகுலின் தோளை அடிக்கடி தட்டினான்.

'சும்மா இரு கார்த்திக், இதைவிட பேசுறதுக்கு எனக்கு நேரம் கிடைக்காது" என்று கார்த்திக்கை முறைத்தான் ராகுல்.

"விடு கார்த்திக், அவன் சொல்லட்டும்." கார்த்திக்கை ஜெய் சமாதானப்படுத்த ராகுல் தொடர்ந்தான்.

"ஜெய், அப்படிப்பட்ட இந்த நிலத்தை எவ்வளவு பணம் கொடுத்தாலும் விற்கத் தயாராக மாட்டாங்க. அதுவும் இந்த வயல்ல ஓரமாக நிற்கிற தென்னை மரங்கள்ல ஒரு மரத்தை இடம் மாற்றணும்னாலும், அவ்வளவு பெரிய மரத்தை வேரோடு பிடுங்கி இன்னொரு இடத்தில நடுவாங்க. ஒரு மரம் பட்டுப்போச்சுன்னா எங்கள் மக்கள் அழுவத பார்த்திருக்கிறேன். எங்களுக்கு அவ்வளவு

பாசம் இந்த மண்ணோடையும், மரங்களோடையும். அப்படி உயிரா நினைக்கிற இந்த நிலத்தை, சந்தர்ப்பத்தை காரணம் காட்டி சொந்தமாக்க நினைத்தால் நாங்க என்ன செய்யணும்? என்னால அதை ஏற்க முடியாது. நீ செய்தது, செய்யுறது பச்ச துரோகம், அதுக்கு எங்களையும் பயன்படுத்தி இருக்கிற ஜெய். அவங்க இரெண்டு பேரும் வெளியூருக்காரங்க, அந்த வலி தெரியாது. ஆனா எனக்கு வலிக்குது. முடியாது ஜெய். எத்தனை பேரு வயித்துல நீ அடிச்சிருக்கிற தெரியுமா? எத்தனை பேரு சாபம் இருக்கு தெரியுமா?" என்று ராகுல் தன் கோபத்தை கேள்விக்குறியுடன் நிறுத்தினான்.

"உனக்கு அதுல இருக்கிற சாபம்தான் தெரியுது ராகுல். அதுல இருக்கிற வேண்டுதல் தெரியாது. தியாகம் தெரியாது, வேதனை தெரியாது. உனக்கு தெரியணும்னு ஆசைப்படவுமில்லை."

"ஒருத்தன் பண்ணுற தப்புக்கு என்ன காரணம் வேணும்னாலும் சொல்லலாம். ஆனா அது எல்லாம் சரியான காரணமா இருக்கவேண்டிய அவசியமில்ல. 'என் குழந்தைக்கு சோறு போடாணும். அதனால நான் திருடப் போறேன்'னு திருடன் சொல்றதுபோல இருக்கு ஜெய். நீ கொடுத்த காசால அவங்க அமைதியா இருக்கலாம். ஆனா நாளை விவசாயம் செய்ய எல்லாரும் நிலத்தில இறங்குற ஒரு சூழ்நிலை வரும். அப்போ உன் கட்டடம் எல்லாம் தூள் தூள் ஆகும். அதுல உனக்கு எதிரா நானும் இருப்பேன். உன்னைக் கூட மன்னிச்சிரலாம். ஆனால் மக்கள்கூட இருந்துட்டே, மக்களை ஏமாத்துன ஒரு பெரிய மனுசன் இருக்காரே, திரு முருகன் அவர்கள். அவரை கண்டிப்பாக விடமாட்டாங்க." வார்த்தைகள் அமைதியாக, பொறுமையாக ராகுலின் வாயிலிருந்து வந்தாலும் வந்த வார்த்தைகள் அனைத்தும் கூரிய வாளை கையிலேந்தி வந்தது. அதை எதிர்கொள்ளும் கேடயமாக இருந்தது ஜெய்யின் மறுபதிலும்.

"முயற்சி பண்ணிப் பாருங்க ராகுல். முடிஞ்சா, முருகன் ஐயாகிட்ட நெருங்கிப் பாருங்க. நான் வேறுவிதமாக ஒரு சண்டையை எதிர்பார்த்தேன். முத்துவின் ஆட்களுடன் ஒரு கும்பல் என்னை சுற்றி நின்று தாக்க நினைக்கும், என்றெல்லாம் எதிர் பார்த்தேன். உன் வார்த்தைச் சண்டையை எதிர்பார்க்கவில்லை"

"ஹா... ஹா... உன்னை விருந்தாளியாக கூப்பிட்டு வந்து சண்டை போடுற அளவிற்கு நான் ஒண்ணும் கோழை இல்லை. உனக்கு என்ன தைரியம் இருக்கிறதோ, அதே அதை விட கொஞ்ச அதிகமாகவே எனக்கு இருக்கிறது. இந்த மண்ணில் பிறந்து வளர்ந்தவன் நான். அதை அகங்காரமாகவே கூறுவேன்"

'ஹா..ஹா" ஜெய்யும் சிரித்தான்.

"எனக்கு தெரியும் ஜெய், நீங்க வேலைகளை நிறுத்த போறது இல்ல. ஆனால் குறித்து வைத்துக் கொள், நீங்க இங்க இருக்கிற வரைக்கும் நான் உனக்கு எதிரிதான்."

"ரொம்ப நல்லது ராகுல், மறைமுகமாக எதிரின்னு செயல்படுவை விட நேரா எதிர்த்து நிற்கிற உன் வீரம் எனக்கு புடிச்சிருக்கு. உங்களால முடிஞ்சதை செய்யுங்க, சரி, நாங்க புறப்படலாமா?" அதற்கு மேல் அங்கே நிற்பதற்கு அவனுக்கு மனம் இடம் கொடுக்கவில்லை.

ஜெய் முன்னால் நடக்க சிவாவும் கார்த்திக்கும் அவன் பின்னால் நடந்தனர். அதனைத் தொடர்ந்து வந்தான் ராகுல்.

"விருந்திற்கு நன்றி ராகுல்." ஜெய்யின் மனது களத்தில் சந்திப்போம் என்றது.

ராகுலின் வீட்டுக்கு வந்த இவர்களை வாசல்வரை வந்து நின்று புன்சிரிப்புடன் வழியனுப்பி வைத்தான் ராகுல்.

"எனக்கு இப்படி ஒரு வில்லன்" என்று முணுமுணுத்தவாறு வண்டியை ஓட்டினான் ஜெய். வண்டியில் மூவரும் எதையும் பேசிக் கொள்ளவில்லை. அமைதியாகவே இருந்தனர்.

31

"ஜெய், நாங்க உனக்கு எதிரா எதுவும் பேசல. எங்களுக்கு எங்க வேலைதான் முக்கியம். அதுதான் எங்களுக்கு சாப்பாடு போடுறது. ஆனா..." நேரம் கிடைக்கும்பொழுது கேட்டுவிட வேண்டுமென்று காத்திருந்தனர் சிவாவும், கார்த்திக்கும். "ராகுல் நிறையச் சொன்னான், இந்த ஊர்ல புதையல் ஏதோ இருக்கிறதாம், அதுக்காகத்தான் நீங்க இப்படி செய்யுறீங்களாம். இதெல்லாம் உண்மையா?"

"ராகுலுக்கு அவ்வளவுதான் தெரியும். எல்லா கேள்விக்கும் பதில் சொல்லணும்தான் ஆசை. கொஞ்ச அவகாசம் கொடுங்க. எல்லாம் தெரியவரும். ராகுல் பேசுறது எல்லாம் உண்மையில்லை"

"ஆனா, அவன் சொல்லுறதும் ஞாயமாத்தானே தெரியுது ஜெய்"

"இங்கே எல்லாமே ஞாயம்தான் சிவா. எலியைப் பிடிச்சு பாம்பு சாப்பிடுறது ஞாயமா? மானை புலி வேட்டையாடுறது ஞாயமா? எல்லாம் அவங்க அவங்களுக்கு ஞாயம். அவ்வளவுதான்.'

"ஆனா..."

"இப்போ ஒரு ஆனாவும் வேண்டாம் கார்த்திக், கண்டிப்பா உங்களுக்கு தெரியாமப் போகாது. தெரியும்... கண்டிப்பாகத் தெரியும்"

'நாம செய்யுறது பாவமோன்னு தோணுது ஜெய். சிவா சொல்லுறதுபோல எல்லா சாபமும் நம்மை அழிச்சிடுமோன்னு பயமா இருக்கு

“அமைதியா யோசிச்சுப் பாருங்க, பாவம்கிறது என்னான்னு... அமைதியா யோசிச்சுப் பாருங்க. ஆனால் நமக்கு சாபத்தைவிட வேண்டுதல் நிறைய இருக்கு கார்த்திக். ஆசீர்வாதம் நிறைய இருக்கு”

“அதுக்குத்தான் அர்த்தம் புரியல ஜெய். யாரு ஆசீர்வாதம் தர்றது? யாரு வேண்டுதல்?”

“புரியும். உண்மையா இருங்க... போதும்!” என்று சொல்லி மறுபடியும் அவர்களை ஆச்சரியக் குறியுடனே நிறுத்தினான் ஜெய்.

இதற்கிடையில், சென்னையின் இவர்கள் அலுவலகத்தில் நடந்தவை எல்லாம் ஆச்சரியத்தின் உச்சகட்டங்கள். ஆண்டாள் மற்றும் நீலகண்டன் என்ற இருவர் மட்டும் ஏதோ ஒரு நம்பிக்கையில் ஆரம்பித்த வலைப்பின்னல். விளம்பரத்தைப் பார்த்து முதலில் ஒருவர் தொடர்பில் வந்தார். அவரை ஆராய்ந்ததில் தொடர்ந்து சில குடும்பங்கள் அவர்களுடன் இணைந்தன. அவர் வழியாக இன்னொருவர், இன்னொருவர் என்று ஆயிரம் பேர் என்று சேர்ந்துகொண்டனர். வந்து சேர்ந்துகொண்டவர்களில் சிலருக்கு சரியான தமிழே தெரியாமல் இருந்ததுதான் இன்னும் ஆச்சரியம்.

தனி அலுவலகம், தனிக் கவனம் என்று வெகுபரபரப்பாக இயங்கிக் கொண்டிருந்தனர் ஆண்டாளும், நீலகண்டனும். தங்களுடன் இணைந்துகொண்ட குடும்பங்களைச் சேர்ந்தவர்கள் என்ன வேலை செய்கிறார்கள், என்ன படிக்கிறார்கள் என்றெல்லாம் முழுவதுமாக ஆராயப்பட்டு, முழு வரலாற்றையும் சேகரித்து வைத்துக் கொண்டனர். அவர்கள் குடும்பங்களைச் சந்தித்துப் பேசி அவர்களை புகைப்படம் எடுத்துக்கொண்டு, ஒவ்வொரு குடும்பங்களுக்கு தனித்தனியாக தகவல்கள் அடங்கிய கோப்புகளை உருவாக்கினர். அந்தக் குடும்பங்களில் பெரிய நிறுவனங்களின் உரிமையாளர்களாக இருந்த சிலர் மட்டும் தினம் அலுவலகம் வந்து திரும்பிச் சென்றனர்.

“ஜெய், பூந்தோப்பில் எதாவது பிரச்சினை வர வாய்ப்புள்ளதா?” என்று ஆண்டாள் அடிக்கடி கேட்டுத் தெரிந்துகொள்வது வழக்கம். ஏற்கனவே வண்டிகளை முத்துவின் ஆட்கள் மறித்து பிரச்சினை உண்டாக்க முயன்றது அவருக்கும் தெரியும்.

“இருக்கு அப்பா, இப்பொழுது ராகுலும் நமக்கு நேர்எதிரி. என்ன செய்யத் திட்டம் போட்டிருக்கிறார்கள் என்று தெரியவில்லை. நாம் கொடுத்த கைபேசி எண்ணை பயன்படுத்துவதை முழுவதுமாக நிறுத்திவிட்டான் ராகுல். அதுமட்டுமல்ல, எந்த தொலைபேசியிலும் இந்த விசயங்கள் தொடர்பான உரையாடலை அவன் வைத்துக்கொள்வதே இல்லை. இனையந்துறையில்

இருக்கிறான் என்பது மட்டும் செய்தி. கண்டிப்பாக பிரச்சினையை எதிர்பார்க்கலாம். இனையந்துறையில் நாம் நகர்த்திய பூந்தோப்பு மக்களும் அவனுக்கு துணையிருக்க வாய்ப்பு அதிகம். ஆனால் தற்சமயம் எந்த எதிர்ப்பும் இல்லை, இருக்காது என்று நம்புகிறேன்"

"ஏன்? எதிரிகள் எதிர்ப்பதற்கு நேரம் காலம் எதற்கு? எப்படி அவ்வளவு உறுதியாகச் சொல்கிறாய்"

"இப்பொழுது இதை எதிர்க்கமுடியும் அப்பா. ஏனென்றால் வேலைக்கு வரும் ஆட்கள் முழுவதும் இதர நிறுவனத்தில் வேலைசெய்யும் ஆட்கள். அவர்களைக் கொன்றாலும் நம் வேலைக்கு எதுவும் ஆகாது என்று தெரியும்."

"ஆனால் அது ஒரு கலவரம் ஆகலாமே?"

"சரிதான். ஆனால் சாகும் மக்கள் இந்த ஊரைச் சேர்ந்தவர்கள் என்றால் போராட்டம் என்றெல்லாம் வாய்ப்பிருக்கிறது. இல்லை, இந்தச் செய்தி பத்திரிகைகளுக்குப் போனால் வாய்ப்பிருக்கிறது? அதுமட்டுமல்ல; அவர்கள் நமக்கு எதிரான மக்களைத் திரட்டவே நேரம் தேவைப்படும்"

"நானும் யோசித்தேன் ஜெய். இருந்தாலும் உறுதிசெய்யத்தான் கேட்டேன்"

'வரும் பொருட்களைத் தடுத்தால், என்ன செய்வது? அதுதான் புரியவில்லை."

'பொருட்கள் பகல்வேளையில்தானே வருகிறது. நாலுபேர் வந்து நின்றால் எத்தனை வண்டிகளைத் தடுக்க முடியும். ஒரு வண்டியை வேண்டுமென்றால் நிறுத்தி நாசம் செய்யட்டும். அதற்குப் பதிலாக பத்து வண்டிகள் ஊருக்குள் வரும். கவலைப்பட வேண்டாம். ஏன், இனி உயிர் இழப்புகளுக்குக்கூட கவலைப்படத் தேவையில்லை. இழப்புகள் இல்லாமல் எதையும் வெல்ல முடியாது"

'ஆமா அப்பா. இதெல்லாம் தெரிந்துதான் ராகுலும் முத்துவும் அமைதியாக இருக்கிறார்கள். ஆனால் கண்டிப்பாக அவர்களிடமிருந்து ஒரு பெரிய எதிர்ப்பு இருக்கும். அவர்கள் மக்களை திரட்டிக் கொண்டிருப்பார்கள், நம் எதிரிகளைத் தேடிக் கொண்டிருப்பார்கள்"

32

ஜெய் கூறியது உண்மைதான். ராகுலும் முத்துவும் இவர்களை எதிர்க்கத் தயாராக ஆரம்பித்திருந்தனர்.

"ராகுல், நமக்கு உதிவியாக ஊர் மக்கள் இருக்காங்க. ஊருக்குள்ளே வற்ற வண்டிகளை நிறுத்தலாம். பொருட்கள் இல்லாம எப்படி வேலை செய்யுறாங்கன்னு பார்க்கலாம்." என்று முத்து குமுறிக் கொண்டிருந்தார்.

"இல்லை ஐயா. அப்படியென்றால் இதை முதலிலேயே செய்திருக்கணும். வேலைகளை பாதி முடித்துவிட்டனர். இனி, பொருட்களை நிறுத்தினாலும் நம்மால் எதுவும் செய்ய முடியாது. மொத்தம் முப்பது, முப்பத்தைந்து பேரை வைத்து என்ன செய்யமுடியும்?. நாலுபேரு போய் வண்டிக்கு எதிரே நின்னா, அடிச்சுப் போட்டுட்டுப் போயிட்டே இருப்பாங்க. நம் மக்கள் இப்பொழுதுதான் எதிர்க்க ஆரம்பிச்சிருக்காங்க. இந்த நேரத்தில ஒருத்தனுக்கு அடிபட்டாலும் பயந்து ஓடிடுவாங்க. அதுமட்டுமில்ல; இன்னும் நிறைய ஆளூ வேணும். அதுவும் அவங்கள பழி வாங்கணும்னு வெறியோட வேணும். தன் மண்ணுதான் எல்லாம், அதற்காக சாகவும் துணியணும். பசியைத் தூண்டணும். அடுத்த அறுவடைக்கு எங்கே போவோம்னு தோணணும்"

"பிறகு இப்படியே அமைதியா இருக்கலாம்னு சொல்லுறியா தம்பி?"

"அமைதியா இருக்கிறதா? ஒவ்வொரு நாளும் தூக்கமே இல்லாம யோசிச்சிட்டு இருக்கேன். அவங்களை அடக்குறவரைக்கும் என் கோபம் தீராது ஐயா. நமக்கு துப்பாக்கி வாங்குறதுதான் கஷ்டம். ஆனா, வெடிமருந்து வாங்குறது அவ்வளவு கஷ்டமில்லையே?"

"எவ்வளவு கிலோ வேணும்னு சொல்லு?" என்றார் முத்து.

"துப்பாக்கியும் வேணும், அதற்காக வழியைக் கண்டுபிடிக்கணும் ஐயா. அவங்க வெச்சிருக்கிறது எல்லாம் நவீன ரக இந்திரத் துப்பாக்கிகள். அவங்களை எதிர்க்கணும்னா, கண்டிப்பா நமக்கும் அந்த துப்பாக்கி வேணும். அது கொஞ்சம் அசாதாரண வழிதான். ஆனா கண்டுபிடிக்கணும்."

"கண்டிப்பா தம்பி. அந்தத் துப்பாக்கியை வாங்குறதுக்காக நான் இன்னும் ஐம்பது ஏக்கர் நிலத்தை இழக்கவும் தயாரா இருக்கேன்."

"சேர்ந்து தயார்செய்வோம்."

அடுத்த நாள் காலைவேளையில் சில பொருட்களை ஏந்திவந்த கனரக வாகனங்கள், அந்த வங்கி மதில் சுவரை குறிக்கிட்டு உள் வருவதும் பின் செல்வதுமாக இருந்தன. அதில் ஒரு வண்டி, வங்கி கட்டடத்தின் அருகே வந்து சில நொடிகள் நின்று பிறகு அது உள்ளே நகர்ந்தது. அதை யாரும் கவனிக்கவில்லை. அந்த லாரியிலிருந்து ஒருவர் கீழே குதித்ததையும் யாரும் கவனிக்கவில்லை.

பிறகு உள்நுழைந்த அந்த வண்டி, வேலை நடக்கும் இடங்களை ஒரு சுற்று சுற்றிவிட்டு வெளியே நகர்ந்தது.

நடந்தது எதுவும் தெரியாமல் அன்றும் வேலைகள் வேக வேகமாக நடந்துகொண்டிருந்தன. மதில்சுவர்களில் இருந்த கண்காணிப்புக் கருவிகளும் காவலாளிகளும் தம் வேலைகளைச் செய்துகொண்டுதான் இருந்தனர்.

ஆற்றிலிருந்து நீரைச் சேமிக்கும் வேலைகள் பரபரப்பாக நடந்துகொண்டிருந்தன. அந்த நீரை, ஆழமாகிக்கொண்டிருந்த ஏரியானது கரையிலிருந்து எட்டிப்பார்க்கும் அளவிற்கு இருந்தது. அந்த ஆழமான ஏரியில் ஊறும் நீரை மோட்டார் இயந்திரம் வெளியேற்றிக் கொண்டிருந்தது.

கட்டப்பட்டு வரும் ஆயிரம் தனி வீடுகளும் அழகாக உருவம்பெறத் தயாராகிக் கொண்டிருந்தது. அந்த வீடுகளைச் சுற்றி ஒதுக்கப்பட்டிருந்த விளையாட்டுத் திடல்கள் இன்னும் விளைநிலங்களாகவே இருந்தன. இவற்றைவிட ஒரு சிறு பள்ளிக்கூடம் கட்டுவதற்கான வேலைகளை அவர்கள் ஆரம்பித்திருந்தனர்.

அதில் பொறியாளர் ஒருவர், "இந்த இடத்தில்தான் பெரிய கலையரங்கு வரப்போகிறது" என்று, கையிலிருக்கும் வரைபடத்தை

ஜெயன் மைக்கேல்

வைத்து இன்னொரு பொறியாளனுக்கு விளக்கிக் கொண்டிருந்தார். சிலர் வரிசையாக நின்று செங்கற்களை ஒருவரிடமிருந்து இன்னொருவருக்கு தூக்கிப் போட்டபடி கடத்திக் கொண்டிருந்தனர். இன்னும் சிலர் ஆற்று மணலை இயந்திர உதவியுடன் சலித்துக் கொண்டிருந்தனர். சிலர் சலித்த மணலை கட்டடம் கட்டும் சிமெண்ட் கலவையாக்கிக் கொண்டிருந்தனர். கட்டடம் கட்டும் கொத்தனார்கள், நீரில் ஊறிய செங்கலை தங்கள் கையிலிருக்கும் இரும்பு வெட்டிகளால் வெட்டி அதை சிமெண்ட் பூசிய சுவரில் அடுக்கிக் கொண்டிருந்தனர். உருவாக்கிய திட்டத்தின்கீழ் வேலைகள் எந்தத் தோய்வும் இல்லாமல் நடைபெற்றுக் கொண்டிருந்தன. அந்த இடைவெளியில் ராகுலின் இந்தத் தாக்குதலை ஜெய் எதிர்பார்க்கவில்லை.

மாலை நேரம். வேலையாட்கள் தங்கள் கூடாரத்திற்குள் மூழ்க ஆரம்பிக்கும் நேரம். காட்டுக் குயில் சத்தம் காதுகளில் விட்டுவிட்டு கேட்கும். அப்பொழுது ஜெய்யின் கைபேசி அதிர்ந்து ஒலித்தது. மறுமுனையில் ராகுல்.

“ராகுல்...” என்றவன், ஏற்கனவே உன் புதிய கைபேசி எண் எனக்குத் தெரியும் என்பதை நினைவுபடுத்தினான் ஜெய்.

“நல்லது. ஐந்து நொடிகள் உன் நேரத்தில் மிச்சப்படுத்திக் கொண்டாய். இன்னும் மூன்று நிமிடம் இருக்கிறது. அதற்குள் முடிந்தால் உன்னை காப்பாற்றிக்கொள். முதல் எச்சிரிக்கை. இத்துடன் ஓடி விடுங்கள்” என்று எச்சரித்தவாறு இணைப்பைத் துண்டித்தான் ராகுல்.

என்ன சொல்கிறான் இவன், என்ன நடந்திருக்கும். என்னைக் கொல்லுவது அவன் நோக்கமாகத் தெரியவில்லை. அப்படியென்றால், அப்படியென்றால் என்று மின்னல் வேகத்தில் அவன் எண்ணங்கள் மூளையிலிருந்த நரம்புகள் வழியாக எங்கெங்கோ சென்று வந்தன. ஒவ்வொரு நொடி நகருவதும் கடிகாரத்தைப் பார்க்காமலேயே தெரிந்தது அவனுக்கு. இன்னும் இரண்டு நிமிடம், வெறும் இரண்டு நிமிடம் இன்றும் மனதில் மணி ஒலிக்க, “முருகன் ஐயா” என்று கத்தியவாறு உள்ளே ஓடினான்.

“வீட்டில் குண்டு வைத்திருக்கிறார்கள், வெளியே ஓடுங்கள். வேகமாக... வேகமாக...” என்று கத்திக்கொண்டு ஓடினான்.

அலுவலகத்தில் இருந்த துர்கா மற்றும் சிவாவைப் பார்த்து ‘வெளியே ஓடு’ என்று கத்தினான். அதற்குள்ளாக மேல் வீட்டிலிருந்து முருகன் ஓடி வந்தார்.

“கார்த்திக் எங்கே?” என்று சிவா கத்தியது, அந்த இடம் முழுவதும் எதிரொலித்து.

“எல்லாரும் வெளியே ஓடுங்கள்.” என்று சொல்லியவாறு கார்த்திக் அறைக்குள் ஓடினான் ஜெய்.

“கார்த்திக்” என்று சத்தமாகக் குரல் கொடுத்தான்.

“என்னடா... குளிக்கிறேன்.” என்று ஒரு குரல் குளியலறையிலிருந்து கேட்டது. ஓங்கி கதவை மிதித்தான். கதவு உடைந்து திறந்தது. இன்னும் முப்பது நொடிகள் என்று மனது சொல்லியது ஜெய்யின் காதுகளில் கேட்டது. ஜெய் உள்ளே வருவதைப் பார்த்ததும், இடையில் உடையில்லாமல் இருந்த கார்த்திக் பட்டென்று இடையில் துண்டை எடுத்துக் கட்டினான்.

“வா... வேகமாக வா... இன்னும் இருபது நொடிதான்” என்று சொல்லியவாறு அறையை விட்டு வெளியே வந்தான்.

“என்னடா செய்யுற?” என்று கார்த்திக் கையை பின்னால் இழுத்தான்.

“டேய்... வீட்டில குண்டு வச்சிருக்காங்கடா?” என்று சொல்லியவாறு முதல் மாடியின் திறந்த பகுதியான வராண்டாவிற்கு வந்தான்.

“இன்னும் ஐந்து நொடி. குதிடா” என்று அவன் கையைப் பிடித்து இழுத்தவாறு ஜெய் கீழே குதித்தான். அவனுடன் கார்த்திக்கையும் கீழே இழுத்தான். இடையில் ஒவ்வொரு நொடியும் அவன் எண்ணிக்கொண்டே வந்தான். நான்கு, மூன்று, இரண்டு, ஒன்று என்று மனது சொல்லியதும் அந்தக் கட்டடத்தின் நாலாபுறத்திலும் இருந்த குண்டுகள் வெடித்துச் சிதறின. ஜெய்யின் பின்முதுகு துணியில் தீப் பிடித்து எரிய ஆரம்பித்தது. கீழே விழுந்த ஜெய், அந்த செம்மண் நிலத்தில் உருண்டு அந்த நெருப்பை அணைத்தான். எழுந்து கார்த்திக்கைப் பார்த்தான். அவன் ஜெய்க்குப் பிறகு குதித்ததால் இரண்டு நொடிகள் தாமதமாக குதித்திருந்தான். மேலும் உடலில் சட்டையில்லாததால் அவன் முதுகுப்புறம் முழுவதும் நெருப்பு படர்ந்து கருகியிருந்தது. கார்த்திக் வலியால் துடித்துக் கொண்டிருந்தான்.

சத்தம் கேட்டு வேலையாட்கள் கூடிவிட்டனர்.

“இவனை உடனே மருத்துவர் அறைக்கு அழைத்துச் செல்லுங்கள்” என்று ஜெய் கூறியதும் மருத்துவர் தங்குவதற்கு அமைத்திருந்த கூடாரத்துக்கு அவனை தூக்கிச் சென்றனர்.

“யாரு ஜெய்?” என்று சிவா, இன்னும் பதட்டமான குரலில் கேட்டான்.

“வேறு யாராக இருக்கும்?” ராகுல்தான் இந்த வேலை செய்தது என்பதை சொல்லாமல் சொல்லிப் புரியவைத்தான்.

"ராகுல்?"

"அதுவும் அழைத்துச் சொன்னான். குண்டு வெடிப்பதற்கு மூன்று நிமிடங்களுக்கு முன்னால், கொஞ்சம் தவறுதலாக கணக்குப் போட்டுவிட்டேன் அவனை." இதைக் கேட்டதும் சிவா பல்லைக் கடித்தான்.

"அவன் எண்ணைச் சொல். நாக்கைப் பிடுங்கிக்கொள்வது போல இரண்டு கேள்வி கேட்கணும்..." என்று, தன் சட்டைப்பையில் அவன் கைபேசியைத் தேடினான். "ஐயோ அதுவும் போச்சா?" என்று தொலைந்துபோன தன் கைபேசியை நினைத்து ஆதங்கப்பட்டதைப் பார்த்த ஜெய், சிவாவிடம் தன் கைபேசியை நீட்டினான். சிவா அதை வாங்கி ராகுலை அழைத்தான். மறுமுனையில் அழைப்பது ஜெய் என்று எண்ணை வைத்து உறுதிசெய்த ராகுல்,

"என்ன ஜெய், தப்பிச்சிட்ட போல. நீ தப்பிச்சிருவேன்னு தெரியும். இதோட ஓடிப் போயிரு." இதைக் கேட்டதும் சிவாவின் வார்த்தைகள் அவன் பேசி முடிக்கும் முன்னமே பொங்கி வந்தது.

"நீயெல்லாம் ஆம்பளையாடா? ஒருத்தனை ஜெயிக்கணும்னா நேருக்குநேரா நின்னு ஜெயிக்கணும். அசிங்கமா வாயில வருது. கார்த்திக் என்ன பாவம்டா பண்ணுனான். உடம்பு முழுசா வெந்துபோயிக் கிடக்கிறான். உன் ஊருல நாங்க வந்த நேரம் பெரிய வீரன்போல பேசின. விருந்தாளியா அப்படி இப்படின்னு. நீ கோழைடா, வெறும் ஆடு" இதற்கு ராகுல் பதில் பேசுவான் என்று சிவா நினைக்கவில்லை.

"சாகல இல்ல..." என்று காதுகள் கிழியும்படிக் கத்தினான் ராகுல். "சாகல இல்ல. எத்தனை பேர உயிரை எடுத்துட்டு நீங்க சாப்பிடுறீங்க தெரியுதா. அவனுக்கு உதவி செய்யுறவங்க, அவனுக்கு வேலை செய்யுறவங்க எல்லாம் எனக்கு எதிரிதான். நீயும் எதிரிதான். உன் உயிருக்கெல்லாம் நான் விலை கொடுக்க முடியாது. நீங்க சாகணும்னு நான் முடிவு பண்ணுனா நீங்க செத்துருவீங்க."

"டேய், அதுக்கு ஆம்புளையா நேரா, மார்புக்கு நேரா நின்னு ஜெயிக்கணும். இப்படி கோழைத்தனமா? சீ போடா..."

"வருவேன். ஒரு நாள் நேரே வருவேன்."

"சீ போடா... இதுக்கெல்லாம் நான் பயப்பட மாட்டேன். நீ எல்லாம் ஆம்பளையே இல்லைன்னு சொல்றேன். இதுல வில்லத்தனம் வேறயாம். சீ போடா..." என்று இணைப்பைத் துண்டித்தான் சிவா. கண்டிப்பாக ராகுல் தன் கைபேசியை கீழே வீசி உடைத்திருப்பான் என்று சிவாவின் மனதிற்குத் தோன்றியது. மறுபடியும் கைபேசியை

ஜெய்யிடம் கொடுத்த சிவா, தங்கள் வங்கிக் கட்டடத்தைப் பார்த்தான். தினம்தினம் உடைந்துவிழும் பாழடைந்த கட்டடம்போல் தோன்றியது. புகை இன்னும் அடங்கவில்லை. நெருப்பால் வந்த வெளிச்சம் கண்கள் நடுவே புள்ளியாக நின்றுகொண்டிருந்தது.

“என்ன ஜெய் இதெல்லாம்?'

“நம்ம வங்கித் தாள்கள் எதுவும் எரிஞ்சுபோகாது சிவா. எல்லாம் சரியா பாதுகாப்பாக இருக்கும். அவங்க இந்தக் கட்டடத்தை மட்டும்தான் இடிக்க முடியும். ஒன்று மட்டும் விளங்கிடுச்சு, நமக்கு இந்தப் பாதுகாப்பு போதாது. ஓட்டைகள் இருக்கு. அடைக்கணும்”

“இல்லை ஜெய். இது சும்மா ஆறுதலுக்காக. கொஞ்சம் தவறியிருந்தா, கார்த்திக் என்ன ஆகியிருப்பான். பயமில்ல ஜெய். ஆனா எதுக்காக? என்ன செய்யுறீங்க இங்கே?”

“அதெல்லாம் ஒரு நாள் தெரியும். கண்டிப்பா தெரியும்?”

“எப்போ ஜெய். நாங்க செத்த பிறகா? நான் சாகுறதாவது எதுக்குன்னு தெரியுமா? ஒருத்தன் காரணம் தெரியாம சாகிறதைவிட கொடுமை வேறு எதுவுமில்ல ஜெய். நீயும் தினம் தினம் சொல்லுறேன், சொல்லுறேன்னு சொல்லிட்டே இருக்கிற.” சிவாவின் சத்தம் உயர்ந்து ஒலித்தது. உடனே அருகில் வந்த முருகன் அவன் தோளில் கை வைத்தார்.

“தம்பி, அமைதியா இரு. இதெல்லாம் ஒரு தொடக்கம்தான்” கையைத் தட்டிவிட்டான் சிவா.

“என்ன தொடக்கம்? என்ன தொடங்குறீங்க? நீங்க யாரு ஐயா? எப்படி வந்தீங்க. இந்த உரிமையை எல்லாம் உங்களுக்கு எதுக்கு? உங்களுக்கு ஏன் இவ்வளவு மரியாதை? ஒரு பன்னாட்டு வங்கியின் உரிமையாளன் எதற்காக இங்கே இப்படி உழைக்கணும்? எனக்கு தெரிஞ்சாகணும். நான் சாகவும் தயார். ஆனா காரணம் தெரியாம சாக முடியாது ஜெய். நாங்க வேலை செய்யுறது வெறும் சம்பளத்திற்கு மட்டுமில்ல திருப்திக்காகவும்தான்” என்று கோபமாக கத்தினான் சிவா.

“சிவா போதும். அவரை கேள்வி கேட்க உனக்கு உரிமையில்ல” என்று அதே வேகத்தில் வார்த்தைகளை வீசி அவன் பேச்சை அடக்கினான் ஜெய். “உனக்கு காரணம்தானே தெரியணும்?” என்றவன் முருகனிடம் திரும்பி, “ஐயா, நாளை இந்த நிலத்தை தோண்டுவதற்காக வேலைகளை ஆரம்பியுங்கள். விசயத்தை அப்பாவிடம் நான் சொல்கிறேன். மாலைக்குள் வேலை முடியவேண்டும்.” என்று உறுதியாகச் சொன்னான். சிவாவின்

கண்கள் விரிந்தன. என்ன சொல்கிறான் இவன், நான் கேட்ட கேள்விக்கும் இவன் சொல்வதற்கும் என்ன சம்பந்தம்.

"சிவா உனக்கு பதில் நாளை மாலை கிடைக்கும். உடனே வங்கியை சரி செய்ய வேண்டும். ஆனால் பழைய இடத்தில் இல்லை. பொறியாளரிடம் பேசி, அதற்கு ஒதுக்கப்பட்ட இடத்தில் வேலைகளை நாளைக்கே தொடங்கு. இனி ஒவ்வொரு வண்டிகளையும், மற்றவர்களின் ஒவ்வொரு நடவடிக்கைகளையும் மிகவும் உன்னிப்பாக கவனிக்க வேண்டும். முதலில் கட்டுப்பாட்டு அறையை உடனே தயார் செய்யுங்கள்" என்று கட்டளைகளைப் பிறப்பித்து விட்டு இரவு உறங்குவதற்கான இடத்தை தயார் செய்யப் புறப்பட்டான்.

"இன்று கூடாரம்தான் ஐயா. இன்னும் இரு தினங்களில் சரியாகிவிடும்" என்று முருகனிடம் தோய்ந்த குரலில் கூறினான் ஜெய்.

"என்ன ஜெய். எத்தனை நாட்கள் ஆனாலும் உணவு, தண்ணீர் இல்லாமல் படுத்து உறங்கவும் தயாராக இருக்கிறேன், நீ என்ன இப்படிச் சொல்லிவிட்டாய். என் எண்ணமெல்லாம் நாளை என்ன நடக்கப் போகிறது என்பதுதான்."

"என்ன ஐயா, ஒருவேளை நாம் கற்று வளர்ந்தது எல்லாம் பொய்யாக இருக்கும் என்று தோன்றுகிறதோ?"

"இல்லை தம்பி, எப்படித் தவறாக இருக்கும், எனக்கு ஆர்வம் அதிகமாகி அதுவே பயமாக இருக்கிறது."

"எனக்கும் இல்லாமலா இருக்கும்? நெஞ்சு படபடக்கிறது" என்று மார்பில் கை வைத்தான் ஜெய். இதயம் கூட்டைவிட்டு வெளியே வந்து துடிப்பதுபோல இருந்தது அவனுக்கு.

இதற்கிடையில், கூடாரத்தில் கார்த்திக் முன்னால் அமர்ந்திருந்த சிவாவிற்கு மனதில் பல எண்ணங்கள் வந்து போயின.

"இல்ல கார்த்திக், அவன் இந்த இடத்தை தோண்டுங்கள் என்று சொல்லும்பொழுது எதுவும் தோன்றவில்லை. ஆனால் இப்பொழுது மனதில் ராகுல் சொல்லியது எல்லாம் வந்து போகிறது"

கார்த்திக் தீக்காயத்திற்கு எல்லாம் மருந்து போட்டு இப்பொழுது பேசும் நிலைமையில் இருந்தான்.

"புதையலுக்காகவா? முட்டாள். ராகுல்தான் முட்டாள் என்றால் நீயுமா? அப்புறம் எதற்கு இத்தனை வீடுகள், ஆற்று நீர், பள்ளிக் கூடங்கள் எல்லாம்..."

“பிறகு எதுக்கு? அதற்கு நாம் ஏன் உயிரைப் பணயம் வைக்க வேண்டும்?’

‘அதுதான் புரியவில்லை. ஆனால் கண்டிப்பாக ஒரு காரணமிருக்கு. அதுதான் நாளைக்குத் தெரியும்னு சொல்லியிருக்கான் இல்ல, பார்ப்போம். அதுமட்டுமில்லடா, இந்த சம்பளமில்லாமல் என்னால முடியாது. நல்லா யோசிச்சுப் பாரு, நீங்க எல்லாம் வீட்டை விட்டு வெளியே ஓடினப்போ, தன் உயிரைப் பணயம் வெச்சு என்னை காப்பாத்திருக்கான் ஜெய். அந்த இடத்தில நீ இருந்திருந்தாலும், உன்னையும் காப்பாத்தியிருப்பான். இதுக்கு மேல என்ன வேணும் சிவா. ஆபத்து எந்த வேலையில இல்ல. அமைதியாக இருப்போம். கண்டிப்பா ஜெய் கெட்டவன் இல்லை. கண்டிப்பா ஒரு நல்ல காரணமிருக்கும். நிலத்தைப் பிடுங்கிட்டு யாரையும் பொறம்போக்கில விடல அவன், அவ்வளவு காசையும் கொடுத்து புது வீடும் கொடுத்திருக்கான். நல்லா யோசிச்சுப் பாரு, இந்த இடத்தில இதைவிட என்ன சிறப்பா செஞ்சிர முடியும். அதுக்காக ராகுல் கோபம் தப்புன்னு சொல்லல. என்ன காரணம்னு தெரிஞ் சுப்போம்.”

அன்று இரவு மருந்தின் மயக்கத்தில் தூங்கிய கார்த்திக்கைத் தவிர, யாரும் ஒரு நொடிகூட தூங்கவில்லை. அந்த அளவிற்கு பதட்டமும் எதிர்பார்ப்பும் அவர்களிடம் இருந்தது.

மறுபுறம் ராகுல், முத்து முதல் தாக்குதலில் கண்ட வெற்றி மகிழ்ச்சியில் இருந்தனர்.

“இதற்கெல்லாம் அவர்கள் பயப்பட மாட்டார்கள் ஐயா. இது ஒரு அறிவிப்பு அவ்வளவுதான். இனி, இந்த வண்டியில் குண்டுகளை எடுத்துச் சென்று கட்டடங்களுக்கு அடியில் பதுக்கி வைத்து நேரக் கணக்கெல்லாம் பார்த்து வைத்து வெடிக்க வைக்க வாய்ப்புக் கிடைக்காது. என்ன இருந்தாலும் நாம சும்மா இருக்கமாட்டோம்ங்கிறது அவனுக்கு உறுதியாகியிருக்கும். அதனால நாம ஒரு திட்டம் போட்டா அவன் அதை முறியடிக்க நூறு திட்டம் போடுவான். நம் தாக்குதல் ஒவ்வொன்றும் இன்னும் பாதுகாப்பு வேண்டும் என்று புரியவைக்க வேண்டும்” என்று முத்துவிடம் தன் எண்ணைத்தைப் பதிவு செய்தான் ராகுல்.

“பயப்படுத்திட்ட தம்பி, பயந்திருப்பாங்க. ஆனா அவனுக்கு குண்டு வெடிக்கிற செய்தியை சொல்லியிருக்கக் கூடாது. சாகடிச்சிருக்கணும்”

“இல்லை ஐயா. அவனை சாகடிச்சு என்ன பலன். அவன் செத்துப்போனாலும் வேலை நடக்கும். நமக்கு அது வேண்டாம். அவர்கள் மொத்தமா பயந்து ஓடணும். நம்ம மண்ணை விட்டு ஓடணும். ஓட்டணும்.”

உண்மைதான். அவனுக்கு அப்பொழுது அவர்கள் உயிரைப் பறிப்பதில் நாட்டம் வரவில்லை. ஆனால் ஜெய்யும் ஆண்டாளும் பேசிக்கொண்டது வேறு, "ஜெய் உனக்கு பலமுறை சொல்லியிருக்கேன். இங்கே என் உயிரைவிட உன் உயிர் முக்கியம். அதாவது, எல்லாவற்றையும்விட உன் உயிர் முக்கியம். உனக்கு எதாவது நடந்தால் எல்லாம் பாதியிலேயே நின்றுவிடும். பிறகு எத்தனை தலைமுறை ஆகும் என்று யோசித்துப் பார், அத்தனை முயற்சியும் அப்படியே நின்றுவிடும்" என்று அவர் முடிக்குமுன்னமே ஜெய் அவரை ஆறுதல்படுத்தினான்.

"அப்பா... எனக்கு ஒண்ணும் ஆகாது. ஆக விடவும் மாட்டேன். என் உருவத்தின் முக்கியத்துவம் எனக்குத் தெரியும் அப்பா. இனி நம்ம எல்லைக்குள் அன்னியர் யாரும் நுழைய முடியாது, விடமாட்டேன்"

33

மறுநாள் எல்லார் மனதிலும் படபடப்புகள் இருந்தாலும் விடியல் தனக்கென்ன என்று எப்பொழுதும்போலவே மிகவும் சாதாரணமாக விடிந்தது. காலையில் எட்டு மணி அளவில் வேலைகளை ஆரம்பித்துவிட்டனர். மொத்தம் நாற்பது வேலை ஆட்கள் அந்த இடத்தைத் தோண்டும் பணியில் நியமிக்கப்பட்டனர். முதன்முதலில் முருகன் ஒரு வேலையை நேராக வந்து கவனித்துக் கொண்டிருந்தார். ஜெய்யின் அறிவுரைப்படி வேலை ஆட்கள் வேலை செய்ய ஆரம்பித்தனர்.

"ஐயா, எனக்கு என்ன தோணுதுன்னா, எப்படியும் ஐம்பது அறுபது அடி தோண்ட வேண்டியது வரும்" என்று முருகனிடம் சொன்னான் ஜெய்.

"அப்படி என்றால் மொத்தம் நூறு அடிக்கும் மேல் ஆகுமே. இன்று வேலைகளை முடிக்க முடியாதே!"

"கண்டிப்பாக முடிக்க முடியாது. அதனால்தான் ஒரு இடமாக மண் எடுக்காமல் மொத்த இடத்தையும் சமமாகத் தோண்டச் சொல்லியிருக்கேன். தண்ணீர் ஊற்றுகள் இருக்கவும் வாய்ப்பு இருக்கிறது. அதை வெளியேற்ற குழாயை பொருத்தச் சொல்லியிருக்கிறேன். இன்று திங்கள்கிழமை. வெள்ளிக்கிழமைக்குள் முடித்துவிடலாம்" என்று கூறினான்.

இதைக் கவனித்த சிவாவிற்கு இருப்பு வரவில்லை. எவ்வளவு வேலைகள் இருந்தும் அந்த இடத்தையே சுற்றிச்சுற்றி வந்தான். “இன்னும் ஐந்து நாட்கள் காத்திருக்க வேண்டுமா!” என்று யோசித்தான். இந்த வேலைகளுக்கிடையே மற்ற எந்த வேலையும் தடைபடாமல் பார்த்துக்கொள்ள வேண்டும் என்று மிகவும் கவனிப்பாக இருந்தான் ஜெய்.

முதல் நாள் முடிவில் அந்த அரை ஏக்கர் நிலத்தின் ஆழமும் முப்பது அடிகளைத் தாண்டியது.

“நிலத்தின் மேல்பகுதி என்பதால் இயந்திரத்தைப் பயன்படுத்தினோம். ஆழம் செல்லச் செல்ல இயந்திரங்களைப் பயன்படுத்த முடியாது. ஒவ்வொரு சாண் ஆழத்தையும் கவனமாக எடுக்க வேண்டும்.” என்று கூறினான் ஜெய்.

அடுத்த நாளும் வேகவேகமாக வேலைகள் ஆரம்பித்துச் சென்றது. இதற்கிடையில் ஆற்று நீரைச் சேமித்து வைப்பதற்காக உருவாக்கிய செயற்கை ஏரி திட்டமிட்ட ஆழத்தை அடைந்துவிட்டது என்று ஜெய்யிடம் வந்து கூறினார் ஒரு பொறியாளர்.

“நல்லது, அடுத்த வேலைகளை ஆரம்பியுங்கள். எல்லைகளில் கருங்கல் அடுக்குங்கள். ஏன் சிமெண்ட் எல்லாம் பயன்படுத்தக்கூடாது என்று தெரியுமில்ல?” என்று அந்த பொறியாளரிடம் ஒரு கேள்வியைக் கேட்டான் ஜெய். அவர் பதிலுக்கு வெறும் தெரியாது என்ற பார்வையையே கொடுத்தார்.

“இது எல்லாம் தெரியாமல் பொறியாளர். புத்தகப் படிப்பு மட்டும்தானா? ரொம்பக் கடினம். நாம் மிகவும் ஆழமாகத் தோண்டியிருக்கிறோம். நிலத்திற்கு உள்ளே இயற்கையாகவே ஊற்று இருக்கும். நாம் சிமெண்ட் போட்டு நாலாபுறமும் அடைத்தால் எப்படி அந்த ஊற்றுத் தண்ணீர் உள்ளே வரும்.”

“சரிதான் ஜெய்” என்று வழிமொழிந்தார் அவர்.

“அதுமட்டுமில்ல; இது செயற்கையா உருவாக்கியது என்றாலும் பிற்காலத்தில் ஒரு நிரந்தர ஏரிபோல மாற வேண்டும். புரிகிறதா?” என்று வார்த்தைகளில் பொருளை அழுத்தினான் ஜெய்”

“புரிகிறது”

இரண்டாம் நாள் முடியும்பொழுது அந்தப் பகுதி முப்பத்து ஐந்து அடியைத் தாண்டியது. சில இடங்களில் நீர்க்கசிவு தெரிய ஆரம்பித்திருந்தது. இரண்டு இடத்தில் நல்ல ஊற்று இருந்தது. அவற்றை பொருட்படுத்த அவசிமில்லை என்று தோன்றியது. “ஐயா, நாளையிலிருந்து எந்த இயந்திரத்தையும் பயன்படுத்த வேண்டாம்.

மண் வெட்டிகளால் தோண்டச் சொல்லுங்கள்” என்றான் ஜெய். “மேலும் என் கணக்குப்படி, நாளை பத்து மணிக்கெல்லாம் நம் இலக்கை எட்டிவிடுவோம் என்று எண்ணுகிறேன்” என்று தன் கணிப்பை விளக்கினான் ஜெய்.

மூன்றாவது நாள் கார்த்திக்கும் எழுந்து அமரும்வகையில் உடல் தேறியிருந்தான். ஆனால் அவனால் மேல்சட்டைதான் அணிய முடியவில்லை. இருந்தாலும் ஒரு துண்டால் உடலை மறைந்துவிட்டு அந்தக் கூடாரத்தை விட்டு வெளியே வந்தான். ஜெய் அந்த மண் எடுக்கும் இடத்தையே சுற்றிச்சுற்றி வருவதும், வேலை ஆட்களிடம் பார்த்துப் பார்த்து வெட்டுங்கள் என்று கையசைப்பதுமாக இருந்தது கார்த்திக்கின் கண்களுக்குத் தெரிந்தது. அவன் கூடாரத்திலிருந்து அந்த இடம் சிறுதுதூரமாக இருந்தது. தூரம் என்றால் சாதாரணமாக அழைத்தால் கேட்காத தூரம். முடிந்தளவு சத்தமாகக் கூவி அழைத்தால் கேட்கலாம் என்று தோன்றியது.

தூரத்தைப் பார்க்காமல் மெல்ல நடந்து ஜெய்யை அடையும் எண்ணத்தில் சில அடிகள் எடுத்துவைத்தான். வெயில் அவன் உடலில் வந்து விழுந்ததும் தீக்காயங்கள் வலியை உருவாக்கியது. தன் புண் முதுகில் சிறு சிறு முட்களால் குத்துவதுபோல வலித்தது. அந்த வலியில் அவன் புண்களில் பூசியிருந்த களிம்புகளின் மணம் மூக்கில் நுழைந்து அவனை முகம் சுளிக்கச் செய்தது.

அவ்வளவு தூரம் தன்னால் நடக்க முடியுமா என்று எண்ணி மீண்டும் தூரத்தைப் பார்த்தான். எதிரே கார்த்திக்கை நோக்கி ஜெய் வந்து கொண்டிருக்கிறான் என்று தெரிந்தது. என்னை கவனித்துவிட்டான் என்று உறுதி செய்தான் கார்த்திக். எனவே, மீண்டும் சுட்ட புண்ணில் தீயை இடும் அந்த வெயிலில் நடக்காமல் நிழலில் நின்றுகொண்டான் கார்த்திக்.

அருகில் வந்தான் ஜெய், “என்ன கார்த்திக், புண் ஆறட்டும். உள்ளே போய் இரு. இந்த மண் தூசி எல்லாம் ரொம்ப மோசம். வலி அதிகமாயிரும்.”

“வேலை செய்யாமல் சும்மா அறையிலேயே இருக்கிறது கஷ்டமா இருக்கு ஜெய்.”

‘புண் சரியாகட்டும். நிறைய வேலையிருக்கு. அப்புறம் ஒரு செய்தி நானா சொல்லுறேன். இன்னும் அப்பாகிட்ட பேசல. உனக்கும் சிவாவிற்கும் இங்கே கட்டுற வீடுல இரண்டு வீடுகளை ஒதுக்கலாம்னு இருக்கேன்.’

“என்ன சொல்லுற ஜெய். தனி வீடு. அதுவும் இவ்வளவு வசதியோட! நிஜமாவா?”

"ஆமா, இவ்வளவு நடந்தபிறகு உயிருக்கு ஆபத்துன்னு தெரிந்தபிறகும் என்கூட இருக்கிறீங்க இல்ல. இதாவது நான் செய்யலேன்னா எப்படி?"

"நீ காரணம் இல்லாம எதுவும் செய்யமாட்டேன்னு நம்பிக்கை இருக்கு ஜெய். அதுக்கும் மேல என் உயிரைக் காப்பாத்தியிருக்கிற. நீ என்ன சொன்னாலும் நான் செய்வேன்"

"எனக்குத் தெரியும் கார்த்திக். உன் நம்பிக்கை கண்டிப்பா தப்பா போகாது. உனக்கு பிடிச்சிருந்தா இனி உன் ஊரு இதுதான் பூம்பொழி.'

"பூந்தோப்பு" என்று கார்த்திக், ஜெய்யின் வார்த்தைகளைச் சரி செய்தான்.

'சரி, இந்த விசயம் சிவாவிற்குத் தெரிய வேண்டாம். அவனுக்கு சில சந்தேகங்கள் இருக்கு. அதை அவன் சரி செய்து நம்கூட இருப்பதாக உறுதி கூறியபிறகு சொல்லிக்கலாம். காசைக் காட்டி அவனை மயக்கப் பார்க்கிறார்கள் என்று எண்ணிவிடக் கூடாது பாரு."

"அதுவும் சரிதான். ஆனால் நானும் ஆர்வமா இருக்கேன் ஜெய், என்ன ரகசியம் அது என்று தெரிந்துகொள்ள" என்று தன் ஆர்வத்தை வார்த்தைகளால் பதிவு செய்தான் கார்த்திக். அப்பொழுது அந்த நிலத்தை தோண்டிக் கொண்டிருந்த ஒருவர் குரல் கொடுத்தார். குரல் கொடுத்தார் என்பதை ஆச்சரியத்தில் தன்னையறியாமல் கத்தினார்.

"ஐயா... இங்கே வாருங்கள். அதிசயம். அதிசயம்".

இதைக் கேட்டதும் ஒருபுறத்திலிருந்து ஜெய் அதை நோக்கி ஓடினான். அவன் பின்னால் வெயிலையும் பொருட்படுத்தாமல் நடக்க ஆரம்பித்தான் கார்த்திக். இன்னொரு புறத்திலிருந்து முருகன் ஓடினார், அவரை முந்திக்கொண்டு துர்கா ஓடினாள். இவர்கள் எல்லோரும் அந்த இடத்தை அடையும் முன்னமே சிவா அந்த இடத்தை அடைந்தான்.

அவன் எதையோ ஆச்சரியமாகப் பார்ப்பது சுற்றி ஓடி வருபவர்களுக்குத் தெரிந்தது. சுற்றி நின்ற வேலையாளிடம் கைகளால் மண்ணை அள்ளச் சொன்னான் சிவா. அவனும் குனிந்து நின்றபடி அதைச் சுற்றியிருந்த மண்ணை கைகளால் அள்ள ஆரம்பித்தான். அதற்குள் ஜெய் அருகில் ஓடி வந்தான்.

தங்கத்தால் ஆன ஒரு பெரிய குடம் போன்று தோன்றியது முதலில் அது. மேலும் மண்ணை அள்ள அள்ள அது ஒருவரின்

முகமாக மாறியது. பெரிய முகம். அத்துடன் நிற்காமல் அது தங்கச்சிலைதான் என்பதை உறுதிசெய்யும்வண்ணம் நிறம் சேற்றிலும் ஜொலித்தது, தோண்டத் தோண்ட சிலையின் உடல் பகுதிகள் நிலத்தில் நீண்டுகொண்டு சென்றது. அதற்குள் துர்கா அந்த இடத்திற்கு வந்து சேர, சில நொடிகளில் முருகனும் வந்து சேர்ந்தார்.

‘வேலையை நிறுத்துங்க.” என்று ஜெய் சொன்னதும் மண்ணை கைகளால் அள்ளிக் கொண்டிருந்தவர் வேலையை நிறுத்திவிட்டு ஜெய்யை பார்த்தார்.

“சிவா, எல்லாரையும் அப்படியே வேலையை நிறுத்தச் சொல்லு. நான் சொன்னபிறகு வேலையை ஆரம்பித்தால் போதும். இரண்டு பொறியாளர்களைக் கூப்பிடு” என்று சிவாவிற்கு கட்டளைகளைப் பிறப்பித்துவிட்டு அப்படியே துர்கா பக்கம் திரும்பி, “துர்கா என் அறையில மடிக்கணினிக்கும் கீழே ஒரு வரைபடம் வெச்சிருப்பேன். அதை எடுத்துக்கிட்டு வா.” என்றதும் துர்கா அவன் கூடாரத்தை நோக்கி விரைந்தாள். அதற்குள் வெயில் வலியுடன் நடந்து வந்துகொண்டிருந்த கார்த்திக் அந்த இடத்தை அடைந்தான். அவன் மெதுவாக உடலை வருத்திக்கொண்டு அந்த தங்கத் தலை அருகே அமர்ந்தான். அந்தச் சிலையில் கழுத்திற்கு மேல் பகுதி, தோண்டிய மண்ணின் மட்டத்திலிருந்து மேலே தெரிந்தது. ஈரம் படிந்த சேற்று மண்ணால் தலை முழுவதும் மழுங்கித் தெரிந்தது. மிகவும் சிரமப்பட்டு அதன் அருகில் அமர்ந்த கார்த்திக். தன் கைகளால் அந்தச் சிலையின் தலையில் இருக்கும் சேற்றைத் துடைத்தான். சிலையின் முகத்தில் கை வைத்து அழுத்தித் துடைத்தான். பெரிய சிலை என்பதால் சில நிமிடங்கள் பிடித்தது. சிலை மெல்ல மெல்ல முழு தங்க நிறமாக மாற ஆரம்பித்தது.

“ஜெய். அப்படியே உன் முகம்போலவே இருக்கு” என்று ஆச்சரியமாகச் சொன்னான் கார்த்திக்.

இவன் சொன்னதைக் கேட்டதும் சிவா அதை நன்றாக உற்றுப் பார்த்தான். “ஆமாம், மீசையை மட்டும் சிறியதாக்கிப் பார்த்தால் அப்படியே ஜெய்தான்” என்று மனதிற்குள் ஆச்சரியப்பட்டுக் கொண்டான். அந்த உரையாடல் தொடர்வதற்கும் முன்னால் துர்கா, ஜெய் எடுத்துவரச் சொன்ன வரைபடத்துடன் வந்தான்.

“சிவா, பொறியாளர்கள்?” எங்கே என்பதுபோல கேட்டான் ஜெய். உடனே இரண்டுபேர் வேகமாக ஜெய் அருகில் வந்தனர். கையிலிருந்த வரைபடத்தை விரித்தான் ஜெய். சிவா அதை உற்றுப் பார்த்தான். “ஏதோ கட்டடம்போலத் தோன்றுகிறது. இந்தக் கட்டடம்தான் அடியில் இருக்கிறதா?” என்று மனதில் நினைத்துக் கொண்டான்.

ஜெய் அந்த வரைபடத்தை முழுவதுமாக விரித்து தரையில் வைத்தான். "எல்லாரும் கொஞ்சம் விரித்து வரைபடம் தெரியிறதுபோல நில்லுங்கள்". உடனே வட்டமாக விரிந்து நின்றனர். "சிவா பக்கத்துல வா" என்று எதிரே நின்றுகொண்டிருந்த அவனை தன்னருகே அழைத்தான்.

"சிவா, இதை கவனமாக நீ செய்யப் போகிறாய்" என்று பொறுப்பை சிவாவிடம் ஒப்படைத்த ஜெய், தொடர்ந்து வரைபடத்தை விளக்கினான்.

"எல்லாரும் கேளுங்க. இந்த வரைபடத்தில இருப்பது ஒரு கோயில். இந்தக் கோயில்தான் இந்த நிலத்திற்கு அடியில் இருக்கிறது. இதைத்தான் நாம தோண்டி வெளியே எடுக்கப் போகிறோம். வெளியே தெரிந்த இந்தச் சிலைதான், வரைபடத்தில தெரியுற இந்தச் சிலை" என்று வரைபடத்தில் கை விரலை வைத்து அந்தச் சிலை இருக்கும் இடத்தை அடையாளப் படுத்தினான். இந்தச் சிலையின் உயரம் சரியாக ஐம்பது அடி. கோயில் உயரம் முப்பது அடி இருக்கும். பல வருடங்களுக்குமுன் கட்டியது. அதன் கூரைகள் எப்படியிருக்கும் என்றெல்லாம் தெரியாது. ஆனால் எந்த சிதைவுமில்லாமல் மீட்டெடுக்க வேண்டும்."

அவன் சொன்னதற்கு யாரும் எந்தப் பதிலும் சொல்லவில்லை. இப்படி ஒரு ஆச்சரியத்தை சொன்னால் யார்தான் வாய் திறந்து பேசமுடியும். உறைந்துபோய் நின்றார்கள்.

"அப்புறம். வேலை முடிக்கும்வரை ஓய்வில்லை. இரவு வேலை செய்யத் தயாராக இருக்கும் ஆட்களைப் பயன்படுத்தி இரவும் வேலை செய்யுங்கள், தொடர்ந்து." என்று உறுதியாகச் சொன்னான்.

அடுத்த இரண்டு நிமிடத்தில் கூட்டம் கலைந்தது. அந்தச் சிலையில் தலையை மையமாக வைத்து நாலாபுறமும் அளந்து, அடையாளம் வைத்து கயிற்றை கட்டினார்கள் பொறியாளர்கள். சிலை உயரம் ஐம்பது அடி, கோயிலின் உயரம் முப்பது அடி. அப்படியென்றால் இன்னும் இருபது அடிக்கும் கீழே கோயிலின் கூரை இருக்கும் என்ற கணக்கின்படி வேலையைத் தொடர்ந்தார்கள்.

தெரிந்த இலக்கு என்பதால் வெகுவேகமாக வேலைகளைச் செய்ய முடியவில்லை. கோயிலின் கோபுரத்தைக் கண்டுபிடிக்கவே அன்று மாலை ஆனது. ஒரு இடத்தில் மண்ணை வெட்டியபொழுது மண்வெட்டி மண்ணுக்குள் செல்லாமல் கல்லில் இடித்ததுபோல எகிறியது. உடனே அந்த இடத்தைக் கைகளால் சுத்தம் செய்தார்கள். அது கோயில் கோபுரத்தின் முகட்டின் ஒரு பகுதி என்று உறுதி செய்தார்கள். அதேநேரம், அந்தச் சிலையின் அளவு மார்பு பகுதி

வரை தெரிந்திருந்தது. கார்த்திக் துடைத்ததால் முகம் மட்டும் நன்றாகத் தெரிந்தது.

“அப்படியே அச்சு மாறாமல் ஜெய்போலவே இருக்கிறது” என்று சொல்லிக் கொண்டார்கள்.

“கூரை இருக்கும் என்று யோசித்தோம். ஆனால் கோயில் என்றால் கருவறை இருக்கும், அதன்மேல் கோபுரம் இருக்கும் என்பதை மறந்துவிட்டோம்.” என்று யோசித்தவர்கள் முதலில் கோபுரத்தின் அகலம் கண்டுபிடிப்போம் என்று முடிவுசெய்தவர்கள் கோபுரத்தின் முழு அகலத்தையும் முதலில் கண்டுபிடித்தார்கள்.

“கோயிலின் கோபுரத்தின் அகலத்தைப் பார்த்தால் சிறிய கோயிலாகத் தெரிகிறது. கோயிலின் உயரம் மொத்தம் முப்பது அடி என்று வைத்துக்கொண்டாலும் கோயிலின் கூரை இன்னும் இன்னும் இருபது அடிக்குள் வந்துவிடும்” என்று முடிவு செய்து மண்ணை வேகமாக எடுக்க ஆரம்பித்தனர். அதனிடையில், தோண்டிய பல இடங்களில் நீரோடை போல் ஊற்றுகள் தோன்றியதால், அந்த ஊற்றிலிருந்து வந்த நீரை இயந்திரக் குழாய்கள் வைத்து இறைக்கவேண்டிய அவசியம் வந்தது. மேலும் இருள் சூழ்ந்து இருந்ததால் வேலை செய்வதற்கான மின் விளக்குகள் ஏற்றப்பட்டு, இரவு வேலைக்குத் தயராக இருக்கும் வேலையாட்களை வைத்து பணி தொடர்ந்தது.

கோயிலின் கூரையை அடைந்தபொழுது, அந்தச் சிலையின் இடையளவு வெளியே தெரிந்தது. அதை சேறு இல்லாமல் காண விருப்பப்பட்ட ஒரு வேலையாள் நிலத்திலிருந்து தண்ணீரை வெளியேற்றும் குழாயை திருப்பி அந்தச் சிலையின் மேல் பீய்ச்சியடித்தான்.

சிலையின்மேல் படிந்திருந்த சேறு போன்ற மண் தண்ணீருடன் கரைந்து ஓடியது. உடனே அந்தச் சிலையின் மேல் மொத்த ஆட்களின் கவனமும் திரும்பியது. தங்க நிறத்தில் மின்னியது அந்தச் சிலை. இடுப்பளவுக்கு எந்த உடையுமில்லாமல் வெறும் உடலுடன் நின்றிருந்தது அந்தச் சிலை.

“முகம் மட்டுமில்ல, உடலும் அப்படியே ஜெய்யின் உடலைப் போலவே இருக்கிறது” என்று சிவா குறுகுறுத்தான். அதைக்கேட்டு அருகில் நின்றுகொண்டிருந்த துர்கா மெல்ல வெட்கத்தால் சிவந்தாள். அந்தச் சிலையின் மார்பகங்கள் நல்ல போர்வீரனின் உறுதியான மார்பகங்களை நினைவுபடுத்தியன. தோள்கள் மலையையும் தாங்கும் என்று தோன்றியது.

“கோயிலின் முன்னால் மனிதச் சிலை. அதுவும் தங்கத்தால் ஆன சிலை. இப்படி ஒரு கோயிலைப்பற்றி நான் கேள்விப்பட்டதே

இல்லையே? என்ன துர்கா, இது உங்க நிலம்தானே? இந்த இடத்தில இப்படி ஒரு விஷயம் இருக்கிறது என்பது ஏற்கனவே உனக்குத் தெரியுமா?" என்றான் மீண்டும் சிவா.

"பரம்பரைச் சொத்து இது. முன்னால் தெரிந்திருந்தால் இவ்வளவு நாள் இப்படி இருந்திருக்குமா என்ன?" என்று பொய் கூறினாள். பொய் என்றாலும் உண்மை என்று நம்பிவிட்டான் சிவா.

கோபுரமே கருங்கற்களால் கட்டப்பட்டிருக்கிறது என்றால் கூரை வெறும் மண் ஓடுகளால்தான் இருக்கும் என்று எண்ணினார்கள். ஆனால் மண்ணில் மண்வெட்டியால் வெட்டிக்கொண்டிருந்தவர்கள் ஓங்கி மண்ணை வெட்டியதும் உலோகத்தில் மோதிய இரும்புபோல கையிலிருந்து சிதறியது மண் வெட்டி.

கூரை கண்டிப்பாக மண் ஓடுகளாலோ, இதர மெல்லிய பொருட்களாலோ கட்டப்பட்டிருக்க வில்லை என்பதை அறிந்துகொண்ட அவர்கள் நாலாபுறமும் கூரையின் ஓரங்களை முழுவதும் கோடுகள் போன்று மண்ணைத் தோண்டி கோயிலின் எல்லையை நியமித்தனர். பின்னர் அந்தப் பகுதியைச் சுற்றியிருக்கும் மண்ணை வேகமாக வெளியேற்ற ஆரம்பித்தனர். இவையெல்லாம் நடந்து முடிவதற்கு விடியற்காலை ஆனது. அதன்பிறகு இரண்டு மணி நேரம் இடைவெளி அளிக்கப்பட்டது. அனைவரும் ஓய்விற்குச் சென்றனர்.

மறுநாள் மாலை மொத்தக் கோயிலும் மண்ணிலிருந்து வெளியே வந்தது. அதாவது, தரைமட்டத்திலிருந்து நூறு அடிக்குக் கீழே கோயில். அரை ஏக்கர் என்று ஆரம்பித்தவர்கள் ஒரு ஏக்கர் நிலத்திற்குமேல் தோண்டினர். தோண்டும்பொழுதே மண்ணை வெளியேற்ற வண்டிகள் வந்துபோனவண்ணம் இருந்ததால் அந்த நிலத்தின் ஒரு பகுதி சாலைபோல மாறி இருந்தது. கோயிலைச் சுற்றியிருக்கும் மொத்த மண்ணையும் வெளியேற்றினர். கோயிலைச் சுற்றி இருபது அடிச் சுற்றளவில் நாலாபுறமும் திடமான பொருளால் தரை உருவாக்கப் பட்டிருப்பதை அறிந்துகொண்டனர். அந்தத் தரையை உடைத்துக் கொண்டு நீர் ஊற்றுகள் வெளியே வரவில்லை. ஆனால் ஓரச் சுவர்களிலிருந்து ஊறிய நீர் கோயிலின் அடிப்பகுதியை நிறைத்துக் கொண்டிருந்தது.

"இன்னும் ஓரங்களை நன்றாகச் சீவுங்கள். இன்னும் கோயிலின் எல்லைகள் வரவில்லை" என்று ஜெய் உறுதியாகச் சொன்னான். அதற்குள் பொழுது இருண்டிருந்தது.

ஒருபக்கம் நீர் வெளியேறிக் கொண்டிருந்தது. இன்னொருபக்கம் மண் வெட்டப்பட்டுக் கொண்டிருந்தது.

"ஜெய், உன் ஊகம் சரிதான். தரைச்சுவர் இன்னும் அழியாமல் இருக்கும்பொழுது மதில் சுவர்களும் அழியாமல் இருக்கவேண்டிய அவசியமில்லையே. அதுமட்டுமல்ல; கோயில் இருந்த பகுதி மட்டும்தான் அப்படியே இருந்தது. சுற்றியிருந்த இடங்கள் விவசாய நிலமாக மாறி இத்தனை நாள் விவசாயம் செஞ்சிருக்காங்க" முருகன் தன் மனதில் தோன்றியதை விளக்கினார்.

"ஐயா, அந்தச் சுவர்கள் அழிந்துபோயிருக்கலாம் என்று தோன்றுகிறதா உங்களுக்கு?" என்று ஜெய் கேட்ட கேள்வியிலேயே தெரிந்தது, அந்தச் சுவர் அழிந்திருக்காது என்று சொல்கிறான்.

"இல்லை ஜெய். இப்பொழுது அதைத் தேட வேண்டாம் என்று சொல்கிறேன். இதை எல்லையாக வைத்து வேலைகளை முடிப்போம்"

"அதுவும் சரிதான்." ஜெய் ஒரு முடிவிற்கு வந்தான். சிவாவை அழைத்தான்.

"சிவா, இன்று இத்துடன் வேலைகளை முடிப்போம். உங்களுக்கும் ஓய்வு தேவைதானே?" ஆம் என்பதுபோல சிவா பார்த்தான்.

"அதனால்தான் சொல்கிறேன். இன்று ஓய்வு எடுத்துக்கொள்ளுங்கள். நாளைக்கு வேலைகளைத் தொடரலாம். இனி மண் எடுக்க வேண்டாம். சுற்றி மண்சரிவு வராதவண்ணம் உறுதியாக சுவர் எழுப்புங்கள். ஒரு அணுகுண்டு விழுந்தால்கூட சுவர் விழுந்துவிடக் கூடாது. பொறியாளர்களுக்குத் தெரியும் என்ன செய்யவேண்டுமென்று."

"நான் பார்த்துக் கொள்கிறேன் ஜெய்" என்றான் சிவா.

"பிறகு, கோயிலுக்கு இறங்கிவரும் வழி வண்டிகள் வந்துபோகும் இந்தவழியாக இருக்கட்டும், சரியா?'

"சரி ஜெய்."

இன்றாவது இதற்கான காரணங்களை எல்லாம் ஜெய் சொல்வான் என்று எதிர்பார்த்தான் சிவா. ஆனால் எதுவும் சொல்லாமல் சென்றுவிட்டான் ஜெய். சிவாவிடமிருந்து என்றும்போல பெருமூச்சுதான் மிஞ்சியது.

34

சுவர்கள் கட்டி முடிக்க ஐந்து நாளாவது ஆகும். அதற்குள் கோயிலுக்குள் இருக்கும் மண்ணை வெளியேற்ற வேண்டாம் என்று கூறியிருந்தான் ஜெய். சுவர்கள் கட்டி முடிந்தபிறகு கோயிலுக்குள் இருக்கும் மண்ணை கவனமாக வெளியேற்றினார்கள். முதலில் கருவறைக் கும் வெளியே கூரைவேய்த்த முற்றம் போன்ற பகுதியில் இருக்கும் மண்ணை வெளியேற்றி னார்கள். பிறகு கருவறையைக்குள் இருக்கும் மண்ணை அள்ள ஆரம்பித்தனர்.

கருவறையை மூடும் கதவுகள் சிறு சேதம்கூட இல்லாமல் அப்படியே இருந்தன. அதை திறப்பதற்கு அவ்வளவு சிரமமாக இல்லை. சாவித் துளைகளை சுத்தம் செய்து அதில் சாவியை நுழைத்து சில நிமிடங்கள் முயற்சி செய்ததிலேயே அது திறந்துகொண்டது.

கருவறையில் மூலவராக தமிழ்க்கடவுள் ஒருவர் இருப்பார் என்று எதிர்பார்த்தவர்களுக்கு அவ்வளவு ஆச்சரியம். அங்கேயும் ஒரு மனிதச் சிலையின் முக உருவம் கடவுளாக இருந்தது. ஜெய்யின் சிலை உருவத்திற்கும் இந்தச் சிலையின் உருவத்திற்கும் பெரிய மாற்றம் இல்லை. ஆனால் அப்படியே ஒத்துப் போகவுமில்லை. அதுமட்டுமல்ல; வெளியே இருக்கும் சிலை தங்கச்சிலை என்றால், உள்ளே மூலவர் சிலை வேறு ஏதோ உலோகத்தால் செய்ததுபோல இருந்தது. அந்தச் சிலையில் படும் ஒளி அப்படியே வெளியே பிரதிபலித்தது.

"கண்டிப்பாக படிகம் இல்லை. இது என்ன உலோகம் என்றே தெரியவில்லையே. வெளியே இருக்கும் சிலையே தங்கம் என்றால், இந்தச் சிலை கண்டிப்பாக விலைமதிப்பில்லாத ஒன்றாகத்தான் இருக்கும்" என்று அதைப் பார்த்தவர்கள் எண்ணினார்கள்.

கர்ப்பகிரகம் எனும் கருவறையில் மூலவர் இருந்தாலும் உற்சவர் என்று எந்தச் சிலையும் இல்லை. மேலும் பொதுவாக, நம் கோயில்களில் கொடி மரம் என்ற ஒன்று இருக்கும். ஆனால் அதுவும் இந்தக் கோயிலில் இல்லை. அவை தவிர ஒரு கோயிலில் என்னென்ன இருக்குமோ அத்தனையும் அப்படியே இருந்தது.

எல்லா மண்ணையும் அங்கிருந்து அப்புறப்படுத்தியபின் பார்த்தான் ஜெய். அப்படி ஒரு அழகான கோயிலை இதுவரை கண்டதில்லை. ஒருவழியாக கோயில் வேலையை நூறு சதவீதம் முடித்தான்.

வங்கி இருந்த பகுதியிலிருந்து அந்தக் கோயிலுக்குச் செல்லும் சாலை ஆரம்பமானது. அதன் தொடக்கத்தில் திறந்து மூடும்வகையில் கனமான உலோகக் கதவுகள் இரண்டு பொருத்தப்பட்டு பூட்டப்பட்டிருந்தன.

சிவா அந்தக் கதவின் பூட்டில் சாவியை பிணைத்துத் திறந்தான். "இதை தனி ஆளாகத் திறப்பது கடினம்தான்" என்று கதவை இழுத்தான் சிவா. உடன் நின்றுகொண்டிருந்த ஜெய்யும் உதவி செய்ய, கதவு திறந்தது.

அந்தக் கதவைத் தொடர்ந்து சாலை தலைகீழாக நீண்டது. ஆம். நூறு அடி ஆழத்திற்கு தலைகீழ் சாலை.

"சிவா, கார்த்திக்கையும் கூப்பிட்டிருக்கிறேன்." என்று ஜெய் சொல்ல, இருவரும் கதவின் அருகே காத்திருந்தனர்.

"இங்கிருந்து கோயிலைப் பார்த்தால் மொத்த வடிவமும் ஒரு சிவலிங்கத்தை நினைவுபடுத்துவதுபோல இருக்கிறது, பாரேன்!" என்றான் சிவா. உண்மைதான். பெரிய வட்ட வடிவ தட்டின் நடுவே நட்டுவைத்த சிவலிங்கத்தை நினைவுபடுத்தியது அந்தக் கோயில். சிறிய சிறிய வேறுபாடுகள், வட்ட வடிவமாக மண் தோண்டப்பட்ட பள்ளம். மேலும் லிங்கமாக கோயில்.

"சிவா, ஒரு வேலைகூட மிச்சம் இருக்கு, இந்தக் கோயிலின் மேல்பகுதியில் கம்பியால் பாதுகாப்பு வளையம் உருவாக்க வேண்டும். குழந்தைகள் யாரும் தவறி விழுந்துவிடக் கூடாது இல்ல."

"சரிதான் ஜெய்"

சற்று நேரத்தில் கார்த்திக் இரு சக்கர வாகனத்தில் வந்து இறங்கினான்.

“என்ன கார்த்திக் வண்டி ஓட்டுற அளவிற்கு தேறிட்டபோல!” என்று சிவா நலம் விசாரித்தான்.

“இப்பொழுது பரவாயில்லை. இன்னும் முழுசா புண் ஆறல.” என்றான் அவனும் பதிலுக்கு.

மூவரும் கோயில் சாலையில் முன்னோக்கி நடந்தனர். சாலை முழுவதும் பளிங்குக் கற்கள் பதித்திருந்தனர். சாலையின் இருபுறங்களிலும் நடந்துசெல்ல வசதியாக படிக்கட்டுகளும் இருந்தன. படிக்கட்டின் ஓரமாக கைப்பிடிகளும் நீளவாட்டில் நட்டிருந்தனர்.

“சிவா, புதையல் எதாவது கிடைத்ததா?’

‘என்ன ஜெய் கிண்டலா? புதையல் கிடைத்திருந்தால்கூட இவ்வளவு ஆச்சரியப்பட்டிருக்க மாட்டேன். நிலத்துக்கடியில் இப்படி ஒரு கோயில். நான் ஏதோ வேறு உலகத்தில் இருக்கிறதுபோல உணருகிறேன் ஜெய். உண்மையில், என்னதான் நடக்கிறது இங்கே” சிவாவின் ஒவ்வொரு வார்த்தையிலும் ஆச்சரியத்தின் உச்சம் தெரிந்தது.

“இத்தனை நாள் அவசரப்படாம இருந்த உனக்கு கொஞ்சநேரம் அவசரப்படாம இருக்க முடியாதா?”

“கஷ்டம்தான் ஜெய்” என்று உறுதி செய்தான் சிவா,

“ஆமா ஜெய், தினமும் இரவு ஆனா என்னை பிச்சுப்பிச்சு எடுக்கிறான். தயவுசெய்து இவனுக்கு விளக்கிரு, இங்கே என்ன நடக்குதுன்னு” என்று கார்த்திக்கும் ஆர்வத்தைப் பதிவு செய்தான்.

“ஹ்ம். சொல்றேன். கண்டிப்பாக முதலில் கோயிலுக்குச் செல்வோம். ஒன்று யோசித்துப் பாருங்கள், இதையெல்லாம் முதலில் சொல்லியிருந்தால் நம்பியிருப்பீர்களா?” என்றான் ஜெய்.

“கண்டிப்பாக நம்ப யோசித்திருப்போம்”

“இறங்குறப்பவே இப்படி மூச்சுவாங்குதே, ஏறுறப்ப எப்படி முடியும்? பொதுவா, நம் ஊர் கோயில் எல்லாம் மலைக்குமேல இருக்கும். இது ஏன் கீழே?” கார்த்திக் உடல் வலியின் காரணமாக சோர்வாக இருந்தான்.

“கார்த்திக், ஏன் மலையேறிச் சென்று கடவுளை தரிசிக்க வேண்டும் தெரியுமா?”

‘ஒருவேளை உயரத்தில் இருந்தால், மனிதர்களை எளிதில் பார்க்கலாம் என்று இருக்குமோ?” கார்த்திக்கின் தலையைத் தட்டினான் சிவா.

"மலையில் ஏறும்பொழுது நல்ல காற்று கிடைக்கும், வாரம் ஒருமுறை இப்படி ஏறி இறங்குவது நல்ல உடற்பயிற்சியாக இருக்கும், இப்படி நிறையக் காரணங்கள். சரியா ஜெய்?" என்று சிவா கேட்டான்.

"ஒருவேளை, இப்படி யோசிச்சுப் பாரு சிவா. இரண்டு மைல் உயர மலைக்கோயிலில் ஏறுகிறோம். மனது முழுவதும் எதையோ தொலைத்த மீளாத சோகம், இல்லை ஏதோ கிடைத்த சந்தோசம். ஒரு மைல் ஏறிவிட்டோம், அப்பொழுது உன் மனதில் என்ன தோன்றும்?"

"எப்பொழுதுடா கோயில் போய்ச் சேர்வோம்னு தோணும்" மறுபடியும் இடைமறித்தான் கார்த்திக்.

"வருத்தமா போகிறோம்னா, அந்த வருத்தம் கொஞ்சம் குறைந்து கோயிலை அடையும் எண்ணம் மட்டும்தான் இருக்கும்." என்றான் சிவா.

"மகிழ்ச்சியோடு சென்றால்?" என்று கேட்டான் கார்த்திக்.

"ஏண்டா, கோயிலுக்கு வர்றேன்னு வேண்டிக்கிட்டோம்னு தோணும்" என்று மீண்டும் இடைமறித்தான் கார்த்திக்.

"மனதில் இருந்த மகிழ்ச்சி மறைந்து மனது நடுநிலையாகியிருக்கும்" என்று பதிலளித்தான் சிவா.

"சரியாகச் சொன்னாய் சிவா. கோயிலை அடையும்பொழுது மனது நடுநிலையாகியிருக்கும். கடவுளை தரிசித்துவிட்டு திரும்பி மலை இறங்கும்பொழுது, அதுவரை கீழ்நோக்கி அழுத்திய காற்று நம்மை முன்னோக்கித் தள்ளும். உடல் காற்றில் பறப்பது போன்று இருக்கும். மனம் இலேசாக ஆரம்பிக்கும். தரையை அடையும்பொழுது இதயத்துடிப்பு சீராகி, மனதில் இருந்த பதட்டம், மகிழ்ச்சி, வருத்தம் எல்லாம் காணாமல் போயிருக்கும். மனது அமைதியாக இருக்கும்" என்று சிறப்பாக விளக்கினான் ஜெய்.

"யப்பா... எப்படி ஜெய், கேட்கவே அழகா இருக்கு" என்று ஆச்சரியப்பட்டான் கார்த்திக்.

இந்த உரையாடல் முடியும்பொழுது மூவரும் கோயிலின் முன்பகுதியில் நின்றார்கள்.

"ஜெய், இது யாரு? இந்தச் சிலையில் இருக்கிறவரு உன்னைப் போலவே இருக்காரு?"

"கார்த்திக், இந்தச் சிலை முழுவதும் தங்கம். கீழே அந்தச் சிலையோட பீடம் பத்து அடி. சிலையோட உயரம் அறுபது அடி" என்று சிலையைப் பார்த்தான் ஜெய்.

ஜெயன் மைக்கேல் | 213

சிலையில் ஜெய்யின் உருவம் தங்கநிறம் பூண்டு மீசையை முறுக்கிக்கொண்டு நின்றது. இடையில் உடுத்தியிருப்பது வேட்டி என்று தெரிந்தது. காலில் செருப்பு இல்லை. கையில் ஒரு காப்பு இருந்தது. கைகளில் ஒன்று மட்டும் கட்டியவாறு மார்போடு இணைந்திருந்தது. இன்னொரு கை சாதரணமாக மண் பார்த்து இருந்தது. இரு கைகளிலும் விரல்கள் மூடப்பட்டு இருந்தன.

"சரி வாங்க, கோயிலைச் சுற்றி வருவோம்." என்று ஜெய் இருவரையும் அழைத்தான்.

"நான் கேட்டதற்குப் பதில் சொல்லல ஜெய்?" என்று மீண்டும் கேட்டான் சிவா.

"சொல்றேன். அதற்கு முன்னாடி ஒரு வேலையிருக்கு. கொஞ்சம் நேரம் கொடு சிவா" என்று கோயிலைச் சுற்ற ஆரம்பித்தார்கள். ஜெய் கோயிலைப் பற்றி விளக்க ஆரம்பித்தான்.

"இந்தக் கோயில் சுவர்களைப் பார்த்தீர்களா? இது முழுவதும் பெரிய பெரிய பாறைகளைக் குடைந்து கட்டப்பட்டவை. பாறைகள் என்றால் கருங்கல் பாறைகள் அல்ல, பவளப் பாறைகள். அதுதான் மின்னுகிறது. இதன் சுவர்களை உடைக்க வேண்டுமென்றால் ஐம்பது யானை பலமாவது வேண்டும். இப்பொழுதுதான் இதன் ஆழம் இவ்வளவு. இந்தக் கோயிலை கட்டும்பொழுது அந்தச் சிலையின் மேல்பகுதி மட்டும்தான் வெளியே தெரியுமாம்."

"அது சரி. யாரு கட்டினது? எப்பொழுது கட்டினாங்க?" கார்த்திக் கேட்டான்.

"மக்கள் கட்டினாங்க. இருநூறு வருடத்திற்கு முன்னால் கட்டினாங்க. ஓரத்தில் நாம கட்டியிருக்கிறதவிட பல மடங்கு சக்திவாய்ந்த சுவர் இருந்திருக்கு. அதுவும் கண்டிப்பா மண்ணுலதான் இருக்கும்."

"ஆமா ஜெய், நாம நடக்கிற இந்தப் பகுதிகூட வாய்ப்பே இல்ல, அவ்வளவு அருமையா கட்டியிருக்கிறாங்க. இருநூறு ஆண்டுகள் மண்ணுக்குள்ளே இருந்தும் அப்படியே இருக்கு. ஆச்சரியம்தான்."

கோயிலின் சுவர்களில் அழகான வேலைப்பாடுகள் செதுக்கப்பட்டிருந்தன. இரவில் விளக்குகள் வைக்கும் பகுதிகள் ஆங்காங்கே இருந்தன. மூவரும் சுற்றிவிட்டு மீண்டும் கோயிலின் முன்பகுதிக்கு வந்தனர். மேல் தரைப்பகுதியில் வீசும் காற்று சுழன்று கீழிறங்கி சத்தத்துடன் ஒலித்தது. மொத்தமாக சுத்தப்படுத்தியும் அந்தச் சேறு கலந்த மண் வாசனை இன்னும் மாறவில்லை.

ஜெய்யின் உருவம் பொறித்த சிலையருகே வந்தார்கள் மூவரும். அந்தச் சிலையிலிருந்து சிறு இடைவெளி விட்டு கோயில் கூரையிடையே முற்றம் ஆரம்பமானது.

“கோயில் பூஜை செய்யும்பொழுது ஊர் மக்கள் நின்று வழிபடவும், அமைதியாக அமர்ந்து தியானம் செய்யவும் இந்த இடத்தைக் கட்டியிருக்கிறார்கள்” என்றான் ஜெய்.

கோயிலின் கருவறைக் கதவுகள், எந்த மாறுதலும் இல்லாமல் புதுப்பிக்கப்பட்டிருந்தது. கதவுகள் இரண்டுபுறமும் திறக்கும்படி இருந்தது. இரண்டு பாதியிலும் பூட்டைத் திறப்பதற்கான சாவித் துளைகள் இருந்தன. அதைப் பூட்டியபிறகு இன்னும் பாதுகாப்பிற்காக இரு பாதிகளை பிணைக்கும்வண்ணம் ஒரு மரச்சட்டம் கதவின் குறுக்காக பிணைக்கப்பட்டு பூட்டப்பட்டிருந்தது.

கையிலிருந்த சாவியை எடுத்தான் ஜெய். ஒவ்வொரு சாவியும் ஒரு எடைக்கல் போன்ற எடையில் இருந்தது. முதலில் மரச்சட்டத்தின் பூட்டைத் திறந்தான். பிறகு இரண்டு சாவிகளையும் துளைகளில் உள் நுழைத்து ஒரே நேரத்தில் திருகினான். கதவின் பூட்டுகள் திறந்தன.

“அந்தக் கதவை அவ்வளவு சாதரணமாக திறக்க முடியாது ஜெய். இரண்டு சாவியையும் ஒரு சிறு நொடிகூட வேறுபாடில்லாமல் சுழற்ற வேண்டும். இல்லையென்றால் திறக்க முடியாது.” என்று ஆண்டாள் கூறியது மனதில் ஓடிக் கொண்டிருந்தது.

கருவறைக் கதவை திறந்தான் ஜெய். வெளியே இருந்து உள்ளே சென்ற வெளிச்சம் சிலையில் பட்டு ஒளியாகப் பிரதிபலித்து மின்னியது.

“ஜெய், இது என்ன உலோகத்தால செஞ்சிருக்காங்க?’ என்று சிவா கேட்டான்.

“சொன்னால் புரியுமா?’

“புரிகிறதா பார்ப்போம்” என்ற ஜெய்யின் நகைப்புக் கேள்விக்கு பதிலளித்தான் சிவா.

“ஐம்பொன்னுடம் கற்பக மூலிகைகள் மற்றும் ஒளியை பிரதிபலிக்கும் மூலிகைகளான வில்வம் இலைகளையும் கலந்து செய்யப்பட்டது” என்று கண்ணடித்தான் ஜெய்.

“இதுல எதாவது புரியுதா உனக்கு?” என்று கிண்டலாக சிவாவை கேட்டான் கார்த்திக்

“ஐம்பொன் தெரியும். கற்பக மூலிகை கேள்விப்பட்டிருக்கிறேன்.” என்றா சிவா.

“சரி, கற்பக மூலிகைகள்னா என்ன சொல்லு” என்று கார்த்திக் இடைக்கேள்வியை திணித்தான்.

“அது மொத்தம் நாற்பது...” என்று சிவா முடிக்கும் முன் ஜெய் குறுக்கிட்டு பதிலளித்தான்.

“கருநெல்லி, கருநொச்சி, கருவீழி,கருத்த வாழை, கரிசாலையோடு, நீலியோடு, கரியவேலி, கருமத்தை, தீபச் சோதி, திரணச் சோதி, சாயா விருட்சம், எருமை கனைச்சான், ரோமவிருட்சம், சுணங்க விருட்சம், செந்திராய், செங்கள்ளி, செம்மல்லியோடு, சிவந்தகற்றாழை, செஞ்சித்திர மூலம், கற்பிரபி, கற்சேம்பு, கல்லுத்தாமரை, குழல் ஆதொண்டை, மகாபொற்சீந்தல், வெந்திராய்,வெண்புரசு, வெள்ளைத் துத்தி, வெள்ளைத் தூதுவளை, பாலையோடு, நீர்முள்ளி, வெண்விண்டுக்காந்தி, வெண்கண்டங்காரியோடு, பசலையோடு, மதுர வேம்பு, கிளிமூக்குத் துவரை, அமுகண்ணி, பொன்மத்தை, மதுர கோவை, பொன்வன்னச் சாலியோடு, கருந்தும்பை, மதனத் தண்டை, மூவிலை, கருத்த வேம்பு, இண்டோடை மொத்தம் சேர்த்து நாற்பத்து ஐந்து” என்று முடித்த ஜெய்யைப் பார்த்த கார்த்திக்கு மூச்சு வாங்கியது.

“இதெல்லாம் எப்படி உனக்குத் தெரியும் ஜெய்?’

“தமிழ் கார்த்திக், தமிழ்... போகர் ஏற்றிய பாடல் ஒண்ணு இருக்கு. அதில்ல படிச்ச ஞாபகம்.”

“அது யாரு, போகர்?”

“திருமூலரின் சிஷ்யர். அடுத்து திருமூலர் யாரு என்று கேட்டுவிடாதே கார்த்திக்” என்று சிரித்தான் ஜெய்.

“தெரியும் என்று பொய் சொல்வதைவிட தெரியாது என்று கேட்டுத் தெரிந்துகொள்வது எவ்வளவு மேல்” என்றவாறு சிவாவைப் பார்த்தான் கார்த்திக்.

“மூடு உன் வாயை. எனக்கும் கொஞ்சம் கொஞ்சம் தெரியும். அந்தப் பாடலில் இந்த மூலிகைகளைச் சாப்பிட்டு வந்தால் சாவே வராதுன்னு சொல்லியிருப்பார்” என்று பல்லைக் கடித்தான் சிவா.

“அப்படியென்றால் இந்தச் சிலை மின்னுவதில் தவறில்லை” என்று ஆச்சரியப்பட்டான் கார்த்திக்.

“சரி, நான் உள்ளே சென்று ஐந்து நிமிடங்களில் வருகிறேன். நீங்கள் வெளியே இருங்கள்” என்று கூறிய ஜெய் இரண்டு காலடிகள் பின்னால் வைத்தான். கார்த்திக்கும் சிவாவும் திரும்பி அந்த தங்கச் சிலைக்கு நடந்தனர். அவர்கள் சென்றுகொண்டிருக்கின்றனர் என்று உறுதிசெய்த ஜெய், கண்களை மூடி தன் தந்தை சொன்ன வார்த்தைகளை நினைவுபடுத்திக் கொண்டான்.

“ஜெய், நீ கதவைத் திறந்த சாவிகள் இரண்டுமே கதவுகளிலேயே இருக்கும். அந்த சாவியையும் ஒரே நேரத்தில் கதவிலிருந்து இழுக்க வேண்டும். கதவுகள் திறந்திருக்கும் பொழுது ஒரே நேரத்தில்தான்

அவை கதவிலிருந்து கழண்டு கைகளில் வரும். அது எடுத்த இரண்டாவது நொடி கதவு மூடிவிடும். ஆக, மொத்தம் உனக்கு இருப்பது இரண்டு நொடிகள். அதற்குள் நீ உள்ளே சென்றுவிட வேண்டும். தவறினால் கதவில் சிக்கிக் கொள்வாய். உடல் நசுங்கிவிடும். பார்த்துக் கொள்." அப்பா கூறிய இந்த வார்த்தைகளுடன் சிறுவயதிலிருந்தே இந்த இரண்டு நொடிகளுக்காக அவன் செய்த பயிற்சிகளும் நினைவில் வந்தது அவனுக்கு. தன்னை அறியாமல் மனதிலே நொடிகளை எட்டும் பழக்கம் அப்படித்தான் அவனுக்கு வந்தது.

கண்களைத் திறந்தான் ஜெய். பின்னால் திரும்பிப் பார்த்தான், சிவாவும் கார்த்திக்கும் அந்த தங்கச்சிலையை சுற்றிச்சுற்றி வந்துகொண்டிருந்தனர். ஜெய்யை கவனிக்கவில்லை அவர்கள்.

கருவறையின் இரண்டு கதவுகளும் பெரிய கதவுகள். முழுவதும் திறந்ததுபோல சாவிகளை இழுக்க முடியாது, முக்கால் பாகம் கதவை மூடினால்தான் சாவிகள் கையில் எட்டும். "என்ன ஒரு அறிவு" என்று மனதில் எண்ணிக் கொண்டான் ஜெய். இரு கதவுகளையும் முன்னோக்கி இழுத்தான். இரு கதவுகளும் தோள்களுக்கு முன்னால் வந்த பிறகுதான் கை சாவிகளுக்கு எட்டியது. சாவியை இழுக்கச் சென்றான். பிறகு யோசித்தவாறு கைகளை சாவியிலிருந்து எடுத்தான்.

"முதலில் ஒருமுறை ஒத்திகை பார்க்கலாம்" என்று முடிவுசெய்து நேரக்கணக்கை மனதில் வைத்துவிட்டு, சாவியை இழுப்பதுபோல் பாவனை செய்துவிட்டு உள்ளே குதித்தான்.

"முடியாது ஜெய். நீ நினைப்பதுபோல இல்லை இது. கண்டிப்பாக மாட்டிக்கொள்வாய்" என்று மனது கூறியதைக் கேட்டவாறு, மீண்டும் கதவுகளுக்கு வெளியே வந்தான் ஜெய்.

"இதற்குமேல் ஒத்திகை பார்த்தால் கார்த்திக்கும் சிவாவிற்கும் பதில் சொல்லவேண்டி வரும். என்ன செய்யலாம்!"

"ஒருவேளை இதில் நான் தோற்றுப்போனால், எத்தனைபேர் கனவுகள் காற்றில் போகும். என் அப்பாவின் லட்சியங்கள் என்ன ஆவாது." ஜெய்யின் மனதில் பயம் வர ஆரம்பித்தது. மீண்டும் கண்களை மூடினான்.

"பயம்தான் ஜெய் உன்னை தோற்கடிக்கிறது. அமைதி கொள்... அமைதி... அமைதி... பத்து, ஒன்பது எட்டு ஏழு ஆறு ஐந்து நான்கு மூன்று இரண்டு ஒன்று.." கண்களைத் திறந்தான். இப்பொழுது தோள்கள் அந்தக் கதவின் உள்பகுதியில் இருந்தது. இருபுறமும் திரும்பிப் பார்த்தான்.

“வழி கிடைத்துவிட்டது.” என்றான்.

கதவுகளுக்கு உள்ளே நின்றுகொண்டான். கைகளை பின்புறமாகச் செலுத்தி கதவை உடலோடு சேர்த்தான். கதவுகள் இரண்டும் தோளின் பின்பகுதியில் வந்து உரசியது. பிறகு இரு கைகளையும் பின்னால் நீட்டி சாவியைப் பிடிக்க முயற்சித்தான். எட்டவில்லை.

“இவ்வளவு யோசித்தவர்கள் இதை யோசிக்காமலா இருப்பார்கள்” என்று எண்ணிவாறு தோள்களை நெளித்து முடிந்தவரை கைகளை நீட்டினான். கடைசியாக நடுவிரலில் இரண்டு சாவிகள் தட்டுப்பட்டது. மேலும் உடலை நெளித்து எட்டினான். இன்னும் இன்னும் என்று எட்டினான். இரு சாவிகளும் கைகளின் நடுவிரலில் சிக்கிக் கொண்டது.

“பிடித்துக் கொள் ஜெய், விட்டுவிடாதே.” என்று பெருமூச்சுவிட்டு கண்களை மூடினான். “இனி இழுக்க வேண்டும். கைகள் போனாலும் வெற்றி பெறமுடியாது” என்று மனதை ஒருநிலைப்படுத்தினான். இடது காலை முன்னால் வைத்தான். ‘சாவி கையில் வந்த நேரம் முன்னோக்கி விழுந்துவிட வேண்டும்” என்று எண்ணிய அடுத்த நொடி, சாவியை விரலால் எவ்வளவு வேகமாக இழுக்கமுடியுமோ அவ்வளவு வேகமாக இழுத்தான். சாவிகள் கதவிலிருந்து கழண்டு கைகளில் வந்தன. எண்களை மனதில் எண்ண ஆரம்பித்தான். சாவியை கழண்டுவந்த வேகத்தில் அவன் உடல் முன்னோக்கிச் சென்றது. அவன் மனது எண்களை இரண்டு எனும்பொழுது அவன் கருவறையில் இருந்த அந்த பளிங்குச் சிலையின் முன் விழச் சென்றான். அதற்குள் கதவுகள் தானே மூடிக்கொள்ளும் சத்தம் காதுகளில் கேட்டது. மூன்று எண்ணும்பொழுது, தன் இடது காலை முன் நிறுத்தி, உடலை கதவை நோக்கித் திருப்பினான். வேகமாக அறையினுள் தாவியதில் கதவு அவன் தோள்பட்டை உரசியதில் சிறிய காயம் ஏற்பட்டது. எண்ணிக்கை நான்கில். தன் இரு கைகளாலும் கதவிலுள்ள சாவித் துளைகளின் வழியாக வரும் வெளிச்சத்தை நிறுத்தினான். அப்பொழுது சிலை மெல்ல பின்னோக்கி சாய்வாக நகர்ந்து நின்றது. அந்தச் சிலை இருந்த இடத்தில் ஒரு சிறிய ஆள் புகுமளவிற்கு ஒரு குழாய் போன்ற பள்ளம் இருந்தது. அதைக் கவனித்த ஜெய், ஆறு என்று கூறியவாறு உடனே அந்தப் பள்ளத்தில் குதித்தான்.

“ஜெய், கதவின் சாவிகளை அதிலிருந்து எடுத்தவுடன் மூடிக்கொள்ளும். சாவித் துளைகள் ஒளியை பெருக்கும்தன்மைகொண்ட பேழைகளால் உருவாக்கப்பட்டிருக்கின்றன. துளை வழியாக வரும் மெல்லிய வெளிச்சம் குவிக்கப்பட்டு அந்தச் சிலையின் கண்களில் விழும்.

அப்பொழுது அந்தச் சிலையின் கண்கள் நிறம் மாறும். இது கதவு மூடிக்கொண்ட இரண்டாவது நொடி நடைபெறும். அதாவது, சரியாக நீ சாவியை கதவிலிருந்து எடுத்த நான்காவது நொடி அந்த நிகழ்வு நடைபெறும். அதற்குள் இனி அந்த சாவித் துளையை கைகளால் மூடிவிட வேண்டும். அடுத்து அதை மூடிய அடுத்த நொடி அந்தச் சிலை அங்கிருந்து நகரும். அந்தச் சிலை இருந்த இடத்தில் ஒரு வழி திறக்கும், உடனே அதில் குதித்து விடு. மொத்தம் சாவியை எடுத்து உள்ளே செல்ல இரண்டு நொடி, சாவித் துளையை அடைக்க இரண்டு நொடி, சிலை நகர ஒரு நொடி, வழியில் கீழே குதிக்க இரண்டு நொடி மொத்தம் ஏழு நொடி, அவ்வளவுதான்" என்று தன் அப்பா கூறியிருந்ததை அப்படியே செய்தான். ஆனால் ஜெய்க்கு இன்னும் ஒரு நொடி மீதமிருந்தது.

பள்ளத்தில் விழுந்த ஜெய் ஒரு குழாய்போன்ற வழியாக முப்பது அடிக்கும் கீழே விழுந்தான். "முப்பது அடிகளென்றதும் பயப்பட வேண்டாம். நீ விழும் இடத்தில் மணல் குவித்திருப்பார்கள். அந்த இடத்தில்தான் சுரங்கப் பாதையிருக்கும். அதை இப்பொழுது தேட வேண்டாம்." என்பது ஆண்டாளின் கட்டளை. கீழே விழுந்தவனின் தோள்ப்பட்டை சற்று வலியை உணரச் செய்தது. தன் கையால் தோள்ப்பட்டையை தேய்த்துவிட்டான். எழுந்து பார்த்தான். அவன் விழுந்த இடத்தில் கீழே சாய்வாக ஒரு கண்ணாடி இருந்தது.

கருவறைக் கதவுகளின் சாவித் துளைகளின் வழியாக வந்த வெளிச்சம் அந்த பளிங்குச் சிலையில் பட்டு, பெரும் ஒளியாக பெருக்கம் அடைந்து, கீழே இருந்த குழாய் வழியாக பயணித்து ஜெய் விழுந்த இடத்திலிருந்த கண்ணாடியில் விழுந்தது. அந்த ஒளி அவனை முன்னால் செல்ல வழிகாட்டியது. நேராக ஒரு குறுகிய பாதை இருந்தது. சுமார் பத்து அடிகள் சென்றதும் அந்தப் பாதை சாலை போன்று விரிந்து, சில அடியில் ஒரு சுவரில் சென்று நின்றது. அது எதனால் செய்திருக்கிறார்கள், சுற்றி என்ன இருக்கிறது என்றெல்லாம் ஆராய நேரமில்லை அவனுக்கு. நேராக சென்று அந்தச் சுவரின் முன்னால் நின்றான் ஜெய்.

"நன்றாக நினைவு வைத்துக் கொள், நீ நிற்குமிடம் ஒரு பெரிய பாதாள கிணறுக்குமேல். இந்த இடத்தில் யாராவது தவறுதலான முறையில் முயற்சி செய்தால் மொத்தப் பொருளும் இடிந்து கீழே பாதாள கிணற்றில் விழுந்துவிடும். அதன் ஆழம் எல்லாம் எனக்குத் தெரியாது. எப்படிப் பார்த்தாலும் அந்த பாதாளக் கிணற்றை ஐந்து வருடங்கள் தோண்டியிருப்பார்கள். அப்படியென்றால் அதன் ஆழம் எவ்வளவு இருக்குமென்று நீயே கணக்கு போட்டுக்கொள். நன்றாக நினைவில் வைத்துக்கொள், அந்த இடத்தில் நிற்கும்பொழுது காலில் செருப்பு இருக்கக்கூடாது. சரியாக, இரண்டு கால் அடையாளம்

இருக்கும் இடத்தில்தான் நீ நிற்க வேண்டும். உன் உருவத்தால்தான் அந்தச் சுவர் திறக்கும். உன் முகநிழல் சரியாக உயரத்தில் பொருந்த வேண்டும். அந்தக் கதவில் இருக்கும் பூட்டுடன் பொருந்த வேண்டும்”

ஜெய் அந்தக் கண்ணாடியில் பிரதிபலித்த ஒளியை மறைத்தவாறு, கைகளை உடலோடு சேர்த்தவாறு, மார்பை நிமிர்த்தி நேராக, அந்த காலடி அடையாளத்தில் நின்றான். அந்த ஒளி அவன்மேல் பட்டு, அவன் உருவம் அந்தச் சுவரில் நிழலாகத் தெரிந்தது. அப்பொழுது அவன் உடலில்பட்ட ஒளி நிழலாக எதிரே இருந்த சுவரில் படிந்தது. அதில் தலை உருவாக்கிய நிழலின் ஓரங்களில் திடீர் விரிசல் ஏற்பட்டது.

“அப்பா... பொருந்திடுச்சு” என்று பெருமூச்சு விட்டுக் கொண்டான்.

ஜெய்யின் தலைப் பிம்ப ஓரங்களில் விரிந்த சுவர் தொடர்ந்து அவன் முழு நிழலிலும் விரிந்தது. அந்த நிழல் படிந்த பகுதி கதவுபோலத் திறந்தது. அந்தக் கதவு அவன் நிழலுடன் ஒத்திருந்ததால் உடலைச் சுருக்கி, தலையைக் குனித்து அந்தக் கதவைத் தாண்டி உள்ளே செல்லவேண்டியிருந்தது. உள்ளே சென்றான்.

அந்தப் பகுதியை அடுத்து ஒரு அடி தூரத்தில் இன்னொரு கதவு ஒன்றும் இருந்தது. மேலே கருவறையிலிருந்த ஒளி அந்தக் கதவில் பட்டு அதன் நிறம் பழுப்பு என்று உணர்த்தியது.

“அந்தக் கதவிற்கு கைப்பிடி இருக்காது. நேராக உன் இரு கையாலும் உள்நோக்கித் தள்ளு. அது திறக்கும். புதிதாக வருபவர்கள் அந்தக் கதவில் எதுவும் பூட்டு இருக்குமோ என்று குழப்புவதற்காகத்தான், வேறு ஒன்றுமில்லை”

முன்னால் இருந்த கதவில் மெதுவாக கையை வைத்துத் தள்ளினான். திறக்கவில்லை. இன்னும் வேகமாகத் தள்ளினான். திடீரென்று கதவு கீழ்நோக்கி நகர்ந்தது. அந்தக் கதவின் வழியாக உள்ளே சென்றான். அந்தப் பாதை ஒரு குறுகிய பாதையாக முன்னே சென்றது. பின்னால் வந்த வெளிச்சம் மங்கியிருந்தது. காற்று இல்லாத அறை என்பதால் இன்னும் சில நிமிடங்களில் அந்த இடத்தைவிட்டு வெளியே செல்லவில்லை என்றால் மூச்சுத் திணறல் வர வாய்ப்பிருக்கிறது என்று தோன்றியது. அடைத்துக் கிடந்த காற்றினால் கண்ணை உறுத்தும் நெடி பரவியிருந்தது. அந்தக் குறுகிய பாதை அங்குமிங்குமாக வளைந்து பத்து அடி தூரம் சென்றது.

அதுவரை இருளில் நடந்தவனுக்கு ஒரு பெரும் வெளிச்சம் காத்திருந்தது. அவன் கண்களை கூசச் செய்யும் வெளிச்சம். மனதை மணக்கச் செய்யும் வெளிச்சம். சுற்றி நிறைந்திருந்த துர்காற்றை முழுதாக விழுங்கும் வெளிச்சம்.

உள்ளே சென்றவன் பிரமித்து நின்றான். அங்கே கட்டுக்கடங்காத வைரங்களும் தங்கமும் வைடூரியங்களும் வெள்ளிகளும் மின்னிக்கொண்டிருந்தன. அவை ஒளியை பிரதிபலிக்கவில்லை. ஒளியை உருவாக்கிக் கொண்டிருந்தது. மெய்மறந்து நின்றான் சில நேரம்.

“இதைவைத்து இந்த நாட்டையே விலைக்கு வாங்கலாம்” என்று சொல்லிக்கொண்டான். அவற்றை கைகளில் எடுத்துப் பார்க்கவும் அவற்றின் மதிப்பையும் அறிய பெரும் ஆவலிருந்தது அவனுக்கு. ஆனால் நுரையீரலுக்குச் சென்றுவந்த மூச்சு சற்று தடுமாறச் செய்தது. அந்தத் தடுமாற்றம் அவனுக்கு நினைவூட்டியது, பிராண வாயுவின் அளவு குறைய ஆரம்பித்திருக்கிறது.

“இன்னும் சில நிமிடங்களில் இந்த இடத்தைவிட்டு வெளியே சென்றாக வேண்டும்” அவன் மூச்சு, ஓடத் தயாராகும் குதிரைபோல திமிறிக்கொண்டு வெளியே வந்தது.

வெளியே வரத் தயாரானான் ஜெய்.

“உன் உருவம் அந்த பாதுகாப்பு அறையில் சாவியோடு பொருந்திவிட்டால் திரும்பி வருவதற்கு பயப்பட வேண்டாம். நீ அருகில் வந்தாலே கதவுகள் திறந்துகொள்ளும். ஆனால் ஒருமுறை ஒரு கதவைவிட்டு வெளியே வந்தால், கதவுகள் தானே மூடிக்கொள்ளும். மீண்டும் அந்தக் கதவு திறக்காது. மறுபடியும் ஆரம்பத்தில் கருவறை வழியாக எப்படி வந்தாயோ அப்படித்தான் வர வேண்டும். அந்த முப்பது அடி குழாய் வழியை கடக்க, குழாய் ஓரமாக சின்னச்சின்ன படிக்கட்டுகள் இருக்கும். இறுதியில் கருவறைக் கதவை மட்டும் எப்படித் திறந்துவந்தாயோ அப்படியே வெளியே செல்லவேண்டும். அதாவது, சாவியை அந்தத் துளைகளில் பிணைத்து ஒரே நேரத்தில் சுழற்ற வேண்டும். கதவு திறக்கும். பிறகு சாவியை எடுத்த இரண்டாவது நொடி நீ வெளியே சென்றுவிட வேண்டும். ஆனால் கதவில் சிக்கிக் கொள்ளாமல் இருந்தால் எத்தனை முறை வேண்டுமானாலும் முயற்சிக்கலாம். ஆனால் அது நமக்கு சிரமம், ஒரு முறைதான்.” என்று உறுதியாகச் சொல்லியிருந்தார் ஆண்டாள்.

மீண்டும் கருவறையை அடைந்த ஜெய், அதன் வெளிக்கதவுகளைத் திறந்தபொழுது கதவின் வெளியே கார்த்திக்கும் சிவாவும் பதட்டத்துடன் நின்று கொண்டிருந்தனர்.

“என்ன ஆச்சுடா, நாங்க பயந்துட்டோம். எவ்வளவு நேரம் கதவைத் தட்டுனோம். கதவை உடைக்கலாமா என்று யோசித்துக் கொண்டிருந்தோம்” என்றான் கார்த்திக்.

“உடைத்துவிடுவீர்களா? முடியுமா?” என்று சத்தமாகச் சிரித்தான் ஜெய்.

"உங்களால முடியாது கார்த்திக், இது என் பாட்டன் கட்டியது. இந்தக் கடவுள் யாரு தெரியுமா?" அந்த பளிங்குச் சிலையைக் காட்டிபடி கேட்டான் ஜெய்.

"அவருதான் மூப்பர். இந்த ஊரோட உண்மையான பெயர் என்ன தெரியுமா? பூம்பொழி. நாங்கள் யார் தெரியுமா? இந்த மண்ணின் பிள்ளைகள்" என்று சத்தமாகக் கூறியவண்ணம் இரண்டு கைகளையும் சாவியில் வைத்து இழுத்தபடி கருவறையை விட்டு வெளியே வந்தான். தன் பழைய கதைகள் சொல்லும் ஆர்வத்தில் அந்தக் கதவுகளைத் தாண்டி அவன் வெளியே வரும்பொழுது நேரக் கணக்குகள் எல்லாம் தெரியவில்லை.

35

மூந்நூறு ஆண்டுகளுக்கு முன்னால், அந்த ஊருக்கு கன்னியாகுமரி என்று பெயர் சூட்டப்படாத காலம். அந்த நாடு, நாஞ்சில் நாடு என்றும் வீநாடு என்றும் அறியப்பட்டன. உண்மையில், அந்தக் காலம் நாஞ்சில் நாட்டின் கரி காலம் என்றும், தமிழக வரலாற்றிலிருந்து மறைக்கப்பட்ட காலமும் ஆகும். ஜாதி வெறிகளில் அதிகபட்சக் கொடுமைகள் அரங்கேறின. எங்கு பார்த்தாலும் சண்டைகள், மரண ஓலங்கள் என்று நிகழ்ந்தன. ஆங்கிலேய கிறிஸ்த பாதிரியார்கள் நாஞ்சில் நாட்டிற்குள் குடியேற ஆரம்பித்த காலம் அது.

அந்தக் காலத்தில்தான் கேரளாவிலிருந்து நாஞ்சில் நாட்டிற்குள் வந்தவர்கள் தங்களை கடவுளின் முதல் பிள்ளைகள் என்று காட்டிக்கொண்டும், உயர்ந்த ஜாதி என்று சொல்லிக் கொண்டும் அப்பொழுது நாஞ்சில் நாட்டை ஆண்டுவந்த கேரள வர்மாவின் அவையில் பொறுப்புகளில் அமர்ந்துகொண்டு அதிகார ஆட்டம் போட்டனர். ஆட்டம் என்றால் சாதாரண ஆட்டம் அல்ல, கொலைவெறி ஜாதி ஆட்டம்.

கேரளாவிலிருந்து நாஞ்சில் நாட்டில் குடியேறிய சில இனத்தார்கள் தங்களை பிராமணர் என்று அடையாளப்படுத்திக் கொண்டனர். மாமிசம் உண்ணும் பிராமணர்களாக அடையாளம் காணப்பட்ட அவர்கள், எங்களைத் தவிர மற்றவர்கள் தாழ்ந்த ஜாதிக்காரர்கள் என்ற மாயையை உருவாக்க ஆரம்பித்தனர். அத்தோடு அவர்கள்

களியாட்டம் நிற்கவில்லை. பல வழிகளில் அரசுப் பதவியில் இருப்பவர்களை தங்கள் கைக்குள் போட்டுக்கொண்டு பல சட்டங்கள் விதித்தனர்.

அதில் ஒன்றுதான், தாழ்த்தப்பட்டதாக கருதப்படும் பதினெட்டு ஜாதிகள். இடுப்பிற்கு மேல் மேல்சட்டை அணியக்கூடாது என்ற சட்டம். அது ஆண்களுக்கு மட்டுமில்லை, பெண்களுக்கும் பொருந்தும்.

முதலில் அந்த தாழ்த்தப்பட்ட ஜாதியைச் சேர்ந்த பெண்கள், மேல் ஜாதியைச் சேர்ந்தவர்களைப் பார்க்க நேர்ந்தால் மார்புத் துணியை கழட்டி மார்பகங்களை அவர்களுக்குக் காட்ட வேண்டும். இது அந்த உயர் ஜாதி மக்களுக்கு செய்யும் மரியாதை என்று கூறினர். அவ்வாறு செய்யாதவர்களை அந்த இடத்தில் வைத்து அடித்து உதைத்தனர்.

போகப்போக அதைச் சட்டமாக மாற்றினர். தாழ்ந்த ஜாதிப் பெண்களும் இடுப்பிற்குமேல் உடை உடுத்தக்கூடாது. அவ்வாறு உடுத்தினால் அது குற்றம் என்று சட்டத்திருத்தம் செய்தனர். அவ்வாறு உடை உடுத்தியவர்களை கொலை செய்யவும் ஆரம்பித்தனர்.

இதைப் பொறுத்துக்கொள்ள முடியாத மக்கள் சில இடங்களில் அரசுக்கு எதிராகப் போராட ஆரம்பித்தனர். அந்த வேளையில்தான் கிறிஸ்தவ மதத்தைப் பரப்ப வந்த பாதிரியார்கள் இந்தக் கொடுமைகளை எல்லாம் தங்களுக்கு எதிராகப் பயன்படுத்த ஆரம்பித்தனர். மதம் மாறி கிறிஸ்தவ மதத்திற்கு வந்தால் இந்தக் கொடுமைகளிலிருந்து விடுவிக்கிறோம் என்று மனம் மாற்ற ஆரம்பித்தனர். அதைச் செய்யவும் செய்தனர்.

ஆனால் மதம் மாறாதவர்கள் இன்னும் இன்னும் கொடுமைப்படுத்தப்பட்டனர். அப்பொழுதுதான் அந்த "தோள்ச்சீலை போராட்டம்" ஆரம்பமானது. அந்த தோள்ச்சீலை போராட்டத்திற்கு வைகுண்டர் ஆதரவு தெரிவித்தார். அவரைப் பின்பற்றியவர்கள் 'அய்யா வழி' என்று அழைக்கப்பட்டனர்.

"தோளில் சீலை இல்லாமல் என்னைப் பார்க்க வரக்கூடாது" என்று கட்டளை பிறப்பித்தார் அவர். பலர் இதற்காக உயிரைத் தியாகம் செய்ய ஆரம்பித்தனர்.

அப்படிப்பட்ட காலத்தில் கேரள வர்மாக்கள் ஆட்சியின்கீழ் இருந்த ஒரு சிறு கிராமம்தான் பூம்பொழி. இப்பொழுது பூந்தோப்பு என்று அறியப்படும் ஊருக்கு அந்தக் காலத்தில் பூம்பொழி என்ற பெயர் இருந்தது. சிறு கிராமம் என்பதாலும் கடற்கரை கிராமம் என்பதாலும் மன்னர் கண்களில் அவ்வளவு படாத கிராமமாக இருந்தது.

அப்பொழுது, வெள்ளி உருகி ஓடியதுபோல சலசலப்புடன் ஓடிக்கொண்டிருந்த பழையாற்றைப் பார்ப்பதற்கு கோடிக்கண்கள் வேண்டும். கடற்கரை ஒட்டியே இருந்தது அந்த ஆறு. எனவே அப்பொழுது பூம்பொழியை இரண்டாக பழையாற்றால் பிரிக்க முடியவில்லை.

தாழ்ந்த இனமாகக் கருதிய பதினெட்டு ஜாதிகளில் சில ஜாதி மக்கள் மட்டுமே வாழ்ந்து வந்த ஊர் அது.

மீன் வாசமும், உப்புக் காற்றும் வீசிக்கொண்டிருந்தாலும் ஆற்றின் பாய்ச்சலால் கடற்கரை மணலிலும் தென்னை மரங்கள் வளர்ந்திருந்தன. மொத்தம் இரு நூறு குடும்பங்கள் வாழ்ந்து கொண்டிருந்த ஊர் அது. கடற்கரையின் ஓரத்திலிருந்தாலும் விவசாயத்தை நம்பியே இவர்கள் வாழ்கை இருந்தது.

இப்பொழுது வயல்வெளிகளாக இருந்த இடங்கள் அவர்கள் குடியிருப்பாகவும் பல்வேறு காய்கறிகள், வாழைப்பழங்கள் சாகுபடி செய்யும் இடமாக இருந்தது.

இந்த உயர் ஜாதி மக்களின் கொடுமை நாடு முழுவதும் பரவியிருந்ததால், பூம்பொழி பெண்களும் தங்கள் கிராமத்திலேயே முடங்கிக் கிடந்தனர். விருந்துக்குக்கூட வெளியூர் செல்வதைத் தவிர்த்து வந்தனர். இன்னும் அந்த ஊரில் உயர் ஜாதி மக்கள் குடி வராததால் பூம்பொழி பெண்கள் ஊருக்குள் தோள்ச்சீலையுடன் இருப்பது அண்டை கிராம மக்களுக்கு கூடத் தெரியாமல் இருந்தது.

விவசாயம் செய்த காய்கறிகளை வீட்டிலுள்ள ஆண்களே சுமந்து சென்று சந்தையில் விற்று வந்தனர். பூம்பொழியிலிருந்து பதினைந்து மைல்கள் தூரத்திலிருந்தது அந்த பொற்றையடி சந்தை. தலையில் காய்கறி மூட்டைகளைச் சுமந்துகொண்டு முந்தைய நாள் இரவே நடந்து செல்ல ஆரம்பிப்பார்கள். பதினைந்து மைல்கள் நடந்து மறுநாள் வியற்காலையில் அந்த சந்தையை அடைவார்கள். பிறகு கொண்டுவந்த பொருட்களை சந்தையில் விற்றுவிட்டு அன்று இரவு அங்கிருந்து வீட்டிற்குத் திரும்பி நடந்துவருவார்கள். இதுவே வழக்கமாக இருந்தது.

தோள்ச்சீலை போராட்டம் ஆரம்பித்தபிறகு, அங்கே வியாபரம் செய்யவரும் கீழ்ஜாதிப் பெண்களில் சிலர் தோள்ச்சீலையுடன் சந்தைக்குள் வந்தனர். இதைப் பொறுக்கமுடியாத உயர் ஜாதியினர், வளைந்து நீளமாக உள்ள அரிவாளால் அவர்களின் தோள்ச்சீலையை கிழித்து எறிய ஆரம்பித்தனர். பொதுவாக, அந்த அரிவாள் நெல் நாற்றுகளை அறுக்கப் பயன்படுத்தி வந்தனர். அவ்வாறு ஒருமுறை ஒரு பெண்ணின் மார்புத்துணியை அறுக்க முயலும்பொழுது, அந்த

அரிவாள் முனையில் அந்தப் பெண்ணின் தாலிக் கயிறும் சிக்கிக் கொண்டு துணியோடு அறுந்து வந்தது. அப்பொழுதெல்லாம் தாலிக்கயிறு உயிரினும் மேலாகக் கருதப்பட்டது. இதனால் கொதித்து எழுந்த மக்கள் கலவரத்தில் ஈடுபட்டனர். இதில் சிலர் உயிரையும் விட்டனர். அந்த நிகழ்விற்குக் காரணமான மேல்குலத்தோர் எனப்பட்டவர்களை அந்தச் சந்தையை விட்டு அடித்துத் துரத்தினர்.

அவர்கள் சந்தையில் வியாபாரம் செய்வதால்தானே இவ்வாறு மிருகமாக நடந்து கொள்கிறார்கள். இனி அந்தச் சந்தை எங்களுக்கு வேண்டாம் என்று அந்த சந்தையை புறக்கணித்தனர் மக்கள்.

எங்கள் காய்கறிகளை எங்கே வைத்தாலும் வியாபாரம் ஆகும் என்று சந்தையின் வெளியே வைத்து வியாபரம் செய்ய ஆரம்பித்தனர். இதனால் கோபமடைந்த மேல் ஜாதியினர் அவர்கள் வியாபாரத்தைக் கெடுக்க நினைத்தனர். அவ்வப்பொழுது அந்த இடங்களில் தொடர்ந்து கலவரங்களை உருவாக்கிக்கொண்டே இருந்தனர். இதனால் வியாபாரம் முடங்க ஆரம்பித்தது. கொண்டுவந்த காய்கறிகளை சிலநாட்கள் அங்கேயே தங்கியிருந்து விற்றுவிட்டு வீடு திரும்பவேண்டிய நிலை ஏற்பட்டது. மேலும் அந்த தாலி அறுப்பு நிகழ்விற்குப் பிறகு பொற்றையடி சந்தை, தாலியறுத்தான் சந்தை என்று பெயர் பெற்றது.

36

அந்த பூம்பொழி கிராமத்தில் இருந்த இருநூறு குடும்பங்களும் உறவினர்கள்போல பழகி வந்தனர். அவர்களுக்கு இடையில் எந்த ஜாதி, மதங்களும் குறுக்காக இருந்ததில்லை. உண்மையில் சொல்லவேண்டுமென்றால், பூம்பொழியில் வழிபட ஒரு கோயில், குளம்கூட இருந்ததில்லை. தனித்தனியாக அவரவர்களுக்குப் பிடித்த கடவுளை வீட்டிலேயே வழிபட்டு வந்தனர். அறுவடை செய்யும் நாள் மட்டும்தான் அவர்களுக்குத் திருநாளாக இருந்தது. ஒரு குடும்பத்தில் எதுவும் விசேச நிகழ்ச்சி என்றால் மற்ற மக்கள் குழந்தை முதல் அனைவரும் கூடிக் கொண்டாடுவார்கள்.

அந்தப் பூம்பொழியில் அறுபது வயது முதியவர் பெயர் சுப்ரமணிய நாடார். அவர் மனைவி பெயர் நாச்சி. நாச்சி என்பது கோதை என்ற பெயர்கொண்ட ஆண்டாள் என்ற பெண் தெய்வத்தின் இன்னொரு பெயர். சிறுவயதிலேயே இருவருக்கும் திருமணம் நடந்திருந்தாலும் அறுபது வயது வரை குழந்தை இல்லாமல் இருந்தனர்.

இவ்வளவு வருடங்களுக்குப் பிறகு இப்பொழுதுதான் சுப்ரமணியன் மனைவி கருத்தரித்து ஒரு ஆண் குழந்தையைப் பெற்று எடுத்தாள். வயதான காலத்தில் குழந்தை பிறந்ததால் மூப்பருக்கு குழந்தை பிறந்திருக்கிறது என்ற கிண்டல் பேச்சு ஊருக்குள் பரவியது.

பூம்பொழியில் மூப்பர் என்றால் வயதானவர் என்று பொருள்.

“நம் தாய்மார்கள் தங்கள் மார்பகங்களை மற்றவர்களுக்கு காட்டிக்கொண்டு நடந்தால் நாம் எல்லாம் ஆண்களாகப் பிறந்து என்ன பலன்? அதனால் அவர்கள் வீட்டிலேயே இருக்கட்டும். இந்த ஊரைவிட்டு எந்தப் பெண்களும் வெளியே செல்ல வேண்டாம் என்பது என் முடிவு” என்று ஊர் மக்களுக்குத் தன் முடிவை முதலில் சொன்னவர் அவர்தான்.

“இதனால் நம் பெண்களை அடுப்படியில் படுக்கச் சொல்லவில்லை. என்னைப் பொறுத்தவரை மானத்தைவிட சிறந்தது ஏதுமில்லை. மானம் பறிபோகும் சூழ்நிலை வந்தால் மரணமே சிறந்தது.” என்றார்.

சுப்ரமணியும் மற்றவர்கள்போல் காய்கறிகளை தலையில் சுமந்து சந்தைக்குச் சென்று வருவது வழக்கம். அதுவும், அவருக்கு விவசாயத்தில் மிளகாய் பயிரிடுவது என்றால் தண்ணீர் பட்டபாடு. ஒருமுறை கூட அவரின் மிளகாய் விவசாயம் அவரை ஏமாற்றியது இல்லை.

முந்தைய காய்களில் தேர்ந்தெடுத்த சிறந்த காயை செடியிலேயே பறிக்காமல் பழுக்க விடுவது அவர் வழக்கம். அந்த மிளகாய்கள் பழுத்ததும் அதைப் பறித்து அதன் விதைகளை தனியாக எடுத்து வெயிலில் உலரவைப்பார். முளைக்கும் அளவிற்கு நன்றாக உலர்ந்த விதைகளை நன்கு உரமூட்டப்பட்ட கரிசல் மண்ணுடன் கலந்து அதை பாதுகாப்பாக எடுத்து வைப்பார். இவ்வாறு ஒவ்வொரு மிளகாய் காய்க்கும்பொழுதும் இந்த விதைகளை தன் அடுத்த விவசாயத்திற்குப் பயன்படுத்தலாமா என்று முழுவதுமாக ஆராய்ந்து காய்களைப் பறிப்பார்.

பிறகு மிளகாய் நிலத்தில் நடும் காலம் வந்ததும் அதற்கான ஒரு இடத்தை தேர்வு செய்வார். அந்த இடத்தில் விதைகளை விதைக்கும்வண்ணம் மண்ணை உரமிட்டுத் தயார் செய்வார்.

அவர் உரம் தயார் செய்வதே அழகுதான். தங்கள் வீடுகளில் வளரும் பசு மாடுகளின் சாணியை வெயிலில் உலரவைப்பார். சுத்தமாக அந்தச் சாணியிலிருந்து ஈரப்பதம் போகும் வரை அதை வெயிலில் உலரவிடுவார். அதுவும் நான்கு, ஐந்து நாட்கள் வெயிலில் உலரும்.

வெயிலினால் சாணியில் இருக்கும் எல்லாப் பூச்சிகளும் செத்துப் போகும் என்பார். பிறகு அதை ஒரு மரக்கட்டையால் பொறுமையாக சிறுசிறு துகள்களாக தூளாக்குவார். அதற்கு அவருக்குச் சில நாட்கள் ஆகும். பிறகு அந்தச் சாணியில் நன்றாகச் சலிக்கப்பட்ட ஆற்று மணலைச் சேர்ப்பார். ஆற்று மணலைச் சேர்த்தால் எறும்பு போன்ற பூச்சிகள் உரத்தை எதுவும் செய்யாமல் இருக்குமாம்.

அந்த உரத்தை விதைகள் விதைக்கும் இடத்தில் தூவுவார். பிறகு அதன்மேல் பதப்படுத்தப் பட்ட விதைகளைத் தூவுவார்.

“விதைகள் எப்பொழுதுமே நிலத்திற்கு மேலே இருக்கக்கூடாது. நிலத்திற்குக் கீழே இருக்க வேண்டும். இல்லையென்றால் விதைகளில் சில முளைக்காமல் போக வாய்ப்பிருக்கிறது” என்றவாறு, தூவிய மிளகாய் விதைகளின் மேல் எடுத்துவைத்த கரிசல் மண்ணைத் தூவுவார். விதைகள் மண்ணில் புதைந்துபோகும்.

சில நாட்கள் விதைகளை நீர் இல்லாமல் உலரவிடக் கூடாது. ஐந்து நாட்களில் மிளகாய் முளைத்து நிலத்தைவிட்டு வெளியே வந்துவிடும். அதன்பிறகு மூன்று நேரம் அந்தச் செடிகளுக்கு தண்ணீர் தெளிக்க வேண்டும். ஆனால் சில நாட்களுக்கு எந்த உரமும் போடக் கூடாது. அது தானாக வளர வேண்டும். அப்படியென்றால்தான் அது எளிதில் பட்டுவிடாமல் நன்றாக வளரும். பதினைத்து நாட்களில் அது அரைச்சாண் வளர்ந்து முழுச் செடியாகியிருக்கும். அதைப் பிடுங்கி பாத்திகளில் நட வேண்டும்.

எல்லாவற்றிற்கும் பொறுமைதான் வேண்டும். விதைகள் செடிகளானதும் மிளகாய்ச் செடிகளை நட பாத்திகள் செய்வார். மண்ணைக் கிளர்த்தி உரமிட்டு செடிகள் வளர்வதற்குத் தோதாக பாத்திகள் வெட்டுவார். அதில் மிளகாய்ச் செடிகளை சீரான இடைவெளியில் நடுவார். பிறகு தினமும் இருமுறை அதற்குத் தண்ணீர் ஊற்றுவார். மாதத்திற்கு ஒருமுறை உரம் வைக்க வேண்டும், மாதத்திற்கு ஒருமுறை மரங்களில் கிளைகளை காய்கறிகள்போல கத்தரித்து அந்த மிளகாய் பாத்தியில் பரத்துவார்.

செடிகள் வளர ஆரம்பிக்கும். அடுத்த மூன்றாவது மாதம் அது பூக்கும். ஒவ்வொருமுறையும் ஒவ்வொரு செயலையும் தன் மகனுக்குச் செய்வதைப் போல செய்வார். விவசாயத்தில் அவர் ஒரு மேதை என்றே சொல்லலாம்.

இப்படிச் சென்றுகொண்டிருந்த அவர்கள் பூம்பொழியில் முதன்முறையாக தோள்ச்சீலை என்ற கோரப்புயல் முழுமையாக வீசியது. சுப்ரமணியன் என்ற ஒரு சாதாரண விவசாயியை மூப்பராக மாற்றிய நிகழ்வு அது.

அப்பொழுது குழந்தை பிறந்து இரண்டு வருடங்கள் ஆகியிருந்தது. அவர் மகனுக்கு இன்னும் பெயர்கூட வைக்கவில்லை. பொதுவாக, அவர்கள் குழந்தையின் மூன்றாவது வயதில் பெயர்வைப்பதுதான் வழக்கம். மகனே, சாமியே என்றெல்லாம் வாயில் வரும் பெயரை வைத்து அழைத்துக் கொண்டிருந்தார்கள்.

மனைவியுடனும் அந்த ஊர்ச் சாமியாருடனும் சேர்ந்து பேசி சிம்ம ராசியில் ‘ப, பா, பூ, போ” போன்ற எழுத்துகளில் ஆரம்பிக்கும் இரண்டு பெயர்கள் தேர்வுசெய்து வைத்திருந்தனர். அதாவது அப்பாவிற்குப் பிடித்த பெயர் பகலன், அம்மாவிற்குப் பிடித்த பெயர் பருதி. தங்கள் மகனை இருவரும் அவரவருக்குப் பிடித்த பெயரில் அழைத்து வந்தனர்.

ஒருநாள் சுப்ரமணியன், தன் விளைவித்த மிளகாய்களை பறித்துக் கொண்டு மூட்டையில் கட்டி சந்தைக்குப் புறப்பட்டார். மிளகாய் மூட்டை நிறைய இருந்ததால் கண்டிப்பாக திரும்பி வர இரண்டு நாளாகும் என்று சொல்லிவிட்டு தன் மனைவி மற்றும் குழந்தையிடமிருந்து விடைபெற்றிருந்தார்.

அவர் சென்ற பிறகு, இரவில் தன் மகனை உறங்க வைத்துவிட்டு நிம்மதியாக உறங்கச் சென்ற நாச்சிக்கு அன்று காலை விடியல் அவ்வளவு நிம்மதியாக இல்லை. தன் மகன் பருதி குளிர் ஜுரத்தால் நடுங்கிக் கொண்டிருந்தான். அன்று முழுவதும் எவ்வளவு கைவைத்தியம் பார்த்தும் தன் மகனுக்கு உடல் சரியாகவில்லை. அடுத்த நாள் காலையில் ஜுரம் இன்னும் அதிகமாக, வலிப்பு வந்து துடிக்க ஆரம்பித்தான். அதற்குமேல் பொறுமையாக இருக்க நாச்சியால் முடியவில்லை. மகனை தோளில் போட்டுக்கொண்டு வைத்தியர் வீட்டை நோக்கி நடக்க ஆரம்பித்தாள். அருகில்தான் என்பதால் யார் உதவியையும் நாடவில்லை அவள்.

இதுவரையில் ஜாதிப் பெயரைச் சொல்லி பெண்களின் மானத்தை மானியமாக வாங்கிக் கொண்டிருந்த அந்த உயர் ஜாதி என்று சொல்லித் திரிந்த மக்கள், பூம்பொழிக்குள் வரவில்லை என்ற நிம்மதியில் இருந்த அந்த ஊர் மக்களுக்கும் முதன்முதலில் பேரதிர்ச்சி காத்திருந்தது.

மேல்குலத்தோர் எனப்படும் அவர்களில் நால்வர், தனித்தனி குதிரைகளில் அவள் செல்லும் பாதைக்குக் குறுக்காக வந்தனர். அவர்கள் பசிக்கு நாச்சிதான் பூம்பொழியில் முதல் இரை என்று தெரிந்தது. விடியற்காலை என்பதால் அவள் சென்ற பாதை மக்கள் ஓட்டமின்றி வெறுமனே கிடந்தது. சில குருவிகள் மட்டும் தூக்கம் கலைத்திருந்தது.

கையில் குழந்தையுடன் வேகமாகச் சென்று கொண்டிருந்தவளை அவர்கள் நிறுத்தினர். அவர்கள் நால்வரும் முண்டு எனப்படும் வேட்டியை தொப்புளுக்குமேல் வரை இழுத்து அணிந்திருந்தனர். தலையில் வளர்ந்திருந்த முடியை மேல்நோக்கிச் சுருட்டி கொண்டை அணிந்திருந்தனர். அந்தக் கொண்டையின் குறுக்கே சிகப்புநிறத் துணி ஒன்றைக் கட்டியிருந்தனர். மார்பில் சட்டையில்லை. மாறாக, ஒரு இடைத்துணியை தோளுக்குக் குறுக்காக மேலிருந்து கீழாக தொப்புள் மேல் அணிந்திருந்த வேட்டியில் பிணைத்திருந்தனர். வேட்டிகள் எல்லாம் கையால் நெய்யப்பட்ட பட்டு வேட்டிகள் என்று தெரிந்தது.

அவ்வளவு குளிரிலும் மகனின் உடல் உஷ்ணம் நாச்சியின் தோள்களில் படிந்து இருந்தது. வேகமாகச் சென்றுகொண்டிருந்த நாச்சியை மறித்து அந்த நால்வரின் குதிரைகளும் நின்றன.

“நாங்கள் வந்திருக்கிறோம். சீலையை உருவிக் கீழே போடாமல்

நிற்கிறாய்." என்று அதில் ஒருவன் கோபத்தில் குதித்தான். அவன் குதிரையின் முன்னம் கால்கள் எகிறி குதிரை கனைத்தது.

"ஐயா, மகனுக்கு உடல்நலம் சரியில்லை. தயவுசெய்து போகவிடுங்கள்" என்று கெஞ்சினாள்.

"உன்னை யார் போகவேண்டாமென்று சொன்னது. மேல் சீலையை அவிழ்த்துவிட்டுச் செல்" இன்னொருவன் சொன்னான்.

"தயவுசெய்து என்னைப் போக விடுங்கள்" நாச்சியின் கண்களில் நீர் வந்து முட்டியது.

"இறுதியாகச் சொல்கிறேன். இல்லை..." என்று வேட்டியில் அசைந்துகொண்டிருந்த உறையிலிருந்து வாளை உருவினான் மற்றொருவன். நாச்சி பயந்து குழந்தையின் தலையைப் பிடித்திருந்த ஒரு கையை எடுத்து மார்பை மூடினாள்.

அதைப் பார்த்து கோபம் கொண்டு, குதிரையில் இருந்த மற்றொருவன் தன் வாளை அவள் தோள்ச்சீலை மேல் வீசி சீலையை பலம்கொண்டு வெளியே இழுத்தான். நாச்சி எவ்வளவு பலம் பிடித்தும், கையில் குழந்தை இருந்ததால் ஒன்றும் செய்ய முடியவில்லை.

அவன் சீலையை இழுத்த வேகத்திற்கு ஈடு கொடுக்க முடியாமல் ஒருமுறை தன்னைத்தானே சுற்றி நின்றாள்.

தன் குழந்தையையும் மானத்தையும் காப்பாற்ற முடியாமல் திணறிய அவள், அடுத்த சில நொடிகளில் தன் இரு கைகளால் மார்பகத்தை மூடினாள். குழந்தை கைகளிலிருந்து நழுவி தரையில் விழுந்தது. தரையில் விழுந்த சிறுவன் தரையில் தவழ்ந்தவாறு அழ ஆரம்பித்தான். அதற்குள் சுற்றியிருந்த வீடுகளின் கதவுகள் திறக்க ஆரம்பித்தன.

"என்ன கைகளைக் கொண்டு மூடுகிறாய்?" என்று ஒருவன் சொல்ல, இன்னொருவன் "அவள் கைகளை வெட்டு" என்றான். அதைக் கேட்டதும் தன் கைகளை மார்பிலிருந்து எடுத்தாள் நாச்சி. கண்களைத் துடைத்தாள். பாய்ந்து சென்று அருகில் நின்றவனின் வாளைப் பட்டென்று பறித்தாள்.

"ஏன், என் மகனைப் பிடிக்காமல் என் முலைகளை மறைத்தேன் தெரியுமா, என் மகன் உயிரைவிட என் மானம் பெரிது. இப்பொழுது அது வெறும் சதை. என் மகனுக்குப் பால் கொடுத்த முலைகளை, என் மகன் முன்னாலே பார்க்க வேண்டுமா உங்களுக்கு? பார்க்க வேண்டுமா?" கண்கள் பெரிதாகிக் கத்தினாள் நாச்சி. கண்கள் சிவந்து அதில் நீர் நிறைந்திருந்தது. அவள் நெற்றியில் ஐந்து சுருக்கங்கள் நீள்கோட்டில் உருவாகியிருந்தது. புருவங்கள் நெற்றி மையம் வரை உயர்ந்திருந்தது.

இப்பொழுது சுற்றியிருந்த வீட்டிலிருந்து சிலர் வெளியே வந்தனர்.

“பார்க்க வேண்டுமா? வாங்கிக் கொள், நீ பார்த்த இந்த வெறும் சதைகள் எனக்கு வேண்டாம் இனி. உன் தாயிடமும் மகளிடம் சென்று கொடு” என்று கண்கள் சிவக்க, தலையை மேலும் கீழும் அசைத்தவாறு தன் இரு மார்பகத்தையும் அந்த வாளால் அறுத்து எறிந்தாள்.

அந்த நால்வரும் இப்படி ஒரு தாக்குதலை எதிர்பார்க்காமல் என்ன செய்வது என்றியாமல் திணறிப்போய் நின்றனர். நாச்சியின் மார்பகங்களிலிருந்து ரத்தம் தாரை தாரையாக ஓடியது. வாசலில் நின்ற மக்கள் வாயடைத்து நின்றனர்.

“என்ன தலைக்கனம், அவள் சதை யாருக்கு வேண்டும். அவள் துணிச்சல் வேண்டும். அவளைக் கொல்” என்று வாளை நாச்சியிடம் இழந்தவன் கத்தினான். நாச்சியோ, ஓடிய இரத்தத்தில் மயங்கி விழத் தயாரானாள். கண்கள் சுற்றிக்கொண்டு வந்தன. எதிரே நின்றவர்கள் கண்களிலிருந்து மங்க ஆரம்பித்தார்கள். தலைப்பாரம் அவளை மண் நோக்கிச் சரித்தது.

“யாராவது என் மகனைக் காப்பாற்றுங்கள்” என்று சுழன்று விழச் சென்றாள். அப்பொழுது ஒரு குரல் அவளுக்குக் கேட்டது:

“நாச்சீ...” என்று அந்தக் குரல் ஓடி வருவது அவளுக்கு பாதி மயக்கத்திலும் தெரிந்தது. “அவர் வந்துவிட்டார், என் கணவர் வந்துவிட்டார்...” என்று சுருண்டு விழுந்தாள். அதைப் பார்த்தவாறு ஓடி வந்த சுப்ரமணியன் அவளைத் தாங்கி பிடித்தார். மிளகாய் எடுத்துச் சென்ற நூல்சாக்கில் விற்றதுபோக மிஞ்சியிருந்த மிளகாய்களை கீழே கொட்டிவிட்டு, அந்த நூல் சாக்கையை அவள் மார்பகத்தைச் சுற்றி இழுத்துக் கட்டினார். மிளகாய் சுமந்த சாக்குப்பை என்பதால் மயக்கத்திலும் வலி தாங்காமல் கத்தினாள் நாச்சி. அன்று அவள் கதறிய அந்தச் சத்தம் பூம்பொழியையும் தாண்டி பல ஊர்களில் கூக்குரலாகக் கேட்டிருக்கும் என்பது உறுதி.

கோபத்தில் அருகில் கிடந்த வாளை கையில் எடுத்தார் சுப்ரமணியன். நிமிர்ந்து நின்றார். இடது கையிலிருந்த வாளை வலது கைக்கு மாற்றினார். நாச்சி மார்புகளை அறுத்த ரத்தம் வாளின் முனைகள் வழியாக உருண்டு ஓடியது. அந்த நால்வர் மீதும் பாய்ந்தார் அவர். இரண்டு நிமிடம், இரண்டே நிமிடத்தில் நால்வரின் உடலும் குதிரையிலிருந்து சாய்ந்தது. அந்த வாளை உறையில்லாமல் தன் வேட்டியில் செருகினார் சுப்ரமணி.

“எம் பெண்களின் மார்புகளைக் காணவேண்டி எவன் ஊருக்குள் வந்தாலும், இனி இதே நிலைதான்” என்று கத்தினார் அவர். அதற்குள் மக்கள் கூடிவிட்டனர். அவர் சொன்னதைக் கேட்டு இன்னொருவர் முன்னால் வந்தார் “நானும் இருக்கிறேன் சுப்ரமணி”.

அவர்தான் அந்த ஊரின் பயில்வான். அதற்கான சான்று அவர் உடல். பெருத்து, வைரம் பாய்ந்த உடல் போலிருந்தது.

"நான்தான் குஸ்தி முருகன்" என்றார் அந்தப் பயில்வான். அதற்குள் வைத்தியர் வர, நாச்சியையும் சிறுவனையும் அவர் வீட்டில் சேர்த்தனர். பூம்பொழியின் மொத்தக் குடும்பமும் வைத்தியர் வீட்டின் முன்னால் கூடியது.

'நமக்கு இது தொடக்கம்தான். ஆனால் ஒருவனையும் நம் ஊருக்குள்ளே இந்த நோக்கத்துடன் வரவிடக் கூடாது."

"ஆம், சுப்ரமணி..." என்றார் குஸ்தி முருகன்.

"வீட்டிலுள்ள ஆண் மகன்கள் ஒவ்வொருவரும் போராடப் போகிறோம். இது நம் நாடு. நம் பெண்கள். நம் மானம்" என்று கத்தினார் சுப்ரமணி.

"தயாரா?" என்று கூவினார் குஸ்தி.

"தயார்..." என்று ஆண்கள் பதிலுக்குக் கூவினர்.

"இனி, சுப்ரமணியன்தான் நம் தலைவன்" என்று மீண்டும் கூவினார் குஸ்தி.

"சுப்ரமணியன் வாழ்க... சுப்ரமணியன் வாழ்க..." என்று வாழ்த்துப் பாடினார்கள் மக்கள்.

"நண்பர்களே! நம்மில் ஜாதி இல்லை, உயர்ந்தவர் தாழ்ந்தவரில்லை. இங்கே ஆணென்று ஒருவன் இருக்கும் வரை நம் தாய்மார்கள், பெண்களின் மானத்தில் ஒரு துளியும் போய்விடக் கூடாது. மூப்பர் என்பதற்கு வயதானவர் என்று மட்டும் அர்த்தமில்லை, எல்லாவற்றிலும் மூத்தவர் என்று ஒரு பொருளும் உண்டு. சேனைகளின் தலைவர் என்ற பொருளும் உண்டு" என்று சொன்னவர்,

"இனி, இந்த பூம்பொழிக்கு மூப்பர் என்றே இருக்க விரும்புகிறேன்" என்று கையிலிருந்த வாளைத் தூக்கி ஆகாயத்தில் காட்டினார்.

"அந்த நான்கு பிணங்களையும் கடலில் எடுத்து வீசுங்கள். அந்த மீன்களுக்கு உணவாகட்டும்." என்று குஸ்தி கத்தினார்.

"இனி, நம் ஊருக்குள் வரும் ஒவ்வொருவரையும் கண்காணிக்க வேண்டும். நம் பூம்பொழியின் மிருகங்கள்கூட நமக்காக உளவு பார்க்கும். எதிரிகள் வருவதை அவை நமக்கும் உணர்த்தும். தவறான எண்ணத்தில் ஒருவன் நுழைந்தாலும் அவன் பிணத்தை மீன்கள் உண்ண வேண்டும்" என்று இன்னொருவர் குரல் கொடுத்தான்.

37

அன்று முதல் அமைதியாக இருந்த பூம்பொழியின் போக்கே மாறியது. "நம் ஊரில் எல்லா ஆண்களும் வாள் பயிற்சியிலிருந்து எல்லா போர்முறைகளையும் தெரிந்துகொள்ள வேண்டும்" என்று சுப்ரமணியாகிய மூப்பர் கட்டளையிட்டார்.

ஒரு நல்ல தலைவனுக்கு அழகு, நல்ல தொண்டனை உருவாக்குவது. ஒரு நல்ல சேனாதிபதிக்கு அழகு, நல்ல வீரர்களை உருவாக்குவது. இந்த இரண்டையும் செய்தால் போதும் என்பது மூப்பரின் தெளிவான எண்ணமாக இருந்தது. சேனாதிபதியோ, தலைவனோ களத்தில் இறங்கி முன்நின்று சண்டையிடுவதைவிட, முன்நின்று தன் படையை நடத்துவதுதான் வெற்றிக்கு வழிவகுக்கும் என்று நம்பினார் மூப்பர்.

குஸ்தியைப் பொறுத்தவரை, உடலை மட்டும் கட்டுமஸ்தாக வைத்துக் கொள்ளவில்லை. பல கலைகளைக் கற்றிருந்தார். அந்த ஊரில் ஒரு பிரச்சினை என்றால் முதலில் களத்தில் நிற்பவர் அவராகத்தான் இருந்தார். அப்படி இருந்தவரை மூப்பரின் தளபதியாக்கினார்கள் பூம்பொழி மக்கள். பயிற்சிக்காக ஊரின் எல்லைப்பகுதியில் இடம் ஒதுக்கி வயதுக்கு வந்த ஒரு சிறுவரைக்கூட விட்டு வைக்காமல் பயிற்சி அளிக்கத் தொடங்கினார்.

மார்பை அறுத்தெறிந்த அந்த வீரமுள்ள மானத்தாய் மார்புப்புண் ஆறி தேறி வந்தாள். பூம்பொழி மக்கள் நாச்சியை ஒரு சாமிபோலப் பார்த்தனர்.

“எண்ணிப்பார்த்தாலே மனது பதறுகிறது. எவ்வளவு மனவலிமை இருந்தால் இப்படிச் செய்திருப்பாள். போரில் முதுகில் புண்பட்டு வந்தால், அவனுக்கு பால் கொடுத்த மார்பை தாய் அறுத்து எரிவாள் என்பதுதான் நம் வரலாறு. ஆனால் அதற்கும் ஒருபடி மேல் சென்று, ஒரு படி என்று சொல்லக்கூடாது வானளவு சென்று, தன் மகனுக்குப் பால் கொடுத்த மார்பகங்களை மாற்றான் ஒருவன் பார்த்துவிட்டான் என்று அதை அப்படியே அறுத்தெறிந்து விட்டாள். இந்த தைரியம் வேறு எந்தப் பெண்ணிற்கு வரும். நினைத்தாலே நெஞ்சு பதறுகிறது. பால் சுரந்த இடத்தில் ரத்தம். அப்பப்பா...” என்று ஊர்மக்கள் கதைகள் சொல்ல ஆரம்பித்தனர். நாச்சி சென்ற இடமெல்லாம் காலில் விழுந்து வணங்காத குறையாக மரியாதை செலுத்தினர். அந்த மரியாதையை புன்சிரிப்போடு ஏற்றுக் கொண்டாள் நாச்சி.

மார்பை மறைக்கும் கச்சையை மாற்றி, குப்பாயம் ஆக்கிக் கொண்டாள் அவள். குப்பாயம் என்ற உடை அப்பொழுதுதான் ஆங்கிலேயர்களால் அறிமுகம் செய்யப்பட்டிருந்தது. நாச்சிக்காக ஊர் மக்கள் என்ன தியாகம் வேண்டுமானாலும் செய்யத் தயாராக இருந்தார்கள்.

நாட்கள் ஓட ஆரம்பித்தன. மூப்பரும் நாச்சியும் தன் மகனுக்கு பருதி என்று பெயர் வைத்தனர். ஆனால் அது வெறும் பெயராகவே இருந்தது. முதலில் மூப்பரின் புதல்வன் என்று அறியப்பட்ட அவன், போகப்போக அவனையும் மூப்பர் என்று அழைக்க ஆரம்பித்தனர்.

மூப்பரால் கொன்று கடலில் வீசிய நால்வரையும் அவர்களின் உறவுக்காரர்கள் தேட ஆரம்பித்தனர். அப்பொழுதுதான் ஊருக்குள் மட்டும் வரலாறாக இருந்த நாச்சியின் மார்பறுப்பு சம்பவம் ஊரைவிட்டு வெளியே கசிய ஆரம்பித்தது. அவர்கள் காணாமல் போனதற்கும் நாச்சியின் மார்பறுப்பு சம்பவத்திற்கும் ஏதாவது சம்பந்தம் இருக்கலாம் என்று எண்ணிய மேல் குலத்தோர் பூம்பொழியிக்கு வந்து போக ஆரம்பித்தனர்.

நான்கு கொலைகள் என்று ஆரம்பித்த போராட்டம், இரண்டு இலக்கத்தை தொட ஆரம்பித்தது. பூம்பொழியில் பெண்கள் மார்பு சீலையுடன் திரிகிறார்கள் என்ற செய்தி, சுற்றியிருக்கும் மக்களிடம் பரவ ஆரம்பித்தது.

“அந்த ஊரில் மேல் குலத்தோர் என்பவர்கள் யாருமில்லை, அதனால் கேட்க யாருமில்லை.” என்று சிலரும், “அங்கே கச்சை கிழிக்கச்சென்றால் அடித்து அனுப்புகிறார்கள்.” என்று இன்னும் சிலரும், “அந்த ஊருக்குச் செல்பவர்களை கொன்றுவிடுகிறார்கள்” என்று சிலரும் பேச ஆரம்பித்தனர்.

மூப்பர் மற்றும் குஸ்தியால் பூம்பொழியின் எல்லைகள் குறிக்கப்பட்டன. எல்லைகளை குறுக்கிட்டு யார் உள்ளே வந்தாலும் காரணம் இல்லாமல் நுழையக் கூடாது என்று சட்டம் இயற்றப்பட்டது. அதையும் மீற நினைப்பவர்கள் கண்டிப்பாக மரணம்தான் என்று முடிவு செய்தார்கள்.

சில உண்மைகள் தெரிந்த மேல் குலத்தோர் பூம்பொழிக்கு உள்ளே வர பயந்து நடுங்கினர். மீண்டும் பூம்பொழி அமைதியை நோக்கிச் சென்று கொண்டிருந்தது. பருதியும் மூப்பராக வளர ஆரம்பித்தான்.

நேருக்குநேர் நின்று போரிடுவதைவிட சூழ்ச்சிகள் அதிகமாக நடைபெற்றுக் கொண்டிருந்த காலம் அது. கிறிஸ்தவ பாதிரியார்களை தொடர்ந்து சில ஆங்கிலேயர்கள் நாட்டைப் பிடிக்கும் நோக்கோடு நாஞ்சில் நாட்டிற்குள் வந்துகொண்டிருந்த காலமும்கூட.

"மக்களே, ஒன்றை நினைவில் வைத்துக்கொள்ளுங்கள். நம் பூம்பொழியில் நடக்கும் செய்திகள் நாம் சொன்னால் தவிர வெளியே செல்லப் போவதில்லை. இங்கே என்ன நடக்கிறது என்று தெரியாதவரை யாராலும் நெருங்க முடியாது. எனவே, இங்கே இருக்கும் மழலைகள் முதல் முதிர்ந்தவர்கள் வரை சொல்லிக் கொடுங்கள், நம் பூம்பொழியில் நடக்கும் எந்தச் செய்தியும் நம்மை மீறி வெளியே செல்லக்கூடாது. இது உங்கள் மூப்பரின் கட்டளை"

பூம்பொழியில் நடப்பவை அனைத்தையும் கொஞ்சம் கொஞ் சமாக அண்டை ஊர்களில் வாழும் மேல் குலத்தோர் சேகரிக்க முயன்றனர். அது அவ்வளவு எளிதாக ஒன்றும் இருக்கவில்லை. சிறு செய்தியைப் பெறவே நீண்ட ஒரு மனிதச் சங்கலியை ஏற்படுத்த வேண்டியிருந்தது. இறுதியாக சில வருடங்களுக்குப் பிறகு, பூம்பொழியில் எல்லாமே மூப்பர் என்றும் அவருக்கு உதவியாக இருப்பவர் குஸ்தி என்றும் கண்டுகொண்டனர்.

இருமுறை காய்கறிகள் விற்பதற்காக ஊருக்குச் சென்ற மூப்பரையும் குஸ்தியையும் தாக்க முயன்றனர் சிலர். ஆனால் பத்துப் பதினைந்து பேரால் அவர்களை எதையும் செய்ய முடியவில்லை. இந்த தாக்குதல் செய்தி பூம்பொழி மக்களுக்குத் தெரியவந்தது.

"இனிமேல் நீங்கள் இருவரும் நம் நாட்டைவிட்டு எங்கேயும் செல்லவேண்டிய அவசியமில்லை. உங்களுக்கு என்ன வேண்டுமானாலும் நாங்கள் செய்கிறோம். ஒருவேளை, எங்கள் உயிர் போனால் நீங்கள் இருக்கிறீர்கள். உங்கள் உயிர் போனால் நாங்கள் எங்கே செல்வோம்" என்று, ஊர் மக்கள் கெஞ்சிக் கேட்டு அவர்கள் ஊருக்கு வெளியே செல்வதைத் தடுத்தனர்.

மூப்பரும் குஸ்தியும் விவசாயம் செய்யும் பொருட்களை ஊர் மக்களே சுமந்து சென்று விற்று வந்தனர். விற்ற பணத்தில் மூப்பருக்கும்

குஸ்திக்கும் தேவையான பொருட்களை சந்தையிலிருந்து வாங்கி வந்து அவர்களிடம் கொடுத்தனர். ஏன், உடுத்த துணிமணிகளைக் கூட ஊர் மக்கள்தான் வாங்கி வந்தனர். மொத்தத்தில் மூப்பர் மற்றும் குஸ்தியின் குடும்பம் ஊர் மக்களுக்காக என்று மாற்றப்பட்டிருந்தது.

மூப்பர் தனியாக சந்தைகளுக்குச் சென்று வந்தால்கூட அவருக்கு ஒன்றும் நிகழ்ந்திருக்காது. அவ்வளவு எளிதாக அவரை மண்ணில் சாய்ப்பது கடினம்தான். எழுபத்து ஐந்து வயதிலும் இளமைத் துடுக்கோடும், வீரத்துடனும் இருந்தவர் அவர். ஆனால் உயிரைக் கொடுக்கும் வீரத்தைவிட உயிரை எடுக்கும் சதிக்குத்தான் இழப்புகள் அதிகம்.

நாஞ்சில் நாட்டில் அப்பொழுதெல்லாம் கீரை என்றாலே ஒரே வகை கீரைதான். அது சிவப்பாக இருக்கும். அதன் பெயரே கீரைதான். கீரை என்றால் சிவப்பாக தண்டுகளும், இலைகளும் உள்ள ஒரு தாவரம், அவ்வளவுதான். மூப்பரை அழிப்பதற்கு அதை வைத்துதான் சூழ்ச்சி செய்தனர் மேல்குலத்தோர்.

அன்று, இரவு உணவிற்கான நேரத்தை நெருங்கிக் கொண்டிருந்தது. ஊர்மக்கள் சிலர் சுருட்டு விளக்குகள் ஏந்தியவாறு தெருக்களில் நடந்துகொண்டிருந்தனர். வெயில் காலம் என்பதால் புழுக்கம் தாங்கமுடியாமல் வீட்டின் கதவுகள் பூட்டப்படாமலே இருந்தது.

மக்கள் வாங்கி வந்த உணவை, வீட்டின் பின்னால் மண் அடுப்பில் வைத்து சமைத்துக் கொண்டிருந்தாள் குஸ்தியின் தாய். திடீரென்று சமைக்கும் உணவில் சந்தேகம் வர குஸ்தியை சமையல் கட்டுக்குள் அழைத்தாள்.

"மகனே எனக்கு ஒரு சந்தேகம், இன்று கீரையின் மணம் வேறுமாதிரி இருக்கிறது. வந்து பார்."

குஸ்தி அருகில் சென்று பார்த்தார். மண் சட்டியில் கீரைக் குழம்பிலிருந்து ஆவி பறக்க நீராவி வெளியேறிக் கொண்டிருந்தது. அடுப்பின் தேங்காய் தோடுகள் புகையில்லாமல் எரிந்து கொண்டிருந்தன. தலையைக் குனிந்து மண் சட்டியின் மேல் வரும் ஆவியில் மூக்கை வைத்து முகர்ந்தார். வெந்நீர் ஆவி நாசிக்குள் சென்று மூளையில் மோதியது.

'க்ம்... க்ம்" என்று தும்மியவாறு "கறியை கீழே இறக்கு" என்றார். அவர் அம்மா கீரைக் கறியை கீழே இறக்கினாள். அகப்பை எடுத்து அந்தக் கறியை நன்றாகக் கடைந்தார்.

"ஏதோ தவறு நடந்திருக்கிறது அம்மா."

"என்ன தவறு.?"

"இதை யார் வாங்கி வந்தது."

"நம் காசி."

"காசியா?" என்று உறுதிசெய்த குஸ்தி, அருகில் கயிற்றில் காய்ந்து அசைந்துகொண்டிருந்த ஒரு துண்டை தோளில் போட்டுக்கொண்டு "அம்மா, இதைச் சாப்பிட வேண்டாம்... நான் வருகிறேன்" என்று சொல்லியவாறு வீட்டைவிட்டு வெளியே ஓடினார். இருள் பாதையில் எந்த வெளிச்சமும் இல்லாமலிருந்த பாதையில் காசியின் வீட்டை நோக்கி ஓடினார். சில இடங்களில் ஒற்றையடிப் பாதைகளும் சில இடங்களில் மேடு பள்ளங்களுமாக இருந்தது அந்தப் பாதை. எதையும் பொருட்படுத்தவில்லை. அவர் கால்கள் குதிரைகளைவிட வேகமாக ஓடியது. பாதையில் இருந்த சில வீடுகளில் மட்டும் மக்கள் வெளியே வந்து பார்த்தார்கள்.

'என்ன நம்ம குஸ்தி ஐயா ஓடுகிறார்? என்ன நடந்தது?" என்று கேட்டவாறு அவரைப் பார்த்தார்கள். செய்தி குஸ்தி வேகத்திற்கு இணையாக பரவ ஆரம்பித்தது.

காசியின் வீட்டை அவர் அடையும்பொழுது, தொடர்ந்து ஓடியதில் களைத்து ஓட்டத்தின் வேகம் வேகநடையாக மாறியிருந்தது. அந்த வீட்டை அடையும் முன்னமே "காசி.." என்று குரல் கொடுத்தவாறு முன்னோக்கி ஓடினார். அவரின் குரல் கேட்டதும் காசி வீட்டைவிட்டு வெளியே ஓடி வந்தார். குஸ்தி ஓடி வருகிறார் என்றால் கண்டிப்பாக முக்கியமான செய்தி ஏதாவது இருக்கும் என்று காசிக்கு தெரிந்திருந்தது.

"சொல்லுங்க ஐயா?" என்றான் மரியாதையாக.

"எவ்வளவு முறை சொல்லியிருக்கிறேன். என்னை ஐயா என்று அழைக்காதே" குஸ்தி சொல்லும்பொழுது அவர் வாங்கிய மூச்சில் பேச்சு களைத்து வெளியே வந்தது.

"இல்லை ஐயா, நீங்கள்.." என்று பணிவோடு நின்றான் காசி.

"உன்னைவிட நான் சிறியவன் புரிந்துகொள். இன்னும் திருமணம்கூட ஆகவில்லை. அது இருக்கட்டும். இன்று கீரை வாங்கி வந்தாயே? எங்கிருந்து வாங்கினாய்?" குஸ்தியின் வார்த்தைகள் வேகமாக வந்தன.

"சந்தையிலிருந்து,"

"எதுவும் பிரச்சினையா?"

"ஆம். யாரெல்லாம் வாங்கினீர்கள்?"

"மொத்தம் பத்து பனிரெண்டு கட்டுகள்தான் இருந்தது. உங்களுக்கு, மூப்பர் ஐயாவிற்கு, பிறகு சாமியும் ராமனும்கூட வாங்கினார்கள் அவ்வளவுதான்"

"ஐயோ..." என்று கதற ஆரம்பித்தார்.

"ஏன் பதறுகிறீர்கள்? என்ன நடந்தது?"

"யாரிடம் வாங்கினாய்?" என்று கத்தினார்.

"புதிதாக ஒருவர்" என்றதும் குஸ்தியின் முகம் மாற ஆரம்பித்தது.

"ஓடு, உடனே சாமி வீட்டிற்கு ராமன் வீட்டிற்கு ஓடு. அந்தக் கீரையில் விஷம் உள்ளது" என்றதும் காசி பயந்தபடி ஓட ஆரம்பித்தான். மறுபக்கம் குஸ்தியும் முடிந்தவரை தன் வலிமையை திரட்டிக்கொண்டு ஓட ஆரம்பித்தார்.

"அந்தக் கீரையை சமைத்திருக்கக் கூடாது இறைவா" என்று வேண்டியவாறு ஓடினார்.

மூப்பர் வீட்டை அடையும்பொழுது இப்படி ஒரு கொடூரத்தை கண்ணால் காணவேண்டிய ஒரு சூழல் வரும் என்று சற்றும் நினைக்கவில்லை குஸ்தி.

எழுந்து நிற்கமுடியாமல் நிலைகுலைந்திருந்த மூப்பர், ஒரு தோளில் தன் மகனையும் ஒரு தோளில் தன் மனைவியையும் சுமந்துகொண்டு சுவர்களைப் பிடித்தவாறு வீட்டைவிட்டு வெளியே வர முயற்சித்துக் கொண்டிருந்தார். அந்தக் காட்சியைக் கண்டதும் குஸ்தியின் இதயமே நின்றுவிடும்போலிருந்தது.

"ஐயா.." என்றவாறு ஓடிச் சென்று கையில் இருக்கும் மகனை தாங்கிக் கொண்டார். மூப்பரின் மனைவியும் மகனும் சுய நினைவில்லாமல் இருந்தனர்.

"உணவில...' என்று மூப்பரால் தொடர முடியவில்லை. வாயிலிருந்து ஓரமாக உமிழ்நீர் கட்டுப்பாடில்லாமல் வழிந்தது. அவரால் மனைவியை சுமந்துகொண்டு நிற்க முடியவில்லை. தடுமாறினார்.

"ஐயா, நீங்கள் நடங்கள்... நான் பார்த்துக்கொள்கிறேன். என் உடன்பிறந்தவளை நான் சுமக்கிறேன்" என்று மூப்பரின் மனைவியைத் தாங்க முயன்றார். அதற்குள் செய்தி காசியின் வழியாக காற்றாய் பரவி மொத்த மக்களும் ஆரவாரத்துடன் மூப்பரின் வீட்டை அடைந்தனர்.

"வைத்தியரும் வந்திருக்கிறார். அங்கேயே அவர்களைப் படுக்க வையுங்கள்."

38

"கீரையுடன் தத்திச் செடியின் இலைகளை சேர்த்திருக்கிறார்கள். தத்திச் செடி பார்ப்பதற்கு கீரைபோலவே இருக்கும். கொடிய விஷம் அது. நேராக நுரையீரலைத் தாக்கும் சக்தி கொண்ட விஷ மூலிகை அது. அதை உண்டுவிட்டால் நுரையீரல் வீக்கமடைந்து சில நாட்களில் இறந்துவிடுவார்கள்" என்று மூப்பரின் வீட்டின் முன்னால் காத்துக்கிடந்த ஊர் மக்கள் முன்னிலையில் வைத்தியர் கூறியதும் மக்கள் படபடத்துப் போயினர்.

"அப்படியென்றால், அவர்களுக்கு வைத்தியம் செய்தும் பலனில்லையா?"

"அப்படிச் சொல்லவில்லை. மாற்று மருந்து கொடுத்திருக்கிறேன். மூன்று நாட்களில் தெரிந்துவிடும்."

அந்தக் கீரையால் இராமன் குடும்பத்தினரும் பாதிக்கப்பட்டிருந்தனர். இராமனுக்கு மொத்தம் ஐந்து குழந்தைகள். அவரின் மனைவி உட்பட அனைவரும் அந்த விஷக் கீரையை உண்டிருந்தனர். அவர்களுக்கும் வைத்தியர் மாற்று மருந்து அளித்திருந்தார். ஆனால் சாமியும் அவர் குடும்பத்தாரும் அந்த உணவை உண்ணாததால் அவர்கள் தப்பித்துக் கொண்டனர்.

பூம்பொழி மக்கள் மூப்பரின் வீட்டின் முன்னால் யாகம் வளர்த்து அவர்கள் சாமியை வேண்ட ஆரம்பித்தனர். பூம்பொழியில் இருந்த

இருநூறு குடும்ப மக்களும் உண்ணாமல், உடை மாற்றாமல் மூப்பரின் வீட்டின் முன்னாலேயே காத்துக் கிடந்தனர். காகம் அந்த வீட்டை சுற்றிச்சுற்றி கரைந்து கொண்டிருந்தது. இரவு வேளைகளில் ஆந்தைகளின் சத்தம் மணிக்கு இருமுறை கேட்டுக்கொண்டேயிருந்தது.

"ஆந்தை கத்துவது பார்த்தால் ஏதாவது இழப்பு இருக்குமோ!" என்று மக்கள் பதற ஆரம்பித்தனர்.

இரண்டாம் நாளும் அவர்கள் உடலில் எந்த மாற்றமும் வரவில்லை. மூப்பரின் மகன் உடல் மட்டும் அடிக்கடி துடிப்பதும் அடங்குவதுமாக இருந்தது. மற்றவர்கள் யார் உடலில் எந்த முன்னேற்றமோ, பின்னேற்றமோ இல்லை. மூப்பர் வீட்டின் வாசலில் முன்னாலேயே காத்துக் கிடந்தனர் அவர்கள்.

மூன்றாம் நாள் இரவில் இமைகளை மெல்ல அசைத்து நாச்சி மட்டும் கண்களை அரை இமையாக திறந்து பார்த்தாள். பிறகு சில நொடிகளில் மூடிக் கொண்டாள். அதற்குள் செய்தி ஊர் மக்கள் காதுகளில் எட்டியது.

"நாச்சி கண் திறந்துவிட்டாள்" செய்தியைக் கேட்டதும் மக்கள் எழுந்து நின்று ஆட ஆரம்பித்தனர். அடுத்த நாள் எல்லாம் சரியாகிவிடும் என்று எண்ணினார்கள். விடியற்காலையில் இவர்கள் எதிர்பார்த்ததுபோல மெல்ல நாச்சி பேச ஆரம்பித்தாள்.

'என் கணவருக்கு என்ன ஆச்சு?" அவள் குரலைக் கேட்டதும் மகிழ்ச்சியில் வைத்தியர் நாச்சியிடம் ஓடி வந்தார்.

"ஒன்றுமில்லை தாயி. நலமாக இருக்கிறார்" என்று கூறினார் வைத்தியர்.

"இல்லை... இன்று சகுனமே சரியில்லை. மாலையிலிருந்தே பல்லிகள் கத்துவதும், பகல் பொழுதிலேயே ஆந்தை குரல் கொடுப்பதுமாகவே இருந்தது."

"தாயி?" என்று கேள்வியாகக் கேட்டார் வைத்தியர்.

"ஆம் வைத்தியரே. சமையல் செய்யும்பொழுது" மயக்கத்தில் இருந்ததால் நடந்து நான்கு நாட்கள் ஆன நிகழ்வை இன்று நடந்ததாகச் சொல்கிறார் நாச்சி என்று புரிந்துகொண்டார் வைத்தியர். மேலும் எழுந்து அமரலாம் என்று பார்த்தால் உடல்வலி நாச்சியை மீண்டும் படுக்கை நோக்கி அழுத்தியது.

"என் கணவர்..." என்று மீண்டும் கேட்டார் நாச்சி.

"மூப்பர் எங்கள் தெய்வம். அவருக்கு ஒன்றும் ஆகாது.' என்று வைத்தியர் சொன்னார்.

அவர்கள் பேசிக்கொண்டிருந்த வேளையில் அருகில் படுத்திருந்த மூப்பர் கால்களால் தரையில் அடிக்க ஆரம்பித்துவிட்டார். வைத்தியர் பதறிப் போனார்.

"குஸ்தி... குஸ்தியை அழையுங்கள்..." என்று வைத்தியர் குரல் கொடுத்தார். வெளியே மக்களுடன் காத்துக்கொண்டிருந்த அவர் உள்ளே ஓடி வந்தார்.

"குஷ்தி, மூப்பரின் கால்களைப் பிடி" என்று உத்தரவிட்ட வைத்தியர் மூப்பரின் இடது கையைப் பிடித்து நாடித்துடிப்பை பார்த்தார்.

"நாடித்துடிப்பு குறைகிறது." இதைக்கேட்ட நாச்சி படுக்கையிலிருந்து கீழே விழுந்தாள். குஸ்தி அவள் அருகில் சென்று மீண்டும் அவளைத் தூக்கி படுக்கையில் படுக்கவைத்தார்.

"அம்மா, அவருக்கு எதுவும் ஆகாது, நீங்கள் பதறாமல் இருங்கள்." என்று சொல்லிவிட்டு மூப்பரின் அருகில் ஓடினார்.

"நான் அருகிலிருந்தும் என் கணவருக்கு எதுவும் செய்யமுடியவில்லையே" என்ற நாச்சியின் குரலை யாரும் பொருட்படுத்தவில்லை.

வைத்தியரின் முகம் வெளிறி இருண்டிருந்தது."இனி கடினம்" என்று குஸ்தியிடம் முணுமுணுத்தார்.

வெளியே இருந்த தாய்களில் ஒரு வயதான தாய், "நான் நொந்து பெற்றெடுத்த என் மகன் இராமனையும் அவன் குடும்பத்தை வேண்டுமானால் எடுத்துக் கொள். எங்கள் தெய்வத்தை விட்டுவிடு" என்று விஷம் உண்டு படுக்கையிலிருக்கும் இராமனின் தாய் வானத்தைப் பார்த்து வேண்டிக்கொண்டிருந்தாள்.

ஆனால் அடுத்த சில நொடிகளில் மூப்பரின் காலில் இருந்த படபடப்பு அடங்கியது. கண் இமை இமைக்காமல் நின்றது. வாயின் ஓரத்தில் இரத்தம் வடிந்துகொண்டிருந்தது. அவர் இறந்துவிட்டார் என்று மூப்பரின் கைகளை தன் பிடியிலிருந்து விட்டார் வைத்தியர். தன் கணவர் இறந்துவிட்டார் என்ற செய்தி கேட்டதும் படுக்கையிலிருந்த நாச்சி மீண்டும் மயக்கமானார். மூப்பர் இறந்த அதேநேரம், இதுவரை எந்த அசைவுமில்லாமல் படுத்திருந்த மூப்பரின் மகன் சிறிய இருமல் சத்ததுடம் கண் விழித்தான். கண் விழித்ததும் வயிற்றில் இருந்த மருந்துகள் எல்லாம் வாந்தியாக வெளியே வந்தது.

மூப்பரின் மரணம் ஊர் மக்கள் அனைவரையும் பெரும் துயரத்தில் ஆழ்த்தியது. அவரை ஊருக்கு பொதுவான ஒரு இடத்தில்

புதைத்தனர். அவரை மண்ணில் புதைத்த நேரம் மொத்த ஊரும் அழுதது. பூம்பொழி மக்களுக்கு தங்கள் வீடுகளுக்குச் செல்ல மனம் வரவில்லை. உணவுகள் உண்ண தோன்றவில்லை.

மீண்டும் அவர்கள் மூப்பரின் வீட்டின் முன்னால் வந்து கூடினார்கள். ஊர் மக்கள் இன்னும் அழுதுகொண்டிருப்பது படுக்கையில் இருந்த நாச்சியின் காதுகளுக்கு கேட்டுக் கொண்டிருந்தது.

“வைத்தியரே, என்னால் எழுந்து அமரமுடியவில்லை. நீங்கள் சற்று குஸ்தியை அழையுங்கள்.” என்று நாச்சியார் பணித்தாள். வைத்தியரும் அறையைவிட்டு வெளியே சென்றார். சற்றுநேரத்தில் குஸ்தி உள்ளே வந்தார்.

‘என்ன தாயே அழைத்தீர்களா?’

“எதற்காக மக்கள் அழுகிறார்கள். அவர்கள் அழுவது என் கணவனின் மரண ஓலம்போல கேட்கிறது. மரணப்படுக்கையில் தன் உயிருக்காக எமனை கெஞ்சிக் கொண்டிருப்பதுபோல கேட்கிறது. அவர்கள் அழுவதை நிறுத்தச் சொல்லுங்கள். என் கணவர் முதுகில் வேல் தைத்து இறக்கவில்லை. சூழ்ச்சியால் உண்ணும் உணவில் விஷம் வைத்துக் கொன்றிருக்கிறார்கள், கோழைகள்” பேசமுடியாத சூழலிலும் கல்தரையில் தவறி விழுந்த வெண்கலக் குவளைபோல கணீர் என்று சத்தத்தில் வந்தது அவள் குரல்.

“என் கணவர் இறந்தார் என்றால் அவர் தேக பலனையும் மன பலனையும் சேர்ந்து என் மகன் எழுந்துள்ளான் பாருங்கள். நீங்கள் அவர் கல்லறையில் மண் போடும் முன்னரே படுக்கையிலிருந்து எழுந்துவிட்டான் அவன். தன் தந்தையின் சவத்தில் முதலில் மண் போட வேண்டிய அவனை ஏன் இன்னும் கல்லறைக்கு அனுப்பாமல் வைத்திருக்கிறேன் தெரியுமா. என் மூப்பர், இல்லை... இல்லை... பூம்பொழி மூப்பர் சாகவில்லை. என் மகனாக பிறந்திருக்கிறார். உயிர்த்திருக்கிறார்” என்று, மகன் படுத்திருந்த திசையை சுட்டினாள் நாச்சி. குஸ்தியும் அந்த திசையைப் பார்த்தார். நாச்சியின் மகன் கண்கள் சிவந்து இவர்களைப் பார்த்தவாறு அமர்ந்திருந்தான்.

“செல்லுங்கள், வெளியே சென்று மக்களிடம் சொல்லுங்கள், ஒரு மூப்பர் இறந்தால் இன்னொரு மூப்பர் பிறந்திருக்கிறான்... இல்லை... இன்னொரு மூப்பராக உயிர்த்திருக்கிறார் என்று போய் மக்களிடம் சொல்லுங்கள். இனி, பூம்பொழியில் அழுகை சத்தம் கேட்கக்கூடாது. அதையும் மீறி மக்கள் அழுதால் அன்று என் வம்சமே அழிந்துவிட்டதாகப் பொருள், இது நாச்சியின் சபதம்”

“அப்படியே செய்கிறேன் தாயே.” என்றவாறு அங்கிருந்து நகர்ந்த குஸ்தி, நாச்சியின் மகனைப் பார்த்தவாறே சென்றார். அவன்

ஜெயன் மைக்கேல் | 243

இன்னும் கண்களை அசைக்காமல் அப்படியே இருந்தான். அவன் காதுகளில் வீட்டின் வெளியே மக்களிடம் குஸ்தி பேசுவது கேட்டுக் கொண்டிருந்தது.

“நம் மானத்தைக் காத்தவர் அவர், அவர் இறந்தது துர் மரணமில்லை. நம்மிடம் தோற்றுப் போனவர்களின் சூழ்ச்சி. அவர் உயிரோடு இருக்கும் வரை வெற்றி பெறமுடியாது என்ற பயம். அவர் இறந்துவிட்டார் என்ற செய்தி நாம் சொன்னால்தான் வெளியே தெரியும். சத்தியம் செய்யுங்கள், கைகளை நீட்டி சத்தியம் செய்யுங்கள், தங்கள் தாயின்மீது ஆணையாகச் சொல்லுங்கள், நம் மூப்பர் இறந்தார் என்ற செய்தியை இத்துடன் மறந்து விடுகிறேன். அவர் இன்னொருவராக உயிர்தெழுந்துள்ளார்” அவர் சொல்லச் சொல்ல கைகளை நீட்டி மக்களும் சொல்ல ஆரம்பித்தனர்.

“இனி நம் மூப்பர், மூப்பரின் மகனாக பருதி ஆவார். அவர்தான் நம் தெய்வம். இன்று முதல் அவர்தான் நம் மூப்பர். நம்மை வழிநடத்துவார்” என்று எல்லாரும் கேட்க கூவினார் குஸ்தி.

“மேலும் கேளுங்கள். இனி இந்த மண்ணில் யாரும் அழைக்கூடாது என்பது நாச்சியின் சபதம். அதைக் கடைப்பிடிக்க வேண்டியது நம் கடமை. நம் மானத்திற்காக தன்னையை மாய்க்க தயாரான தாயவள், நினைவில் வைத்துக்கொள்ளுங்கள். இனி அனைவரும் கலைந்து சென்று தன் வேலைகளைப் பாருங்கள். மூப்பர் உடல் நலம் தேறி வந்தபின்பு மீண்டும் சந்தித்துக் கொள்ளலாம்.”

மக்கள் கண்களைத் துடைத்தபடி அங்கிருந்து கலைந்து போயினர். இராமனின் குடும்பமும் அந்த விஷச் செடியிலிருந்து தப்பித்துக்கொண்டது. அடுத்த நாள் சந்தைக்குச் வருபவரிடமிருந்து ஏதாவது பதில் வருகிறதா என்று எதிர்பார்த்தார்கள் எதிரிகள்.

‘என்ன மணி, ஐந்து நாட்களாக பூம்பொழி மக்கள் யாரும் சந்தைக்கு வரவில்லை? எதுவும் அசம்பாவிதமா?” என்று ஒருவன் பூம்பொழியைச் சேர்ந்த மணி என்பவரிடம் செய்தியைத் தெரிந்துகொள்ள முயற்சித்தான்.

‘இல்லை பெரியவரே, ஒரு யானைக்கூட்டம் நிலத்தில் புகுந்து எல்லா விளைநிலைங்களை யும் பாழடித்துவிட்டது. விளைச்சலே இல்லை. அதுதான்” என்று சமர்த்தியமாக பதிலளித்தான் மணி. இப்படி பல கேள்விகள். கடைசியாக நேராகவே ஒருவன் கேட்டான்: “என்ன தம்பி, மூப்பர் இப்பொழுதெல்லாம் சந்தைக்கு வருவதே இல்லை. என்ன காரணம்?”

“அவருக்கு ஊர் மக்கள் எல்லாம் சேர்ந்து வேறு வேலை கொடுத்திருக்கிறார்கள். அதனால் அவர் விவசாயம் செய்வதில்லை. அவ்வளவுதான்”

"பிறகு உணவிற்கு என்ன செய்கிறார்?"

"உணவிற்கு என்ன செய்ய வேண்டும் நாங்கள் இருக்கும்பொழுது?"

உண்மையில், ஒருவரிடமிருந்தும் மூப்பர் என்ன ஆனார் என்ற விசயத்தைத் தெரிந்துகொள்ள முடியவில்லை.

மக்கள் சந்தையிலிருந்து வாங்கிவரும் உணவுகளில் மிகவும் கவனமாக இருந்தனர். பொருட்கள் வாங்கும்பொழுது மூப்பர் பெயரோ, நாச்சி பெயரோ எந்த இடத்திலும் நாவிலிருந்து வந்துவிடக்கூடாது என்று கவனமாக இருந்தனர். தாங்கள் வாங்கிவரும் உணவுப் பொருட்களை அவர்கள் நாவில் பச்சையாக சுவை பார்த்தபிறகே நாச்சியின் வீட்டிற்கு கொடுத்து அனுப்பினார்கள், முதலில் இது எதுவும் தெரியாத நாச்சி, தினம் தினம் தான் சமைத்த உணவுகளை தான் உண்டபிறகே தன் மகனுக்குக் கொடுத்தாள். பிறகு உண்மை தெரிந்ததும் மிகவும் வருத்தப்பட்டாள் நாச்சி.

"என் உயிர், என் மகன் உயிர் என்று எதுவும் பெரிதில்லை. பூம்பொழியில் எல்லா உயிர்களும் இங்கே ஒன்றுதான். ஒருவேளை, நீங்கள் வாங்கிவரும் உணவில் நஞ்சு சேர்த்தாலும் நம் குடும்பத்தின் கணக்குகள் குறைய ஆரம்பிக்கும். அப்பொழுதும் தோல்விதான்."

"வேறு என்ன செய்வது தாயே" என்று அந்த மக்களில் ஒருவர் கேட்டார்.

"நாம் உண்ணும் உணவுகளை நம் கால்நடைகளுக்குக் கொடுங்கள். அவை முதலில் உண்ணட்டும். நம் ஊர் தாய்களின் மானத்தைக் காப்பாற்றுவதற்காக ஒவ்வொரு ஆண் மகனும் தன்னை தியாகம் செய்யத் தயாராக இருக்கும்பொழுது, நம் செல்லப் பிராணிகள் நம் உயிரைக் காப்பதில் எந்தத் தவறுமில்லை. செல்லப் பிராணிகள் இல்லாத வீடுகள் நம் பூம்பொழியில் இல்லை. குடிக்கும் பாலாறு தண்ணீரிலிருந்து உப்பு வரை அனைத்தையும் பரிசோதித்த பிறகு உண்ணுங்கள். இனி, நம் மண்ணில் சூழ்ச்சிகளாலும் துரோகங்களாலும் ஒருவனும் இறக்கக்கூடாது. மார்புக்கு நேர்நின்று சண்டையிட்டு வெற்றி பெறட்டும்" என்றாள் நாச்சி.

39

வருடங்கள் கடந்தன. நாஞ்சில் நாட்டில் தோள்ச்சீலை போராட்டங்கள் பகிரங்கமாக அரங்கேறிக் கொண்டிருந்தது. அப்பொழுது பருதி ஒரு முழு ஆண்மகனாக எல்லாக் கலையிலும் தேர்ச்சி பெற்று இளமை நிறைந்து மூப்பராக நின்றான்.

"மகனே, உன் அப்பா சண்டைக்குச் சென்று வீரன் என்று நிரூபிக்கவில்லை. தான்தான் தலைவன், என் பேச்சை மக்கள் கேட்கவேண்டுமென்று எண்ணவில்லை. கடைசி வரை மக்களை தங்களைப் பாதுகாத்துக்கொள்ள வேண்டும் என்று உறுதியாக இருந்தார். அதற்காக வீரர்களை உருவாக்கினார். துணிவைக் கொடுத்தார். மூப்பர் தங்களுடன் இருக்கிறார் என்ற எண்ணமே அவர்களை எல்லாத் தடைகளையும் உடைத்தெறியச் செய்தது. அந்த நம்பிக்கையை பல மடங்காக்குவதுதான் உன் கடமையாக இருக்க வேண்டும். மூப்பர் என்பதற்கு மூத்தவர் என்றும் சேனைகளின் தலைவர் என்றும் பொருள். அதன்படி நடந்து கொள்"

இப்பொழுது அவன் நிஜப்பெயர் மறைந்து மூப்பர் என்ற பெயர் மையல் கொண்டிருந்தது. பருதிக்கு வயது இருபத்து மூன்றென்றால் குஸ்திக்கு வயது என்ன இருக்கும்? குஸ்திக்கு திருமணமாகி இரண்டு குழந்தைகள் இருந்தன.

இதுவரை புள்ளியாக இருந்த பூம்பொழி கோலமாக ஆரம்பித்தது.

"நம் கிராமத்தில் நடந்துகொண்டிருப்பவை, கொன்று குவித்த எதிரிகள் எல்லாம் எதிரிகளின் கண்களுக்குத் தெரிய

ஆரம்பித்துவிட்டது. இனி நாம் கவனமாக இருக்க வேண்டும். நம் ஊரின் மையத்தில் ஒரு மணியைக் கட்டலாம் என்று இருக்கிறேன். ஊர் எல்லைகளில் இன்னும் பலம் சேர்க்க வேண்டும். கண்டிப்பாக நம்மைப் பழிவாங்க மேல்குலத்தோர் என்று பீற்றிக்கொள்பவர்கள் வரலாம்” என்று மூப்பர் கூற, “சரியாகச் சொன்னீர்கள்” என்று குஸ்தி வழிமொழிந்தார்.

“மூப்பர் இருக்கும்பொழுது நாங்கள் எதற்கு பயப்பட வேண்டும்?” என்றார் அந்தக் கூட்டத்தில் ஒருவர்.

“ஐயா, உங்கள் நம்பிக்கைக்கு நன்றி. ஆனால் மூப்பர் என்பது நான் ஒரு தனி மனிதன் இல்லை. இந்த ஊர் மக்கள், இந்த ஊர் மக்களின் மொத்த பலம்தான் மூப்பர். என்ன ஒரு வேறுபாடு, பொதுவாக கற்றபிறகு குரு ஆவார்கள். ஆனால் எனக்கு மட்டும் கற்றுக்கொண்டே குருவாக இருக்கும் வாய்ப்புக் கிடைத்திருக்கிறது அவ்வளவுதான்’ என்று சிரித்தார் மூப்பர்.

இதற்கிடையில், அந்த நாட்டை ஆண்டு கொண்டிருந்த மார்த்தாண்ட வர்மா, தளபதி அனந்த பத்பநாபன் தலைமையில் டச்சுக்காரர்களை எதிர்த்து குளச்சல் எனும் பகுதியில் போரிட்டனர். பல நவீன ரக கருவிகளைக் கொண்டு போரிட்டும் பத்மநாபன் தாக்குதலுக்கு சரியான எதிர்த் தாக்குதல் டச்சுக்காரர்களால் கொடுக்க முடியாமல் போரில் தோல்வியைத் தழுவினார்கள். அந்தப் போர் குளச்சல் எனும் பகுதியில் நடைபெற்றதால் குளச்சல் போர் என்று பெயர் பெற்றது. மேலும் குளச்சல் என்பது ஒரு இயற்கை துறைமுகமாக விளங்கியது என்பது இன்னும் சிறப்பு. அந்தப் பகுதியில் போர் வெற்றியின் அடையாளமாக ஒரு ஸ்தூபியை நிறுவினர் பத்மநாபன் படையினர்.

இவ்வளவு பெரிய படையையே வெற்றிகண்ட அனந்த பத்மநாபன் மேல் அளவுகடந்த பாசம் உருவானது மார்த்தாண்ட வர்மாவிற்கு. அதன் நிமித்தமாக அவரின் அரண்மனைக்கு தளபதி அனந்த பத்மநாபன் பெயரையே வைத்தார். அந்த அரண்மணை ஊரெங்கும் பத்மநாபன் கோட்டை என்று அறியப்பட்டது. மேலும் அதைச் சுற்றியிருந்த ஊர்களுக்கும் தளபதி பெயரையே வைத்து மகிழ்ந்தார் மன்னர்.

மேல் ஜாதியாக கருதிக்கொண்ட மக்களுக்கு இப்படி தாழ்ந்த ஜாதியிலிருந்து ஒருவன் புகழ் பெறுவதை பொறுத்துக்கொள்ள முடியவில்லை. தளபதி அனந்த பத்மநாபனை ஒழிக்கக் காத்திருந்தனர்.

இது ஒருபுறமிருக்க, பூம்பொழியில் பிற இனத்தார் நுழைய முடியாததையும் நுழைந்தவர்களைக் கொன்றுவிடுகிறார்கள் எனும் செய்தியையும் அரசு வரை எடுத்துச் செல்ல திட்டமிட்டனர் உயர்ஜாதி மக்கள். அந்தச் செய்தி தளபதியார் அனந்த பத்மநாபன்

இருக்கும்பொழுது விவாதத்திற்கு எடுத்துக்கொண்டால் கண்டிப்பாக காரணம் விவாதிக்கப் படும். உண்மை தெரிந்தால் தண்டைனைக்குப் பதிலாக மூப்பருக்கு ராஜ மரியாதை கிடைக்க வாய்ப்பிருக்கிறது. அதனால் அந்த தாழ்ந்த ஜாதியான அனந்த பத்மநாபன் இல்லாத நேரம் பார்த்து மன்னரிடம் முறையிட வேண்டும் என்று காத்திருந்த அவர்களுக்கு சரியான நேரம் வந்தது.

குளச்சல் போரின் வெற்றிக்குப் பிறகு தளபதி அனந்த பத்மநாபன் ஓய்விற்குச் சென்றிருந்தார். அந்தக் காலத்தை அவர்கள் பயன்படுத்திக் கொண்டனர்.

அரசவையில் இடம்பிடித்த சில மேல்ஜாதி மக்களின் மூலமாக நேராக அரசர் சபையிலேயே விவாதிக்கப்பட்டது இந்த பூம்பொழி விவகாரம்.

"அரசே பூம்பொழி என்று ஒரு சிற்றூர் இருக்கிறது. அதில் இருக்கும் மக்கள் அரசாங்கத்திற்கு கட்டுப்படாமல் நடந்துகொள்வதாக பல செய்திகள் வந்திருக்கின்றன. அதுமட்டுமல்ல; அங்கே வயதான முதியவர் ஒருவர் இருப்பதாகவும், அவர்தான் அந்த ஊரை தன் கட்டுப்பாட்டிற்குள் வைத்திருப்பதாகவும் செய்தி வந்திருக்கிறது. அவர் பெயர் மூப்பர் என்று சொல்கிறார்கள். எந்த வேலையும் செய்யாமல் ஊரைவிட்டு வெளியே வராமல் மக்களைக் கொடுமைப்படுத்தி உணவு உண்பதாகவும், அங்கே உள்ள பெண்கள் தினமும் மரித்து மரித்து வாழ்வதாகவும் செய்தி அரசே" என்று அரசின் கோபத்தை முதலில் உருவாக்கினர்.

"பூம்பொழி என்று ஒரு ஊரா?" பூம்பொழிபோல பல சிற்றூர்கள் அந்த நாட்டில் இருந்ததால் அரசின் பார்வைக்கு இத்தனை நாள் செல்லவில்லை.

"ஆம் அரசே, மொத்தம் இருநூறு குடும்பங்கள் இருக்கலாம்"

"அப்படியா! அதுவும் என் நாட்டில். டச்சுக்காரர்களையே பின்னோக்கி ஓடவைத்த அனந்த பத்மநாபன் நாட்டில் கயவனா? உடனே அவனை கைது செய்து அழைத்து வாருங்கள்"

இதைச் சொன்னதும் சபையில் இருந்தவர்களில் அந்த மேல்குலத்தோர் மட்டும் முகத்தை மாறி மாறி பார்த்துக் கொண்டனர்.

"மூப்பரை கைது செய்ய வேண்டுமென்றால் நம் மன்னர் படையில் சிறுபங்கையே அனுப்ப வேண்டும். அதாவது ஆயிரம் வீரர்களாவது வேண்டும். அப்பொழுதும் வெல்வது கடினம். இதை இப்பொழுது சொன்னால் நாம்தான் மடிந்தோம். அதானால்..."

"சரி அரசே..." என்று அமைதியாக இருந்துவிட்டனர். ஆனால் பிறகு வேறுவிதமாக சூழ்ச்சி செய்தார்கள் அவர்கள்.

பூம்பொழியைப் பற்றி தெரியாத மன்னர், மூப்பரை கைது செய்ய பத்து வீரர்கள் கொண்ட ஒரு அணியை அனுப்பினார். அந்த வீரர்கள் பூம்பொழியின் எல்லையை அடைந்தார்கள்.

அப்பொழுது மறைவிடங்களிலிருந்து பாய்ந்து வந்த அம்புகள் அவர்கள் வந்த குதிரைகளின் கால்களைப் பழுது பார்த்தன. குதிரைகள் வலியினால் சுருண்டு தரையில் விழுந்தன. அதன் மேல் அமர்ந்திருந்த வீரர்களும் எகிறி கீழே விழுந்தனர். சுருண்டு விழுந்த குதிரைகள் எழுந்து வந்த திசையில் ஓட்டம் பிடித்தன. அப்பொழுது மரங்களிலும் புதர்களிலும் பாறைகளிடையேயும் மறைந்திருந்த பூம்பொழி வீரர்கள் அவர்கள் முன்னால் குதித்தனர்.

"என்ன வேண்டும்?"

"நாங்கள் அரசவை வீரர்கள்."

"யாராக இருந்தாலும் காரணம் சொல்லாமல் ஊருக்குள் நுழைய முடியாது"

"நாங்கள் அனந்த பத்மநாபன் வீரர்கள். நீங்கள் தடுத்தால் எங்களிடம் சண்டையிட வேண்டியிருக்கும் மரணம் நிச்சயம்"

"ஹா... ஹா..." பேசியவரைத் தொடர்ந்து அனைவரும் சிரித்தனர்.

"இங்கே மொத்தம் எத்தனை வீரர்கள் இருப்பார்களென்று எதிர்பார்த்தீர்கள். உங்களால் எதுவும் செய்ய முடியாது. காரணம் சொல்லுங்கள்..."

"உங்களை கொடுமைப்படுத்தும் மூப்பரை கைது செய்ய உத்தரவு"

"கொடுமைப்படுத்தும் மூப்பரா! ஒழுங்காகச் சென்றுவிடுங்கள். இல்லையேல் உங்கள் தலை தரையில் உருளும்"

"அதற்கு நீங்கள் இத்தனை பேர் போதாது. எங்கள் பத்து வீரர்களை வெல்ல உங்கள் இருநூறு வீரர்களால் முடியாது." என்று உறுமினான் அனந்த பத்மநாபன் வீரன் ஒருவன்.

"இருநூறு கணக்கு சரிதானே?" என்றான் இன்னொருவன்.

"சரியென்று சொல்லிவிட முடியாது. ஆனால் எங்களில் மிகவும் இளவயது வீரன் ஒருவனை உங்கள் முன்னால் நிறுத்துகிறோம். அவனை வென்று மூப்பரை நீங்கள் கைது செய்யலாம்" என்றான் பூம்பொழியின் வீரர்களின் தலைவன்.

அனந்த பத்மநாபன் வீரர்களால் இதற்கு ஆச்சரியப்படுவதா, இல்லை நகைப்பதா என்று புரியாமல் பார்த்தார்கள். அவர்களில் ஆச்சரியத்தைக் களையுமுன் அவர்கள் முன்னால் வந்து நின்றான் அந்த சிறுவயது வீரன். பனிரெண்டு வயது இருக்கலாம் என்று தோன்றியது, உடல் கட்டுக்கோப்போடு இருந்தது.

ஜெயன் மைக்கேல்

“சிறு வீரனே, கையில் ஆயுதம்கூட இல்லாமல் எங்கள் முன்னால் நிற்கிறாய். ஓடி விடு இல்லை. உன் தலையைத் துண்டித்துவிடுவோம்.” என்று சிரித்தார்கள் அவர்கள். அந்த சிறுவன் அமைதியாக தலையைக் குனிந்தவாறே நின்றான். அவன் அவர்களின் கால்களையே பார்த்துக் கொண்டிருந்தான்.

“உன் துணிச்சலைப் பாராட்டுகிறோம். ஓடி விடு.” அந்தச் சிறுவன் இன்னும் அவர்கள் கால்களையே பார்த்துக் கொண்டிருந்தான். இதுவரை நகைத்துக்கொண்டிருந்த அவர்களுக்கு சினம் வரவே, அந்த வீரர்களில் ஒருவன் கோபத்தில் கையிலிருந்த வாளுடன் அவனைத் தாக்க முன்னேறினான். எதிரிகளின் கால்களையும் அதன் அழுத்தத்தையுமே கவனித்துக்கொண்டிருந்த அந்த சிறுவீரன், தன் இடையில் துண்டுடன் முடிந்திருந்த உறையிலிருந்து சுருட்டு வாளை பட்டென்று எடுத்து எதிரேவரும் வீரன்மேல் வீசினான். கர்வம் கொண்டு ஓடிவந்த வீரன் நொடியில் சாய்ந்தான். இதைப்பார்த்து அதிர்ச்சி அடைந்த மற்ற வீரர்கள் அவன்மேல் பாயத் தயாரானார்கள்.

இன்னும் மீதம் இருக்கும் ஒன்பது வீரர்களின் கால்களையே கவனித்துக் கொண்டிருந்தான் பூம்பொழியின் சிறுவீரன். ஒவ்வொருவரின் காலடிகளை வைத்தே அவர்கள் வாள்வீச்சின் வேகத்தைக் கணித்து அவர்கள் தாக்குதலுக்கு இணைத் தாக்குதல் கொடுத்தான். அவன் கால்கள் நின்ற இடத்திலிருந்து சிறு தூரம்கூட நகரவில்லை. அந்தச் சிறுவனின் செயல்களை கவனித்துக்கொண்டு நின்ற மற்ற பூம்பொழி வீரர்களும் அவன் காலையே பார்த்துக் கொண்டிருந்தனர்.

தொடர்ந்து சில நிமிடங்கள் எதிர்த்தாக்குதலை மட்டுமே செய்துகொண்டிருந்தான் அவன். எதிரிகளைத் தடுத்தபடி வாளை வீசிக்கொண்டே தன் தலைவனைப் பார்த்தான். அவனும் கண்களால் சரி என்பதுபோல கண்ணசைத்தான்.

அடுத்த நொடி, அந்த சிறுவனின் தாக்குதல் கொலைத்தாக்குதல் ஆனது. தன் பெருவிரலை தரையில் ஊன்றி சுழன்றபடி காற்றில் பறந்து வாளைச் சுழலவிட்டான். அடுத்த நொடி ஒன்பது வீரர்களும் தரையில் சாய்ந்தனர். பிறகு அப்படியே தன் பெருவிரலை தரையில் ஊன்றி நின்றான். வாள் சுழன்று வந்து அவன் இடையில் சுற்றிக் கொண்டது.

சுற்றிநின்ற மற்ற வீரர்களின் தலைவன் மட்டும் முன்னால் வந்து அவன் தோளைத் தட்டி விட்டான். பிறகு அந்தப் பிணங்களை அங்கிருந்து அப்புறப்படுத்தும் வேலையைச் செய்ய ஆரம்பித்தனர். அப்பொழுது அவர்கள் முன்னால் தோன்றினார்கள் மேல்குலத்து மார்த்தாண்ட வர்மா சபையோர். அவர்களைப் பார்த்ததும் ஆயுதங்களைக் கையிலெடுத்தவாறு மார்பை உயர்த்தி நின்றனர் பூம்பொழி வீரர்கள்.

250 | மூப்பர்

"சரி... நாங்கள் சண்டையிட வரவில்லை. உங்கள் மூப்பரைப் பார்க்க வந்திருக்கிறோம்."

"காரணமில்லாமல் பார்க்க முடியாது."

"மன்னரின் ஆணை."

"யார் ஆணையென்றாலும், காரணம் இல்லாமல் ஊருக்குள் நுழைய முடியாது. நீங்களே கணக்கிட்டுக் கொள்ளுங்கள். எங்கள் சிறுவீரனுக்கு பலியானவர்கள் உங்களின் பத்து வீரர்கள். அப்படியென்றால் உங்கள் படையில் எத்தனை வீரர்கள் வேண்டும் எங்களைத் தோற்கடிக்க என்று" வீரர்களின் தலைவன் தெளிவாகக் கூறினான்.

"நாங்கள் சண்டையிட வரவில்லை. அவர்கள் வீரர்கள், முட்டாள்கள். அதுதான் செத்து மடிந்தார்கள். உங்களை மீறி இங்கே எதுவும் செய்யமுடியாது. மூப்பரிடம் அழைத்துச் செல்லுங்கள். நாங்கள் வந்த நோக்கத்தைச் சொல்கிறோம். பிறகு திரும்பிவிடுகிறோம். நாங்கள் போர் வீரர்களுடன் வரவில்லை, அரசுப் பரிவாரங்களுடன் வந்திருக்கிறோம்."

சற்றுநேரம் யோசித்த அந்தத் தலைவன், "இவர்கள் நால்வரையும் ஊருக்குள் அழைத்து வாருங்கள்" என்றான்.

அவர்கள் நால்வரும் மூப்பரைப் புதைத்த அந்த இடத்தில் நிறுத்தப்பட்டனர். அந்த இடம் ஒரு பெரிய கல்லறை போன்ற அமைப்பாக இருந்தது. அதில் ஒரு நெய்விளக்கு எரிந்து கொண்டேயிருந்தது. அதன்முன்னால் உயரமாக ஒரு கம்பு நட்டுவைத்து அதில் ஒரு வெண்கல மணி தொங்கவிடப்பட்டிருந்தது. அந்தக் கம்பு பச்சை மரமாக நட்டிருந்ததால் என்னமோ, அது வேர் பாய்ச்சி கிளை விட்டிருந்தது.

சற்றுநேரத்தில் மூப்பர் அங்கே வந்தார். அவர் பின்னால் குஸ்தியும் இருந்தார். அவரைத் தொடர்ந்து மக்களும் வந்தார்கள்.

மூப்பரைப் பார்த்த அவர்கள் ஆச்சரியத்தில் மூழ்கினார்கள்.

"மூப்பரா... நாங்கள் எதிர்பார்த்தது நூறு வயதான ஒரு முதியவரை.." என்றான் அதில் ஒருவன்.

"எங்கள் மூப்பருக்கு நூற்று ஐந்து வயது" என்றார் குஸ்தி அதற்குப் பதிலாக.

"புகழாரம் தேவையில்லை. வந்த விசயத்தைச் சொல்லுங்கள்" என்றார் மூப்பர்.

"மன்னர் மார்த்தாண்ட வர்மா தங்களை அழைத்து வர கட்டளை பிறப்பித்துள்ளார்"

"எதற்காக?" என்றார் குஸ்தி.

"சில அரசுக் காரியங்களில் நாங்கள் கேள்வி கேட்க முடியாது" என்றான் இன்னொருவன்.

"மூப்பரை அனுப்ப முடியாது என்று சொன்னார்கள் என்று சொல்லுங்கள்" என்றார் குஸ்தி.

"விளைவுகளைச் சொல்கிறோம், கேளுங்கள். அதன்பிறகு முடிவு எடுங்கள். உங்கள் வீரர்கள், கோட்டை வீரர்கள் பத்துப்பேரை கொன்றுள்ளனர். அது அரசருக்குத் தெரிந்தால் என்ன ஆகும். நீங்கள் ஆயிரம் வீரர்கள் வந்தாலும் போராடுவீர்கள். ஆனால் நம் நாட்டின் படைபலம் என்னவென்று உங்களுக்கு நன்றாகத் தெரியும். டச்சுக்காரர்களையே ஓடவைத்த படைபலம்கொண்ட நாடு, நம் நாடு." என்று ஒருவன் முடிக்க இன்னொருவன் தொடர்ந்தான்:

"அவர் எதற்காக மூப்பரை அழைத்திருக்கிறார் என்று எனக்குத் தெரியாது. ஒருவேளை, நல்ல விசயத்திற்காக இருந்தால்... யோசித்துப் பாருங்கள். நீங்களாக அரசரின் கோபத்திற்கு ஆளாக வேண்டுமா? உங்கள் ஊரையை அழித்துவிடும் அவரின் கோபம்."

சிறு நொடி யோசித்தார் மூப்பர். "சரி வருகிறேன்." என்றார் மூப்பர். உடனே குஸ்தி முன்னால் வந்து "கண்டிப்பாக முடியாது. என்னால் அனுமதிக்க முடியாது. இதில் சூழ்ச்சி உள்ளது" என்றார்.

"குஸ்தி, இதில் நம் மக்கள் உயிர் முக்கியத்துவம் உள்ளது." என்றார் மூப்பர்.

"அப்படியென்றால் மக்களையே கேட்போம்." என்று சொல்லிய குஸ்தி அருகிலிருந்த மணியை அடிக்க ஆரம்பித்தார். மூப்பர் மேலே வானத்தைப் பார்க்க ஆரம்பித்தான். ஒரு கருடன் வானத்தில் மூப்பரின் தலைக்கு மேலே வட்டமடித்துக் கொண்டிருந்தது.

சில நிமிடங்களில் மொத்த மக்களும் கூடிவிட்டனர். குஸ்தியோ, மூப்பரோ செய்தியைச் சொல்லும் முன் அவர்களாகவே சுற்றி நின்றவர்களிடம் செய்தியை கேட்டுத் தெரிந்து கொண்டனர். அதில் பெண்கள் தோளில் சீலை அணிந்திருப்பதைப் பார்த்து, தங்களை தானே மேல்ஜாதி என்பவர்கள் மனதிற்குள் பற்களை கடித்துக் கொண்டனர்.

"சொல்லுங்கள். இதில் சூழ்ச்சி இருப்பதாகக் கருதுகிறேன். மூப்பரை அரசவைக்குச் செல்ல அனுமதிக்கலாமா?"

"வேண்டாம் வேண்டாம்" என்று கத்தினார்கள் மக்கள். அப்பொழுது அரசவையிலிருந்து வந்திருந்த ஒருவன் தன் இடையிலிருந்து ஒரு ஓலையை எடுத்து அவர்களிடம் நீட்டினான். "இதைப் பாருங்கள். மன்னரின் ஆணை.."

உடனே மற்ற ஒருவன், "அதை இடுப்பிலேயே வை. நாம் திரும்பி புறப்படுவோம், செய்தியை மன்னரிடம் சொல்வோம். அவரே முடிவெடுக்கட்டும். நம் வேலை அவ்வளவுதான்" என்று மெல்ல திரும்பி நடக்க ஆரம்பித்தனர்.

இரண்டு அடிகள் எடுத்துவைத்தனர் அதற்குள் மூப்பர் குரல் அவர்களைத் தடுத்தது. "நில்லுங்கள், நான் வருகிறேன். இது என் முடிவு"

தன் முடிவு என்றதும் பதிலுக்கு சுற்றி நின்ற மக்கள் யாரும் மறுப்பு பேசவில்லை.

தனது காலை முன்னால் எடுத்துவைத்த மூப்பர் மீண்டும் வானத்தைப் பார்த்தார். இன்னும் அந்த கருடன் அவரையே சுற்றி வந்தது.

பிறகு சத்தமாகக் கூறினார் மூப்பர், "ஒருவேளை, நாம் திரும்பி நம் மண்ணுக்கு வராமல் இருந்தால், என் இடத்தில் குஸ்தி செயல்படுவார். தொடர்ந்து அவர் நியமிக்கும் வீரன் மூப்பராக இருப்பார். இது என் கட்டளை. ஒன்றுமட்டும் நினைவில் வைத்துக் கொள்ளுங்கள் இது நம் மண். இது நம் சொர்க்கம். இங்கே இருக்கும் பெண்கள் நம் தாய்மார்கள், நம் உடன் பிறந்தவர்கள், இவர்கள் மானம் நமக்கு உயிரைவிட முக்கியம். இங்கே ஒரு பெண்ணின் மானம் போகிறது என்றால்கூட அப்பொழுது நம் பூம்பொழியில் ஆண்மகன் யாருமில்லை என்று அர்த்தம்." என்று சொல்லியவர் அரசவை மக்களின் பின்னால் நடந்தார்.

குஸ்தி உட்பட பூம்பொழி மக்களும் மூப்பர் பின்னால் நடந்தனர். இறுதியாக, ஊர்மக்கள் பூம்பொழியின் எல்லையில் வந்து நின்றனர். மூப்பர் தொடர்ந்து நடந்துகொண்டிருந்தார். குஸ்தி கண் இமைகளில் ஒரு துளி நீர் வந்து விழுந்தது மழையென்று வானத்தைப் பார்த்தார். அந்த கருடன், மூப்பர் சென்றுகொண்டிருந்த பாதையில் அவர் தலைக்குமேலே வட்டமடித்தபடி சென்றுகொண்டிருந்தது. அதைப் பார்த்த குஸ்தி, கைகளை வானை நோக்கி உயர்த்தி "மூப்பர் வாழ்க" என்று கூவினார். கூடியிருந்த மற்ற மக்களும் வானத்தைப் பார்த்தனர். அவர்கள் முகம் மலர்ந்து "மூப்பர் வாழ்க" என்று கூவினார்கள்.

அது மூப்பரின் காதுகளில் கேட்டது. மூப்பர் சிரித்தவாறு நடந்துகொண்டிருந்தார். கறுத்து ஒரு துளியாக ஆரம்பித்த அந்த மழை, மெல்ல பல துளிகளாகி மழைக்க ஆரம்பித்தது.

ஜெயன் மைக்கேல்

40

மூப்பரை ராஜ மரியாதையுடன் அழைந்துவந்த அரசைவையோர் பூம்பொழியை விட்டு வெளியேறியதும் தங்கள் பசுத்தோலை உரித்து நரித்தோலை காட்ட ஆரம்பித்தனர்.

சில காவலாளிகளின் உதவியுடன் கை, கால்களை சங்கிலியால் பிணைத்தனர். அவர்கள் செய்யும் அனைத்து செயல்களையும் சிரிப்புடன் ஏற்றுக்கொண்டார் மூப்பர்.

“கீழ்ஜாதி பிணங்கள் நீங்கள், உங்களுக்கு இந்த கர்வம் தேவைதானா?” என்று காறி உமிழ்ந்தார்கள்.

“ஹா...” அதற்கும் சிரித்தார் மூப்பர். குதிரைகளில் அமர்ந்திருந்த இரண்டு காவலாளிகள் இருபுறச் சங்கிலியையும் இழுத்துப் பிடித்தபடி அழைத்துச் சென்றனர். அழைத்து சென்றனர் என்பதைவிட இழுத்துச் சென்றனர்.

“நீ இல்லாமல், உன் பூம்பொழி மக்கள் என்ன செய்யப் போகிறார்கள் என்று பார்க்கலாம்” என்று இன்னொருவன் கர்ஜித்தான். அதற்கும் மூப்பர் சிரித்தார். உடனே கோபம் வந்த ஒரு வீரன் குதிரையிலிருந்துகொண்டே மூப்பரின் முதுகில் உதைத்தான். அந்த உதையினால் தள்ளாடி நின்ற மூப்பருக்கு கோபம் தலைக்குமேல் வந்தது.

"மூடனே, தைரியம் இருந்தால் என் முன்னால் வந்து என்னை உதை. முதுகில் உதைக்காதே" என்று தன் இரு கைகளை உதறினார் மூப்பர். அப்பொழுது அந்த சங்கிலிகளை பிடித்துக் கொண்டிருந்த இருவரும் குதிரையிலிருந்து எகிறி கீழே விழுந்தனர். குதிரை, முன்னம் கால்களை மேலே தூக்கி எகிறி கனைத்தது.

"நான் பயிற்சியளித்த ஒரு சிறுவனைக்கூட உங்களால் எதிர்கொள்ள முடியவில்லை என்றால் என்னை உங்களால் என்ன செய்யமுடியும்." என்று மீண்டும் சிரித்தார் மூப்பர். குதிரையிலிருந்து கீழே விழுந்த இரு வீரர்களும் மீண்டும் மூப்பரை பிணைத்திருந்த சங்கிலியை இழுத்துப் பிடித்தனர்.

"என்ன திமிர் உனக்கு. கை, கால்கள் கட்டப்பட்ட பிறகும் உன் திமிர் அடங்கவில்லை" என்று சொல்லியவாறு மூப்பர் கன்னத்தில் அறைந்தான் ஒரு காவலாளி. மூப்பரால் திருப்பித் தாக்கமுடியாத வண்ணம் சங்கிலிகளை இழுத்துப் பிடித்தனர் காவலாளிகள். தன் மக்களுக்காக என்று மூப்பரும் அமைதியானார்.

"இதை எல்லாம் நான் எதிர்பார்க்காமல் உங்களுடன் வந்தேன் என்று நினைத்தீர்களா? எங்கள் மக்களை போராட பழக்கவில்லை, உயிரைவிட பழக்கி இருக்கிறோம். எங்கள் மக்களுக்கு மானத்திற்கு விலை உண்டு, உயிருக்கு விலை இல்லை. மானத்திற்காக உயிரை விடுவார்கள். என்னை அழித்தாலும் நீங்கள் எம் தாய்களை ஒன்றும் செய்துவிட முடியாது. என்னை அழைத்துச் செல்லுங்கள், இல்லை இழுத்துச் செல்லுங்கள். இல்லை அடித்துச் செல்லுங்கள் அது உங்கள் விருப்பம். உடலை விட்டு வெளியே வெறும் இரத்தம்தான் ஓடும், எனக்கு வலிக்காது. அதிகப்படியாக உயிர்போகும். அப்பொழுதும் எனக்கு வலிக்காது. ஏனென்றால் நான் மூப்பர்." என்று கத்தினார் மூப்பர்.

உடனே கோபம் கொண்ட காவலாளிகள் அவரைத் தாக்க ஆரம்பித்தனர். உடலில் தோல்கள் கிழிந்து இரத்தம் சொட்ட ஆரம்பித்தது. அதுவரை நடத்திச் சென்ற அவர்கள் அவரை இழுத்துச் செல்ல ஆரம்பித்தனர்.

மார்த்தாண்ட வர்மா அவையில் மூப்பரை நிறுத்திய பொழுது அவர் உடம்பிலிருந்து காய்ந்து, உறைந்த இரத்தம் கட்டியாகி உடலில் தோலை இழுத்துக் கொண்டு வலித்தது.

அவையில் யார் இருக்கிறார்கள் என்றெல்லாம் மூப்பரால் கவனிக்க முடியவில்லை. ஆனால் முன்னால் சிம்மாசனத்தில் அமர்ந்திருப்பது மார்த்தாண்ட வர்மா என்று அவரால் புரிந்து கொள்ள முடிந்தது. கம்பீரமான தோற்றம், தலையில் துணியில்

தங்கமும் வைரமும் வேயப்பட்ட தலைப்பாகை அணிந்திருந்தார். அந்த தலைப்பாகையில் மேல் பகுதியில் ஒரு மைல் பீலிகை இணைக்கப்பட்டிருந்தது.

அவர் தாடி, முகத்தில் கரு நிறத்தில் செயற்கையாக ஒட்டப்பட்டதோ என்ற எண்ணைத்தை உருவாக்கியது. அந்த தாடியுடன் தொடர்பிலிருந்த மீசை தரை பார்த்திருந்தது. அவர் அணிந்திருந்த மேலுடை இதுவரை மூப்பர் கண்களில் கண்டதில்லை. அவ்வளவு அழகு, அவ்வளவு வேலைப்பாடுகள்.

உறையில்லா வாளை தன் இடதுகையில் தாங்கியிருந்தார் அவர். வலதுபக்கம் மகாராணியார் அமர்ந்திருந்ததனால் வாளை இடது புறமாகப் பிடித்திருக்கிறார் என்று எண்ணிக்கொண்டார் மூப்பர். அரசரை உற்று நோக்கிய மூப்பரால் மகாராணியை கண்ணெடுத்துப் பார்க்கும் துணிச்சல் வரவில்லை. அவர் கால்களை மட்டும் பார்த்தார் மூப்பர்.

மகாராணியின் முன்னால் இருந்த கால்மேடையில் தன் இடதுகாலை எடுத்து வைத்திருந்தார் அவர். அவர் உடுத்தியிருந்த உடையின் பட்டுச் சரிகை காலில் அணிந்திருந்த தங்கச் சிலம்பில் உரசிக் கொண்டிருந்தது. உற்றுக் கேட்டால் அது உரசும் ஒலி கேட்கலாம் என்று தோன்றியது. முகஅழகு எப்படி இருக்கும் என்பதை செருப்பு அணியாத காலழகு பிரதிபலித்தது.

இவை எல்லாவற்றையும் சில நொடியில் கவனித்த மூப்பர், மார்பை நிமிர்த்தி நின்றார்.

"மூப்பர்..." என்று உறுமினார் மன்னர். இவரை இழுந்து வந்தவர்கள் தங்கள் இருக்கைகளில் அமர்ந்திருந்தனர்.

"பத்து வீரர்களைக் கொன்றிருக்கிறான். மக்களை கொடுமைப்படுத்தியிருக்கிறான். காணச் சென்ற அமைச்சர்களைத் தாக்கி இருக்கிறான்" என்று சபையில் ஒருவர் மூப்பர்மேல் சுமத்தப்பட்ட குற்றங்களை அடுக்கினார்.

"இராஜதுரோகம்" என்றார் இன்னொருவர்.

இதைக்கேட்ட மூப்பர், "அழைத்து வர வந்தவர்கள். இப்படி இழுந்து வந்திருக்கிறார்கள் என்னை. இது எந்தவகையில் சேரும்? ராஜமரியாதையிலா?" என்று தன் கைகளில் கட்டியிருந்த சங்கிலிகள் குரல் எழுப்ப மன்னரைப் பார்த்துக் கேட்டார்.

"மன்னரிடம் கேள்வி கேட்கிறாயா? உன்னை..." என்று அருகில் இருந்த ஒரு அமைச்சர் தன் வாளை உருவினார். அதைக் கவனித்த ராஜா அவரிடம், வேண்டாம் என்று கையை அசைத்தார். தளபதி

அனந்தபத்மநாபன் இல்லாதது இன்னும் ஏதுவாக இருந்தது அவர்களுக்கு.

“அழைத்து வருவதா, இழுத்து வருவதா? அதை முடிவு செய்ய வேண்டியவன் நான். நீ அல்ல” என்றான் பதிலாக மன்னர்.

“அது எந்த நியாயம் என்பதுதான் என் கேள்வி. மன்னருக்கு பதில் சொல்லவும் உரிமையுண்டு” என்று மீண்டும் உறுமினார் மூப்பர்.

“நீ அரச சபையில் குற்றவாளியாக நிற்கிறாய், நினைவில் வைத்துக்கொள்” என்று மீண்டும் எச்சரித்தார் மன்னர்.

“எந்தவகையில் நான் குற்றவாளி?” மீண்டும் மன்னரின் கோபத்தைத் தூண்டினார் மூப்பர். கோபம்கொண்ட வர்மா தன் இருக்கையை விட்டு எழுந்தார். இடது கையிலிருந்த வாளை வலது கைக்கு மாற்றினார். தன் சிம்மாசனத்திலிருந்து எழுந்து முன்னேவந்த மன்னர் வாளை மூப்பரின் கழுத்தில் வைத்தார்.

“உன் தலையைத் துண்டிக்க ஒரு கணம்கூட எனக்குத் தேவையில்லை” என்று அவர் வாளை மூப்பர் கழுத்தில் அழுத்தினார். கூர்வாள் அவர் கழுத்தில் கோடு கிழித்தது. இரத்தம் வழிந்தோடியது. அந்த வலியை பொருட்படுத்தாமல் மூப்பர் இன்னும் உடலை முறுக்கி நிமிர்ந்து நின்றார். கண்களை விரித்து மன்னரை இன்னும் உற்றுப் பார்த்தார். அதைக் கவனித்த மன்னருக்கு ஆச்சரியம் தாங்க முடியவில்லை.

என்ன வீரம். என்ன துணிவு. பயமில்லாமல் நிமிர்ந்து நிற்பவனை கோழைபோல கொல்வதா? இது எனக்கு இழுக்கு அல்லவா? என்று மனதில் எண்ணிக் கொண்டார்.

“இவனை பாதளச் சிறையில் அடையுங்கள். இவன், இனி ஒளியைப் பார்க்க பல நாட்கள் ஆக வேண்டும். இது என் கட்டளை. அவை கலைகிறது” என்று தன் இடத்தைவிட்டு நகர்ந்தார் மன்னர்.

உயிரை எடுத்துவிடுவார் என்று எண்ணிய மேல்குல மக்களுக்கு இதில் ஏமாற்றமே மிஞ்சியது. இருந்தாலும் இருட்டறை தண்டனையைவிட கொடுமை என்ன இருக்கிறது என்று எண்ணிக்கொண்டார்கள். அந்த இருட்டறைக்குச் சென்றவர் யார் உயிருடன் வந்திருக்கிறார்கள்.?

உண்மையில், இருட்டறை தண்டனை என்பது கொடுமைதான். கருவறையில் இருக்கும் குழந்தைகூட ஒளியை உணர முடியும். ஒளி இல்லாமல் இருந்தால் என்ன ஆகும் என்று சிந்திக்கக்கூட முடியவில்லை. ஒளிதான் எல்லாவற்றுக்கும் மூலம். சில நாட்கள் ஒளி மங்கிப் போனால் உலகம் என்னாகும். மனிதன் உறங்குவதற்கான

நேரம்கூட இரவு என்றுதானே வைத்திருக்கிறான், பகல் என்று வைக்கவில்லை.

எங்கே அடைத்து வைத்திருக்கிறார்கள், என்ன உலகம் எதுவும் மூப்பருக்குத் தெரியவில்லை. கை, கால்களில் பிணைத்திருந்த சங்கலிகளை அவிழ்த்து ஒரு அறைக்குள் தள்ளினார்கள். இருளில் சென்று விழுந்ததுபோல இருந்தது. தூரத்தில் அறைக்கதவுகள் மூடும் சத்தம் கேட்டது.

சுற்றிய இடம் எல்லாம் இருள், எதிரே என்ன உள்ளது என்பதுகூட தெரியாதளவிற்கு இருள். கண்களை எவ்வளவு திறந்து பார்த்தாலும் இருள். உடல் வலியைவிட இந்த இருள் வலி அதிக வலியைக் கொடுத்தது. சுற்றி வீசிய துர்நாற்றம் குடலை குமட்டிக்கொண்டு வந்தது. நாசியின் வழியாக வெளிவரும் காற்றை அடக்கி வெளியேவிட்டார் மூப்பர்.

கண்களைத் திறந்திருக்கும்பொழுதே இப்படி இருள்கிறதே, கண்களை மூடிக்கொண்டால் எப்படி இருக்கும்! கண்களை மூடினால் இருளின் வடிவமே தெரிந்தது. உள்கண்ணில் இருள் வட்டங்கள் வட்டம் வட்டமாக வந்து போயின. மனதை தேற்ற ஆரம்பித்தார் மூப்பர். நம் மக்களுக்காக இதை எல்லாம் தாங்கித்தான் ஆக வேண்டும்.

இருள்களில் சில வகைகள் உள்ளன என்று தெரிந்துகொண்ட நாள் அது. இருளின் வகைகளை கண்ணில் உணர ஆரம்பித்த நாள்கள் அவை. சரியாக இரண்டு வேளை அவருக்கு உணவு அளிப்பார்கள். கணக்கு வைத்துப் பார்த்தால் காலையும் மாலையுமாக இருக்கலாம் என்று தோன்றியது. அதுவும் சில நேரம் வந்து சேரவில்லை.

அந்த அறையில் ஒரு ஓரத்தில் சிறிய கதவு திறக்கும் சத்தம் கேட்கும், அது வந்ததும் அவர் கண்கள் கூர்மையாகும். ஒரு சிறு துவாரத்தின் வழியாக மங்கலான வெளிச்சம் வரும். அதில் பெரிதாக எதுவுமே அவர் கண்களுக்கு தெரியாது. ஆனால் அந்த சிறு மங்கல் வெளிச்சமே அந்த பேரிருளை துளைத்துக் கொண்டு உள்ளே நுழையும்.

தெளிவாகச் சொல்வதென்றால், பேரிருளை துளைத்துக் கொண்டு உள்வரும் மெல்லிருளின் பாதை கண்களில் தெரிய ஆரம்பித்தது. அந்த வெளிச்சத்தை மறைத்தபடி வாழை இலையில் உணவை உள்ளே தள்ளுவார்கள். அத்துடன் அந்த வெளிச்சம் மறைந்துவிடும். மூப்பர் அந்த உணவு விழுந்த இடத்தை தேடிக் கண்டுபிடித்து உண்ண வேண்டும்.

முதல் சில நாட்கள் அந்த உணவிற்கு அவ்வளவு முக்கியம் கொடுக்கவில்லை அவர். ஆனால் போகப்போக உயிர் வாழ முக்கியமாகத் தெரிந்தது, அவர்கள் தூக்கி எறிந்த உணவு.

உணவு விழும் இடம் நோக்கிச் சென்று அதை எடுத்து உணவை உண்டுவிட்டு அந்த இலையை அப்படியே போட்டுவிட வேண்டும். பெரும்பாலும் அந்த உணவு நீர் கலந்த உணவாகவே இருந்தது. அதைத்தவிர அந்த மங்கல் வெளிச்சம் பிறகு வரவே வராது.

பழகிப்போன துர்நாற்றத்துடன், நாட்கள் நகர நகர அந்த கெட்டுப்போன உணவுகளும், அழுகிய இலையும் சுத்தமில்லாத உடலும் மேலும் புது துர்நாற்றத்தை உருவாக்கியது. என்ன கடினம் என்றாலும் தாங்கிக்கொள்ளலாம் என்று எண்ணிய அவருக்கு இதை பழகிக்கொள்ள சில காலம் எடுத்தது.

கொடுக்கும் உணவை வைத்து சில நாட்கள் நேரத்தையும் நாட்களையும் கணித்தார் மூப்பர். ஆனால் போகப்போக அவரால் தானிருக்கும் பொழுது என்ன? நாள் என்ன? நேரம் என்ன? எதையும் கண்டுபிடிக்க முடியாமல்.

இறுதியில் ஒரு முடிவிற்கு வந்தார். காலத்தைக் கணிக்க எனக்கு என்ன அவசியம். பலம் வேண்டும். உறுதி வேண்டும். அமைதி வேண்டும். இவர்கள் தண்டனை என்னை தண்டித்து விடக்கூடாது. கண்களை மூடிக்கொண்டார். அதுதான் இருளின் இரண்டாவது வகை. அமைதியான இருளை அவர் தேட ஆரம்பித்தார்.

நான் இருக்கும் இந்தப் பகுதி இருளடைந்த பகுதியில்லை. என்னைச் சுற்றி ஒளி இருக்கிறது. அதைத் தேடு, அதைத் தேடு என்று அவர் மன ஓட ஆரம்பித்தது. கண்கள் திறக்கவில்லை.

முதலில் பசி வாட்டியது. கண்களைத் திறக்காமலே அந்த உணவு வரும் வெளிச்சப் பகுதியை தெரிந்துகொண்டு பசிக்கு உண்டார். பிறகு பசி மெல்ல மெல்ல அவரைவிட்டு நகர ஆரம்பித்தது. என்ன நடந்தாலும் கண்களைத் திறக்கவில்லை அவர்.

நாட்கள் மாதமானது. பசியை மறந்து பசியின்மை எனும் நிலையை அடைந்தார். அந்த சிறு வெளிச்ச வாசல் வழியாக வந்து விழும் உணவுகள் ஒரு இடத்தில் குவிந்து அழுக ஆரம்பித்தது. இப்பொழுது அந்த துர்நாற்றம் எல்லாம் அவரை ஒன்றும் செய்யவில்லை.

அப்படியே உறைந்துபோயிருந்தார். உணவு உண்டு எத்தனை நாட்கள் ஆனது என்பதுகூட அவருக்குத் தெரியாது. இந்தச் சிறைக்கு வந்து எத்தனை நாட்கள் ஆனது எல்லாம் மறந்து போனார்.

தண்டனையின் தொடக்கத்தில் அவர் எதிர்பார்த்த அந்த வெளிச்சம், அந்த ஒளியை அவர் முழுவதுமாக மறந்துபோயிருந்தார். அந்த பல வருடங்கள் கடந்து அவர் முன்னால் வந்து நின்ற பிறகும் அவரால் அதை உணர முடியவில்லை.

ஜெயன் மைக்கேல்

இரண்டு காவலாளிகள் கையில் தீப்பந்தம் ஏந்தி அவர் முன்னால் நின்றபிறகும் அவர் கண்களைத் திறக்கவில்லை.

காவலாளிகள் ஆச்சரியத்தில் உறைந்துபோனார்கள். எத்தனை மனிதர்களை இந்த அறையிலிருந்து தண்டனை முடிந்து பார்க்க வந்திருக்கிறோம்.

இங்கே இருந்தவர்கள் பசியினால் உணவிடும் இலையைக்கூட உண்ணப் பழகியிருப்பார்கள். பலர் இருளுக்கு பயந்து இறந்துபோயிருக்கிறார்கள். துர்நாற்றத்தால் வரும் அட்டைப்பூச்சிகளாலும் கடித்து உயிரைவிட்டிருக்கிறார்கள். இங்கு வந்து உயிருடன் இருந்து திரும்பிப் போனவர்களைப் பார்த்ததே இல்லை.

வந்த காவலாளிகள் தீப்பந்தத்தை திருப்பி அறையைச் சுற்றிப் பார்த்தார்கள். ஒரு ஓரமாக நேற்றுவரை வீசிய உணவுகளில் புழுக்கள் மொய்த்துக் கொண்டிருந்தன. அந்த இடம் ஒரு புழுக்கள் குவியலாக மாறியிருந்தது. விளக்கின் வெளிச்சத்தைப் பார்த்ததும் இரண்டு பெருச்சாளிகள் அந்தக் குவியலிலிருந்து ஓடி மறைந்தன.

பிறகு விளக்கை மூப்பரின் முகத்தை நோக்கித் திருப்பினர். தாடி முடிகளிலும் தலையிலும் அழுக்குப்படிந்து மரக்கட்டைபோல மாறியிருந்தது அவர் முகம். காவலர்கள் கையிலிருக்கும் ஒளி அவர் கண்ணை கூசச் செய்கிறது என்பது அவர் புருவத்தை மேல் உயர்த்தியதில் தெரிந்தது. அவர் அணிந்து வந்த உடைகள் அனைத்தும் கரையான் அரித்து கரைந்து போயிருந்தது. உடல் மெலிந்து, கட்டாக இருந்த இடங்களில் கட்டுகள் கரைந்து வெறும் எலும்புக் கூடாகியிருந்தது. ஆனாலும் அவர் உடலில் ஒரு புழு பூச்சிகூட தாக்கவில்லை என்பது ஆச்சரியமாக இருந்தது. எதிரில் நிற்பது வெளிச்சம் என்பது உறுதியான பிறகும் மூப்பர் கண்களைத் திறக்கவில்லை.

வந்த காவலர்கள் கையிலிருந்த ஒரு உடுதுணியை அவரிடம் வீசிவிட்டு, "உன்னை அழைத்து வர அரசர் உத்தரவு" என்று கூறினான். இன்னொருவன் கைகளைப் பிடித்து அவரை எழுப்ப முயன்றான். மூப்பர் அவன் கைகளை தட்டிவிட்டார். பல நாட்கள் ஒரே இடத்தில் அமர்ந்ததால் கால்களை நேராக்க நேரமாகும்.

"சிறுதுநேரம் கொடுங்கள்." என்றார் மூப்பர்.

மெல்ல கால்களை நீட்ட முயன்றார். அது உறைந்திருந்தது. மனதை ஒருநிலைப்படுத்தினார். ஒரு காலை தன் இரு கைகளாலும் பிடித்து முன்னோக்கி இழுத்தார். கால்கள் மரத்துப் போயிருந்தன. மறு காலை தரையில் ஊன்றி எழுந்தார். கால்கள் பிறந்த குழந்தையின்

கால்கள்போல தரையில் நிற்க அடம் பிடித்தன. கைகளை காற்றில் நீட்டினார் மூப்பர்.

தன் இரு கை விரல்களை மடக்கி காற்றை உள்ளங்கையில் அடக்கி வானம் பார்த்து நின்று கால்களை தரையில் பதித்தார். நிர்வாணமாக நின்ற அவர், காவலாளிகள் வீசிய துணியை எடுத்து இடையில் கட்டிக் கொண்டார். ஆனால் இன்னும் கண்களைத் திறக்கவில்லை.

"இப்பொழுது முன்னால் செல்" என்பதுபோல அவர் கைகளை முன்னால் காட்டினார்.

"எப்படி கண்களைத் திறக்காமல் வருவாய்?' என்றான் காவலாளி.

"உன் காலடிச் சத்தமே, எனக்கு வழிகாட்டும், நீ முன்னால் செல், போதும்" என்றார் மூப்பர். அந்தக் காவலாளிகள் முன்னால் செல்ல அவர் காலடியிலிருந்து வரும் சத்தத்தை வைத்து இவரும் நடக்க ஆரம்பித்தார். கால்களின் வலியால் வேகமாக நடக்க முடியவில்லை. தள்ளாடிதான் நடக்க முடிந்தது.

அவர் நடந்து வருவதை காவலாளிகள் ஆச்சரியத்தில் திரும்பித் திரும்பி பார்த்தபடி நடந்தனர்.

"ஒருவேளை அவன் கண்களைத் திறந்து பார்க்கிறானோ?" என்று, தன் சந்தேகத்தை உடன் வந்தனிடம் கேட்டான் காவலாளி.

"முட்டாள், இத்தனை நாள் இருளிலே கிடந்தவன் திடீரென்று கண்களைத் திறந்தால் நிரந்தரமாக கண் பார்வை போய்விடும்"

"அப்புறம் எப்படி படிக்கட்டுகளில்கூட தடுமாறாமல் நடக்கிறான்."

"நாம் ஒலியைப் பார்க்க முடியுமா? முடியாது. ஆனால் அவன் ஒலியைப் பார்க்கிறான். அது பயணிப்பதைப் படிக்கிறான். நீ நின்று பார். நம் அருகில் வந்து அவனும் நின்றுவிடுவான்" என்றதும் மூப்பரை பரிசோதிக்க இருவரும் அந்த இடத்தில் நின்றனர்.

"நீங்கள் சென்றால்தான் நான் அடுத்த அடி வைக்கமுடியும்." என்றார் அவர்கள் அருகில் வந்த மூப்பர்.

ஜெயன் மைக்கேல்

41

அரசவையில் மூப்பரை நிற்க வைத்தனர். இன்னும் ஒளி அதிகமாகி இருந்ததால் புருவத்தை சுருக்கிக்கொண்டே நின்றுகொண்டிருந்தார் மூப்பர்.

இப்பொழுது அவர் கண்களுக்கு யார் அருகில் இருக்கிறார்கள் என்று தெரியவில்லை. ஆனால் வரும் பேச்சுகளை கவனித்துக்கொண்டே இருந்தார்.

அவ்வளவு அலங்கோலமாக இருந்தாலும் மூப்பரைப் பார்த்தவுடன் புரிந்து கொண்டார் தளபதி அனந்த பத்மநாபன். மனதில் "மூப்பர்" என்று சொல்லிக் கொண்டார் அவர்.

"என்ன வீரரே, ஆணவம் குறைந்துவிட்டதா?" என்று மன்னர் ஏளனமாகக் கேட்டார். அதற்கு ஏளனமாக மூப்பர் சிரித்தார்.

"உன் வீரத்தைப் பார்த்து வியந்துபோனதனால்தான் நீ உயிர் தப்பினாய். ஆனால் அந்த பாதாளச் சிறையிலிருந்து உயிருடன் வருவாய் என்று ஒரு கணமும் நினைக்கவில்லை." என்று மீண்டும் தொடர்ந்தார் மன்னர். அப்பொழுது தளபதி அனந்த பத்மநாபன் குறுக்கிட்டு "எத்தனை கால தண்டனை மன்னரே?" என்றார். மேலும் முன்பு இருந்த சில மேல்குலத்து மந்திரிகள் சபையில் இருந்தும் தளபதி அனந்த பத்மநாபன் முன்னால் பேச்சற்று அமைதியாகவே இருந்தனர்.

"காலம் எல்லாம் குறிப்பிடவில்லை தளபதியாரே. அன்றே தலையைக் கொய்திருப்பேன். ஆனால் இவன் கண்களில் எனக்கு அவன் வீரத்தைக் காட்டினான். அவன் சிறையில் அடைத்தபிறகும்கூட அந்தக் கண்களினால் சில நாட்கள் உறக்கம் வரவில்லை என்றால் பார்த்துக் கொள்ளுங்கள்"

"எத்தனைக் காலம்?"

"சரியாகச் சொன்னால்?' என்று மன்னர் யோசித்த நேரம் அருகிலிருந்த அமைச்சர் "ஐந்து வருடம்" என்றார்.

"ஐந்து வருடமா? அதுவும் உயிருடன் பாதாளச் சிறையில். ஆச்சரியம்" என்று வியந்த தளபதி மீண்டும் 'என்ன குற்றம்?" என்று கேட்டார்.

"குற்றம்..." என்று அமைச்சர் யோசித்தபொழுது மூப்பர் குறுக்கிட்டு "அவர்களுக்கு மறந்து போயிருக்கும் தளபதியாரே, நான் சொல்கிறேன்." என்று உடலை முறுக்கிய மூப்பர், கண்களை மூடியபடி வேகமாக செயல்பட்டு முன்னோக்கிப் பாய்ந்தார். வேகமாக அரசரின் அருகில் நின்றிருந்த வீரரின் ஈட்டியை பறித்துக் கொண்டு மகாராணியை நோக்கி ஓடினார். இதைப் பார்த்த தளபதியார் அதைத் தடுக்க உறைவாளை உருவிக்கொண்டு மூப்பரின் குறுக்காகப் பாய்ந்தார். மறுபக்கம் மன்னர், தன் வாளை இடது கையிலிருந்து வலது கைக்கு மாற்றினார். அவையில் இருந்தவர்கள் பதட்டத்துடன் எழுந்து நின்றனர்.

மகாராணியை நோக்கிப் பாய்ந்த மூப்பர் கையிலிருந்த ஈட்டியால் மகாராணியின் மார்புக் கச்சையின் ஓரத்தில் வைத்து நிறுத்தினார். அப்பொழுது பாய்ந்துவந்த மன்னரின் வாளை உடலை சாய்த்து அவர் குறியை தவறவிட்டார் மூப்பர். இன்னொரு தாக்குதல் தளபதியாரிடமிருந்து நேராக மூப்பரின் கழுத்துக்கு வர, அதை தளபதியாரின் இடையிலிருந்த உறை கத்தியை இமைக்கும் நேரத்தில் உருவி அந்தக் கத்தியை வைத்து அவர் வாளைத் தடுத்தார்.

சில நொடிகள், நேரத்தைத் தவிர அனைவரும் அதிர்ந்துபோய் அப்படியே நின்றனர். மகாராணி பயத்தில் மார்பை கைகளால் மறைத்திருந்தார். ஈட்டியை வெளியே இழுத்தால் மகாராணியின் மானம் போய்விடும், அவையோர்கள் கண்களை கைகளால் மூடிவிட்டு விரல் ஓட்டை வழியாக என்ன நடக்கிறது என்று வேடிக்கை பார்த்தார்கள்.

மூப்பர் அப்படியே ஈட்டியை கீழே போட்டார். தளபதியாரும் மெல்ல கவனமாக வாளை இறக்கினார்.

ஜெயன் மைக்கேல்

"மன்னியுங்கள் மன்னா. மன்னியுங்கள் தளபதியாரே... இப்பொழுது நீங்கள் என்ன செய்ய ஆசைப்பட்டீர்களோ அதைத்தான் நான் செய்தேன்." என்றார் மூப்பர் அமைதியாக.

"என்ன செய்தாய். இதற்கு தண்டனை என்ன தெரியுமா?" என்று மீண்டும் மன்னர் கர்ஜித்தார்.

"என்ன தண்டனை மன்னா? என் பெண்கள் மார்பகத்தை காட்டிக்கொண்டு நடமாட வேண்டுமாம். அதை மேல்குலத்தோர் பார்த்து ரசிப்பார்களாம். அதை தட்டிக்கேட்டால் அடிப்பார்களாம், உதைப்பார்களாம்?"

"என்ன உளறுகிறாய்?"

'உங்களுக்குத் தெரியாது என்று சொல்லிவிடாதீர்கள் மன்னா. எங்கள் பெண்கள், எங்கள் தாய்கள் மார்பகத்தைக் காட்ட வேண்டும் என்று ஆசைப்பட்டவர்களுக்கு நான் தண்டனை கொடுத்தேன். அவர்கள் தாக்க வந்தால் எதிர்த்து தாக்க பயிற்சி அளித்தேன். எம் பெண்கள் எங்கள் பூம்பொழியை விட்டு வெளியே சென்றால் மார்பு கச்சையில்லாமல் நடக்க வேண்டும் என்று, அவர்களை நாட்டை விட்டு வெளியே போக வேண்டாம் என்று கூறினேன். இதில் என்ன தவறு இருக்கிறது?"

மன்னர் ஒன்றும் புரியாமல் அமைச்சர்களைப் பார்த்தார். ஆனால் தளபதியாருக்கு எல்லாம் புரிய ஆரம்பித்தது. மூப்பர் மீண்டும் தொடர்ந்தார்.

"இதை சகித்துக்கொள்ள முடியாமல் மேல்குலத்தோர் என்று எண்ணம் கொண்டவர்கள் என் அப்பாவை கொலை செய்தார்கள். அதுவும் கோழைகளாக உணவில் விஷம் கொடுத்து."

சபை முழுவதும் அமைதியாக இருந்தது.

"எனக்குப் பால் கொடுத்த முலைகளை இன்னொருவன் பார்த்துவிட்டான் என்று, தன் மார்பகங்களையே அறுத்து எறிந்த தாயின் மகன் நான். நான் வேறு என்ன செய்யவேண்டும் சொல்லுங்கள் மன்னா?"

அதுவரைக்கும் அமைதியாக இருந்த மன்னர் "நாட்டின் வீரர்கள் பத்துப்பேரை கொன்றது குற்றமில்லையா?"

"ஏன் இல்லை. குற்றம்தான். ஆனால் அந்தக் குற்றத்தையும் செய்யத் தயாராக இருக்கிறார்கள் எம் மக்கள். இன்னும் இருப்பார்கள். என்னை அழித்தால் எம் நாட்டில் இருக்கும் பெண்களை அவமானப்படுத்திவிடலாம் என்று நினைத்தார்கள். தாங்கள் அழைத்து வரச் சொன்னீர்கள் என்று சூழ்ச்சி செய்து இழுத்து வந்தார்கள்"

மன்னரின் புருவம் உயர்ந்தது.

"உங்கள் மந்திரிகளிடம் கேட்டுப் பாருங்கள். ஒருவர் எங்கள் வீரர்களைத் தாண்டி பூம்பொழிக்குள் செல்ல முடிந்ததா என்று. முடியாது" என்று ஏளனமாகச் சிரித்தார் மூப்பர்.

"என்ன சொல்கிறாய். மறுபடியும் நினைவுபடுத்துகிறேன் மன்னரிடம் பேசுகிறாய். அதுவும் உன் மன்னனிடம்"

"ஆம், எம் மன்னனிடம் பேசுகிறேன்?"

"எம் படையின் ஒரு பூச்சிதான் உன் கிராமம் நினைவில் வைத்துக்கொள்."

"மன்னா, வீரம் எண் கணக்கில் இல்லை, மனக்கணக்கில் உள்ளது"

"ஹா.. ஹ... ஹா.. என்ன கணக்கு?"

'சரி... நான் நிரூபிக்கிறேன். எங்கள் பூம்பொழியில் மொத்தம் இருநூறு குடும்பங்கள் இருக்கின்றன. ஒரு குடும்பத்திற்கு ஒரு ஆண்மகன் என்று வைத்துக்கொள்ளுங்கள். மொத்தம் இருநூறு வீரர்கள்."

"சரி... உன் நிரூபணம் எங்கே" என்றார் மன்னர்.

அனைவரும் ஆர்வத்தில் உறைந்திருந்தனர். மூப்பரின் மரணம் உறுதி என்று எண்ணினார்கள் சிலர். மகாராணியின் உடலில் கத்தி வைத்திருக்கிறான், அவனை சும்மாவா விடுவார் மன்னர்...

"அந்த இருநூறு வீரர்களை தோற்கடிக்க உங்கள் படையில் எத்தனை வீரர்கள் தேவைப்படும்."

"பத்துப்பேர் போதும்" என்றார் இடைமறித்து தளபதி.

"பத்துப்பேர் எங்கள் ஊர்ச் சிறுவனுக்கு சமம், ஐந்நூறு வீரர்கள் எடுத்துக் கொள்ளுங்கள். எங்கள் வீரர்களை வென்று காட்டுங்கள்."

"ஹா... ஹா. ஹா..." மன்னர் சிரிக்க அவருடன் அவையே சிரித்தது.

"கண்களையே திறக்காமல் நம் பார்வைக்கு முன்னாலேயே மாகாராணியில் உடலில் ஈட்டி வைத்திருக்கிறான் மன்னா. இவன் சொல்வதை நாம் யோசிக்க வேண்டும். பூம்பொழியை பற்றி நான் அறிந்திருக்கிறேன். மூப்பர் விசயத்தில் ஏதோ தவறு நடந்திருப்பதாக உணர்கிறேன்" என்று தளபதி கூட்டத்தின் சிரிப்பை அடக்கினார்.

"அப்படியென்றால், நம் ஐந்நூறு வீரர்கள் அவர்கள் முன்னால் தோற்றுப் போவார்கள் என்று நினைக்கிறீர்களா தளபதி?"

"கண்டிப்பாக இல்லை மன்னா? ஆனால் குறைத்து எடைபோட வேண்டாம் என்கிறேன்"

ஜெயன் மைக்கேல்

‘என்ன குறைத்துவிட வேண்டாம். ஒருவன் வித்தைகள் காட்டுகிறான் என்றால் அவன் தலைவனாகிவிட மாட்டான்.”

இந்தத் தலைவன் என்பவன் வித்தைகள் காட்டுபவன் மட்டுமல்ல; வித்தைகளை உருவாக்குபவன் என்று மனதில் நினைத்துக்கொண்டார் மூப்பர்.

“இல்லை மன்னா, இரண்டு நாள் அவகாசம் கொடுங்கள், இதை விசாரிப்போம்.” என்றார் மீண்டும் தளபதி.

“தளபதியாரே..’ என்று மன்னரின் கண்கள் சிவந்தன. “இது நம் படைக்கு வந்த இழுக்கு.” என்று கைகளைக் குடைந்தார் அவர்.

“மூப்பரே, ஒருவேளை நீங்கள் எங்கள் ஐநூறு வீரர்களையும் வென்றுவிட்டால் என்ன செய்ய வேண்டும்?” என்று கர்வத்துடன் கேட்டர் மன்னர்.

“பெரிதாக ஒன்றுமில்லை. எங்கள் பெண்கள் மானம் காக்கப்பட வேண்டும். உங்கள் வீரர்கள் எங்கள் ஊர் எல்லையில் காவல் காக்க வேண்டும்”

“நீங்கள் தோற்றுப்போனால்?”

‘எங்கள் பெண்கள் மானத்தைத் தவிர என்ன செய்ய வேண்டுமென்றாலும் சரி” என்று மூப்பர் உறுதியாகச் சொன்னார்.

“தளபதியாரே, ஐநூறு வீரர்களை தயார் செய்யுங்கள். இன்னும் இரண்டு நாளில் பூம்பொழி செல்வோம். என் கட்டளை. அத்துடன் மூப்பர் தயாராகவும், கண்களைத் திறக்கவும் ஆவன செய்யுங்கள்.”

42

அடுத்த இரண்டு நாளில் மூப்பரின் உடல் மருந்துகளால் சரி செய்யப்பட்டது. முகச்சவரம் செய்யப்பட்டது. தலையில் முடிகள் களையப்பட்டது. புது மனிதராக மாறியிருந்தார் மூப்பர்.

"மூப்பர் கூறியது உண்மைதான் மன்னா. ஆங்கிலேயர்கள் நாட்டை சுரண்டக் காத்திருக்கிறார்கள். இதில் சில மூடர் தங்கள் சாதிப் பெயரைச்சொல்லி புதிய கலவரங்களையும் உருவாக்குகிறார்கள். கவனமாக இருக்கவேண்டும் மன்னா. பல சூழ்ச்சிகள் நடப்பதாகக் கேள்வி. நம் நாட்டுப் பெண்கள் தோள்ச்சீலை இல்லாமல் நடமாடுவது உண்மையில் அவமானம்தான்"

"என்ன செய்வது தளபதியாரே, உயர் ஜாதிகள்தான் மந்திரிகளாக இருக்கிறார்கள், அதை மாற்ற வேண்டும். மூப்பரைப் பற்றி உங்கள் எண்ணம்?"

"நம் படையின் வீரம் நம் நாட்டு மக்களாலே சோதிக்கப்படப் போகிறது. நல்லதுதான் மன்னா. பார்க்கலாம். ஆனால் ஒரு வேண்டுகோள் மன்னா, நாம் வெற்றிபெற்றாலும் பூம்பொழி மக்களை தண்டித்துவிடக்கூடாது. என் வேண்டுதல் இது. அவர்கள் போராடுவதில் உண்மையிருக்கிறது. உங்களிடம் தவறாக சித்தரிக்கப்பட்டிருக்கிறார் மூப்பர். நீங்கள் மன்னர். ஆனால் மூப்பர் அவர்களுக்கு கடவுள்."

மன்னர் யோசித்தார்.

"மன்னா நான் சொல்வது பொய்யில்லை. நாளை நீங்களே அதை கண்கூடாக காண்பீர்கள்." என்று முடித்தார் தளபதி.

இரண்டு நாள்களுக்குப் பிறகு மார்த்தாண்ட வர்மாவின் படை பூம்பொழியை நோக்கிப் புறப்பட்டது. தளபதியின் வழிகாட்டுதல் இல்லாத படையாக முன்னேறிச் சென்று கொண்டிருந்தது. அரண்மனை காவல் கோட்டத்திலிருந்து முப்பது மைல்கள் தூரம் இருக்கும் பூம்பொழியின் தூரம்.

ஐநூறு வீரர்கள்கொண்ட படை முன்னால் செல்ல, அரசர் பரிவாரங்கள் பின்னால் தொடர்ந்தது. அதன் அருகில் தளபதியின் குதிரை கம்பீரமாக நடந்து சென்று கொண்டிருந்தது. அதன்மேல் தளபதியார் அமர்ந்திருந்தது அந்தக் குதிரைக்கு இன்னும் கம்பீரம் சேர்ப்பதுபோல இருந்தது.

இரண்டு நாள் எடுத்த ஓய்விலும் அருந்திய மருந்திலும் மூப்பர் கண்கள் மெல்லத் திறந்து புத்துணர்ச்சியடைந்திருந்தார். இருந்தாலும் நல்ல வெயில் ஒளியை உற்றுப் பார்க்க முடியவில்லை அவரால். மேலும் "நீங்களும் ஒரு குதிரையை எடுத்துக் கொள்ளுங்கள் மூப்பரே" என்று தளபதியார் பணித்தபிறகும் மூப்பரால் அதைப் பெற முடியவில்லை. "இல்லை தளபதியாரே, நான் சாதாரண விவசாயி. எனக்கு குதிரை ஏற்றம் தெரியாது. நான் நடந்து பொறுமையாக வந்து சேருகிறேன்" என்றார் மூப்பர்.

"இல்லை, இந்தப் போட்டி முடியும் வரை நீ எங்கள் போட்டியாளன். நீயும் எங்கள் பரிவாரத்துடன் பயணிக்கலாம். அதற்கான குதிரைத்தேர் தயாராக இருக்கும்" என்று மன்னர் அறிவித்தார்.

இதை ஏற்றுக்கொள்ளலாமா? நம் மக்கள் வெற்றி பெறுவது உறுதி. ஆனால் அதன்பிறகு விளைவுகள் எப்படி இருக்கும். மூப்பரால் யோசிக்க முடியவில்லை. மன்னரின் கோபம் எம் மக்களை பாதிக்கும் என்றால் அவர் முன்னால் என் உயிரை மாய்த்துக்கொள்வதைத் தவிர வேறுவழியில்லை. உண்மையில், எம் மக்கள் களத்தில் இறங்கி வாள் வீசப்போகும் முதல் போர் இது. மன்னரின் கோபம் எம்மக்கள் மேல் பாயும் என்றால் என் கழுத்தை அறுத்து நானே மாண்டுவிடுவேன், இது உறுதி. நாச்சியின்மீது ஆணை என்று எண்ணிக்கொண்டார்.

அரசு பரிவாரங்கள் சிலமணி நேரம் பின்னோக்கி வர படைகள் வேகவேகமாக முன்னோக்கிச் சென்று கொண்டிருந்தது.

கடந்த ஐந்து வருடத்தில் பூம்பொழியில் எல்லைகளில் மரங்கள் காடுகளாகி காட்டு மரங்களாகி இருந்தன. அதுவே அவர்களுக்கு

சிறந்த அரணாக இருந்தது. அதுவும் மரங்களின் சீரான இடைவெளியில் ஆரமலம் ஓங்கி வளர்ந்திருந்ததால் அந்த விழுதுகள் இறங்கி, வேராகி நீண்டு அரண் போல மாறியிருந்தது.

தூரத்தில் குதிரையின் காலடிச் சத்தங்கள் கேட்க ஆரம்பித்தவுடனே பூம்பொழி அரண் மரங்களிடையே சலசலப்பு ஆரம்பமானது. அந்த சலசலப்பில் மரங்களில், கிளைகளில் இருந்த பறவைகள் பறந்து வெளியேறின.

மீண்டும் கிளையில் தங்கிய பறைவைகள் எழுப்பும் ஒலிகளை கவனிக்க ஆரம்பித்தனர் பூம்பொழி வீரர்கள். வருபவர்களின் நோக்கம் போர் நோக்கம்தான். குதிரையின் வேகமும், பறவைகளின் சலசலப்பும் அப்படித்தான் சொல்கிறது.

“வீரர்களே, தயாராக இருங்கள்” குஸ்தி குரல் எழுப்பினார். மரங்களின் கிளைகள் தொடந்து அசைந்துகொண்டே இருந்தன.

அரசவை வீரர்கள் பூம்பொழியில் எல்லைகளுக்குள் வரவும், மரத்திலிருந்து பூம்பொழி வீரர்கள் கீழே குதித்தனர். சிலர் நேராக தரைக்கும், சிலர் விழுதுகள் வழியாக எதிரிகள் மார்பிற்கும். போர் ஆரம்பமானது.

மறுபக்கம் மன்னரின் பரிவாரங்கள் மெதுவாக பூம்பொழியை நெருங்கிக் கொண்டிருந்தது. ஒரு குதிரையேற்றம்கூட தெரியாதவன் தலைவன், அவன்கீழ் சில வீரர்கள். இதை தளபதியாரும் புகழ்கிறார் என்ற மன்னரின் எண்ணத்தில் போரைப்பற்றி எதையும் எண்ணாமல் இருந்தார் மன்னர்.

ஆனால் மூப்பருக்கு இருப்புக் கொள்ளவில்லை. ஐந்து வருடம் இருளாகவே முடிந்து விட்டது. எம்மக்கள் எப்படி இருப்பார்கள்? குஸ்தி நலமாக இருப்பாரா? அம்மா நாச்சி எப்படி இருப்பார்? இந்த ஐந்து வருடத்தில் மக்கள்மீது என்னென்ன தாக்குதல் நடந்திருக்கும்? என்னை இவ்வாறு பார்த்தால் என்ன நினைப்பார்கள், என்றெல்லாம் ஆயிரம் கேள்விகள் மனதில் வந்து இருப்புக் கொள்ளாமல் செய்தது மூப்பரை.

ஆனால் பூம்பொழி எல்லையை பரிவாரங்கள் அடைந்தபொழுது அங்கு கண்ட நிகழ்வு இவர்களின் எண்ணங்களை தலைகீழாக மாறச் செய்தது. மன்னரின் வீரர்கள் ஒருவர்கூட மிஞ்சவில்லை. பூம்பொழி வீரர்களால் பந்தாடப்பட்டிருந்தனர். பூம்பொழியின் தாக்குதலுக்கு ஒரு மணி நேரத்திற்குமேல் அவர்களால் ஈடு கொடுக்க முடியவில்லை.

அவர்கள் கொன்று குவித்த மொத்த வீரர்களின் உடல்களையும் ஒரு இடத்தில் குவியலாக அடுக்கி இருந்தனர். அவர்கள் சிந்திய

இரத்தம் எல்லாம் மரங்களில் இலைகளில் தெறித்திருந்தது. சருகுகளில் ஓடி உறைந்திருந்தது.

அன்றைய மரண ஓலம் கண்டிப்பாக, அண்டை கிராமங்களை கதி கலங்க வைத்திருக்கும். ஏனென்றால் பூம்பொழி மக்கள் எதிர்கொண்ட முதல் பெரும் தாக்குதல் இது. இதன் விளைவுகள் என்னவாக இருக்கும் என்றுகூட அவர்கள் எதிர்பார்க்கவில்லை.

தன் சொந்த நாட்டின் வீரர்கள் என்று தெரிந்திருந்தும் பூம்பொழி வீரர்கள் எதையும் எண்ணவில்லை. உண்மையில் சொல்லவேண்டுமென்றால் அரசவை வீரர்கள் என்று தெரிந்த பிறகுதான் இன்னும் வெறியுடன் சண்டை போட்டார்கள். காரணம், மூப்பரை அரண்மனை ஆட்கள் அழைத்துச் சென்றபிறகு எந்த விவரமும் அவர்களுக்குத் தெரிவிக்கவில்லை. அந்தக் கோபம் பூம்பொழி மக்கள் ஒவ்வொருவருக்கும் இருந்து கொண்டே இருந்தது. இருந்த கோபத்திலும் வந்த வெறியிலும் ஐந்நூறு வீரர்களையும் மணியில் வெட்டி வீழ்த்தினர்.

மன்னரின் வாகனம் வந்து நின்றதும், அவர்களாக இடையிட்டு குஸ்தியும் அவர் பின்னால் சில வீரர்களும் வந்து நின்றனர். மற்ற வீரர்கள் தொடர்ந்து தாக்குவதற்கென மரங்களில் தாவிக் கொண்டனர்.

"வீரர்களே, வந்துகொண்டிருப்பது மன்னரின் பரிவாரங்கள். என்னிடமிருந்து கட்டளை வரும் வரை காத்திருங்கள்" என்று குஸ்தி ஆணையிட்டார்.

வாகனங்கள் குஸ்தியின் முன்னால் வந்து நின்றது. தளபதியாரின் குதிரை வேகமாக முன் கால்களைத் தூக்கி கனைத்தது. அதைத் தொடர்ந்து மன்னரின் வாகனம் இருந்தது.

மன்னர் திரைச்சீலையை கையால் நகர்த்திவிட்டு கீழே இறங்கினார். இவர்கள் கண்டிப்பாக சண்டைக்கு வரவில்லை. அவ்வாறு சண்டைக்கு வந்திருந்தால் தளபதியாரின் வாள் இதற்கு முன்னால் பலரின் தலையை துண்டித்திருக்கும் என்று உறுதிசெய்த குஸ்தி அமைதியானார். அதற்குள், பின்னால் வந்துகொண்டிருந்த மூப்பரின் வாகனம் இவர்களை வந்து அடைந்தது. வண்டியிலிருந்து இறங்கிய மூப்பரைப் பார்த்த குஸ்திக்கு தலைகால் புரியவில்லை.

"வீரர்களே நம் கடவுள் வந்துவிட்டார்," என்று கூவிக்கொண்டே மூப்பர் அருகில் ஓடினார்.

"வாருங்கள்... இந்த ஒரு நாளுக்காகத்தான் ஐந்து வருடங்களாக என் பிள்ளைகளைக்கூட பார்க்க நாட்டிற்குள் செல்லாமல் இங்கேயே காவல் கிடந்தேன்" மூச்சு வாங்கியது குஸ்திக்கு.

“ஐயா, இன்னும் அப்படியே இருக்கிறீர்கள்?” என்றார் அமைதியாக மூப்பர்.

“என்னைப் போய் ஐயா என்றெல்லாம். முன்புபோலவே குஸ்தி என்று அழையுங்கள்” என்றார். அதற்கு மூப்பர் சிரித்தார். “ஆனால் உங்களுக்கு என்ன ஆச்சு. பார்க்கவே கடினமாக இருக்கிறது” என்று எலும்பும் தோலுமாக இருந்த மூப்பரின் உடலைப் பார்த்து வருத்தப்பட்டார் குஷ்தி.

“வீரர்களே, மூப்பர் மூன்றாவது முறையாக பிறந்திருக்கிறார். ஊருக்குச் செய்தி சொல்லுங்கள். கிடாக்களை அடித்து விருந்து படையுங்கள்.” என்று கூவினார் குஸ்தி, மேலும் சுற்றி நின்ற வீரர்கள் மூப்பரை தோளில் தூக்கிக் கொண்டனர். அருகில் நிற்பவர்கள் மன்னர் என்றோ, தளபதி என்றோ அவர்களுக்குத் தோன்றவில்லை. உண்மையைச் சொன்னால், அதை ஒரு பொருட்டாகவே கருதவில்லை.

நடப்பவற்றை எல்லாம் பார்த்து ஆச்சரியத்தில் உறைந்திருந்த மன்னரின் முகத்தைப் பார்த்து தளபதியார் புன்சிரித்தார். நான் சொல்லது எல்லாம் நிறைவேறுகிறதா என்று அவர் மன்னரிடம் கேட்பதுபோல இருந்தது அந்தப் புன்னகை.

மூப்பரை சுமந்துகொண்ட மக்கள் ஊருக்குள் நடக்க ஆரம்பித்தனர். அதனைத் தொடர்ந்து வீரர்கள் நடக்க ஆரம்பித்தனர். அவர்கள் ஆடல் பாடலுடன் ஆனந்தக் கூத்தாடினர். அவரைத் தொடர்ந்து மன்னரும் தளபதியாரும் பரிவாரங்களும் வந்தன.

நிஜத்தில் நான் இந்த நாட்டின் சிறந்த மன்னன்தானா? என்று மார்த்தாண்ட வர்மாவை யோசிக்க வைத்தது பூம்பொழி மக்களின் செயல்கள். இருந்தாலும் நடப்பதை கவனித்தபடி மன்னரும் தளபதியாரும் தங்கள் முகத்தை மாறி மாறிப் பார்த்தவாறு நடக்க ஆரம்பித்தனர்.

அவர்கள் முன்னால் ஊருக்குள் செல்லச்செல்ல பெண்களும் தாய்மார்களும் இணைத்துக் கொண்டனர். மொத்த ஊர் மக்கள் சூழ ஊரில் மையப் பகுதியில் ஊர் மணி கட்டியிருந்த இடத்தில் அவர்கள் நின்றனர். மக்களுக்குப் பின்னால் மன்னரும் அவர் பரிவாரங்களும் பொறுமையாகக் காத்திருந்தனர்.

“மன்னரே, மூப்பருக்கு அளித்த தண்டனை தவறு என்று தெரிகிறதா?” என்று தளபதியார் அமைதியாகக் கேட்டார்.

“ஆம், தளபதியாரே. அந்தக் காரணத்தினால்தான் நான் இன்னும் அமைதியாக இருக்கிறேன்” என்றால் மன்னர் மறுமொழியாக.

குஸ்தி, கட்டிருந்த அந்த மணியை இரண்டுமுறை அடித்தார். "ஐயா.." குஸ்தி பேச ஆரம்பித்ததும் மக்கள் அமைதியானார்கள். "இந்த ஐந்து வருடத்தில் பல மாறுதல்களைக் கடந்துவிட்டோம். ஒரு நல்ல தலைவரின் நேர்வழிகாட்டுதல் இல்லாமல் பல இழந்தோம். ஆனாலும் நீங்கள் கொடுத்த அந்த நம்பிக்கையை இழக்கவில்லை. அதனால் இங்கே எங்கள் பெண்கள் இன்னும் மானம் இழக்கவில்லை." என்று பேசிக்கொண்டிருக்கும்பொழுதே மூப்பர் குறுக்கிட்டார்.

"அம்மா?"

"அந்தத் தாய் தெய்வமாகிவிட்டார்." என்று தளுதளுத்த குரலில் கூறியவாறு குஸ்தி, தாழ்வாகத் தெரியும் ஒரு பகுதியை நோக்கி கையை நீட்டினார். அப்பாவின் அருகில் அம்மாவை புதைத்த இடம் இருக்கும் என்று யோசித்த மூப்பருக்கு மக்கள் அவர்மேல் வைத்திருக்கும் மரியாதையின் உச்சம் விளங்கியது.

தன் தந்தை கல்லறை இருந்த இடத்திற்கு மூப்பரின் சிலையை கல்லில் செதுக்கியிருந்தனர். அந்த உயரம் சுமார் பத்து அடி அளவிற்கு இருந்தது. அந்தச் சிலையைத் தொடர்ந்து இருபது அடி ஆழத்திற்கு நீள் நிலபரப்பை உருவாக்கி அதில் ஒரு மண் கோயில் எழுப்பியிருந்தனர்.

வெளியே சமப்பரப்பில் நின்று பார்த்தால் அந்த கல் சிலையைத் தவிர எதுவுமே கண்களுக்குத் தெரியாது.

"ஐயா, எங்களால் உங்களுக்கு இதுதான் செய்ய முடிந்தது. நீங்கள் இன்னும் வராததால் கோயிலில் விளக்குகூட ஏற்றாமல் இருக்கிறோம். இனி மூப்பர்தான் எங்கள் கடவுள்" என்றார் குஸ்தி. இதைக் கேட்டதும் மூப்பர் வியந்து போய் நின்றார்.

"என்னையும் என் அப்பாவையும் இதற்குமேல் பெருமைப்படுத்த முடியாது. இந்த அன்பிற்கு நான் தகுதியற்றவன். மன்னித்துவிடுங்கள்."

'இல்லை ஐயா. உங்களிடம் நாங்கள் அனுமதி கேட்கவில்லை. இது எங்கள் நம்பிக்கை" என்று உறுதியாகக் கூறினார் குஸ்தி. மேலும் மக்களைப் பார்த்து, "இனி நம் கோயிலையும் மண்ணையும் காக்கவேண்டியது நம் கடமை. இன்றே தீபம் ஏற்ற தேவையானவற்றை செய்யுங்கள்" என்று கூறினார். அப்பொழுது பின்னால் இருந்த தளபதியார் குதிரையிலிருந்து இறங்கி கூட்டத்தை கிழித்துக்கொண்டு முன்னால் வந்தார். அவர் வந்ததும் மூப்பர் அவரை வணங்கினார். அவர் பின்னால் மன்னரும் அந்தக் கூட்டத்தின் மையத்தை அடைந்தார்.

"மன்னித்துவிடுங்கள் அரசே. மக்கள் என்மேல் கொண்ட அபரிமிதமான பாசத்தால் நீங்கள் இருப்பதை மறந்துவிட்டார்கள்"

என்று வணங்கினார் மூப்பர். அவரைத் தொடர்ந்து பூம்பொழி மக்களும் அவரை வணங்கினார்கள்.

“நீ வெற்றி பெற்றுவிட்டாய் மூப்பர். நான் என்ன செய்யவேண்டும் என்று சொல்” என்றார் மன்னர்.

“நம் நாட்டின் படைகள் முன்னால் எந்தப் படையும் நிமிர்ந்து நிற்கமுடியாது என்று சொல்வதே என் பெருமை. எங்கள் ஊர் நாங்கள் பழகிய ஊர், இங்கே உள்ள சிறு கற்களைக்கூட எங்கள் வீரம் அடையாளம் கண்டுகொள்ள முடியும். பறவைகள் முதல் காட்டு விலங்குகள் வரை வேவு பார்க்கும். அதனால் நம் படையை வீழ்த்துவது எளிதாக இருந்தது. அதுமட்டுமல்ல; தளபதியார் வழிகாட்டுதல் இல்லாமல் இருந்ததே எங்கள் வெற்றிக்குக் காரணம். இல்லையென்றால் அவர் வாளுக்கு இரையாகியிருக்கும் பூம்பொழி. உண்மை” என்று தாழ்மையாகச் சொன்னார் மூப்பர்.

“அது உங்கள் அடக்கம்” என்று, தன் பங்கிற்கு தளபதியார் சில வார்த்தைகளைச் சொன்னார்.

“யாம் வியந்தோம். உங்கள் வீரம் கண்டு யாம் வியந்தோம்” மன்னரின் கம்பீரக்குரல் கணீர் என்று ஒலித்தது. “ஒரு நல்ல தலைவனுக்கு அழகு, நல்ல திறமையான வீரர்களை உருவாக்குவது. அந்தவிதத்தில் மூப்பர் திறமையைக் கண்டு வியந்தோம். தாயின் மானத்தைக் காக்க உயிரையும் கொடுக்கத் துணிந்த உங்கள் வீரத்தைக் கண்டு வியந்தோம்.”

மூப்பருக்கு பெருமிதம் தாங்க முடியவில்லை.

“ஒரு மனிதரை கடவுளாக்கி இருக்கிறார்கள் என்றால் அதற்கான முக்கியம் எனக்குப் புரிகிறது. இன்று முதல் பூம்பொழி வெறும் சிற்றூர் இல்லை, சிற்றரசு. இந்த சிற்றரசுக்கு மூப்பர் குறுமன்னர். தளபதி...’ என்று நிறுத்தியவர் குஸ்தியின் பெயரை யோசித்தார். அதற்குள் மக்கள் குஸ்தி குஸ்தி என்று கத்தினார்கள்.

“ஆம். குஸ்தி தளபதி...” என்று மன்னர் முடித்தபொழுது மக்கள் முழுவதும் ‘மன்னர் வாழ்க’ என்று கூக்குரலிட்டனர். அவர்கள் அடைந்த மகிழ்ச்சியை அளவிட முடியாது. அத்துடன் நிறுத்தவில்லை..

“தளபதியாரே, இவர்களுக்குத் தேவையான குதிரை, ஆயுதம் எல்லாவற்றையும் வழங்குங்கள். இங்கே இருக்கும் ஒவ்வொரு வீரர்களும் இனி அரசின் அவையைச் சேர்ந்தவர்கள்.” என்று தளபதிக்கு கட்டளை விதித்தார்.

மக்கள் மகிழ்ச்சியில் திளைத்தனர், கொண்டாடினர். மன்னர் மற்றும் தளபதிக்கு ராஜ மரியாதை வழங்கி அவர்கள் கோயிலில் தன் தந்தை மூப்பர் சிலைக்கு வழிபாடு நடத்தி விளக்கு

ஏற்றினார்கள். கிடாக்களை வெட்டி சமைத்து ஊர் முழுவதும் பரிமாறினார்கள். வரும்பொழுது அரைமனதுடன் வந்த மன்னர் திரும்பிச் செல்லும்பொழுது முழு நிறைவாகச் சென்றார்.

பூம்பொழி, சிற்றரசு ஆன கதை ஊர் முதுவதும் பரவ ஆரம்பித்தது. மேல் குலத்தோரின் துரோகத் தீ கொழுந்துவிட்டு எரிந்தது. ஆனால் பூம்பொழிக்கு மன்னர் வழியாக முழு பலமும் கிடைத்ததால் அவர்களால் எந்தத் தாக்குதலையும் நடத்த முடியவில்லை.

தொடர்ந்து அரச சபையில் வீரர்களுக்கு பயிற்சி அளிக்கும் பயிற்சியாளர்களால் தளபதியார் உதவியுடனும் சிறப்பாக பூம்பொழி வீரர்களுக்கு பயிற்சி அளிக்கப்பட்டது.

ஒரு முழுநாடாக மாறிக்கொண்டிருந்தது பூம்பொழி. பூம்பொழிய சுற்றிப்பார்க்கவாவது செல்வோம் என்ற எண்ணமும் துணிச்சலும்கூட அண்டை நாட்டு மக்களுக்கு வரவில்லை.

43

"தளபதியாரே, ஒரு சிறிய யோசனை. நம்மைச் சுற்றி நாட்டில் மட்டுமல்லாமல் சபையில் எதிரிகள் பெருகுகிறார்களோ என்ற ஐயம் வருகிறது" என்று ஒரு தருணத்தில் தன் ஐயப்பாட்டை தளபதியாரிடம் எடுத்துரைத்தார் மன்னன்.

"ஆம் மன்னா, ஆங்கிலேயரின் தலையீடு பெருவாரியான மக்களை மதம் மாறச் செய்துள்ளது, தோள்ச்சீலை போராட்டத்தை மக்கள் எண்ணை ஊற்றி எரிய விட்டிருக்கிறார்கள். மேல் ஜாதி என்று கருதும் மக்கள் நாட்டில் பதவிகளை வகிக்க முயற்சிக்கிறார்கள். கவனம் தேவை மன்னரே" என்றார் தளபதி.

"அதுதான் என் சிந்தனையும். பூம்பொழி மக்கள்போல நம்பிக்கையானவர் கூடயிருந்தால் தைரியமாக இருக்கலாம் என்று தோன்றுகிறது"

"உண்மைதான் மன்னா."

"தளபதியாரே, ஒரு யோசனை. நாளை மூப்பரை அழையுங்கள். எனக்கு சில விசயங்கள் விவாதிக்க வேண்டியிருக்கிறது." என்றார் யோசனையுடன் மன்னர்.

செய்தி மூப்பருக்கு அனுப்பட்டது. மூப்பரும் அடுத்த நாளே மன்னரைச் சந்திக்க வந்திருந்தார். நேராக மன்னர் அறைக்கே வர

உத்தரவிட்டிருந்ததுதான் அதில் ஆச்சரியம். அவ்வளவு எளிதாக மன்னர் அறைக்குள் யாரும் செல்ல அனுமதி கிடைத்துவிடாது. அப்படிபட்ட சூழ்நிலை தளபதியாருக்கு மட்டுமே அந்த உரிமையை கொடுத்திருந்தார் மன்னர்.

தளபதியுடன் மூப்பர் மன்னரைச் சந்தித்தார்.

“மூப்பரே உடல் நன்றாகத் தேறிவிட்டது என்று பார்த்தாலே தெரிகிறது” முன்புபோல கட்டுக்கோப்பாக மாறியிருந்தது மூப்பரின் உடல்.

“தங்கள் சித்தத்தால் எம் தாய்கள் எந்தக் கவலையும் இல்லாமல் வாழ்கிறார்கள். அதனால் நான் நலமாக இருக்கிறேன்” என்றார் பணிவாக மூப்பர்.

“உங்கள் நாட்டின் ஒற்றுமை என்னை இன்னும் மெய்சிலிரிக்க வைக்கிறது”

“உண்மைதான் மன்னா. அந்த ஒற்றுமை நம் எல்லா சிற்றூர்களிலும் இருந்தால் எந்த டச்சுக்காரர்கள், ஆங்கிலேயர்கள் வந்தாலும் நம்மை நெருங்க முடியாது. ஆனால் நம்மிடம் இல்லாமல் இருப்பது ஒற்றுமைதான்” என்று ஆதங்கப்பட்டார் தளபதி.

“என்ன செய்வது! சரி. தங்களை அழைத்ததன் நோக்கத்தை நான் சொல்லிவிடுகிறேன். நம் நாட்டிற்கு எப்பொழுது வேண்டுமானாலும் ஆபத்து வரலாம். எல்லா சிற்றரசர்களையும் பாதுகாப்பாக இருக்கச் சொல்லியிருக்கிறேன்.”

அன்று நீண்டநேரம் பேசிவிட்டு மூப்பர் வீடு திரும்பினார்.

அன்று பேசியதன் விளைவாக மன்னர், பல நிதி உதவிகளை வழங்கி மூப்பரின் கோயிலை புதுப்பிக்கச் செய்தார். மூப்பரின் கல் சிலை நீக்கி தங்கச்சிலையாக மாற்றினார். கோயிலை மொத்தமாக இடித்து, பல கட்டடக் கலைஞர்களை வரவழைத்து அதைச் சிறப்பாக புதுப்பித்தார்கள். மூப்பரின் அப்பா சிலையை மிகவும் அழகாக வடிவமைத்தார்கள். அவர்கள் என்னென்ன செய்கிறார்கள் என்று பூம்பொழி மக்களால்கூட புரிந்துகொள்ள முடியவில்லை. ஏன் மூப்பருக்கு அதன் சூத்திரங்களைப் பகிர்ந்துகொள்ளவில்லை. பிற நாடுகளிலிருந்து வல்லுநர்கள் வரவழைக்கப்பட்டார்கள்.

அந்தக் கோயில் வேலைகளை கட்டி முடிக்க மட்டும் ஐந்து வருடங்கள் ஆகின.

எல்லாம் சிறப்பாகச் சென்றுகொண்டிருந்த வேளையில்தான் சில கொடூரங்கள் நாட்டில் நடந்தேறின. ஊரெங்கும் தோள்ச்சீலை போராட்டம் கொழுந்துவிட்டு எரிந்து கொண்டிருந்தது. மன்னரின்

செயல்பாடுகள் அனைத்தும் தளபதியார் அனந்த பத்மநாபன் எண்ணப்படியே இருந்ததால், கோபத்திலிருந்த மேல்குலத்தோர் நேரம் பார்த்துக் காத்திருந்தனர்.

ஒரு நாள் தளபதியார் அனந்த பத்மநாபன் இறந்துவிட்டார் என்ற செய்தி மட்டும் பூம்பொழிக்கு அறிவிக்கப்பட்டது. அவரை உணவில் நஞ்சுவைத்துக் கொன்றுவிட்டார்கள் என்ற செய்தி ஊருக்குள் பரவியது. ஒரு நல்ல வீரனை இழந்துவிட்டதால் மன்னர் மிகவும் சோர்ந்துபோனார். பிறகுதான் எதிரிகளின் களியாட்டம் ஆரம்பமானது.

அனந்த பத்மநாபனைத் தொடந்து வேலுதம்பி தளவாய் தளபதியானார். அரசவை முழுவதும் மேல்குலத்தோர் எனும் மக்கள் அரசுப் பதவிகளில் அமர ஆரம்பித்தார்கள். மேல் குலத்தோரைத் தவிர மற்ற குலப் பெண்கள், ஆண்கள் யாரும் இடைக்குமேல் உடை அணியக்கூடாது என்ற சட்டத்தை இயற்றினார்கள். மன்னருக்கு பல விசயங்கள் மறைக்கப்பட்டன. ஆங்கிலேயர்களும் தங்கள் பங்கிற்கு தங்கள் கடமையையும் ஆற்றினார். இந்தச் சூழ்நிலையை மதம் மாற்றுவதற்கான கருவியாக பயன்படுத்திக் கொண்டனர். கிறிஸ்தவ மதத்துக்கு மாறினால் பெண்கள் மார்பு கச்சையை அணிந்து கொள்ளலாம் என்று அறிவித்தனர். இதனால் பிற மதத்தினர் இன்னும் கோபம் கொண்டனர்.

அதுமட்டுமல்லாமல், மேல்குலத்தோர் எனப்படுபவர் தோள்ச்சீலை போராட்டத்தில் கலந்து கொண்டவர்களை கூட்டம் கூட்டமாக தாக்கிக் கொன்றார்கள். அவர்களின் அந்தச் செயல்தான் புரட்சியாளர்களை இன்னும் இன்னும் கிளர்ந்தெழச் செய்தது. அய்யா வைகுண்டர் தோள்ச்சீலை போராட்டத்திற்கு ஆதரவு தெரிவித்தார். நாடு இடுகாடாகிக் கொண்டிருந்தது. மூப்பர் பலமுறை அரசரை சந்திக்க முயன்றும் அவரால் சந்திக்க முடியவில்லை. ஆனால் ஒரு செய்தி மட்டும் அவர்களுக்கு வந்தது.

“மூப்பர் அவர்களே, என்னை மன்னித்துவிடுங்கள். நடப்பது எது என்று எதுவும் ஆராயும் நிலைமையில் நானில்லை. பூம்பொழிக்கும் ஆபத்து உள்ளது. உங்கள் வீரர்களால் அவர்களை எதிர்த்துப் போரிடலாம் ஆனால் வெற்றிபெற முடியாது. ஆங்கிலேயரின் நவீன ஆயுங்களுக்கு முன்னால் நம்மால் எதுவும் செய்யமுடியாது. அவர்களின் உதவியும் இதில் இருக்கிறது. இப்பொழுது எதிர்த்து நிற்பது வீரமில்லை. காலம் கனியும் வரை வீவேகத்துடன் இருந்துகொள்ளவும்’ செய்தியைப் படித்த மூப்பரும் குஸ்தியும் பலமுறை யோசித்தும் மாற்றுவழி தெரியவில்லை.

“உயிரைவிட மானம் முக்கியம் குஸ்தி. எம் தாய்கள் அவமானப்படுத்தப்பட்டால் இத்தனை நாள் போராட்டமும்

வீணாகப் போய்விடும். இந்த நாட்டைவிட்டுச் செல்வோம். நம் தாய்களை காப்போம். மீண்டும் ஒருமுறை கண்டிப்பாக நாம் இங்கே வந்து வாழலாம். இந்த மண்ணில் நாம் மகிழ்ச்சியாக வாழ்ந்தால்தான் நாம் வாழ்வது வாழ்க்கை"

"என்னால் ஏற்றுக்கொள்ள முடியவில்லை ஐயா"

"சரிதான். ஆனால் இதுவரை வெற்றி பெறலாம் என்ற நம்பிக்கை இருந்தது. ஆனால் அது இப்பொழுது இல்லை. இனி போராடுவதில் அர்த்தமில்லை"

"சரி, ஐயா. மக்களை அழைக்கிறேன். நீங்களே உங்கள் முடிவைச் சொல்லுங்கள். ஆனால் ஒன்று, நான் இந்த நாட்டில்தான் இருப்பேன். என்னை நீங்கள் கட்டாயப்படுத்தக் கூடாது" என்றார் குஸ்தி. அதற்கு மூப்பர் எந்தப் பதிலும் சொல்லவில்லை.

கோயில் மணி அடிக்கப்பட்டது. எல்லா மக்களும் கோயிலில் கூடினர். குஸ்தியின் முகத்தில் அவ்வளவு சோகம் குடிகொண்டிருந்தது.

"அன்று என் தாய் நாச்சி, என்னிடம் கூறினார்: 'இனி பூம்பொழி மக்கள் அழக்கூடாது' என்று. அந்த ஒரு காரணத்தினால் நான் அழாமல் இங்கே நிற்கிறேன். நாம் இந்த மண்ணை விட்டுச் செல்லப் போகிறோம்"

குஸ்தி பேசப்பேச மக்களிடம் சலசலப்பு அதிகமானது. மூப்பர் குறுக்கிட்டு மன்னரின் கடிதத்தை விளக்கினார். மக்கள் 'வேண்டாம் வேண்டாம்... செத்தாலும் இங்கேயே செத்து மடியலாம்" என்று கூவினர். அப்பொழுது குஸ்தியால் பேசாமல் இருக்க முடியவில்லை.

"நம் குலமே அழிய வேண்டுமா? இந்த மண் நம்முடையது. நாச்சியின் இரத்தம் உறைந்த இடம் இது. அதில் கயவர்களின் களியாட்டம் நடைபெற வேண்டுமா? இந்த புண்ணிய பூமி இரத்த பூமி ஆக வேண்டுமா? வேண்டாம். எல்லாம் கொஞ்சகாலம்தான். இது வேண்டுதல் இல்லை. மூப்பரின் முடிவு" என்றார் குஸ்தி. மக்கள் அமைதியானர்கள். மூப்பர் தொடர்ந்தார்.

"இது தற்காலிகம்தான். இதுதான் நம் மண். நம் வீடு. நம் கோயில். இந்த மண்ணைவிட்டு எங்கே சென்றாலும் அது நமக்கு நிலையில்லைதான். அது எத்தனை யுகங்களானாலும். நம்மிடம் வெளியே சென்று வாழத் தேவையான வளங்கள் இருக்கின்றன. அதை எடுத்துக் கொள்ளுங்கள். மீண்டும் நான் உங்களை அழைப்பேன். அப்பொழுது மீண்டும் சந்திப்போம். ஒருவேளை, அதற்கு சில வருடங்கள் எடுத்தாலும் உங்களுக்குப் பிறக்கும் குழந்தைக்கு மூப்பரைப் பற்றியும், நாச்சியாரைப் பற்றியும் நம்

வீர வரலாறு பற்றியும், பூம்பொழி பற்றியும், கற்றுக் கொடுத்து வளர்த்தெடுங்கள். யார் கண்ணிலிருந்தும் ஒருத்துளி நீர் இந்த நிலத்தில் விழுந்துவிடக்கூடாது. ஒன்று நினைவில் வைத்துக்கொள்ளுங்கள், நாம் நாச்சியையும் மூப்பரையும் இங்கேயே விட்டுச் செல்கிறோம். திரும்பி நாம் இங்கே வரும் வரை அவர்கள் நமக்காகக் காத்திருப்பார்கள்." மூப்பரின் குரல் தழுதழுத்தது சுற்றியிருந்த மக்களுக்கு நன்றாகப் புரிந்தது. அவர் வார்த்தைகளில் இடைவெளி கொடுக்க குஸ்தி தொடர்ந்தார்.

"நாம் ஊரைவிட்டு மொத்தமாக வெளியேறுகிறோம் என்றால் அது அண்டைநாட்டு மக்களுக்குத் தெரிந்துவிடும் அபாயம் இருக்கிறது. எனவே, தனித்தனி கூட்டமாகப் பிரிந்து செல்லுங்கள். யாரும் தனியாகச் செல்ல வேண்டாம். திரும்பி வர எத்தனை வருடங்கள் ஆனாலும் கூட்டமாகவே வாழுங்கள். ஒரு அரச குடும்பம்போல வாழ நமக்கு வசதி இருக்கிறது. அதைப் பயன்படுத்திக் கொள்ளுங்கள்"

இந்த முடிவு, மக்கள் அனைவருக்கும் உயிருடன் எரித்துப் புதைப்பதைப்போல் இருந்தது. இருந்தாலும் கடவுள் வார்த்தைகள் என்று ஏற்றுக் கொண்டனர்.

மக்களால் கட்டப்பட்ட மூப்பர் கோயிலை மறைக்க வேண்டும் என்று முடிவு செய்தனர். அது நில மட்டத்திலிருந்து பல அடிகள் தாழ்வாக இருந்ததால் அதை மண் நிறைத்து யாருக்கும் தெரியாமல் மறப்பது ஒன்றும் அவ்வளவு கடினமான வேலையாக இருக்கவில்லை. அந்த மூப்பரின் சிலை இருந்த இடத்தில் மட்டும் பழைய வீணான பொருட்களை நிறைத்து அதை வீணான இடமாகவே மாற்றினார்கள்.

ஒவ்வொரு நாளும் கூட்டம் கூட்டமாக மக்கள் பூம்பொழியை விட்டு புறப்பட ஆரம்பித்தனர். அனைவருக்கும் என்னென்ன தேவையோ எல்லாவற்றையும் கொடுத்து வழியனுப்பினார்கள் மூப்பரும் குஸ்தியும். ஒவ்வொருவரும் பிரிந்து போகும்பொழுதும் மூப்பரின் உயிரில் ஒரு பங்கு பிரிந்துபோவது போன்றிருந்தது.

இறுதியில், மூப்பர் பிரியும் தருணம் வந்தது. மூப்பரின் சில நெருங்கிய குடும்பங்களும் அவருடன் செல்லக் காத்திருந்தனர்.

இத்தனை வருட நம்பிக்கையை பிரியவேண்டிய சூழல். மூப்பருக்கு பேசுவதற்கு நாவில் ஈரமில்லை.

"குஸ்தி, உங்கள் முருகன் என்ற பெயர்கூட மறந்துபோய் குஸ்தி என்று அழைக்க ஆரம்பித்து பல வருடங்கள் ஆகிவிட்டன. ஆனால் இதுவரை உங்களுக்காக என்று எதையும் கேட்கவில்லை. முதன்முதலில் இந்த ஊரில் என்னைவிட்டுச் செல்லுங்கள் என்று கேட்டிருக்கிறீர்கள். என் வலது கையை வெட்டி இங்கேயே விட்டுச்

செல்கிறேன். வயது வந்த இரு மகள்களையும் வைத்து என்ன செய்யப் போகிறீர்கள். நினைத்தாலே பதறுகிறது மனது. கண்டிப்பாக உங்களை மீண்டும் சந்திப்பேன்" மூப்பர் குஸ்தியை கட்டி அணைத்தார். குஸ்தியின் மனைவியும் மகள்களும் செய்வதறியாது நின்றனர்.

"இந்தக் காற்று, இந்த மண் நிறம், இந்தப் பறவைகள், இந்த தண்ணீர் இவையெல்லாம் மூப்பர் பெயரைச் சொல்லிக்கொண்டே இருக்கும். அவற்றுடன் எத்தனை யுகங்கள் வேண்டுமென்றாலும் உங்களுக்காக நம் மண்ணில் காத்திருப்பேன். நீங்கள் மனதை கல்லாக்கிக் கொண்டு செல்லுங்கள். என்னுடன் நாச்சித் தாயும் மூப்பர் ஆண்டவரும் இருக்கிறார்கள். செல்லுங்கள்." குஸ்தி சொல்லச்சொல்ல மூப்பர் கண்களை மூடிக் கொண்டார்.

"கண்களைத் திறந்தால் அழுதுவிடுவேன் குஸ்தி. என் அம்மாவின் ஆசை தோற்றுவிடும்." என்று அப்படியே கண்களை மூடிக்கொண்டு பூம்பொழியை விட்டு நடக்க ஆரம்பித்தார் மூப்பர். அவரைப் பின்தொடர்ந்து பத்துக் குடும்பங்கள் நடக்க ஆரம்பித்தது. குஸ்தியும் அவர் குடும்பமும் அப்படியே நின்றுகொண்டு அவர்கள் மறையும் வரை பார்த்துக்கொண்டே இருந்தனர். பறவைகளின் ஆரவாரங்கள் கேட்டுக்கொண்டே இருந்தன. இரவு நேரம் என்பதால் ஆந்தைகள் எழுப்பும் சத்தம் காதுகளில் வந்து அடைத்தது. குஸ்தியின் இரு பெண்களும் தன் அப்பாவின் கைகளை இறுக்கினர். தூரத்தில் மூப்பரின் கையிலிருந்த விளக்கின் வெளிச்சம் புள்ளியாகி மறைந்தது.

44

"பிரிந்து பல நாடுகளுக்குச் சென்ற மூப்பரும் அவருடன் சென்றவர்களும் கையிலிருந்த செல்வங்களை வைத்து பண்டமாற்று முறையில் பரிவர்த்தனைகளை தொடங்கினார்கள். அதுதான் கொஞ்சம் கொஞ்சமாக வளர்ந்து இன்று ஆண்டாள் வங்கியாக வளர்ந்து நிற்கிறது. எங்கள் தலைமுறையில் ஒவ்வொரு குழந்தை பிறக்கும்பொழுதும் எங்கள் சொந்த ஊர் பூம்பொழி, எங்கள் கடவுள் மூப்பர் என்று சொல்லித்தான் வளர்க்கிறோம். ஒவ்வொரு குழந்தைகளுக்கும் தெரியும் எங்கள் வீர வரலாறு. எங்கள் குடும்பங்களில் உள்ளே ஒவ்வொரு குழந்தையிடம் கேட்டாலும் சொல்லும், எங்க ஊரு பூம்பொழின்னு. எங்க கடவுள் மூப்பர்னு" என்று ஜெய் பழைய கதைகளைச் சொல்லிமுடிக்கும்பொழுது ஜெய், கார்த்திக் மற்றும் சிவாவுடம் முருகனும் இணைந்திருந்தனர்.

இதைக் கேட்டுக் கொண்டிருந்த கார்த்திக் மற்றும் சிவாவிற்கு ஆச்சரியமாக இருந்தது.

"ஆச்சரியமா இருக்கு ஜெய். இதெல்லாம் நம்ம நாட்டிலேயேவா நடந்திச்சு. உண்மையில, பெண்கள் மார்பு துணியில்லாமல் நடந்தார்களா? ஆச்சரியம் ஜெய். எனக்கு என்ன சொல்லுறதுன்னே தெரியல." சிவா ஆதங்கப்பட்டான்.

"இதையெல்லாம் ஆரம்பத்திலேயே உங்ககிட்ட நான் சொல்லியிருக்கலாம். ஆனால் நம்பியிருக்கமாட்டீங்க. சரிதானே?"

“சரிதான் ஜெய். அதிருக்கட்டும், உங்களுக்கும் உங்ககூட வந்தவங்களுக்கும் இது சரி. ஆனால் தனித்தனியா போனவங்களும் அப்படியே இருப்பாங்கன்னு என்ன நிச்சயம்?” என்று கார்த்திக் கேட்டான்.

“ஹா,...” ஜெய் சிரித்தான். “நம்பிக்கை கார்த்திக். பூம்பொழில அப்படி வாழ்ந்திருக்கிறாங்க என் முன்னோர்கள். இருநூறு குடும்பங்களாக இருந்தவர்கள் இப்பொழுது ஆயிரம் குடும்பங்களாகி இருக்கிறார்கள்”

“எப்படி?” கார்த்திக் வார்த்தைகளில் நம்பமுடியாத ஆவல் தெரிந்தது.

“எல்லோரும் நீ சொன்ன அதே எண்ணத்தோடு இருப்பார்களா என்று. அதே எண்ணம்தான்.”

“உண்மையாவா?”

“உண்மைதான். அனைவரையும் இந்த பூம்பொழிக்கு கூட்டிவரப் போறோம். இத்தனை வருடத்திற்குப் பிறகு தாய் வீட்டுக்குப் போகிற பாக்கியம் கிடைச்சிருக்குன்னு எல்லாரும் எவ்வளவு சந்தோசத்தில இருக்காங்க தெரியுமா” ஜெய்யின் வார்த்தைகளில் மகிழ்ச்சி பீறிட்டது.

“உன்னை ஏதேதோ கேள்விகள் கேட்டு காயப்படுத்திட்டேன். என்னை மன்னிச்சிரு. இப்படி ஒரு வீர வரலாறு இதுவரைக்கும் நான் கேள்விப்பட்டதுகூட இல்ல. என் தாத்தா பேரு கூட எனக்குத் தெரியாது. ஆனா நீங்க... சொல்ல வார்த்தை இல்லை ஜெய். நாங்க உங்களோட எப்பவும் இருப்போம்” என்று சொல்லிய சிவாவின் முகத்தில் பெருமிதம் தெரிந்தது. ஏதோ யோசனையில் இருந்த கார்த்திக், “சரி அதன்பிறகு குஸ்திக்கு என்ன ஆச்சு?” என்று கேட்டான்.

“அதை எனக்கு கேட்கத் தோணல பாரு. இத்தனை நாள் நானும் ஆர்வமாத்தான் இருந்தேன் அத தெரிந்துகொள்ளணும்னு. ஆனால் வேலைகளில் அதை மறந்துட்டேன்.” என்று கூறிய ஜெய், முருகனிடம் “ஐயா சொல்லுங்கள், பிறகு ஐயாவிற்கு என்ன ஆச்சு...”

“அது பெரிய கொடுமை ஜெய். எல்லாக் கொடுமையும் நாச்சியுடன் முடியும் என்று நினைத்தோம். ஆனால் குஸ்தியையும் தொடர்ந்தது. நான் இங்கே இருக்கிறேன் என்றால் அதுவே அதிசயம்தான்.” என்றார் முருகன்.

“அப்படியென்றால் இவர்தான் குஸ்தியின் வழியாக வந்த வாரிசா? குஸ்தியின் குடும்பம்தான் இத்தனை வருடங்களாக இந்தக் கோயிலை பாதுகாத்து வருகிறார்களா? எனக்கு தலையே சுற்றுகிறது ஜெய்” என்றான் கார்த்திக்.

"ஆமா கார்த்திக். அந்த சுத்தவீரனின் பரம்பரை வாரிசுதான் முருகன்"

"நீ ஏன் அவரைக் காப்பாற்ற வேண்டும் என்று கேட்கும்போதெல்லாம் எனக்கு அதுதான் தோன்றும். அவர் வீர வரலாறு தெரிந்திருந்தால் அப்படி பேசமாட்டாய். நாம் அவரைக் காப்பாற்ற வேண்டிய அவசியமில்ல. அவர் ஊரைக் காப்பாற்றியவர் வம்சம் என்று"

"உண்மைதான் ஜெய். இப்பொழுது புரிகிறது. சரி, என்னதான் அவருக்கு ஆச்சு. தனியா அந்த ஊருல எப்படி இருந்தாரு? அவங்க இரண்டு மகள்களும் என்ன ஆனார்கள்"

45

அன்று மூப்பரும், அவருடன் மக்களும் வெளியேறியபிறகு பூம்பொழியே இருண்டுபோனது. நேற்று வரை திண்ணைகளில் எரிந்துகொண்டிருந்த விளக்குகள் இல்லை. வட்டமாக அமர்ந்து அரட்டையடிக்கும் முதியவர்களில்லை. அண்டை வீடுகளில் கணவனும் மனைவியும் போடும் சண்டைகளில்லை.

வீட்டில் வளர்ந்து வந்த கால்நடைகளை ஓட்டிச்சென்ற மக்கள், செல்லப் பிராணிகளை அப்படியே விட்டுச் சென்றனர். அவை உணவிற்காக எழுப்பும் சத்தங்கள் அழுகைகளாக கேட்டுக்கொண்டிருந்தது. எத்தனை செல்லப் பிராணிகளுக்கு குஸ்தியால் உணவளிக்க முடியும்.

கோழிகள் அங்குமிங்குமாக அலைய ஆரம்பித்திருந்தன. வீட்டு முயல்களும், புறாக்களும், காட்டு முயலாகவும், புறாவாகவும் மாற ஆரம்பித்திருந்தன.

நெருப்பில் நின்றுகொண்டு வலியை அனுபவிப்பதுதான் நரகம் என்று சொல்லியறிந்த குஸ்திக்கு சொர்க்கத்தில் நின்றுகொண்டு நரகவலியை அனுபவிக்கலாம் என்று தோன்றியது. நேற்று வரை சொர்க்கமாகத் தோன்றிய மண் இன்று நரகமாகத் தோன்றியது. பறவைகள் சத்தம் கூக்குரலாக ஒலித்தது.

"செய்வற்கு ஒன்றுமில்லை இனி" என்ன செய்யப்போகிறேன் என்று எந்தப் பிடிப்பும் இல்லாமல் இருந்தார் குஸ்தி.

பூம்பொழியை விட்டு வெளியே செல்லாமல் எத்தனை நாள் வாழமுடியும். மக்களின் ஆரவாரமில்லாத ஊரில் எத்தனை நாள் வெளியாட்கள் வராமல் இருப்பார்கள் என்ற எண்ணங்கள் அவரை புண்ணாக்கின.

பூம்பொழி மக்கள் விட்டுப்போன காய்த்த காய்கறிகளையும், பழுத்த பழங்களையும் சேமித்துவைத்த நெல்மணிகளையும் உண்டு, குடித்து நாட்கள் நகர ஆரம்பித்தன. ஆனால் யாருமில்லாத ஒரு நாட்டில் எத்தனை நாள் இருக்க முடியும். எத்தனை நாட்கள் வேண்டுமானாலும் இருந்துதான் ஆக வேண்டும் என்று முடிவெடுத்தார் குஸ்தி.

பூம்பொழியிலிருந்து சந்தைக்கு யாரும் வருவதில்லை. பூம்பொழி எல்லையில் எந்த நடமாட்டமும் இல்லை. யாராவது எல்லையில் எட்டிப் பார்த்தாலே சண்டைக்கு வரும் கூட்டத்தைக் காணவில்லை. பசு மாடுகளிடம் “ம்மா” என்ற குரல் இல்லை, சண்டையில் தோற்று ஓடியவர்களின் அலறல்கள் இல்லை.

எதிரிகள் பூம்பொழியில் எல்லைகளைக் கடக்க ஆரம்பித்தனர். “எதிரிகளின் வருகை தெரிய ஆரம்பிக்கிறது. நான் ஒரு ஆளாக எதிர்த்து நிற்க முடியாது. அவர்கள் வந்தால் முதலில் மூப்பர் வீட்டின் நிலையை ஆராய்வார்கள். பிறகு நம் வீட்டிற்குத்தான் வருவார்கள். அதனால் நம் வீட்டை முதலில் வேறு ஒரு வீட்டுக்கு மாற்றுவோம்” வேறுவழி குஸ்திக்கு தெரியவில்லை.

“நம் நாட்டிலேயே சிறிய வீடு காக்கையன் வீடுதான். அந்த வீடுதான் சரியா இருக்கும். எல்லா பொருட்களையும் எடுக்க வேண்டாம். சில தேவையான பொருட்களை மட்டும் எடுத்துக் கொள்ளலாம். அந்த வீட்டிற்குச் சென்றால் அவர்கள் நம்மைத் தேடுவதற்கு வாய்ப்புகள் குறைவு.”

குஸ்தியின் ஊகம் சரிதான். அன்னிய மக்கள் பூம்பொழிக்குள் பிரவேசிக்க ஆரம்பித்தனர். போகப்போக பூம்பொழி மக்கள் தப்பித்துவிட்டார்கள் என்ற செய்தி காட்டில் பிடித்த நெருப்புபோல பரவ ஆரம்பித்தது. எதிரிகள் கோபம் கொண்டு பூம்பொழிக்குள் புகுந்தனர். கண்ணில் தெரியும் வீடுகளை எல்லாம் சூறையாட ஆரம்பித்தனர்.

வீட்டில் தினம் பயன்படும் பொருட்களை எல்லாம் பூம்பொழி மக்கள் விட்டுச் சென்றிருந்ததால் அதை திருடிச் சென்றார்கள் அவர்கள். சில வீடுகளின் கூரைகளில் தீ வைத்தனர். ஒன்று இரண்டு என பூம்பொழிக்குள் புக ஆரம்பித்த திருடர்கள், நாட்கள் செல்லச் செல்ல பலராக ஆரம்பித்தனர். பாதுகாப்பிற்கே இலக்கணமாக

விளங்கிய பூம்பொழியில், மன்னர் மார்த்தாண்ட வர்மாவே புகழ்ந்த பூம்பொழியில் கயவர்கள், திருடர்கள் வந்து நாசம் செய்வதைப் பார்க்கையில் குஸ்தியின் மனது துடித்தது. தன்னால் அவர்களை எதுவும் செய்ய முடியவில்லை என்று எண்ணும்பொழுது இரத்த நாளங்கள் எல்லாம் சோர்வுற்றன.

"இனி நம் வீட்டிற்கும் அவர்கள் வருவார்கள். நம் மகள்கள் அவர்கள் கையில் கிடைத்தால் கண்டிப்பாக மானபங்கப்படுத்தப்படுவார்கள். நான் இந்த ஊரைவிட்டு வந்தால் இத்தனை நாள் இங்கே வாழ்ந்ததற்கு அர்த்தம் இல்லாமல் போய்விடும். திரும்பி மூப்பர் வந்து எங்கே நம் கோயில் என்று கேட்டால்கூட என்னால் அடையாளம் காட்டமுடியாது. நான் இங்கேதான் இருக்க வேண்டும். நீ மகள்களை அழைத்துக்கொண்டு செல். சிறிது நாட்களுக்குப் பிறகு இந்த ஊரில் அன்னியர்களாக வந்து குடியேறிக் கொள். அப்பொழுது உன்னை யாரும் அடையாளம் கண்டுகொள்ளமாட்டார்கள்." என்று, தன் மனைவியிடம் குஸ்தி கெஞ்சியபொழுது அவர் வார்த்தைகளில் வழிந்த உணர்ச்சிகளை அடக்க அவர் போராடிக் கொண்டிருப்பதன் வலியை வார்த்தைகளில் சொல்ல முடியாது.

"எப்படி நான் மட்டும் உங்களை விட்டுச் செல்லமுடியும். நான் போகமாட்டேன். மகள்களை மட்டும் அனுப்பிவிடுவோம். அவர்கள் நன்றாக இருக்கட்டும்" குஸ்தியின் மனைவி அழுது கொண்டே கூறினாள்.

"நாடு முழுவதும் போராட்டங்கள் என்றும் கிளச்சிகள் என்றும் நடக்கின்றன. இந்த நேரத்தில் அவர்கள் எங்கே செல்வார்கள். நீ உடன் இருந்தால் அவர்களுக்கு வழிகாட்ட வசதியாக இருக்கும்" என்று கட்டாயப்படுத்தினார் குஸ்தி. மேலும் "நான் சொல்வதுபோல செய்யுங்கள். தோள்ச்சீலை போராட்டம் தீவிரம் அடைந்திருக்கிறது. அந்தப் போராட்டதில் ஈடுபட்டுள்ள பெண்கள் சில வீடுகளை இழந்து சத்திரங்களில் அடைக்கலம் புகுந்துள்ளார்கள். நம் நாட்டிற்கு அருகில் காட்டுக்கடையில் கோயிலில் சத்திரம் இருக்கிறது. அந்த சத்திரத்தில் போராளிகள் அடைக்கலம் புக வாய்ப்பிருக்கிறது. அவர்களிடம் சென்று சேர்ந்தால்போதும். உங்களைத் தீண்ட பயப்படுவார்கள். அதேநேரம், நீங்களும் பாதுகாப்பாக இருக்கலாம். அதுமட்டுமல்லாமல் அவர்களில் சிலரிடம் பூம்பொழி கிராமத்தில் மக்கள் இல்லாமல் இருப்பதை எடுத்துச் சொல்லி, எப்படியாவது இங்கே வந்துவிடுங்கள்." என்று விளக்கினார்.

"அப்படியென்றால் நீங்களும் வரலாமே எங்களுடன்?" குஸ்தியின் மனைவி வார்த்தைகளில் ஜீவனே இல்லாமல் இருந்தது.

"பூம்பொழி ஆண்கள் எல்லாரையும் அண்டை கிராமங்களில் உள்ள மக்களுக்குத் தெரியும். ஆனால் நம் பெண்கள் நம் பூம்பொழியை

விட்டு இதுவரை வெளியே செல்லாததால் யாருக்கும் தெரியாது. நானும் உங்களுடன் வந்தால் கண்டிப்பாக உங்களையும் இழக்க நேரிடும். இதில் மாற்றுக்கருத்து இல்லை. எனக்கு எதுவும் ஆகாது. மூப்பர் என்னிடம் இருக்கிறார்"

அதன்பிறகு ஒரு விடியற்காலையில் அவர்கள் மூவருக்கும் தேவையான பொருட்களையும் தேவையான அளவிற்கு தங்கம், வெள்ளி போன்ற செல்வங்களையும் கொடுத்து அங்கிருந்து அனுப்பினார். வேறுவழியில்லாமல் அவர்களும் மனதில் பாரத்தோடும் அழுகையோடும் பூம்பொழியை விட்டு வெளியேறினர்.

பூம்பொழியை விட்டு வெளியே அவர்கள் மூவரும் நேராக காட்டுகடை ஊரில் உள்ள சத்திரத்தை அடைந்தனர். குஸ்தி கூறியதுபோல அந்த சத்திரத்தில் சில போராளிகள் ஓய்வெடுத்துக் கொண்டிருந்தனர். அவர்களிடம் தோள்ச்சீலை போராட்டத்தை காரணம் காட்டி அதில் இணைந்து கொண்டனர். தினமும் போராட்டம், சண்டைகள், இரத்தம் என்று வாழ்க்கை நகர ஆரம்பித்தது.

இதற்கிடையில் பூம்பொழியில் வாழ்ந்துவந்த குஸ்தி, தனிமை எனும் விரக்தி தாங்கமுடியாமல், நாட்டில் வரும் மக்களிடம் முகத்தைக் காட்ட ஆரம்பித்தார். திருடவந்தவர்கள் சிலர் பயந்து ஓடினர். ஆனால் அந்த பயம் நிலைக்கவில்லை. போகப்போக குஸ்தி மட்டும்தான் பூம்தோப்பில் இருக்கிறார் என்ற எண்ணம் பலருக்கும் தோன்றவே, மூப்பராலும் குஸ்தியாலும் பாதிக்கப்பட்ட சிலர் வீரர்களை திரட்டிக்கொண்டு பூம்பொழியில் நுழைந்தனர்.

"இன்றுடன் என் வாழ்க்கை முடிகிறது. என் உயிரை மூப்பருக்கு அர்ப்பணிக்கிறேன்" என்று மூப்பரை வணங்கிவிட்டு தன் வாளை கையில் பிடித்துக்கொண்டு தன் வீட்டைவிட்டு வெளியே வந்தார்.

தனியாக இருக்கிறேன் என்ற எண்ணம், சரியான உணவு இல்லாமை இவை எல்லாம் சேர்ந்து குஸ்தியை மிகவும் களைப்படையச் செய்திருந்தது. அதற்குமேல் அவர் இறந்துவிடுவேன் என்று முடிவு செய்திருந்தார். இந்தக் காரணங்களால் அவரால் நீண்ட நேரம் எதிர்த்து நிற்கவில்லை.

இரண்டு மூன்று வீரர்களை எதிர்கொண்ட அவர், நான்காவது வீரர் கையில் தாக்கப்பட்டு தன் வாளை தவறவிட்டார். அதன்பிறகு சுற்றி நின்ற மற்ற நான்கு வீரர்கள் ஒரே நேரத்தில் தாக்க வந்தனர்.

"உங்கள் தாக்குதலைத் தடுத்து என்னால் தப்பித்து ஓட முடியும். ஆனால் வெற்றி பெறாமல் தப்பித்து வாழும் வாழ்க்கை எனக்குத் தேவையில்லை" என்று கூறியவர், நெஞ்சை நிமிர்த்தி தன்னை

ஜெயன் மைக்கேல் | 287

நோக்கிப் பாயவரும் வாளின் கூர்மையை கண்ணுக்கு நேராகப் பார்த்தவாறு நின்றார். சில நொடிகள், கூர்வாள்கள் உடலில் பல இடங்களில் பாய, மண்ணில் சாய்ந்து வீழ்ந்தார்.

அடுத்துவந்த நாட்களில் நாட்டின் தோள்ச்சீலை போராட்டம் முடிக்குவரும் சூழல் வந்தது. கடுமையான போராட்டத்தை எதிர்கொள்ளமுடியாத அரசு, பெண்கள் தோள்ச்சீலை அணியலாம் என்ற அறிவிப்பை அறிவித்தது. நாடு முழுவதும் அந்த அறிவிப்பை மக்கள் திருவிழாபோலக் கொண்டாடினர்.

அந்த சந்தர்ப்பத்தைப் பயன்படுத்தி குஸ்தியின் மனைவி, மகள்கள் போராளிகளுடன் பூம்பொழியில் குடியேறினர். அவர்கள் வரும்பொழுது அண்டை நாடுகளிலிருந்து சிலர் பூம்பொழி வீடுகளில் குடியேறியிருந்தனர். குஸ்தியின் குடும்பமும் அவர்களுடன் சேர்ந்து வெளிநாட்டு மக்கள் என்று தன்னைக் காட்டிக்கொண்டு அவர்களுடன் வாழ ஆரம்பித்தனர். மேலும் அவர்கள் தங்களுக்கான வீட்டை அந்த மூப்பரின் கோயில் இருந்த இடத்தில் கட்டி, அந்த கோயில் இருந்த பகுதியை பாதுகாக்க ஆரம்பித்தனர்.

முதலில் அவர் மனைவியும் மகள்களும், குஸ்தி எங்கேயாவது உயிருடன் இருப்பார் என்றும், என்றாவது ஒரு நாள் தங்களைத் தேடிவருவார் என்றும் நம்பினர். ஆனால் குஸ்தியை கொன்றுவிட்ட செய்தி போகப்போக மேல்குலத்தோரிடமிருந்து வீரச் சண்டையெனும் வரலாறாகப் பரவியது.

"மொத்த பூம்பொழியும் நாட்டைவிட்டுச் சென்றபிறகும் ஒரு மனிதனாக, மண்ணைப் பிரிய முடியாமல் அங்கேயே வாழ்ந்திருக்கிறான். ஏன், மனைவி மக்கள்கூட அவரோடு இல்லை. இருந்தாலும் கடைசி வரை போராடி வீரமரணம் அடைந்த வீரன் குஸ்தி"

இந்தச் செய்தியைக் கேட்ட பிறகு அவர் மனைவியும் மகள்களும் மூப்பர் ஒரு நாள் வருவார் என்று காத்திருக்கத் தொடங்கினர்.

46

"அன்று காத்திருக்கத் தொடங்கியவர்கள் நாங்கள். யோசித்துப் பாருங்கள், இத்தனை வருடங்களுக்குப் பிறகு மூப்பரின் பேரைக் கேட்டால் எப்படி சந்தோசப்படுவோம். அந்த மகிழ்ச்சிதான் இப்பொழுது" என்று முருகன் பழைய கதைகளைச் சொல்லிமுடித்தார்.

"இது எல்லாம் நடக்குமா? நம்பாம இருக்க முடியல."

"இவ்வளவு விசயங்கள் செய்கிறீகள் என்றால் கண்டிப்பாக இதெல்லாம் நடந்திருக்கும்."

"என்ன நடந்தாலும் நாங்கள்கூட இருப்போம் ஜெய். இந்த வரலாறுக்காகவே நாங்களும் கூட இருப்போம்" என்று கார்த்திக்கும் சிவாவும் மாறி மாறி கூறினர்.

"எல்லா வேலைகளையும் முடித்தபிறகு கோயிலில் கும்பாபிஷேகம் நடத்த வேண்டும்" என்று ஜெய் கூறியவாறு கோயிலை விட்டு வெளியே நடக்க ஆரம்பித்தான்.

"புதையலுக்காக இதை எல்லாம் செய்யுறாங்கன்னு ராகுல் நெனச்சிட்டு இருக்கான்டா. அவங்கிட்ட இந்தக் கதையை சொன்னோம்னா மனசு மாற வாய்ப்பிருக்கில்ல. வெளியூருக்காரனான எனக்கே, ஜெய் சொன்ன கதையை கேட்கும்பொழுது புல்லரிச்சிடுச்சு" என்று, தனியாக இருந்த சிவாவிடம் கூறினான் கார்த்திக்.

“சரிதான், சொல்லிப் பார்க்கலாம்” என்று சிவா தலையாட்டினான்.

இந்த வரலாறை கார்த்திக்கும் சிவாவும் அவனுக்கு தெரிந்தவர்களிடம் மட்டுமே சொல்ல வாய்ப்பிருக்கிறது. அப்படிச் சொன்னாலும் யாரும் இதை நம்பமாட்டார்கள் என்று ஜெய் நினைத்ததால் அவர்களிடம் இதை யாரிடமும் பகிர்ந்துகொள்ள வேண்டாம் என்று நிபந்தனை எதுவும் விதிக்கவில்லை. உண்மைதான். இந்த வரலாறை ராகுலிடம் பகிர்ந்து கொண்டான் கார்த்திக். ஆனால் ராகுல் அதை நம்புவதாக இல்லை.

“நீ என்னை கொலைசெய்ய முயற்சித்தபிறகும் நான் இதை உனக்குச் சொல்றேன்னா, நீ ஜெயிக்கப்போறது இல்ல. அமைதியா உன் வேலையைப் பார்ப்பேன்னு நம்பிக்கையில் தான்.” என்றான் கார்த்திக், ராகுலிடம்.

“என்ன கதைடா இது. சரி, அவங்க ஊரைவிட்டே போனாங்க. எதுக்கு அந்தக் கோயிலை மட்டும் அவங்க மூடிட்டுப் போகணும். சரி, தங்கச்சிலை இருக்குன்னு சொன்னீங்க. அதை மன்னர் எதுக்கு அங்கே வைக்கணும்? எதுக்கு அந்தக் கோயிலை மன்னர் புதுப்பிக்கணும்? அதனால என்ன பயன்? இந்தக் கதைகளை எல்லாம் நீங்க நம்பலாம், என்னால நம்ப முடியாது. எனக்கு எதிரி நீங்க இல்ல. ஜெய்யும் அவன் வங்கியும்தான்.”

“நீ என்ன சொன்னாலும் திருந்தமாட்ட. எப்படியாவது போய்த்தொல” என்று தொலைபேசி இணைப்பைத் துண்டித்தான் கார்த்திக்.

இந்த உரையாடலை கேட்டுக்கொண்டிருந்த சிவா, “அவன் சொல்வதும் சரிதான் கார்த்திக். இந்த வரலாறு கண்டிப்பாக பொய்யில்லை. ஆனால் அந்தக் கோயிலை எதற்கு மன்னர் புதுப்பிக்கணும். எதுக்கு தங்கச்சிலை வைக்கணும்? எதையோ மறைக்கிறான் ஜெய்.” என்று உறுதியாகக் கூறினான்.

‘இருக்கலாம் சிவா. ஆனால் எல்லாம் நம்மிடம் சொல்லவேண்டிய அவசியம் இல்லையே?”

‘அதுதான் கார்த்திக். அதுதான் ராகுலின் கோபம், சரிதானே?”

‘தெரியலடா. ஜெய் சொல்றது எல்லாம் சரின்னு நான் சொல்லல. ஆனா தப்புயில்லன்னு தோணுது”

“சரின்னு தோணல. ஆனா தப்புயில்லன்னு தோணுது. இந்த வார்த்தைக்கு என்ன அர்த்தம்?”

“அந்தக் கோயில்ல என்ன இருக்கப்போகுது. அப்படி இருந்தாலும் நமக்குத் தெரியாம இருக்காது இல்ல?”

"சரிதான். பார்க்கலாம்."

"ஆனால் எனக்கு தப்பா தெரியல'

'எனக்கும் தப்பா தெரியல. ஆனா எதுக்கு மறைக்கணும்?" என்று ஆதங்கப்பட்ட சிவா, "கண்டிப்பா நமக்கு தெரியாமல் நடக்காது எதுவும்" என்று உறுதியாகக் கூறினான். ஆனால் உண்மை அதில்ல. அந்த விசயம் அவனுக்குத் தெரியாமல் போகப் போகிறது என்பதுதான் உண்மை.

"அப்பா, அவ்வளவு ஆச்சரியமா இருந்திச்சு. அந்தக் காலத்தில எந்த அறிவியலுமில்ல, எந்த நவீன கருவிகளும் இல்ல. ஆனா இப்படி நம்ம முன்னோர்களால இதைச் செய்ய முடிஞ்சுது. இரண்டு நிமிடத்திலே எல்லாம் சரியா நடந்திச்சு. என் நிழல் பட்டதும் அந்தக் கதவு திறந்திச்சு. உள்ளே அவ்வளவு தங்கம் வைரம். ஆனா கையில் எடுத்துப் பார்க்கத்தான் நேரம் போதவில்லை" என்று, தான் மூப்பர் கோயிலின் உள்ளே சென்று அந்த செல்வங்களைப் பார்த்து வந்த பிரமிப்பை தொலைபேசியில் விளக்கிக் கொண்டிருந்தான் ஜெய்.

"இதில் என்ன ஆச்சரியம் ஜெய். பல வருடங்களுக்கு முன்னாலேயே நவகிரகங்களை கணித்து அதற்காக கோயில் கட்டியவர்கள் நம் மக்கள். இன்னும் எத்தனையோ கோயில்களை எப்படி நம் மக்கள் கட்டினார்கள் என்றுகூட தெரியாமல் இருக்கிறார்கள் அறிவியல் வல்லுநர்கள். உலகத்தின் பல மூலைகளிலிருந்து நம் தமிழ்நாட்டிற்கு வந்து ஆராய்ச்சி செய்பவர்கள் இருக்கிறார்கள் இன்னும். வான்வெளியையே கணித்த மக்களுக்கு இப்படி ஒரு கோயிலைக் கட்டுவது அதிசயமில்லைதானே? ஆனால் அந்தக் கோயில் கட்டியதன் சூத்திரம் பூம்பொழியின் மக்களுக்கு யாருக்கும் தெரியாது. ஏன், அதை அப்படி வடிவமைத்தார்கள் என்று மூப்பருக்கே தெரியாது. மூப்பர் வெறும் சாவிதான்." ஜெய்யின் கேள்விக்கு சாமர்த்தியமாக பதிலளித்தார் ஆண்டாள்.

"சரிதான் அப்பா. ஆனால் அதை ஒரு நாள் ஆராய்ந்து அந்த அறிவியலை கண்டுபிடிக்க வேண்டும்."

"கண்டுபிடிக்கலாம். அதற்குமுன் அந்தக் கோயிலுக்குள் இருக்கும் அந்த சுரங்கப்பாதையை விரிவுபடுத்த வேண்டும். அதன்வழியாகத்தான் இந்தப் பொருட்களை அன்று எடுத்துச் சென்றார்கள். அவர்கள் எளிதாக அதற்குள்ளே வரலாம். ஆனால் மூப்பரின் நிழல் இல்லாமல் அந்த கதவு திறக்காது. இந்த கருவறை வழியாக நீ சென்றுவந்த வழி அவசரத்திற்கு மட்டும்தான். அதன்வழியாக பொருட்களை எடுத்து வருவது கடினம்"

"சரிதான் அப்பா. ஆனால் நமக்கு இப்பொழுது அது தேவைப்படாது?"

“ஆமாம் ஜெய். ஆனால் அது இருந்தால்தால் நம் பூம்பொழியை முழுசா ஒரு பெரிய நகரமாக மாற்ற முடியும். இப்பொழுது இருக்கிற நூறு ஏக்கர் பூம்பொழி ஆயிரம் ஏக்கராக மாறணும், நமக்குத் தேவையான எல்லா நிறுவனங்களும் அங்கே வரணும். நமக்குத் தேவையான பள்ளிக்கூடம், கல்லூரி எல்லாம் அங்கே வரணும். நம் மக்கள் யாரும் வேலை தேடி வெளியூருக்கு போகக்கூடாது. பூம்பொழின்னா உலகத்துக்கே தெரியணும். ஆனாலும் அது நம்ம ஊரா இருக்கணும்”

“கண்டிப்பா அப்பா. நம் பூம்பொழி. மாற்றுவோம். சில வருடங்களுக்குப் பிறகு பாருங்கள், கன்னியாகுமரியில பாதி பூம்பொழியோடதாக இருக்கும். பல நாட்டு மக்கள் வந்து போவாங்க. ஆனா இங்க இருக்கிற ஒவ்வொரு நிலமும் நமக்கு, நம் மக்களுக்குச் சொந்தமாக இருக்கும்”

47

ஜெய் தனது நண்பர்களிடம் சொல்லிய அனைத்து வரலாறும் உண்மைதான். ஆனால் இராஜரகசியம் என்று சில இருக்கின்றன. இராஜரகசியங்களை யாரிடமும், எந்தக் காலத்தில் பகிர்ந்துகொண்டாலும் அது ஆபத்தாக முடியும் என்பது நம்பிக்கை. அதுதான் நிஜம்.

பூம்பொழியின் ஒற்றுமையைப் பார்த்து வியந்துபோன மார்த்தாண்ட வர்மா, மூப்பரை அழைத்துப் பேசலாம் என்று முடிவு செய்தார்.

"தளபதியாரே, ஒரு சிறிய யோசனை. நம்மைச் சுற்றி நாட்டில் மட்டுமல்லாமல் சபையில் எதிரிகள் பெருகிக்கொண்டே இருக்கிறார்களோ என்ற ஐயம் வருகிறது. எதிரிகளை எளிதில் வென்றுவிடலாம். ஆனால் சுற்றி இருப்பவர்களில் பலர் துரோகிகளாக என் கண்களுக்குத் தெரிகிறார்கள். உண்மைதானா?" என்று ஒரு தருணத்தில் தன் ஐயப்பாட்டை தளபதியாரிடம் எடுத்துரைத்தார் மன்னன்.

"ஆம் மன்னா. ஆங்கிலேயரின் தலையீடு பெருவாரியான மக்களை மதம் மாறச் செய்துள்ளது, தோள்ச்சீலை போராட்டத்தில் மக்கள்மீது எண்ணையை ஊற்றி எரியவிட்டிருக்கிறார்கள். மேல் ஜாதி என்று கருதும் மக்கள் நாட்டில் பதவிகளை வகிக்க முயற்சிக்கிறார்கள். கவனம் தேவை மன்னரே" என்றார் தளபதி.

"அதுதான் என் சிந்தனையும். பூம்பொழி மக்கள்போல நம்பிக்கையானவர் கூடவே இருந்தால் தைரியமாக இருக்கலாம் என்று தோன்றுகிறது"

"உண்மைதான் மன்னா."

"தளபதியாரே ஒரு யோசனை. நாளை மூப்பரை அழையுங்கள். எனக்கு சில விசயங்கள் விவாதிக்க வேண்டியிருக்கிறது." என்றார் யோசனையுடன்.

செய்தி மூப்பருக்கு அனுப்பப்பட்டது. மூப்பரும் அடுத்த நாளே மன்னரைச் சந்திக்க வந்திருந்தார். நேராக மன்னர் அறைக்கே வர உத்தவிட்டிருந்ததுதான் அதில் ஆச்சரியம். அவ்வளவு எளிதாக மன்னர் அறைக்குள் யாரும் செல்ல அனுமதி கிடைத்துவிடாது. எந்த சூழ்நிலையிலும் தளபதியாருக்கு மட்டுமே மன்னர் அறைக்குள் நுழையும் உரிமையை கொடுத்திருந்தார்.

தளபதியுடன் மூப்பர் மன்னரைச் சந்தித்தார்.

இதுவரை சிவாவிடமும் கார்த்திக்கிடம் எந்த மாறுதலும் இல்லாமல் மூப்பரின் வரலாறைக் கூறிய ஜெய், தொடர்ந்து கூறிய சில ரகசியங்களை மறைத்து கதையை வேறுவிதமாக திரித்துக் கூறியிருந்தான்.

'மூப்பரே, உங்கள் வீரமும் நம்பிக்கையும் என்னை வியப்பில் ஆழ்த்திக் கொண்டிருக்கிறது" என்று புகழ்ந்தவாறு தன் எண்ணத்தை மூப்பர் முன்வைத்தார் மன்னர்.

'நாட்டின் அனைத்து செல்வங்களும் கஜானாவில் உள்ளது. நம் அமைச்சர்களையே நம்பமுடியாதநிலையில் இருக்கிறேன். ஒருவேளை, அவர்கள் எதுவும் தீயசெயலில் இறங்கினால் கண்டிப்பாக முதலில் நம் கஜானாதான் கொள்ளை போகும். அப்படி நடைபெற்றால் நாட்டைக் காப்பாற்றுவது மிகவும் கடினம். அதனால் நம் நாட்டிலுள்ள செல்வங்களில் சில பூம்பொழியில் சேமித்துவைக்கலாம் என்று இருக்கிறேன்." என்று மன்னர் சொல்லி முடித்ததும் தளபதியார் தொடர்ந்தார்.

"ஆம், கிடைத்த விவரங்களின்படி பார்த்தால் பூம்பொழியில் ஒரு கோயில் இருப்பது பூம்பொழி மக்களைத் தவிர வேறு யாருக்கும் தெரியாது. இனியும் உங்களைத் தவிர யாருக்கும் தெரியப் போவதுமில்லை. அந்த நம்பிக்கை எங்களுக்கு வந்துவிட்டது. அதனால் அந்தக் கோயிலைத்தான் பயன்படுத்தலாம் என்று இருக்கிறோம்"

'அது எப்படி தளபதியாரே. அது வெறும் மண் கோயில். அதுவும் சிறிய அளவிலான அந்தக் கோயிலை எப்படிப் பயன்படுத்துவது?' என்று கேட்டார் மூப்பர்.

"சரிதான் மூப்பரே. ஆனால் திட்டம் வேறு. அந்தக் கோயிலை இடித்து புதிதாக கட்டப் போகிறோம்"

அவர்கள் விவாதித்தபடியே கோயிலை இடித்து புதுப்பிக்கும் வேலை ஆரம்பமானது. பூம்பொழி மக்களுக்கு கோயிலைக் கட்ட மன்னர் உதவி வழங்கியுள்ளார் என்ற செய்தி மட்டுமே பகிரப்பட்டது. ஏன், குஸ்திக்கு கூட அந்தச் செய்தி மட்டும்தான் தெரியும். மீதமான ரகசியங்கள் அனைவரிடமிருந்தும் மறைக்கப்பட்டது.

அப்பொழுது எல்லாம் கோயில் வேலைகளானாலும் சரி, இதர கட்டடங்களானாலும் சரி மிக அதிக நாட்கள் எடுத்து கட்டி முடிப்பது வழக்கம். அதனால் இவர்கள் இந்தக் கோயிலை கட்டி முடிக்க பல வருடங்கள் எடுத்த பிறகும் அதை மக்கள் ஒரு பொருட்டாகக் கருதவில்லை. அந்த கோயிலைக் கட்டி முடிக்க ஐந்து வருடங்கள் ஆகின.

மிகவும் மதிப்புள்ள செல்வங்களை செலவு செய்து, பல புகழ்பெற்ற கோயில்களையும் அரண்மனைகளையும் கட்டிய வல்லுநர்களைக் கொண்டு அந்தக் கோயிலை கட்டினார்கள்.

கோயிலின் அடியில் ஒரு பாதாளக் கிணறு அமைத்து அதன்மேல் அறைகள் நிறுவினார்கள். அந்த அறையிலிருந்து ஒரு நீள சுரங்கப்பாதையை அமைத்து அதை அரண்மனையில் முக்கிய இடமாகிய ரகசியவழியில் இணைத்தனர். அதன்மேல் மூப்பர் கோயிலை நிறுவினார்கள்.

அதில் நிழலை பொருத்தி திறக்கும் ரகசிய பூட்டுகள் அமைக்கப்பட்டதும், அது வேலை செய்யும்விதம் மற்றும் அந்தக் கோயில் கட்டிய ரகசியங்கள் மூப்பரிடமிருந்துகூட மறைக்கப்பட்டது. பொருட்கள் சுரங்கப்பாதைகள் வழியாக எடுத்துச் செல்லவேண்டிய வேளையில் மூப்பருக்கு செய்தி வரும், அவரும் அரண்மனை அடைவார். பின் அரசு பரிவாரங்களுடன் அந்த சுரங்கப்பாதை வழியாக மூப்பர் கோயிலின் அடிப்பாகத்தை அடைவார். பிறகு அந்த அறையின் முன்னால் நிற்பார். இவர் நிழல் படிந்ததும் கதவு திறக்கும். பொருட்களை வைத்துவிட்டு அங்கிருந்து புறப்படுவார்கள்.

எதுவும் அவசரநிலை வந்தால் மட்டும் உள்ளே செல்ல மூப்பர் கோயிலின் கருவறை பாதையையும் அது திறக்கும் முறைகளையும் தெரியப்படுத்தியிருந்தனர். எவ்வாறு அந்த வழியைப் பயன்படுத்த வேண்டும் என்று பயிற்சியளித்தனர்.

"இது இராஜரகசியம். நம் மூவர் தவிர இது யாருக்கும் தெரியக்கூடாது. உங்களுடன் சுரங்கப் பாதை வழியா வருபவர்களுக்குக்கூட இந்தப் பாதை எங்கே செல்கிறது என்று

தெரியாது. யாராவது தெரிந்து அந்தக் கதவின் முன்னால் நின்று தவறான நிழல் படிந்தால் மொத்த செல்வமும் பாதாளத்திற்குச் சென்றுவிடும். அது தெரியாமல் தவறுதலாக நடந்தாலும் அந்த இடம் பாழாகிவிடும். அப்படி அந்த இடம் இடிந்து நொறுங்கிப்போனாலும் மேலே இருக்கும் கோயிலில் ஒரு அசைவுகூட இருக்காது. எனவே, அது நொறுங்கிப்போனது யாருக்கும் தெரியாமலே போய்விடும். அத்துடன் சுரங்கப்பாதையும் மூடிவிடும்." என்ற தளபதிக்கும் மன்னருக்கும் தெரிந்த அந்த செய்தியை தளபதி முன்னிலையில் மூப்பருக்குத் தெரிவித்தார்.

ஆனால் கடைசிவரை மூப்பர், கோயிலின் வழியாக நுழையும் அந்த அவசரப் பாதையை இறுதிவரை பயன்படுத்தவில்லை. அதற்கு வாய்ப்பு வரவில்லை. அந்தவகையில் அந்த பெருமை ஜெய்யை சேர்ந்தது. அவன்தான் அந்த வழியை முதன்முதலில் பயன்படுத்தியவன்.

எல்லாம் சரியாக சென்றுகொண்டிருந்த வேளையில்தான் மன்னரிடமிருந்து அந்த ஓலை வந்து மூப்பரைச் சேர்ந்தது.

"மூப்பர் அவர்களே, என்னை மன்னித்துவிடுங்கள். நாட்டின் செல்வங்கள் பூம்பொழியில் இருப்பது எதிரிகளுக்கு தெரிந்துவிட்டதாய் தெரிகிறது. ஆனால் எங்கே இருக்கிறது என்று தெரிந்திருக்க வாய்ப்பில்லை. அவர்களால் அதை அடையவும் முடியாது. ஆனால் மக்களை இழக்கநேரிடும். இந்த ஆபத்து உறுதி. உங்கள் வீரர்களால் அவர்களை எதிர்த்துப் போரிடலாம், ஆனால் வெற்றி பெறமுடியாது. ஆங்கிலேயரின் நவீன ஆயுதங்களுக்கு முன்னால் நம்மால் எதுவும் செய்யமுடியாது. அவர்களின் உதவியும் இதில் இருக்கிறது. இப்பொழுது எதிர்த்து நிற்பது வீரமில்லை. காலம் கனியும் வரை விவேகத்துடன் இருந்து கொள்ளவும்." செய்தியை படித்த மூப்பர், செல்வம் இருக்கும் செய்தியை மட்டும் மறைத்து விட்டு மீதியை குஸ்தியிடம் விவாதித்தார். மக்களிடம் முறையிட்டு, முடிந்தவரை அவர்கள் வசதியாக வாழ சேமித்துவைத்த செல்வங்களை எடுத்து வழங்கி, அவர்களை முழுவதுமாக பூம்பொழியிலிருந்து வெளியேற்றினார்.

"பூம்பொழியில் செல்வத்தை பாதுகாக்கலாமா?" என்று அன்று மன்னர் கேட்டபொழுது பூம்பொழிக்கு இப்படி ஒரு நிலை வரும் என்று ஒரு கணம்கூட சிந்தித்ததில்லை. இன்று அதற்காக மிகவும் மனம் வருந்தினார். நம் மக்கள் நாட்டைவிட்டுச் செல்ல நானே காரணமாகிவிட்டேன். எப்படியாவது அவர்களை இங்கே மீண்டும் கொண்டுவருவேன் என்று உறுதி கொண்டார். செய்த தவறு இல்லை ஆனாலும் பெரிய குற்ற உணர்வு அவரை வாட்டியது. தினம்

தினம் தூக்கமில்லாமல் அவதிப்பட்டார். அடிக்கடி சொல்லிக் கொண்டேயிருந்தார்.

"பிறந்த மண்ணை விட்டு எம் மக்கள் நாடோடிகளாக அலைய நானே காரணம்" என்று.

பிறகு செல்வத்தை கொள்ளையடிக்க வந்தவர்களிடம் போரிட்டு வீரமரணம் அடைந்தார் குஸ்தி. ஆனால் மரணமடையும்போதும், ஏதோ திருடர்கள் வந்தார்கள் அவர்களிடம் போரிட்டேன் என்றுதான் எண்ணியிருந்தார் குஸ்தி. பூம்பொழியின் செல்வத்தைப் பற்றிய செய்தியை அறிந்து வந்தவர்களிடம் சண்டையிட்டுத்தான் குஸ்தி இறந்தார். இன்றுவரை குஸ்தி இறந்த காரணம் யாருக்கும் தெரியாது. தெரியாமலே போய்விட்டது.

48

ராகுல் இந்தக் கதைகளை எல்லாம் அறிந்தும் நம்பவில்லை. எனவே ராகுலிடம் கார்த்திக் பேசியதை ஜெய்யிடம் சொல்லிவிடலாம் என்று முடிவுசெய்து அதை ஜெய்யிடம் தெரிவித்தார்கள் இருவரும்.

"ஜெய் நாங்க பேசுனது உனக்குத் தெரிஞ்சிருக்கும். ராகுல்கிட்ட மறுபடியும் பேசிப் பார்த்தோம். ஆனால் எந்தப் பலனுமில்ல."

"எந்தப் பலனும் இருக்காதுன்னு எனக்குத் தெரியும் கார்த்திக். ஆனால் நீங்க பேசுனது எனக்குத் தெரியாது. உங்க மேல நம்பிக்கை வந்ததுனால, நீங்க யார்கிட்ட பேசுறீங்கன்னு நான் கவனிக்குறது இல்ல."

"ரொம்ப நன்றி ஜெய்" என்று தன்மீதான நம்பிக்கைக்கு நன்றி தெரிவித்தான்.

"ஆனா அவனிடமிருந்து தாக்குதல் இருக்கலாம் ஜெய். கவனமா இருக்கணும்" என்று கார்த்திக் எச்சரித்தான்.

"கண்டிப்பா கார்த்திக். இனி அவன்கிட்ட எதுவும் பேச வேண்டாம்' என்று மூவரும் பேசிக் கொண்டிருக்கிற வேளை முத்துவும் ராகுலும் தங்கள் தாக்குதலுக்குத் திட்டம் தீட்டிக் கொண்டிருந்தனர்.

"ஏன், அரசர் காலத்தில இருந்தவங்களுக்கு மட்டும்தான் பிறந்த மண் மேல பாசம் இருக்குமா? ஏன், பூர்வீகவாதிகளுக்கு மட்டும்தான்

இந்த மண்ணு மேல உரிமை இருக்கா? நானும் இந்த மண்ணிலதான் பிறந்திருக்கிறேன். எனக்கும் இந்த மண் மேல அக்கறை இருக்கு, பாசம் இருக்கு. என்னைப் பொறுத்தவரை பயந்து இந்த ஊரைவிட்டு ஓடியவர்கள்தான் அன்னியர்கள். அவர்களை இந்த ஊரில் குடியிருக்க வரவிடக் கூடாது ஐயா. நம்ம சக்தியையும் காட்டியாக வேண்டும்" மூப்பரின் கதையைக் கேட்டபிறகு ராகுலுக்கு இன்னும் கோபம் அதிகமாகியிருந்தது.

"உண்மைதான் தம்பி. பணம் இருந்தால் என்ன வேணும்னாலும் செய்யலாம்னு நினைக்கிற எண்ணத்தை மாத்த வைக்கணும். அடிக்கணும். நாம அடிக்கிறது வலிக்கணும் தம்பி." முத்துவும் கோபத்தில் திளைத்துக் கொண்டிருந்தார். இப்பொழுது நமக்கு துப்பாக்கியும் இருக்கிறது. பார்த்துவிடலாம் தம்பி'

"ஐயா, நம் கையில் இருக்கும் துப்பாக்கிகள் வெறும் நாட்டுத் துப்பாக்கிகள். அவர்கள் கையில் இருப்பது இயந்திரத் துப்பாக்கிகள். ஆக, நாம் புத்திசாலித்தனமாகத்தான் தாக்க வேண்டும். கார்த்திக் சொல்லியதை வைத்துப்பார்த்தால், ஆயிரம் குடும்பங்கள் நம் ஊருக்குள் வரப்போகிறார்கள். அவர்களை வரவிடாமல் தடுக்க முடியுமா"

"ஏன் முடியாது தம்பி. ஆற்றுப்பாலத்தில் ஒரு குண்டை வைத்து முதல் வண்டியை வெடிக்க வைக்கலாம்?'

"அதனால் மற்ற மக்கள் வராமல் இருப்பார்களா?'

"கண்டிப்பாக இருக்க மாட்டார்கள். ஆனால் பயம் இருக்கும். யோசிப்பார்கள்"

"அது போதாது ஐயா. அவர்கள் பூந்தோப்பில் கால் வைத்ததிலிருந்து எங்கெங்கே வாய்ப்புகள் கிடைக்கிறது, எங்கெங்கே அடிக்க வேண்டும். ஆனால் நம்மிடம் ஆட்கள்தான் குறைவு. வெறும் இருபது, முப்பது பேரை வைத்து இதைச் செய்வது கடினம்தான். ஆனால் இது ஒரு தொடக்கமாக இருக்க வேண்டும். அந்தக் கட்டடங்களில் இருக்கும் மக்கள் பயந்து பயந்துதான் இருக்க வேண்டும். சுற்றியிருப்பது நம் மக்கள், நடுவில் அவர்கள் குடி போகப் போகிறார்கள். நம் மக்கள் இவர்களிடம் நட்பாகும் முன் இருவருக்கும் பகையை உருவாக்க வேண்டும். பிறகு பாருங்கள், அவர்களாகவே அங்கிருந்து ஓடிவிடுவார்கள்."

பல நாடுகளில் பிரிவினைகளால் சாதாரண போராட்டமாக ஆரம்பித்து, அது தொடர் தாக்குதலாக மாறி, பிறகு தீவிரமாகி தீவிரவாதிகள் தாக்குதலாக மாறிய கதைகளைப் படித்து தெரிந்திருக்கிறோம். அப்படித்தான் இந்த பூம்பொழிக்கு எதிரான

முத்து மற்றும் ராகுலின் தாக்குதலும் மாறப்போகிறது என்று ஒரு கணம்கூட ஆண்டாளோ, நீலகண்டனோ, ஜெய்யோ நினைத்ததில்லை. ஆனால் அந்தப் போராட்டம் ஒரு தொடக்கமாக அமைந்ததுதான் உண்மை.

பூந்தோப்பில் எவ்வளவு வேகமாக வேலைகள் நடந்ததோ, அவ்வளவு வேகமாக ஜெய்யின் மக்களை எப்படித் தாக்குவது என்ற திட்டமும் நடந்தது.

கட்டடங்கள் ஓங்கி வளர்ந்துகொண்டிருந்தது, வீடுகள் அனைத்தும் உலகத் தரத்திற்கு தயாராகிக்கொண்டிருந்தது, ஆற்று நீர் சேமித்து வைப்பதற்காக கட்டப்பட்டிருந்த செயற்கை ஏரிகளின் வேலையும் வேகமாக நடந்துகொண்டிருந்தது. மாணவர்கள் படிக்க ஒரு பள்ளிக் கூடமும் தயாராகிக் கொண்டிருந்தது. அத்துடன் விளையாட்டு திடல்கள், அரங்கங்கள் என வேலை மிகவும் விறுவிறுப்பாக சென்றுகொண்டிருந்தது.

நாட்கள் நெருங்க நெருங்க ஆண்டாள் மற்றும் நீலகண்டனின் வேலைகளில் வேகம் அதிகமானது.

"மொத்தம் ஆயிரம் குடும்பங்கள். குடும்பத்திலுள்ள அனைவரும் பூம்பொழிக்கு வரப் போகிறார்கள். ஒரு குடும்பத்திற்கு நான்கு பேர் என்று வைத்தாலும் மொத்தம் நான்காயிரம் மக்கள். நான்காயிரம் மக்கள் சென்னையிலிருந்து பயணிக்கத் தேவையான வசதிகளை தயார்செய்ய வேண்டும். நிறுவனங்களில் வேலைசெய்பவர்களும், மேல்படிப்பில் உள்ளவர்களும் உடனடியாக அவர்கள் பூம்பொழியிலிருந்து ஊருக்குத் திரும்பவேண்டியது இருக்கும். அதற்கான எல்லா வசதிகளையும் செய்ய வேண்டும்." என்று ஒவ்வொரு வேலைகளையும் ஆராய்ந்து செய்துகொண்டிருந்தனர் நீலகண்டனும் ஆண்டாளும்.

அனைத்து வேலைகளும் திட்டமிட்டபடி மிகவும் வேகமாக நடந்துகொண்டிருந்தன. நாட்கள் ஏப்ரல் பதிமூன்றை நெருங்கிக் கொண்டிருந்தது.

49

தற்போதைய சூழ்நிலையில் ஒரு மக்கள் தொகுதி வாழ என்னென்ன தேவை? அது கிராமமோ, நகரமோ? உணவு, உடுக்கை, உறைவிடம் இருந்தால்போதும். அம் மக்கள் தொடர்ந்து அதே இடத்தில் வாழ என்னென்ன தேவை?.

முதலில் உணவை எடுத்துக்கொள்வோம். தினமும் உணவு வேண்டும், அதோடு சமைக்கத் தேவையான பொருட்கள் வேண்டும், அதை வாங்க சந்தைகள் வேண்டும், வாங்கும் பொருட்களுக்குக் கொடுக்க பணம் வேண்டும், அப்படியென்றால் அந்தப் பணத்தை தேவைப்படும்பொழுது எடுத்துக்கொள்ள வங்கி வேண்டும், நீர் வேண்டும், சமையல் எரி வாயு வேண்டும்.

பூம்பொழிக்கு பயணிக்கப்போகும் மக்கள் அனைவரும் பெரும்பாலும் வசதி படைத்தவராகவே இருந்தனர். அதற்கு முதல் காரணம், அவர்களின் முன்னோர்கள் பூம்பொழியை விட்டு வெளியேறும்பொழுது கையில் எடுத்துச்சென்ற செல்வங்களும் அதைப் பயன்படுத்தியவிதமும்தான். எனவே அவர்களுக்கு பஞ்சமிருக்காது.

பிறகு உறைவிடம். அது முழுவதுமாக தயாராகிக் கொண்டிருந்தது. யார் யாருக்கு எந்தெந்த வீடுகள் என்றெல்லாம் பிரிக்கப்பட்டிருந்தன.

பல வருடங்களுக்குமுன் செல்வத்திற்காகவும் உயர் ஜாதி, தாழ்ந்த ஜாதி என்று காரணம் காட்டியும் சூறையாடப்பட்ட பூம்பொழி, இப்போது எப்படி மாறியிருந்தது தெரியுமா?

பூந்தோப்பு மண் சாலைகளிருந்து சுமார் நானூறு மீட்டர் தூரத்திற்கு அமைத்த புதிய தார்ச்சாலை, அந்த ஊருக்கு வருபவர்களை வரவேற்றது. அந்தச் சாலையின் தொடக்கத்தில் நின்று பார்த்தால் சுமார் முப்பது அடி உயரத்திற்கு மதில் சுவர்கள் நீண்டு வளைந்து செல்வது தெரியும். அந்த இருபது அடி உயரத்திற்கு மின்சாரம் பாயும் கம்பிச் சுருள்கள் சுருண்டு நீண்டு சென்றன. அரண்மேல் சுருள் கம்பிகளில் மின்சாரம் பாய்ந்துகொண்டிருப்பது தெரியாதபடி கண்காணிப்பு நிகழ்பதிவி பொருத்தப்பட்டிருந்தது. இந்த இரு பாதுகாப்புக் கருவிகளையும் தாண்டி எதிரிகள் உள்ளே நுழைவது கடினம்தான்.

அந்த செப்பனிட்டப்பட்ட சாலைகள், இரும்பினால் செய்து நிறுத்தப்பட்ட ஒரு பெரிய கதவில் முடிந்தது. அந்தக் கதவுகள் இருபது அடிகள்கொண்ட இருபுறமும் திறக்கும்படி இருந்தன. அந்தக் கதவுகளின் பூட்டுகள் எங்கே இருக்கின்றன என்று தெரியாத வண்ணமிருந்தது. உண்மையில், அந்தக் கதவுகளை இயந்திரம் கொண்டு மூடித் திறக்கும் வகையில் அமைக்கப்பட்டிருந்தது. அதில் மின்காந்த தானியங்கி பூட்டுகளாக வடிமைத்திருந்தனர். நிகழ்பதிவிகள் பொருத்தப்பட்டிருப்பதால் கதவின் முன்னால் நிற்பவர்கள் யாரென்று உள்ளே கதவைத் திறப்பவர்கள் கண்டு கொள்ளலாம். இன்னும் விவரமாக வெளியே வந்திருப்பவர்களிடம் பேசிக்கொள்ள கதவில் ஒரு திரை பொருத்தப்பட்டிருந்தது. அதன்வழியாக உள்ளே இருக்கும் காவலாளியும் வெளியே வந்திருக்கும் விருந்தினரும் பேசிக் கொள்ளலாம். அவர் உள்ளே செல்லலாம் என்று முடிவு செய்தால் மட்டுமே கதவுகள் திறக்கும். கதவுகளின்மேலே பூம்பொழி கிராமம் என்ற நீள் பலகை மின்விளக்குகளுடன் மின்னியது.

உள்ளே சென்றால், கதவின் அருகே காவலாளிகள் ஏழு பேர் அமர்ந்து பணி செய்ய ஒரு அறையிருந்தது. அவர்களுடன் துப்பாக்கி ஏந்திய காவலாளிகள் ஐவர் நின்று கொண்டிருந்தனர். வெளியேயிருந்து வந்த சாலை, அந்தக் கதவை குறுக்கிட்டு உள்ளே சென்றது. அங்கிருந்து பார்த்தால் மரம், செடி, கொடிகள் இல்லையென்றாலும் சீராக அமைக்கப்பட்ட வீடுகளும் அதன் முற்றங்களும் கண்களை கொள்ளை கொண்டது.

சாலைகள் நீண்டு ஒவ்வொரு இடமாகச் சென்றது. முதலில் இருந்தது நில வங்கியாக இருந்த அந்த பழைய கட்டடம்தான். அது இன்னும் விரிவாக்கப்பட்டு பூம்பொழியின் நிர்வாகக் கட்டடமாக

மாற்றப்பட்டிருந்தது. அதன் தலைமைப் பொறுப்பை துர்காவிடம் ஒப்படைத்திருந்தான் ஜெய். மேலும் கார்த்திக் மற்றும் சிவாவிற்கும் பணப் பரிவர்த்தனை தொடர்பான அனைத்து வேலைகளின் தலைமைப் பொறுப்பை அளித்திருந்தான். ஒவ்வொரு பணிக்கும் தேவையான ஆட்களை நியமித்திருந்தனர்.

அந்த அலுவலக அறையை ஒட்டி மூப்பர் கோயிலுக்குச் செல்லும் வழி இருந்தது. மூப்பரின் கோயிலின் நிலவறையைச் சுற்றி பூங்கா அமைப்பதற்காக குட்டிச் சுவர்கள் எழுப்பும் வேலை நடைபெற்றுக் கொண்டிருந்தது.

அந்தச் சாலை மூப்பர் கோயிலில் இருந்து பிரிந்து ஒவ்வொரு தெருக்களுக்கும் சென்றது. சாலைகள் நெடுக ஆங்காங்கே காவலாளிகள் அமரும் அறை இருந்தது. ஆயிரம் வீடுகளும் ஒத்த வடிவம் கொண்டு ஒத்த நிறத்தில் கோட்டைகளாக மின்னின. ஒவ்வோரு வீடும் பன்னாட்டுத் தரத்தில் நான்கு படுக்கை அறைகள் கொண்ட தனித்தனி வீடுகளாக இருந்தன. ஒவ்வொரு வீட்டிற்கு தனி முற்றமும், தனி அந்தப்புரமும் இருந்தது. இன்னும் சுற்றி வந்தால் ஒரு பள்ளிக்கூடம் கட்டப்படிருந்தது. அதன் வேலைகளை முழுவதுமாக முடியாமல் இருந்தது. நூறு வீடுகளுக்கு ஒரு பூங்கா எனும்விதத்தில் பத்து பூங்காக்கள் அமைக்கப்பட்டிருந்தன. அந்தப் பூங்காவில் அமரவும் சிறுவர்கள் விளையாடவும் வசதிகள் செய்யப்பட்டு நவீனமயமாக்கப்பட்டிருந்தது.

மொத்தமாக இரண்டு பெரிய விளையாட்டு திடல்கள் இருந்தன. அனைத்திற்கும் தனித்தனி கட்டுப்பாட்டு அறைகள் இருந்தன. அதில் பணிக்கு ஆட்கள் இன்னும் அமர்த்தப்படாமல் இருந்தது. ஒரு இடத்தில் வரிசையாக சந்தைகள் வைக்க இடம் ஒதுக்கியிருந்தனர். அனைத்தும் உயர்தரத்தில் இருந்தது. ஆங்காங்கே பணம் எடுக்கும் தானியங்கி இயந்திரம் அமைக்க இடம் ஒதுக்கப்பட்டிருந்தது. ஒரு இடத்தில் மட்டும் ஆண்டாள் வங்கியின் தானியங்கி இயந்திரம் பொருத்தப்பட்டிருந்தது. அதுவும் இன்னும் இயக்கப்படாமல் இருந்தது. வீடுகளின் மத்தியில் அனைவரும் எளிதில் வரும் வண்ணம் ஒரு மருத்துவமனைக் கட்டடம் தயாராக இருந்தது. அதன் எதிரே ஒரு அழகான நூலகத்தின் பணிகள் முடியும் தறுவாயில் இருந்தது.

பூம்பொழியின் மேற்கு மூலையில் அந்த செயற்கை ஏரி இருந்தது. அந்த ஏரியின் இறுதிக்கட்ட வேலை நடைபெற்றுக் கொண்டிருந்தது. இன்னும் இரு நாட்களில் ஆற்றின் நீர் திறந்துவிடப்பட்டு அந்த ஏரியை நிறைக்கலாம் என்ற எண்ணத்தில் இருந்தான் ஜெய்.

ஆயிரம் குடும்பங்களுக்குத் தேவையான அதி நவீன ஒரு கிராமத்தை உருவாக்குவது என்றால் எவ்வளவு கடினம். அந்த முயற்சியில் முக்கால் பங்கை முடித்திருந்தான்.

"நம் குறிப்பிட்ட தேதிக்கு முன்னமே எல்லா வேலைகளையும் முடித்துவிடுவேன் அப்பா." என்று அவன், தன் அப்பாவிடம் கூறியபொழுது ஆனந்தமும் மனதில் பெருமிதமும் குடிகொண்டிருந்தது.

"ரொம்ப மகிழ்ச்சி ஜெய். நம் கிராமத்திற்கு வேலையாட்கள் யார் யார் தேவை என்ற பட்டியலை அனுப்பு. அதில் எத்தனை பேரை நம் குடும்ப மக்களிடமிருந்து தேர்வு செய்யலாம் என்று பார்க்கணும்"

"சரிதான் அப்பா. முடிந்தவரை இங்கே வேலைசெய்பவர்கள் நம் குடும்பத்தைச் சேர்ந்தவர்களாக இருந்தால் நன்றாக இருக்கும்.'

"அதுதான் திட்டம் ஜெய்"

"வங்கி அலுவலர்கள், கட்டடப் பராமரிப்பாளர்கள், ஏரிப் பணியாளர்கள், துப்புரவுப் பணியாளர்கள், இயந்திர இயக்குநர்கள், மின்சாரத் துறையினர், பொறியாளர்கள் மொத்தம் அறுநூற்றுப் பதினாறு பேர் தேவைப்படுகின்றனர் அப்பா. இதைத்தவிர காவலாளிகள். மொத்தப் பட்டியலும் உங்களுக்கு மின்னஞ்சல் வழியாக அனுப்புகிறேன். என்ன படிப்பு தேவை, என்ன அனுபவம் தேவை என எல்லாம் அதில் இருக்கும்."

"நல்லது.'

"சந்தைகள் எல்லாம் அப்பா?" சந்தைகளுக்கான கட்டடங்கள் தயார். ஆனால் யார் அதில் வியாபாரம் செய்யப் போகிறார்கள் என்ற கேள்வி ஜெய்யின் மனதில் இருந்தது.

"நம் மக்களிலேயே சிலர் பெரிய கடைகள் வைத்திருப்பவர்கள் இருக்கிறார்கள். மேலும் பெரிய நிறுவனங்களிடம் கேட்டிருக்கிறோம். இன்னும் சில நாட்களில் முடிவாகிவிடும். தானியங்கி பண இயந்திரம், நம் கிராமத்திற்குள் பயணம் செய்ய வண்டிகள் எல்லாம் தயாராகிவிடும். முதலில் சில சிரமங்கள் இருக்கும். அதை மக்கள் பொறுத்துக் கொள்வார்கள். பள்ளிக்கூடம் மட்டும் சில நாளாகலாம்."

'அப்படியென்றால் மாணவர்கள் என்ன செய்வார்கள்?" மொத்தக் குடும்பமும் பூம்பொழிக்கு குடிபுக போவதாகத்தான் இதுவரை திட்டமிருந்தது.

"சரிதான். நம் தேதி மூப்பரின் கிருபையில் கோடை விடுமுறையிலேயே வருகிறது. அதனால் இப்பொழுது மாணவர்கள் அங்கே வருவதற்கு தடை இருக்காது. ஆனால் அங்கே தொடர்ந்து இருக்க தடையிருக்கும். அதனால் பெரிய நிறுவனத்தில் வேலை செய்பவர்களில், நம்மால் வேலை கொடுக்க முடியாதவர்கள் திரும்பிச் செல்லவேண்டியிருக்கும். அவர்களுடன் மாணவர்களையும்

அனுப்பிவைக்க வேண்டியதுதான். இது தற்காலிகம்தான். இன்னும் சில நாட்களில் கல்லூரிகளும் பள்ளிக் கூடங்களும் நம் கிராமத்திற்குள் வந்தாக வேண்டும். பெரிய நிறுவனங்கள் தங்கள் கிளைகளை பூம்பொழியில் ஆரம்பிக்க வேண்டும். அடுத்த ஐந்து வருடங்களில் நம் பூம்பொழி மக்கள் அனைவரும் சொந்த நாட்டிலேயே வேலை செய்து சந்தோசமாக இருக்க வேண்டும்."

"சரிதான் அப்பா. என்ன தடைகள் வந்தாலும் இதில் எந்த மாற்றமும் இல்லை" என்று தன் அப்பாவின் மொழிகளை உறுதிப்படுத்தினான் ஜெய்.

தொடர்ந்து இரண்டாவது நாளில் பாலாற்றின் தண்ணீர் திறக்கப்பட்டு குழாய்கள் வழியாக அது செயற்கை ஏரியை நிறைத்தது. இதுவரை பார்த்த காட்சிகளில் இந்த அழகுதான் கொள்ளை கொண்ட அழகு.

முதலில் பூந்தோப்பின் எல்லையில் இருக்கும் அடைப்பானை திறந்தார்கள். ஆற்று நீர் குழாய்கள் வழியாக மற்ற அடைப்பான்களை அடைந்ததும் அதையும் திறந்தார்கள். தண்ணீர் குழாய் வழியாக ஓடுவது குழாயினுள் பொருத்தப்பட்ட நிகழ்பதிவுக் கருவிகள் காட்டின. ஏரியின் நீர் மட்டம் சத்தமில்லாமல் உயர ஆரம்பித்தது. அடுத்த மூன்று மணி நேரத்தில் ஏரித் தண்ணீர் குறுக்காக இருக்கும் இரும்பு வலையையும் தாண்டி மேலே வந்தது. அந்த நீர் ஏரியை நிறைக்க, இரும்பு வலைக்கும் மேல் ஆறு அடி ஆழம் இருந்தது. நீர் தன் ஆழத்தை நிறைத்ததும் தானாக குழாய் அடைப்பான்கள் அடைக்கப்பட்டு நீர் தடுக்கப்பட்டது. கலங்கி வந்த நீரினால் ஏரி பழுப்பு நிறத்தில் மிதந்துகொண்டிருந்தது.

ஜெயன் மைக்கேல்

50

நேற்று வரை கட்டட வேலைகளுக்கான வண்டிகள் வந்துகொண்டிருந்த பூந்தோப்பு சாலைகளில் வேறுசில வண்டிகள் வர ஆரம்பித்தன. மருத்துவ வண்டிகள், காய்கறி வண்டிகள், வங்கி வண்டிகள் என்று விதவிதமாக வந்துகொண்டிருந்தன.

பூம்பொழி என்ற புது கிராமம் தோரணங்களாலும் நிற விளக்குகளாலும் மின்னிக் கொண்டிருந்தது..

போன வருடம் ஆண்டாள் வங்கியின் ஆண்டு விழா நிகழ்ச்சியில் நீலகண்டன் கூறியது அனைத்தும் அப்படியே நினைவிலிருந்தது ராகுலுக்கு. "என் கணக்குப்படி, இன்னும் இரு நாட்களில் தங்கள் ஆண்டு விழாவைக் கொண்டாடுவார்கள் ஆண்டாள் வங்கி அதிகாரிகள். ஆனால் இம்முறை அதை பூந்தோப்பில் எதிர்பார்க்கலாம். வரும் வண்டிகளும் பரபரப்புகளும் அப்படித்தான் சொல்கிறது." இம்முறை ராகுலிடம் முத்து மட்டுமல்ல; இன்னும் சிலர் இருந்தனர்.

"ஆம் தம்பி, அவர்கள் வேலைகளை முடித்ததுபோலத் தெரிகிறது."

"ஏப்ரல் மாதம் பதினோராம் நாள்தான் அவர்கள் விழா இருக்கும். அந்த நாள்தான் நம் தாக்குதல் நடைபெற வேண்டும். கட்டுக்கடங்காத வண்டிகள் வரலாம். நிறைய வண்டிகள் வருவதால் அவர்களால் கண்டிப்பாக பாதுகாப்புகள் பலமாகக் கொடுக்க முடியாது. முதலில் ஆற்றுப்பாலத்தை தகர்க்க வேண்டும்"

"ஆம், தம்பி. முதல் வண்டி வரும்பொழுது ஆற்றுப்பாலம் தகர்ந்திருக்கும். அதன்பிறகு அவர்கள் என்ன செய்யப் போகிறார்கள் என்று பார்க்கலாம்."

"அவர்கள் இறங்கி நடந்துதான் பாலத்தைக் கடக்க வேண்டும். அப்பொழுது நம் ஆட்கள் அங்கே மறைந்திருந்து தாக்க வேண்டும்"

"ஒருசிலர் செத்துப் போனால் மற்றவர்கள் தானாக பயந்து ஓடுவார்கள்."

இவர்கள் பேசுவதை கேட்டுக் கொண்டிருந்த இன்னொருவர் கூறினார்:

"அப்படியெல்லாம் ஓட மாட்டார்கள். அவர்கள் இத்தனை வருடத்திற்குப் பிறகும் இவ்வளவு உறுதியாக இருக்கிறார்கள் என்றால் அவர்கள் ஓட மாட்டார்கள். அவர்களை ஓட விட வேண்டும். இந்த ஊரில் வாழ முடியாது என்று அவர்கள் ஓட வேண்டும்" என்று பல்லைக் கடித்தான் ராகுல்.

"அடுத்த திட்டம், அவர்கள் உருவாக்கிய கிராமத்தில் எப்படியெல்லாம் உள்ளே போக முடியுமோ, அப்படியெல்லாம் உள்ளே போய் தாக்கவேண்டியதுதான். நாம் உள்ளே செல்லும் வழியை மட்டும் அவர்கள் யோசித்திருக்கவே கூடாது. இருக்கிற பாதுகாப்புகள் போதாது என்ற எண்ணம் வர வேண்டும். எப்படி நாம் உள்ளே சென்றோம் என்று யோசித்து யோசித்து சாக வேண்டும். பிற்காலத்தில் நாம் தாக்கும் ஒவ்வொரு தாக்குதலிலும்கூட அவர்கள் இதை உணர வேண்டும். வழிகளை நான் சொல்கிறேன். நீங்கள் அதைத் தொடருங்கள். நம் மக்கள் மொத்தம் நாற்பத்து இரண்டு பேர் இருக்கிறார்கள். அனைவரும் உயிரை விடுவதற்குக் கூட துணிந்துவிட்டார்கள். ஒருவேளை, நம் மக்கள் நாற்பத்து இரண்டு பேரும் உயிரைவிட்டாலும் நம் தாக்குதல் நின்றுவிடக்கூடாது. நாளுக்கு நாள் அவர்களின் மேல் பகை அதிகமாக வேண்டும். செத்துப்போனவர்கள் குடும்பங்கள் அவர்களை எதிரி போன்று பார்க்க வேண்டும். இது ஒரு தொடக்கம்தான்" என்று குமுறினான் ராகுல்.

"அவர்கள் நம் நிலங்களை விட்டுவிட்டு ஓடும் வரை போராடுவோம்" என்று பதிலுக்கு முத்துவும் தன் கோபத்தைத் தெரிவித்தார்.

ஏப்ரல் மாதம் பதினொன்றாம் நாள்,

நள்ளிரவு முதலே ராகுலின் ஆட்களில் பத்துப்பேர் அந்த ஆற்றுப்பாலத்துக்கு அடியில் ஓடிக் கொண்டிருந்த நீரின் ஓரமாய்

நின்று, வண்டிகள் வருகிறதா என்று கவனித்துக் கொண்டிருந்தனர். நள்ளிரவு என்பதாலும் சுற்றி முட்புதர்கள் சூழ்ந்திருந்ததாலும் அந்த இடம் இருளாக இருந்தது. தவளைகளின் சத்தம் நாளை விடிந்தால் கோடை மழை பெய்யலாம் என்று உணர்த்தியது. வெட்டுக்கிளிகளின் சத்தம் 'கீ' என்று காதுக்குள் எரிச்சலை ஏற்படுத்தியது. இவர்கள் அசையும்பொழுது ஏதோ ஒரு உயிரி புதருக்குள் குதித்தது. அவர்கள் தங்கள் கால்களை மாற்றி நீருக்குள் வைக்கும்பொழுது ஓடையில் ஓடிய நீரின் சுருதி மாறி, ஒலி மங்கி மீண்டும் சீரானது. நீரில் நின்றவர்களின் கால்களுக்கு அடியில் இருக்கும் மணலை ஓடை நீர் கரைத்தபடி ஓடிக் கொண்டிருந்தது. பச்சைத் தவளைகள் சேற்றில் குதிக்கும்பொழுது காற்றில் சேற்றின் வாசனை வந்து சென்றது. நேரம் செல்லச் செல்ல அந்தக் காற்றின் வாசனையுடன் சேற்றுப்பூக்கள் பூக்கும் வாசனையும் சேர்ந்து வந்தது. நேரம் அதிகாலையை நெருங்கிக் கொண்டிருந்தது.

பூந்தோப்பின் எல்லையின் இன்னும் சிலர் காத்திருந்தனர். அது, ஆறு பூந்தோப்பிற்குள் நுழையுமிடம். அந்த இடத்தில் பூம்பொழி கிராமத்திற்குள் செல்லும் குழாய்கள் ஆரம்பமானது. அவர்கள் மொத்தம் இருபது பேர் இருந்தனர். அவர்கள் தங்கள் இடைக்குக் கீழே உடலை இறுக்கிப் பிடிக்கும் உடைகளை அணிந்திருந்தனர். ஒவ்வொருவரும் தங்கள் ஆயுதங்களை காற்றுகூடப் புகாத பைகளில் பத்திரப்படுத்தியிருந்தனர். கையில் இரும்புக் கம்பிகளைத் துண்டிக்கும் கருவிகளும் சில இதர இயந்திரங்களும் இருந்தன. அவர்கள் ஆற்று நீரையே உற்றுப் பார்த்துக் கொண்டிருந்தார்கள்.

நேரம் மிகவும் மெதுவாக ஓடிக் கொண்டிருந்தது. ராகுலின் படையில் எஞ்சிய மீதி மக்கள் பூந்தோப்பிலுள்ள புது கிராமத்திற்குச் செல்லும் சாலையின் ஓரங்களில் மறைந்திருந்தனர். இன்னும் சிலர் சாலை ஓரங்களில் வளர்ந்திருந்த மரங்களில் ஏறி அமர்ந்துகொண்டனர்.

"பாலம் வெடித்ததும் ஒரு வண்டி பாலத்தில் விழும் மற்ற வண்டிகள் பின்னால் நிற்கும் வண்டியிலிருந்து நடந்துதான் அவர்கள் கிராமத்திற்குள் சென்றாக வேண்டும். பாலத்தில் இருக்கும் நம் மக்களால் எல்லாரையும் கொல்ல முடியாது. முடிந்தவரை தாக்குவோம். மற்ற வண்டிகளில் அவர்களுக்கு வழிகாட்ட கண்டிப்பாக யாராவது உடன் இருப்பார்கள். எனவே பின்னால் பயந்து ஓட மாட்டார்கள். முன்னால்தான் ஓடுவார்கள். ஆக, அனைவரும் உள்ளே நடக்கும்பொழுது அவர்களுடன் இணைந்து கொள்ளுங்கள். உள்ளே சென்றதும் தருணம் பார்த்து தாக்குங்கள்." என்பதுதான் ராகுல் மற்றும் முத்துவின் கட்டளையாக இருந்தது.

அதனால் ராகுல் படையாட்கள் சாலையில் ஓரமாக காத்திருந்தார்கள். அவர்கள் நொடிக்கொருமுறை சாலையின் மேற்குப் பகுதியிலிருந்து யாராவது வருகிறார்களா என்று பார்த்துக்கொண்டே இருந்தார்கள். காற்றில் ஒலியுடன் சற்றுநேரத்தில் மூன்று வண்டிகள் கிழக்குப் பகுதியிலிருந்து மேற்கு நோக்கிச் சென்றது. என்ன வண்டி என்று பார்த்தார்கள். அவை ஏதோ பாரம் சுமக்கும் நீளமான வண்டிகளாகத் தெரிந்தன.

மக்கள் மேற்கிலிருந்துதானே வர முடியும். ஏன் இங்கிருந்து அங்கே செல்கிறார்கள்... நம் ஊருக்கு வர மாற்றுவழி ஏதுமில்லையே என்று சாலையோரமாக இருந்தவர்கள் குழம்பிப் போனார்கள்.

மறுபக்கம் ஆற்றுப்பாலத்தில் காத்திருந்தவர்கள் எதிர்பார்த்த தருணம் வந்தது. முதல் பேருந்து விளக்குகள் இல்லாமல் பாலத்தை நோக்கி வந்துகொண்டிருந்தது. சிறுபாலம் என்பதால் சற்று வேகம் குறைந்து முன்னேற வேண்டியிருந்தது. அந்தப் பாலத்தை அடைந்த பொழுது அங்கே மறைவிலிருந்தவர்கள் பற்றவைத்த குண்டு வெடித்துச் சிதறியது. பாலமும் குண்டுடன் சேர்ந்து சிதறியது. அதன்மேல் பயணித்துக் கொண்டிருந்த பேருந்து சில நொடிகளில் நீருக்குள் இறங்கிச் சரிந்தது.

இதை வேடிக்கை பார்த்துக் கொண்டிருந்த ராகுலின் படையாட்கள் மரண ஓலம் கேட்கும் என்று எதிர்பார்த்தார்கள். ஆனால் அந்தப் பேருந்து விழுந்த ஒலியைத் தவிர வேறு எதுவும் கேட்கவில்லை. மேலும் விபத்துக்குள்ளான பேருந்தைத் தொடர்ந்து உடைந்த பாலத்தின் பின்னால் இரண்டு பேருந்துகள் வந்து நின்றன. அந்தப் பேருந்துகளில் விளக்குகள் எரிந்து கொண்டிருந்தன. விபத்துக்குள்ளான பேருந்தினுள்ளே ஓட்டுநரைத் தவிர யாருமில்லாததைப் பார்த்து அதிர்ச்சியடைந்தார்கள்.

அப்படியென்றால், விபத்துக்குள்ளான பேருந்திலும் யாரும் இருக்க வாய்ப்பில்லை என்று உறுதி செய்தார்கள். அந்தப் பேருந்தை ஓட்டி வந்தவர்கூட பாலத்தின் முன்னமே பேருந்தை விட்டுக் குதித்திருந்தான்.

ராகுலின் ஆட்கள். கையிலிருந்த துப்பாக்கிகளுடன் சண்டையிடத் தயாரானார்கள். ஆனால் அவர்களுக்கு எந்த வாய்ப்பும் கொடுக்கவில்லை ஜெய். இதற்கிடையில், எதிர்முனையில் வந்த பாரம் சுமக்கும் நீள் வண்டிகள் வெடித்துச் சிதறிய பாலத்தின் அருகில் வந்து நின்றது. அந்த வண்டியிலிருந்த மேல்பகுதி நீண்டது. அது எதிரே இருக்கும் ஓடையை நோக்கி நீண்டது. இடையில் இடிந்து விழுந்த பாலத்தில் கிடந்த பேருந்தில் ஒரு பகுதி குறுக்காக நின்றது. அதை அடித்து அழுத்தியபடி நீண்டது, இரும்புப் பாலமாக

ஜெயன் மைக்கேல் | 309

ஓடையின் இரு ஓரங்களையும் இணைத்து நின்றது அது. பின்னால் நின்ற இன்னொரு பாரம் சுமக்கும் வண்டியும் அருகில் வந்தது. அதன் மேல்பாகம் நீண்டு பாலத்தின் அகலத்தை விரிவுபடுத்தியது. இதையெல்லாம் பார்த்த ராகுல் வீரர்களுக்கு பெரும் கோபம் வந்தது.

"நம் திட்டத்தை ஏற்கனவே தெரிந்திருக்கிறார்கள்" என்று கோபத்தில் அந்த இரு முனையிலும் உள்ள வண்டிகளின் ஓட்டுநர்கள் சுட ஆரம்பித்தார்கள். அவர்கள் துப்பாக்கியிலிருந்து சில குண்டுகள் வெளியே வந்து, எதிரே இருந்த வண்டிகளின் ஓரங்களில் மோதித் துளைத்தன. ஓட்டுநர்கள், இருக்கைகளில் பதுங்கி அந்த தாக்குதலிலிருந்து தப்பித்தார்கள்.

அடுத்த நொடி, ராகுலின் துப்பாக்கி ஏந்திய வீரர்களின் முதுகில், ஜெய்யின் காவலாளிகள் தங்கள் கையிலிருந்த நவீன துப்பாக்கிகளை வைத்தபடி நின்று கொண்டிருந்தார்கள். ராகுலின் வீரர்கள் முதுகில் உரசிக் கொண்டிருந்த துப்பாக்கியைப் பார்த்து திரும்பினார்கள். அந்த துப்பாக்கியை ஏந்தியவர்கள் அதை இன்னும் அவர்கள் உடலில் அழுத்தினார்கள். அதைத் தொடர்ந்து பயந்து நின்ற ராகுலின் ஆட்களிடம் துப்பாக்கிகளைச் சேகரித்தான் ஜெய்யின் படையைச் சேர்ந்தவன்.

'ம்... நடங்கள்' என்று நிராயுதமாக நின்ற ராகுலின் ஆட்களிடம் கத்தினான் ஒருவன். அவர்கள் நீர்வழியாக இடிந்து கிடந்த பாலத்தை நோக்கி நடந்தனர். இதற்கிடையில், சுமை தூக்கும் வண்டி பாலமாக மாற அதன்வழியாக பின்னால் வந்த பேருந்துகள் கடந்து சென்று கொண்டிருந்தன. மொத்தம் நூறு வண்டிகளுக்குமேல் இருக்கும். சிறிய வண்டிகள், சுமை தூக்கும் வண்டிகள், பேருந்துகள் என்று வேகவேகமாக கடந்து சென்றன.

அந்த வண்டிகள் நீள்வரிசையில் சென்றுகொண்டிருந்ததில் வந்த சத்தம் விண்ணைப் பிளந்தது. வண்டிகளிலிருந்து வந்த முகப்பு வெளிச்சத்தில் சூரியன் வெளிச்சத்திற்கு இணையான வெளிச்சம் சுற்றிலும் பரவியது. அதில் பூந்தோப்பு ஊர் மக்கள் தூக்கத்திலிருந்து எழுந்து வீட்டைவிட்டு வெளியே வந்து வேடிக்கை பார்த்தனர். கூடுகளில் உறங்கிக்கொண்டிருந்த குருவிகள் சிறகடித்துப் பறந்து இருளில் மறைந்தன. வெட்டுக்கிளிகளின் சத்தம் வெகுவாகக் குறைந்து அடங்கியது. வேகமாக வண்டிகளின் சக்கரங்கள் ஓடியதில் மண் துகள்கள் புழுதியாக தரையிலிருந்து மேலெழுந்து புயலாக அந்த இடமெல்லாம் படர்ந்தது. மொத்த வண்டிகளும் அந்த இடத்தைக் கடக்க ஒரு மணி நேரத்திற்குமேல் ஆனது.

எல்லா வண்டிகளும் சென்றுவிட்டன என்று உறுதிசெய்த சுமை தூக்கும் வண்டியின் ஓட்டுநர், பாலமாக மாறியிருந்த வண்டியின்

மேல்பகுதியை உள்நோக்கி இழுக்கும் பொத்தானை அழுத்தினார். அந்தப் பகுதி வண்டியின் மேல்பகுதியை நோக்கி நகர்ந்து அமர்ந்து கொண்டது.

பிறகு துப்பாக்கி முனையில் நின்ற ராகுலின் ஆட்களை அங்கேயே விட்டுவிட்டு ஜெய்யின் வீரர்களும் அந்த வண்டியில் ஏறிக்கொள்ள வண்டி அங்கிருந்து பூம்பொழி கிராமத்தை நோக்கிப் புறப்பட்டது.

அந்த வண்டி அங்கிருந்து நகர்ந்தபிறகு அந்த இடம் போருக்குப் பின்பான இடம்போலக் காட்சியளித்தது. மேலும் வண்டிகள் வேகமாகச் சென்றுகொண்டிருக்கையில், அந்தச் சாலையின் ஓரமாக மரக் கிளைகளில் ஒளிந்திருந்த ராகுலின் ஆட்கள் சிலர், வந்த சில வண்டிகளில் பசையைப்போல சத்தமில்லாமல் ஒட்டிக்கொண்டனர். வண்டிகள் மதில் கதவுகளைக் கடந்து சென்றுகொண்டிருந்தது.

இதற்கிடையில், மங்கிய வெளிச்சத்தில் ஆற்று நீரின் ஓட்டத்தையே பார்த்துக் கொண்டிருந்த அந்த இருபது ஆட்களும் திடீரென்று ஆற்றுநீரில் ஏற்பட்ட ஓட்டத்தின் மாற்றத்தைக் கவனித்தனர். அதில் ஒருவன் கையிலிருந்த நீள் வைக்கோல் ஒன்றை அந்த நீர் ஓட்டத்தில் வீசினான். ஆற்று நீரில் விழுந்த அந்த வைக்கோல் வட்டவடிவமாக வட்டமடித்து நீருக்குள் சென்றது.

"தண்ணீரைத் திறந்துவிட்டார்கள்" என்று ஒருவன் குரல் எழுப்ப, மற்றவர்கள் அந்த வைக்கோலைப் பார்த்தவண்ணம் நீருக்குள் குதித்தார்கள்.

"நன்றாக நினைவில் வைத்துக்கொள்ளுங்கள். உங்களுக்கு மூச்சைடைத்து நீந்தும் நேரம்தாம் இருக்கும். அதற்குள் நீங்கள் குழாய்க்குள் நுழைந்து அந்த ஏரி வழியாக வெளியே வந்துவிட வேண்டும். சொல்லப்போனால் அதிகபட்சமாக, அரைமணி நேரம் மட்டுமே தண்ணீர்க் குழாய்கள் திறந்திருக்கும். அதற்குள் நீங்கள் வெளியே வராவிட்டால் குழாயினுள் சிக்கிக் கொள்வீர்கள். பிறகு அவ்வளவுதான்.

அதுமட்டுமல்ல; அரை மணி நேரம் உங்களால் மூச்சடைத்து உள்ளே இருக்கவும் முடியாது. நீருக்குள் குதித்ததும் குழாய்களைக் கண்டுகொள்ளுங்கள். அதன் அடைப்பானுக்குள் வடிகட்டிகள் இருக்கும். நீர் வடிகட்டிகள் என்பதால் அவ்வளவு கடினமாக இருக்காது. அதை எளிதாக வெட்டிவிடலாம். இதேபோல் சில அடைப்பான்களும் சில வடிகட்டிகளும் இருக்கலாம். எல்லாவற்றையும் வேகமாகத் துண்டித்துவிட்டு அந்த ஏரியை அடைந்து விடுங்கள். அந்த ஏரியின் மேல்பகுதியில் இருக்கும் இரும்புக் கம்பியை உடைப்பதுதான் மிகவும் சிரமமாக இருக்கும்.

ஜெயன் மைக்கேல் | 311

நீங்கள் அந்த வலையை அடையும்பொழுது வலுவிழந்து இருப்பீர்கள். எனவே, எல்லாரும் மொத்தமாகச் சேர்ந்து அந்த கம்பி வலையில் துளையை ஏற்படுத்தி நீர் மட்டத்திற்குமேல் வந்துவிடுங்கள். அந்த ஏரியின் ஆழம் மட்டும் நூறு அடி. கண்டிப்பாக, இருபது முப்பது அடிக்கும் மேலாக குழாயைப் பதித்திருப்பார்கள். அதன்மேல் வந்துவிட்டால் நீங்கள் மிகவும் எளிதாக உள்ளே சென்றுவிடலாம். வெளியே வந்ததும் உடைகளை மாற்றிக்கொள்ளுங்கள்" என்று தெளிவாக ராகுல் அவர்களிடம் விளக்கியிருந்தான்.

51

ராகுல் பூம்பொழிக்கு எதிராகத் திட்டமிடும் முன்னமே, இவர்கள் எப்படியெல்லாம் பூம்பொழிக்குள் வர வாய்ப்பிருக்கிறது, எப்படியெல்லாம் தாக்க வாய்ப்பிருக்கிறது என்று ஆராய்ந்து, எதிர் திட்டங்கள் வைத்திருந்தான் ஜெய். முதலில் ஊருக்குள் நுழையும் வண்டிகளை எப்படியெல்லாம் எதிரிகளால் தாக்க முடியும் என்று யோசித்தான்.

அதன்படி, முதலில் நினைவில் வந்தது அந்த ஆற்றுப்பாலம்தான். எனவே, அந்த பாலத்தைச் சுற்றி ஜெய்யின் வீரர்கள் கவனித்துக்கொண்டே வந்தார்கள். அதில்தான் ராகுலின் திட்டம் இவர்களுக்கு விளங்கியது. எனவே, ராகுலின் திட்டத்தைப் பின்தொடர்ந்து வந்த ஜெய்யின் வீரர்கள் சந்தர்ப்பத்திற்காக காத்திருந்தனர். எப்பொழுதும் அவர்கள் ராகுலின் வீரர்கள் பின்னாலேயே இருந்தனர். ஊருக்குள் வரும் வண்டிகளுக்கு எந்தத் தடங்கலுமில்லாமல் உள்ளே வர ஏற்பாடுகள் செய்திருந்தான் ஜெய்.

இன்னொரு வழி. தன் கிராமத்திற்குள் வரும் வண்டிகளின் எண்ணிக்கை அதிகம். எனவே, அவர்கள் அந்த வண்டிகளைப் பயன்படுத்தலாம் என்ற எண்ணம் ஜெய்க்கு இருந்தது. அதை வெளியே தடுத்தால் வண்டிகளை சாலையிலேயே நிறுத்தவேண்டியிருக்கும். உள்ளே வரட்டும் பார்த்துக் கொள்ளலாம் என்று எண்ணியிருந்தான்.

வரும் வழியில் காத்துக்கொண்டிருந்த ராகுலின் வீரர்கள் வேகமாக தங்களைக் கடந்துசெல்லும் வண்டிகளில் ஒட்டிக் கொண்டனர். வண்டிகள் ஆரவாரத்துடன் திறந்திருந்த பூம்பொழியின் மதில் கதவுகளை கிழித்துக்கொண்டு உள்ளே ஓடியது. இறுதியாக, ஒரு தனி வண்டியில் ஆண்டாளும் நீலகண்டனும் தங்கள் குடும்பத்துடன் உள்ளே சென்று கொண்டிருந்தனர்.

மொத்த வண்டிகளையும் நிறுத்த, அதற்காக ஒதுக்கப்பட்ட இடத்தில் இடம் போதவில்லை என்பதால் சாலையில் வண்டிகளை நிறுத்தினர். வண்டியிலிருந்து மக்கள் இறங்கினர்.

சொல்ல வார்த்தைகள் தேட வேண்டும். ஒரு கிராமத்திலிருந்து பிரிந்துபோன மக்கள், ஆயிரம் தலைகளாகி ஒரே இடத்தில் கூடினால் எப்படி இருக்கும். மூன்று தலைமுறைக்குப் பிறகும் அவர்களின் முகங்களில் மண் பாசத்தைப் பார்க்கும்பொழுது மிகவும் ஆச்சரியமாக இருந்தது.

வரும் மக்களுக்கு வழிகாட்ட நியமிக்கப்பட்டவர்கள் சிலர், வண்டியிலிருந்து இறங்கியவர் களை விழாவிற்காக ஒதுக்கப்பட்ட கலையரங்கத்தினுள் அழைத்துச் சென்றனர்.

இறுதியாக வந்த வண்டியிலிருந்து இறங்கிய ஆண்டாளும் மகளும் ஜெய்யைப் பார்த்தார்கள். ஜெய்யின் தங்கை ஓடிச்சென்று ஜெய்யை கட்டிப் பிடித்தாள். நீலகண்டனின் மகள் ஜெய் அருகில் சென்று அவன் இரு கையில் தட்டி, போட்ட திட்டங்களில் வெற்றி பெற்றதற்காக மகழ்ச்சியைத் தெரிவித்தாள்.

அது ஒரு பெரிய கலையரங்கம். ஆயிரம்பேர் அமரும்வகையில் அமைக்கப்பட்ட கலையரங்கம். அதன் முன்பக்கத்தில் மேடை ஒன்று இருந்தது. அறை முழுவதும் குளிர்சாதன வசதி செய்யப்பட்டிருந்தது. நாலாபுறமும் வாசல்கள் இருந்தன. அதில் சில வாசல்களைத் சிறந்து வைத்திருந்தனர். ஒவ்வொரு வாசலிலும் இவர்களை வரவேற்க இரண்டு காவலாளிகள் துப்பாக்கி ஏந்தி நின்று கொண்டிருந்தனர்.

மக்கள் உள்ளே நுழைய ஆரம்பித்தார்கள். முதல் பத்துப்பேர் சென்றார்கள், பதினொன்றாக உள்ளே வந்த ஒருவரை காவலாளி தடுத்து நிறுத்தினார். மேலும் அவனை கூட்டத்திலிருந்து தனியாக நிறுத்தினார். அடுத்த இரண்டாவது நொடி, இன்னொரு காவலாளி வந்து அவனை தனியாக அழைத்துச் சென்றான். இதைபோல, அடுத்தடுத்து வந்த மற்ற ஆட்களிலும் சிலரை தேர்ந்தெடுத்து அழைத்துச் சென்றார்கள். அதைத் தவிர, வண்டியிலிருந்து இறங்கி வந்தவர்கள் அரங்கத்தினுள்ளே சென்று அவர்களுக்கான இருக்கைகளில் அமர்ந்தார்கள்.

அந்த மக்களிடமிருந்து தனியாகப் பிரிக்கப்பட்டவர்கள் ஒரு தனி அறையில் அடைக்கப்பட்டனர். வண்டிகள் பூம்பொழிக்கு வந்துகொண்டிருக்கும் பொழுது வண்டியில் ஒட்டிக்கொண்ட அவர்கள் ராகுலின் வீரர்கள். அவர்கள் வெளியே தெரியாமல் பதுக்கியிருந்த ஆயுதங்களைப் பறித்து கொண்டனர்.

பூம்பொழி கிராமத்தில் குடியிருக்க வரும் ஆயிரம் முகங்களும் கணினிகளில் பதிவு செய்யப்பட்டிருந்தன. அதைத்தவிர, அந்தக் கிராமத்தில் வேலை செய்யும் வேலை ஆட்களின் முகங்களும் கணினிகளில் பதிவுசெய்து தேவையான பாதுகாப்பு ஏற்பாடுகள் செய்யப்பட்டிருந்தன. அதாவது, கணினிகளில் பதிவாகாத முகங்கள் கிராமத்திற்குள் வந்தால் உடனே கட்டுப்பாட்டு அறையில் வேலைசெய்பவர்கள் கண்டுபிடித்துவிடுவார்கள். அவ்வாறுதான் ராகுலின் வீரர்கள் ஜெய்யின் படையிடம் சிக்கிக் கொண்டனர்.

சிறிது நேரத்தில் அவர்கள் முன்னால் ஜெய் வந்தான்.

"போராளிகளா!"

அன்றுதான் ஜெய் முதன்முறையாக அவர்களை போராளி என்று அழைத்தான். அன்றிலிருந்து அவர்கள் பூம்பொழி கிராம மக்களுக்கு போராளிகள் என்று அறியப்பட்டனர்.

"இது எங்கள் கிராமம். இந்தக் கிராமத்தில் எங்களைத் தவிர யார் வந்தாலும் எங்களுக்குத் தெரியாமல் இருக்குமா?. ஏண்டா, அந்தளவிற்கு நாங்க முட்டாள்களாவா இருப்போம். உங்களைக் கொல்லணும்னு நெனச்சிருந்தா, நீங்க உள்ளே வர்றதுக்கு முன்னாடியே கொன்னு தூக்கிப் போட்டிருப்போம். எங்களுக்கு மிகவும் முக்கியமான நாள் இன்றைக்கு. ஒரு விழா இருக்கு, அது முடியிறவரைக்கும் நீங்க அமைதியா இங்கே இருந்தீங்கன்னா, உயிரோட எங்க கிராமத்தைவிட்டு வெளியே போகலாம். அதை விட்டுட்டு சண்டை போடலாம்னு முடிவு பண்ணி எதாவது முயற்சி செஞ்சீங்கன்னா, உங்க பிணம்கூட வெளியே போக விடமாட்டேன்." என்று கூறிவிட்டு ஜெய் வெளியே சென்றதும் காவலாளிகள் அறையை மூடிவிட்டு கதவின் முன்னால் நின்று கொண்டனர்.

எல்லாம் சரியாகக் கணித்த ஜெய், பழையாறிலிருந்து பூம்பொழி கிராமத்திற்குள் வரும் தண்ணீர்க் குழாய்களை மறந்துவிட்டான். கூடவே நின்று முழுவதுமாக அந்த தண்ணீர் குழாய்த் திட்டத்தை நிறைவேற்றிய சிவாவிற்குக்கூட ஞாபகத்தில் இல்லை.

நீரின் ஓட்டத்தைக் கணித்து பழையாற்றில் குதித்த ராகுலின் வீரர்கள், அதற்குள் எல்லா தடைகளையும் உடைத்துக்கொண்டு பூம்பொழி செயற்கை ஏரி நீர்மட்டத்தின் மேற்பரப்பை

அடைந்திருந்தனர். அந்த நீர்க்குழாயில் நுழையும்பொழுது அவர்கள் இந்த வேலை இவ்வளவு கடினமாக இருக்கும் என்று துளிகூட எண்ணவில்லை.

ஆற்றிலிருந்து பூம்பொழிக்குச் சென்ற தண்ணீர் அறுபது, எழுபது அடி ஆழத்தில் ஏரியில் சென்று விழுவதால், நீரின் வேகம் எதிரியின் கண்களை நோக்கி பாயும் கத்தியின் வேகத்தை ஒத்திருந்தது.

அந்தக் குழாய்கள் ஆரம்பமாகும் பகுதி மிகவும் ஆழமாக இருந்ததால் அவர்களால் அந்தக் குழாயின் நீர் ஓட்டத்தின் வேகத்தை ஆராய்ந்து முடிவுசெய்ய முடியவில்லை. ஆற்றில் குதித்தவர்களை சிறு இறகுபோல அடித்துச் சென்று கொண்டிருந்தது நீர்.

நீந்திச் செல்லலாம் என்று நினைத்தவர்களுக்கு சிந்திக்கக் கூட நேரம் கிடைக்கவில்லை. ஆழம் தெரியாமல் இறங்கிவிட்டோமோ என்று சில நிமிடங்கள் திணறிவிட்டனர். மரணம் உறுதி. நம் பிணங்கள் குழாயில் அழுகி ஏரியில் விழுந்து மீன்களுக்கு உணவாகப் போகிறது என்றெல்லாம் எண்ணங்கள் தோன்றின.

நீரின் போக்கில் அடித்துச் செல்லப்பட்டவர்கள் குழாயின் வடிகட்டிகளில் பல்லிபோல ஒட்டிக் கொண்டனர். அதன்பிறகுதான் அவர்கள் சுய நினைவிற்கே வந்தனர்.

வந்த பதட்டத்தில், போன உயிரை திருப்பி உள்ளிழுத்துக்கொண்டு வடிகட்டிகளைத் துண்டித்தார்கள். அடுத்த நொடி மீண்டும் அவர்களை உள்ளிழுத்தது நீர். நீரின் வேகத்தை அனுபவித்தவர்கள் என்ற முறையில் இம்முறை நீரின் வேகத்தைச் சமாளிக்க முடியவில்லை என்றாலும் கட்டுப்பாட்டில் இருக்க முடிந்தது.

அடித்துச் சென்ற வேகத்தாலும் குழாயின் நீளத்தினாலும் உயிர் போய்விடுமோ என்று பயந்தவாறு மூச்சைப் பிடித்துக்கொண்டனர். கடைசியில், அரை உயிராக ஏரியில் சென்று விழுந்தார்கள். இருக்கும் மூச்சைப் பிடித்துக்கொண்டு ஏரியின் மேல்மட்டத்தை அடைய முயற்சித்தனர். கண்களை திறக்கக்கூட திராணி இல்லாமல் மேல்நோக்கி எழுந்தனர். அப்பொழுது அந்தக் கம்பி வலையில் மோதினார்கள்.

இன்னும் சில நொடிகளில் நம் உயிர் முழுவதுமாக நம்மைவிட்டு ஓடிவிடும். மூச்சை மீண்டும் இழுத்துப் பிடித்தார்கள்.

"மேல் மட்டத்திலிருந்து ஆறு அடியில் ஒரு இரும்பு வலையிருக்கும்" என்று ராகுல் கூறியது அவர்களுக்கு நினைவில் வந்தது. "அப்படியென்றால் இன்னும் ஆறு அடியில் நீரை விட்டு வெளியே சென்றுவிடலாம்" என்று மகிழ்ச்சி அடைந்தார்கள். வடிகட்டிகளைத்

துண்டித்தது போல தலைக்கு மேலே இருந்த இரும்புக் கம்பி வலையைத் துண்டிப்பது அவ்வளவு எளிதாக இல்லை. அதுவும் மூன்றடுக்கு வலைக்கம்பி. மிகவும் சிரமப்பட்டார்கள். இறுதியாக, மனிதர் ஒருவர் நுழையுமளவிற்கு ஒரு துளையை உருவாக்கிக் கொண்டு ஒவ்வொருவராக வெளியே வந்தார்கள்.

அந்த வலையைக் கடந்து மீதியிருக்கும் ஆறு அடியைக் கடக்க பல யுகங்கள் ஆனதுபோல் இருந்தது. அடக்கிப் பிடித்த மீதிக் காற்றை வெளியேவிட்டார்கள். அது காற்றுக் குமிழ்களாக மேலெழும்பி நீரின் மேற்பரப்பில் பீறிட்டு வெடித்து வெளியேறியது. நீர்மட்டத்திற்கு மேல் வந்தார்கள்.

சென்ற மூச்சு மீண்டு வந்ததுபோல காற்றை இழுத்துவிட்டார்கள். அதில் இருவர், மூச்சை இழுக்கும் சத்தம் வெளியே கேட்டுவிடக்கூடாது என்று வாயில் கையை வைத்து நாவிலிருந்து வெளியே வர முயற்சித்த சத்தத்தை கைக்குள்ளே அடக்கினார்கள். வாங்கிய மூச்சினால் அமைதியடைந்த அவர்கள், ஜெய்யின் ஆட்களைத் தாக்குவதற்கு நேரம் பார்த்து காத்திருந்தனர்.

52

பூம்பொழி மக்கள் அமர்ந்திருந்த அரங்கம் முழுவதும் சலசலப்பு கேட்டுக்கொண்டே இருந்தது. அங்கேயிருந்த ஆயிரம் மக்களுக்கும் சொல்ல ஆயிரம் கதைகளிருந்தது. இருநூறு ஆண்டுகளுக்கு முன்னால் பூம்பொழியில் தங்கள் குடும்பம் எப்படி இருந்தது, அவர்கள் என்னவாக இருந்தார்கள், மூப்பர் அவர்களுக்கு எவ்வளவு நெருக்கம் என்றெல்லாம் சொல்ல நிறைய கதைகளிருந்தது.

அதுமட்டுமல்ல; பூம்பொழியை விட்டுச்சென்ற அவர்கள் எங்கெல்லாம் சென்றார்கள், என்னென்ன செய்தார்கள், எப்படி மீண்டும் இங்கே வந்தார்கள் என்றெல்லாம் சொல்ல நிறைய கதைகளிருந்தது. சொல்லிக்கொண்டே இருந்தார்கள். கதைகள் முடிவது போன்று தெரியவில்லை.

இதில் இன்னொரு ஆச்சரியமும் இருந்தது, அவர்கள் எல்லாருக்கும் தமிழ் மொழி தெரிந்திருந்தது. ஆனால் ஒவ்வொருவரும் ஒவ்வொரு தமிழ் பேசினார்கள். சிலர் உச்சரிப்பில் வடமொழிகளும் கலந்திருந்தன.

அரங்கத்தின் மேடையில் ஆண்டாள் தோன்றினார். அவரைத் தொடர்ந்து ஜெய்யும் நீலகண்டனும் வர, அவர்கள் பின்னால் முருகன் மற்றும் துர்கா வந்தனர். மேடையை நோக்கியிருந்த ஆயிரம் மக்களின் கதைகளும் அவர்களை அறியாமல் பாதியிலேயே நின்றது. சிலர் பூம்பொழியில் தங்கள் மூதாதையர் பிறந்ததைப்

பற்றி சொல்லியிருந்தனர், சிலர் மூப்பரிடம் வளர்ந்ததைப் பற்றி சொல்லியிருந்தார்கள், சிலர் எப்படி வளர்ந்தோம் என்று சொல்லியிருந்தார்கள்.

நிகழ்ச்சி ஏற்பாடுகளின் தலைமைப் பொறுப்பை ஏற்று வேலை செய்துகொண்டிருந்த கார்த்திக் மற்றும் சிவாவிற்கு என்ன நடக்கப்போகிறது என்று ஆவலோடு, மேடையில் ஒரு ஓரமாக நின்று காத்துக்கொண்டிருந்தார்கள். மேடையில் வந்த ஆண்டாள் மற்றும் குழுவினரை விட்டு நீலகண்டன் முன்னால் வந்தார். அவர் கையில் ஒரு ஒலிபெருக்கியை கொடுத்தார் ஒரு வேலையாள்.

“நானும் உங்களைப்போல ஒருவன். மூப்பரின் பணியாள். உண்மையான மூப்பரின் வாரிசுகள் இவர்கள்தான்” என்று ஆண்டாள் மற்றும் ஜெய்யை நோக்கி கைகளைக் காட்டினார் நீலகண்டன். அருகில் ஜெய்யின் தங்கையும் இருந்தாள். அதை பெருமிதத்துடன் நோக்கினார்கள் முருகனும் துர்காவும். நீலகண்டன் அவ்வாறு கூறியதும் எதிரேயிருந்த மொத்த மக்களும் தங்களை அறியாமலேயே தங்கள் இருக்கைகளை விட்டு எழுந்து நின்றனர்.

“என்னடா இவ்வளவு மரியாதை வெச்சிருக்காங்க... இப்படியும் மக்கள் இருப்பார்களா?” என்று இதை கவனித்துக்கொண்டிருந்த கார்த்திக் மற்றும் சிவாவின் உடல்கள் புல்லரித்தன.

நீலகண்டன் கையிலிருந்த ஒலிபெருக்கியை வாங்கிப் பேசினார் ஆண்டாள். அவர் பேச ஆரம்பித்ததும், எங்கிருந்தோ குரல் கொடுத்த பல்லியின் சத்தத்தை புருவத்தைத் தூக்கி கேட்டவாறு தொடர்ந்தார்:

“இந்த நாளுக்காக நான் யாருக்கும் நன்றி சொல்லப்போவதில்லை. மீண்டும் உங்களை சந்திக்கும்பொழுது நம் மக்களிடம் மன்னிப்புக் கேட்டேன் என்று சொல் என்று, தன் மகனிடன் மூப்பர் இறக்கும்பொழுது சொல்லிய வார்த்தை. அதை என்னிடம் என் அப்பா சொல்லி வளர்த்தார். அதை என் மகனிடம் நான் சொல்லி வளர்த்தேன். உங்கள் அனைவரையும் பூம்பொழிக்கு அழைத்துவர இவ்வளவு காலம் எடுத்ததற்காக என்னை மன்னித்துவிடுங்கள்” என்று சொல்லிய ஆண்டாள், தன் முதுகை வளைத்து தலையைக் குனிந்து முன்னால் இருந்தவர்களிடம் மன்னிப்புக் கேட்டார். ஜெய்யும் அவருடன் சேர்ந்து தலையைக் குனிந்து நின்றான். இதைக் கவனித்த மக்கள், என்ன செய்வது என்று தெரியாமல் அமைதியாக தலையைக் குனித்து தரையைப் பார்த்தவாறு நின்று கொண்டிருந்தனர். சில நொடிகளுக்குப் பிறகு ஆண்டாள் தலையை நிமிர்த்தி மீண்டும் பேசினார்.

“தயவுசெய்து அமருங்கள்.” என்றதும் மக்கள் தங்கள் இருக்கைகளில் அமர்ந்தனர்.

"எவ்வளவு உறுதியாக இருந்திருக்கிறோம் என்பதற்கு நாமே சாட்சி. உங்கள் இந்த உணர்வுதான் நம்மை இங்கே சேர்த்திருக்கிறது. இதற்காக நான் எதுவும் பெரிதாக உழைக்கவில்லை. மூப்பருக்கு நம் முன்னோர்களின் குடும்பங்களையும் அதில் வாழ்ந்தவர்களையும் ஒருவர் விடாமல் நினைவில் வைத்திருந்திருக்கிறார். அதை மறந்துவிடாமல் இருக்க குறிப்புகளாக்கி அவரைத் தொடர்ந்துவந்த எங்களுக்கு உதவியிருக்கிறார். அது எல்லாம்தான் உங்களை எளிதில் அடையாளம் கண்டுகொள்ள காரணம். ஆனால் அதில் முழுவதுமாக வெற்றி பெற்றுவிட்டேனா என்றால் இல்லை" என்றார்.

அரங்கம் அமைதியாக இருந்தது.

"எல்லாரையும் இங்கே சேர்த்த எனக்கு ஐந்து குடும்பங்கள் மட்டும் கண்டுபிடிக்க முடியாமல் போனது. அது ஒரு பெரும் குறையாகவே இருக்கிறது எனக்கு. இந்த விழா முடிந்ததும் அவர்களைக் கண்டுபிடிப்பது என் முதல் வேலையும் கடமையுமாக இருக்கும்." என்றார்.

இன்னும் அரங்கினுள் மௌனம் கலையாமல் அப்படியே இருந்தது.

"உண்மையில் சொல்லவேண்டுமென்றால், நம் ஊரை முழுவதுமாகக் காத்தவர் குஸ்திதான். பரம்பரையாக மூப்பரின் திருக்கோயிலை பாதுகாத்து, இந்த ஊரிலேயே தங்களை அர்ப்பணித்துக்கொண்டு வாழ்ந்து வந்திருக்கிறார்கள். அவர்களின் வாரிசுதான் இந்த முருகன், அவர் மகள் துர்கா. குஸ்தியும் அவர் தலைமுறையும் இல்லை என்றால் நமக்கு அடையாளமான கோயில் என்றோ காணமல் போயிருக்கும்" என்று, முருகன் பக்கம் கையை நீட்டினார் ஆண்டாள். முருகன் தலையைத் தாழ்த்தி தனக்கு முன்பாக இருக்கும் மக்களை நோக்கி வணங்கினார். மக்களின் புன்முறுவல்கள் மெலிதாக அரங்கினுள் கேட்டது.

"நாமெல்லாம் நம் ஊரைவிட்டுச் சென்றுவிட்டோம். ஆனால் இங்கேயே இருந்து தன் குடும்பத்தையும் ஊரையும் காப்பாற்ற, தன் உயிரையே கொடுத்த குஸ்தியை நாம் நினைவு கூர்வோம். சொல்ல வார்த்தையில்லை. மீண்டும் நம் பூம்பொழி கிராமத்தை உருவாக்க முனைகையில் பல தடங்கல்கள், எதிரிகள் என்று உருவாகி தொல்லைகள் கொடுக்க ஆரம்பித்தனர், இன்னும் கொடுத்துக் கொண்டிருக்கின்றனர். அத்தனையும் ஒரு ஆளாக நின்று வெற்றிபெற்று நம்மை இங்கே பணித்த என் மகனையும் உங்களுக்கு அறிமுகம் செய்கிறேன்" என்றவாறு, தன் கையில் பிடித்திருந்த ஒலிபெருக்கியை ஜெய்யிடம் கொடுத்தார் ஆண்டாள். மக்கள் கரவொலி ஆரம்பமானது. அது ஜெய் தன் பேச்சை ஆரம்பிக்கும் வரை தொடர்ந்தது.

"நான் மட்டுமில்லை, என் நண்பர்கள் மூவரும் இதில் அடங்குவர். தங்கள் உயிரைப் பணயம் வைத்து உடனிருந்தனர்." என்று ஜெய் கூறியதும் மேடையில் ஓரமாக நின்ற கார்த்திக் சிவாவைப் பார்த்தான்.

"ராகுல் எப்படி நண்பனானான்?" என்று கார்த்திக் சிவாவிடம் முணுமுணுத்தான். சிவா எந்தப் பதிலும் சொல்லாமல் ஜெய்யின் பேச்சில் கவனத்தைத் திருப்பினான்.

"அந்த மூவரில் ஒருவன் மட்டும் நமக்கு எதிரியாகி தன் உயிரை நம்மிடம் பணயம் வைத்திருக்கிறான்." இப்பொழுது சிவா கார்த்திக்கைப் பார்த்து புன்னகைத்தான்.

"அடுத்து, இருநூறு வருடங்களுக்கு மேலாக மண்ணில் புதைந்துகிடந்த நம் கோயிலில் விளக்கேற்றி பூஜை செய்ய வேண்டும். பிறகு சிறிய விருந்து தயார் செய்துள்ளோம். அது முடிந்ததும் நம் வீட்டிற்குச் செல்லலாம். இன்னும் இரண்டு நாட்களில் நம் சந்தைகள் தயாராகிவிடும். தானியங்கி இயந்திரங்களில் பணம் நிரப்பப்படும். அதுவரைக்கும் உங்களுக்குத் தேவையான அனைத்துப் பொருட்களும் வீட்டிற்கே வந்துவிடும். ஒரு வாரம் எல்லோரும் இங்கேயிருக்க கேட்டுக்கொள்கிறோம். அதன்பிறகு வெளியூர் செல்ல வாகனங்களைத் தயார் செய்கிறோம். அதில் நீங்கள் பாதுகாப்பாகச் செல்லலாம். இன்னும் சில வருடங்களில் நம் பூம்பொழியை விட்டு யாரும் படிப்பதற்காகவோ, வேலைக்காகவோ வெளியே செல்லாதவண்ணம் எல்லா வசதிகளையும் நிறுவ வேண்டியது எங்கள் கடமை. அதையும் செய்வோம்.

இன்று நூறு ஏக்கர் நிலமாக இருக்கும் பூம்பொழி, ஒரு நாள் ஐநூறு ஏக்கராக மாறும். ஒரு பெரிய நகரமாக மாறும். அப்பொழுதும் நம் நிலங்கள் ஒருவருக்குச் சொந்தமாக இல்லாமல், இங்கேயிருக்கும் ஒவ்வொரு சதுர அடி நிலமும் எல்லாருக்கும் சொந்தமாக இருக்கும். நம்மிடம் வரப்புச் சண்டைகளோ, மத, ஜாதிச் சண்டைகளோ இருக்காது. எல்லோருக்கும் எல்லாம் இருக்கும். ஏழை என்றால் என்னவென்று கேட்கும்படி நம் பூம்பொழியை மாற்றுவேன் என்று உறுதி கூறுகிறேன்." என்று பேசியவுடன், மக்கள் எழுந்து நின்று கைதட்டினர்.

பின்னர் ஆண்டாள் மற்றும் ஜெய் முன்னால் நடந்து செல்ல, மக்கள் முழுவதுமாக அவர்களைத் தொடர்ந்தவாறு மூப்பர் கோயிலுக்குச் சென்றனர். வானம் கறுக்க ஆரம்பித்தது. மூப்பரின் தங்கச் சிலையைக் கண்ட மக்கள் அடைந்த பூரிப்பை வார்த்தைகளில் சொல்ல முடியாது. எல்லோரும் ஒவ்வொருவராக அந்தச் சிலையின் பீடத்தை தொட்டுப் பார்த்தனர். கடைசியாக நின்றவர் பீடத்தில் கை வைத்ததும் மழையின் முதல்துளி அவரின் கையில் விழுந்தது.

ஜெயன் மைக்கேல் | 321

அவர் அண்ணாந்து வானம் பார்த்தார். மேகங்கள் கூடி நிற்பது தெரிந்தது. அது தண்ணீர் தெளிக்க ஆரம்பித்தது.

“மழை...”

தோரணகள் மழைக்காற்றில் பனி பிடித்தாடியது. நிறத்தாள்கள் மழையில் நனைந்து கரைந்து கொண்டிருந்தது. வெயில் வெளிச்சம் இல்லாததால், மின் விளக்குகள் இன்னும் ஜொலித்துக் கொண்டிருந்தன. கோயிலைச் சுற்றியிருந்த பாதையில் விழுந்த நீர் ஒரு ஓரமாக ஒதுக்கப்பட்ட தொட்டிக்குச் சென்றுகொண்டிருந்தது. அது விழும் சத்தம் கொலுசொலி போல கேட்டது. மழை ச்சோ என்று பெய்ய ஆரம்பித்தது. இவற்றையெல்லாம் பார்த்த மக்கள் ஆச்சரியத்தில் வார்த்தையற்று நின்றனர்.

“மழை பெய்கிறது நல்ல சகுனம்”

மழையில் நனையும் முன், மொத்த மக்களும் கூரை வேயப்பட்ட கோயில் முற்றத்தில் கூடினர். அவர்கள் கோயில் கருவறையைப் பார்த்து நின்றனர்.

ஜெய் முன்னால் சென்று அந்தக் கருவறையின் கதவுகளிலிருந்த துளைகளில் சாவியை நுழைத்து அதைத் திறந்தான். மழைச்சாரலில் கருவறை சாமி சிலை ஒளி உமிழ்ந்து பிரகாசித்தது. ஜெய் உள்ளே சென்றான். அதுவரை ‘ச்சோ’ என்ற மழைச் சத்தம் நொடியில் காணாமல் போனது.

ஜெய் உள்ளே சென்று பூஜைக்காக தயார் செய்யப்பட்டிருந்த பொருட்களை எடுத்து தன் பூஜையை ஆரம்பித்தான். எல்லாச் சடங்குகளையும் முடித்துவிட்டு கற்பூரத்தை எடுத்து சிலைக்குத் தூபம் காட்டிவிட்டு அருகிலிருந்த பலமுக விளக்கைப் பற்றவைத்தான். அப்பொழுதான் அந்த நிகழ்ச்சி நடந்தது.

அந்த பலமுக விளக்கில் தீபம் எரிந்துகொண்டிருந்தது. அதை வலதுகையில் பிடித்துக் கொண்டும், இடது கையில் ஒரு மணியை சுழற்றியவாறு தீபத்தை சிலையின் முகத்திற்கு முன்னே சுற்றினான். தீபம் மெல்ல ஆட ஆரம்பித்தது. அதைக் கவனித்த ஜெய்க்கு கோயிலைச் சுற்றி மேல்பகுதியில் சிலர் அங்குமிங்குமாக ஓடும் சத்தம் கேட்டது. மனதை ஒருநிலைப்படுத்தினான். மழைச் சத்தம் சுத்தமாக மறைந்து, மேலே ஓடும் எதிரிகளின் காலடி அதிர்வுகளை ஒலியாக உணர்த்தியது கோயில். உடனே சுதாரித்துக் கொண்டான்.

“ஏதோ ஒருவழியை அடைக்காமல் விட்டுவிட்டோம். எதிரிகள் உள்ளே நுழைந்து விட்டார்கள்.” இதை நொடிப்பொழுதில் கணித்த ஜெய், தீபத்தை அப்படியே சிலையின் முன்னால் வைத்துவிட்டு வெளியே வந்தான். மழை இன்னும் ஓய்ந்தபாடில்லை.

"நண்பர்களே, எதிரிகள் எப்படியோ நம் ஊருக்குள் நுழைந்துவிட்டனர். உடனே சென்று கோயிலைச் சுற்றியிருக்கும் சுவர்களில் சாய்ந்து ஒட்டிக்கொள்ளுங்கள்." என்று சொன்னதும் மக்கள் வேகவேகமாக ஓடிச்சென்று அந்தக் கோயில் பள்ளத்தில் வரிசையாக சுவரை ஒட்டி நின்றுகொண்டனர். மழை அவர்களை நனைக்க ஆரம்பித்தது.

நிலத்தின் மேல்பரப்பிலிருந்து கீழே கோயிலை எட்டிப்பார்த்த போராளிகள், மக்களைக் காணாமல் திணறினர். மழையும் அதிகமாக இருந்ததால் அவர்களால் கண்டுபிடிக்க முடியவில்லை.

இவ்வளவு நேரத்திற்குள் எங்கே சென்றிருப்பார்கள் என்று குழம்பினர். அவர்கள் சுவரில் ஒட்டிக் கொண்டிருக்கிறார்கள் என்று கண்டுபிடிக்க சில நிமிடமாவது ஆகும் என்று முடிவு செய்தான் ஜெய்.

'அப்படியே இருங்கள்." என்று சொல்லியவாறு கோயிலின் வெளிக்கதவை நோக்கி ஓடினான். முழுவதுமாக நனைந்திருந்தான் ஜெய்.

அவன் பின்னால் கார்த்திக்கும் சிவாவும் ஓடினார்கள். செங்குத்தான பாதை என்பதால் மேலேயிருக்கும் போராளிகளுக்கு இவர்கள் ஓடுவது தெளிவாகத் தெரிந்தது. இவர்களைப் பார்த்து சுட ஆரம்பித்தனர்.

அவர்கள் துப்பாக்கி குண்டுகளில் சிக்காமல் மூவரும் ஓடினர். ஒரு கட்டத்தில் ஜெய், தன் இடையில் மறைத்திருந்த கைத்துப்பாக்கியை எடுத்து அவர்களைப் பார்த்து சுட ஆரம்பித்தான். அந்த கைத் துப்பாக்கியின் குண்டுகள் சிலரின் கால்களைப் பதம் பார்த்தது. அந்த வலியில் அவர்கள் கீழே விழுந்தனர். அதற்குள் கோயிலின் மேல் கதவுகளைக் கடந்து சமநிலப்பரப்புக்குள் வந்தடைந்தனர் மூவரும். வெளியே இருந்த ஒரு காவலாளி அறையின் பின்னால் மறைந்து கொண்டனர் மூவரும்.

"யாரையும் சாகடிக்க வேண்டாம்னு அறையில அடச்சு வெச்சா, கதவை உடைச்சிட்டு வந்திருக்காங்க. நம்ம காவலாளிகள் எல்லாம் எங்கே?" என்று ஜெய் கத்தினான். சற்று நேரத்தில் மறைந்திருந்த மூவர் காதுகளுக்கும் எதிரிகளின் துப்பாக்கியின் சத்தம் மறைய ஆரம்பித்தது.

"என்ன ஆச்சு? கோயிலுக்குள் சென்றுவிட்டார்களா?" என்று கேட்டவாறு ஜெய் அந்த இடத்தைவிட்டு வெளியே வந்தான். மிகவும் பதட்டத்துடனும் கோபத்துடனும் வந்த ஜெய்க்கு ஆறுதல் காத்திருந்தது. ராகுலின் மொத்தப் போராளிகளையும் ஜெய்யின்

காவலாளிகள் சுற்றி வளைத்திருந்தனர். சிலர் காலில் குண்டடிபட்டு மண்ணில் கிடந்தனர்.

"அதுதானே. நான் ஒரு ஆளாக சண்டையிட்டிருந்தால் நம் பாதுகாப்பின் பலம் இவர்களுக்குத் தெரியாமல் போயிருக்கும். இப்பொழுது பாருங்கள். இனி பயம் இருக்கும். இவர்கள் ஆயுதங்களை எடுத்துவிட்டு கீழே கோயிலுக்குள் அழைத்து வாருங்கள்" என்று கட்டளை பிறப்பித்துவிட்டு கோயிலை நோக்கி நடந்தான் ஜெய்.

"இவர்கள் எப்படி உள்ளே வந்திருக்க முடியும். பத்துப் பேரைத்தானே அறையில் அடைத்தேன். ஆக, இன்னும் நம் பாதுகாப்பில் ஓட்டைகள் இருக்கின்றன. அதைக் கண்டுபிடித்து அடைக்க வேண்டும்." என்று யோசித்தவாறு கோயில் சிலைக்குமுன் வந்தான் ஜெய். ராகுலின் ஆட்களையும் கொண்டுவந்து சிலையின் முன்னால் நிறுத்தினார்கள். அடிபட்டுக் கிடந்தவர்களை சுமந்து வந்தார்கள் காவலாளிகள்.

"பயப்பட வேண்டாம் வாருங்கள்" என்றதும் சுவரில் பதிந்திருந்த மக்கள் இவர்களைச் சூழ்ந்து கொண்டனர்.

"என்ன செய்யலாம் இவர்களை?" என்று கேட்டான் ஜெய். அப்பொழுது மக்கள் முன்னால் வந்த ஆண்டாள், "வேண்டாம் ஜெய். இடையில் வந்தவர்கள் என்றாலும் அவர்களுக்கு இருப்பதும் மண் பாசம்தான். இந்தமுறை விட்டுவிடலாம். இப்பொழுதுதாவது புரிந்து கொள்ளட்டும். இனி, நம் கிராமத்திற்குள் வந்தால் இங்கேயே புதைத்துவிடலாம்.' என்றார். அத்துடன் நின்றுவிடவில்லை அவர், "நீங்கள் யாரும் பயப்பட வேண்டாம், பூம்பொழியில் இருந்து பயணித்த எங்கள் குடும்பக் கதைகள் எங்களுக்குத் தெரியும். ஆனால் உங்கள் கதைகள் எனக்குத் தெரியாது. உங்கள் கதைகளை எல்லாம் நான் கேட்டுத் தெரிந்துகொள்ள வேண்டும். அதையெல்லாம் எழுதி வரலாறு ஆக்க வேண்டும். அதனால் இதற்கெல்லாம் முக்கியத்துவம் கொடுக்க வேண்டாம்." என்று முடித்தார்.

அதன்பிறகு போராளிகளை ஒரு வண்டியில் ஏற்றிக்கொண்டு பூம்பொழியின் மதில்சுவர் கதவிற்கு வெளியே வந்தான் ஜெய். அவர்களை மதிலின் வெளியே விட்டான், "உங்களை இங்கே புதைத்திருந்தால்கூட யாராலும் எங்களை எதுவும் செய்ய முடியாது. உங்கள் கோபம் நியாயமானது என்பதால் உங்களை உயிருடன் விடுகிறோம். போய் ராகுலிடமும் முத்துவிடம் சொல்லுங்க. இனி, இப்படி நடந்தால் விளைவுகள் பெரிசா இருக்கும். இது எங்கள் நாடு. எங்கள் உயிர்கள் தூங்கும் நாடு. நாங்கள் இரத்தம் சிந்திய நாடு."

53

"அசிங்கமா இருக்கு ராகுல். நம்ம ஆயுதங்கள் எல்லாம் பத்தாது. அவங்க நாம நினைக்குறது போல இல்ல. ரொம்ப பலமா இருக்காங்க. அத்தனை பேரு இருக்காங்க. மன்னிச்சு விட்டாங்கன்னு சொல்லும்பொழுதே அசிங்கமா இருக்கு. இதுக்கு பழிவாங்கியே ஆகணும்." என்று ஒருவன், தன் ஆதங்கத்தைச் சொல்லிக் கொண்டிருந்தான்.

"எங்க ஊரு, எங்க ஊருன்னு குதிக்கிறாங்க தம்பி. ஒருத்தனக்கூட விடாம சாகடிக்கணும்" என்று இன்னொருவன் முழங்கினான்.

"தம்பி, ஏதோ நூறு ஏக்கரை ஐநூறு ஏக்கரா மாத்தப் போறாங்களாம். என்னெல்லாமோ பேசிக்குறாங்க"

"எல்லாவற்றையும் தடுக்கணும் ராகுல்"

"சரிதான்...அவர்கள் எத்தனை நாள் ஊருக்குள்ளே இருக்கப் போகிறார்கள். வெளியே வந்துதானே ஆக வேண்டும். அதுமட்டுமல்ல, இப்பொழுது உள்ளே நடப்பது என்னன்னு நமக்குக் கொஞ்சம் புரிஞ்சிடுச்சு. வேற திட்டத்தோட, வேறவிதமா தாக்குவோம்." என்ற ராகுலின் வார்த்தைகளை இடைமறித்தார் முத்து.

"பயிர் செய்யுற காலம் வந்திடுச்சி, என்ன செய்யுறதுன்னே புரியல தம்பி. இவங்களோட நானும் போயிருக்கணும். ஒருத்தனையாவது கொன்னுட்டு நானும் செத்துப் போயிருப்பேன்"

"ஐயா, காத்திருப்போம். இப்பொழுது மக்கள் விவசாயம் செய்ய எங்கே போவாங்க. நிலம் இல்லாம விவசாயம் எப்படிச் செய்வாங்க. கோபம் வரும்தானே? அதைப் பயன்படுத்தலாம். ஒவ்வொரு நாளும், ஒவ்வொரு தாக்குதலில் நம் வெறி அதிகமாகணும். அடுத்த திட்டம் என்னான்னு பார்ப்போம்"

சாதாரண எதிர்ப்பாக ஆரம்பித்து, அது வெறியாக மாறியிருந்தது. நாட்கள் செல்லச் செல்ல அது தீவிர தாக்குதலாகும். இன்று போராளியாக அறியப்படும் இவர்கள், ஒரு நாள் பூம்பொழி மக்களால் தீவிரவாதி என்று அழைக்கப்படுவார்கள். இன்று சிறுகூட்டமாக இருக்கும் போராளிகள் நாளை பலராக மாறுவார்கள்.

அதேநேரம், பூம்பொழிக்குள் வந்த பூம்பொழி மக்கள் படிப்பிற்காகவும் தொழிலுக்காகவும் முத்துவும் மற்றும் ராகுலைத் தாண்டி கண்டிப்பாக வெளியே சென்றாக வேண்டும்.

அத்தியாவசியப் பொருட்கள் வாங்க ஊருக்குள் வந்து போக வேண்டும். ஆண்டாளின் அடுத்த வேலையாக தங்கள் குடும்பத்திலிருந்து ஆட்டுக்குட்டிகள் போல் பிரிந்துபோனதில் திரும்பி வராமல் இருக்கும் அந்த ஐந்து குடும்பங்களை தேடிக் கண்டுபிடித்து அழைத்து வர வேண்டும்.

ஜெய்யின் திட்டப்படி, இப்பொழுது கிராமமாக இருக்கும் பூம்பொழியை பல பன்னாட்டு நிறுவனங்கள் அடங்கிய நகரமாக மாற்ற வேண்டும்.

மூப்பர் கோயிலின் கதவுகள் எப்படித் திறக்கின்றன என்ற ரகசியத்தைக் கண்டுபிடிக்க வேண்டும். அந்தக் கோயிலின் அடியில் செல்வங்கள் இருக்கும் சுரங்கப் பாதையை கண்டுபிடித்து வெளியே கொண்டுவர வேண்டும். இதெல்லாம் ஊடகங்களுக்குத் தெரியாமல் இருக்க வேண்டும்.

இவை எல்லாவற்றையும்விட ஆரம்பத்திலே மொட்டாகி விரியாமல், காதலாகி நிற்கும் ஜெய்யின் துர்கா மீதான காதலை மலர்விக்க வேண்டும். ஆயிரம் இருக்கிறது இன்னும்.

இப்படி ஆயிரம் யோசனைகள் ஓடும் பூம்பொழிக்குள், நடப்பது என்னவென்று தெரியாமல் முத்துவும் ராகுலும் தங்கள் வீரர்களை தயார் செய்துகொண்டிருந்தார்கள். அதைப்பற்றி எல்லாம் கவலைப்படாமல் ஆண்டாள் தன் மக்களின் கதைகளை கேட்டுக் கொண்டிருந்தார். முதல் ஆளாக ஒருவர் கதை சொல்லிக்கொண்டிருந்தார்.

"என் முன்னோர் ஒருவரின் பெயர் இராமன். உங்களுக்கு கண்டிப்பாகத் தெரிந்திருக்கும். எங்கள் குடும்பத்தைக் காப்பாற்றியது மூப்பரும் குஸ்தியும்தான். அன்று அவர் அந்த விஷக் கீரையை சாப்பிடலேன்னா எங்கள் ஜென்மமே இல்லாமப் போயிருக்கும். அன்று மூப்பர் செத்து எங்க பரம்பரையை காப்பாத்தியிருக்காரு."

54

"பூம்பொழியை விட்டுப் போனபிறகு எங்களால் நிம்மதியாக இருக்க முடியவில்லை. இன்று நம்மை அழைக்கமாட்டார்களா? நாளை நம்மை அழைக்கமாட்டார்களா? பூம்பொழிக்கு மீண்டும் செல்லமாட்டோமா? என்ற ஏக்கம் எங்களைக் கொல்ல ஆரம்பித்தது. பூம்பொழியை விட்டு நீண்டதூரம் வந்துவிட்டோம், எப்படி எங்களை அழைப்பார்கள்? நாங்கள் எப்படி திரும்பச் சொல்வோம். இப்படியெல்லாம் நூறு கேள்விகள்.

நாட்கள் போகப்போக செய்தித் தாள்கள், வானொலி, தொலைக்காட்சி இப்படி பல ஊடகங்கள் வர ஆரம்பித்தன. இனி, மூப்பர் எங்களைத் தொடர்புகொள்வது எளிது என்ற நம்பிக்கை வந்தது. காத்திருந்தோம்.

"இராமன் ஐயாவிற்கு அப்பொழுது மொத்தம் ஐந்து பசங்க..." என்று, தன் சந்ததிகள் பூம்பொழியிலிருந்து பயணித்த கதையைத் தொடர்ந்தார், இராமனின் வாரிசான இளைஞன் ஜாபர்.

ஆம், அவர்கள் குடும்பம் இந்த மூன்று தலைமுறை பயணத்தில் இஸ்லாமிய மதத்திற்கு மாற்றமடைந்திருந்தது.

கதை தொடரும்